ನೆಲದ ಮರೆಯ ನಿಧಾನ!

ಎಸ್.ಜಿ. ಶಿವಶಂಕರ್

ಇಂದಿನ

ಡಿಜಿಟಲ್ ಯುಗದಲ್ಲೂ

ಪುಸ್ತಕ ಕೊಂಡು ಓದುತ್ತಿರುವ

ಸಾಹಿತ್ಯ ಪ್ರೇಮಿಗಳಿಗೆ

ಪರಿವಿಡಿಗಳು

ಮುನ್ನುಡಿ

ಪ್ರಿಯ ಓದುಗ

ಇದು ಡಿಜಿಟಲ್ ಯುಗ. ಎಲ್ಲವೂ ಇಲೆಕ್ಟ್ರಾನಿಕ್! ನಿಮ್ಮ ಕೈಲಿರುವ ಮೊಬೈಲಿನಲ್ಲಿ ಜಗತ್ತೇ ಅಡಗಿದೆ. ಯಾವಾಗ ಯಾರನ್ನು ಬೇಕಾದರೂ ಸಂಪರ್ಕಿಸಬಹುದು! ಮುಖಾಮುಖಿಯಾಗಿ ಮಾತಾಡಬಹುದು. ಹಣ ವರ್ಗಾವಣೆ ಮಾಡಬಹುದು. ವಾಟ್ಸಪ್ಪಿನಲ್ಲಿ, ಫೇಸ್ಬುಕ್ಕಿನಲ್ಲಿ, ಟ್ವಿಟ್ಟರಿನಲ್ಲಿ ಬರುವ ಸಂದೇಶ, ವಿಡಿಯೋ ಮುಂತಾದುವನ್ನು ನೋಡಬಹುದು. ಇಷ್ಟೆಲ್ಲಾ ಸಾಧ್ಯತೆಗಳನ್ನು ತೆರೆದಿಟ್ಟಿದೆ ಈ ಡಿಜಿಟಲ್ ಮಾಧ್ಯಮ.

ಆದರೂ..

ಭೌತಿಕ ಪುಸ್ತಕವೊಂದನ್ನು ಕೈಲಿ ಹಿಡಿದು, ವಿರಾಮವಾಗಿ ಕುರ್ಚಿಯ ಮೇಲೊರಗಿ ಓದುವ ಸುಖ ಈ ಡಿಜಿಟಲ್ ಮಾಧ್ಯಮದಿಂದ ಸಾಧ್ಯವಾಗುತ್ತಿಲ್ಲ ಎನ್ನುವುದು ಪರಮ ಸತ್ಯ. ಬೀದಿಬದಿಯ ಫಾಸ್ಟ್ ಫುಡ್ ಸೆಂಟರಿನಲ್ಲಿ ತಿನ್ನುವುದಕ್ಕೂ, ರೆಸ್ಟುರಾಂಟಿನಲ್ಲಿ ವಿರಾಮದಿಂದ ಕೂತು ತಿನ್ನುವುದಕ್ಕೂ ಇರುವ ವ್ಯತ್ಯಾಸಗಳಂತೆಯೇ ಈ ಡಿಜಿಟಲ್ ಓದು ಕೂಡ.

ಅದೇನೇ ಇರಲಿ, ಪ್ರಸ್ತುತ ನಮ್ಮ ಮುಂದಿರುವ ಡಿಜಿಟಲ್ ಯುಗದ ಸವಾಲುಗಳು ಪುಸ್ತಕ ಪ್ರಕಾಶನಕ್ಕೆ ಎರವಾಗಿರುವುದು ಸತ್ಯ. ಕೆಲಮಟ್ಟಿಗೆ ನಮ್ಮ ಸಾಹಿತ್ಯಿಕ ಪತ್ರಿಕೆಗಳು ಅಲ್ಪ ಪ್ರಮಾಣದಲ್ಲಿ ಈ ಕೊರತೆ ನೀಗಿಸುತ್ತಿವೆಯಾದರೂ ಅದು ಸಾಲದು. ಇಲ್ಲಿಯೂ ಅನೇಕ ಪ್ರಯೋಗಗಳು ನಡೆಯುತ್ತಿವೆ. ಈ ಸಂದರ್ಭದಲ್ಲಿ ಕೆಲವು ಆನ್ಲೈನ್ ಪ್ರಕಾಶನ ಸಂಸ್ಥೆಗಳು ಪುಸ್ತಕ ಪ್ರಕಾಶನಕ್ಕೆ ಸಾಥ್ ನೀಡುತ್ತಿವೆ. ಅಂತ ಒಂದು ಸಾಹಿತ್ಯ ಪ್ರಕಟನೆ ನಿಮ್ಮ ಕೈಲಿದೆ.

ಈ ಕಾದಂಬರಿ "ತರಂಗ" ವಾರಪತ್ರಿಕೆಯಲ್ಲಿ ಹದಿನಾಲ್ಕು ಕಂತುಗಳಲ್ಲಿ ಪ್ರಕಟವಾಗಿ ಜನರ ಮೆಚ್ಚುಗೆ ಗಳಿಸಿದೆ. ತಮ್ಮ ಪತ್ರಿಕೆಯಲ್ಲಿ ಪ್ರಕಟಿಸಿದ ಸಂಪಾದಕರಿಗೆ ನನ್ನ ಕೃತಜ್ಞತೆಗಳು. ನೋಶನ್ ಪ್ರೆಸ್ ಸಂಸ್ಥೆಯವರಿಗೂ ನನ್ನ ಸಾಹಿತ್ಯವನ್ನು ಮೆಚ್ಚಿ ನಾಲ್ಕು ಮಾತಾಡಿ ಪ್ರೋತ್ಸಾಹಿಸುವ ಎಲ್ಲ ಮಿತ್ರರು, ಬಂಧುಗಳಿಗೂ, ಓದುಗರಿಗೂ ನನ್ನ ಹೃದಯಪೂರ್ವಕ ನಮಸ್ಕಾರಗಳು.

ಎಸ್.ಜಿ.ಶಿವಶಂಕರ್

1

ಜೀವನದಲ್ಲಿ ಮೊಟ್ಟಮೊದಲ ಬಾರಿಗೆ ಅಲೋಕ ಪೋಲೀಸ್ ಸ್ಟೇಷನ್ ಪ್ರವೇಶಿಸಿದ್ದ. ಈವರೆಗೆ ನಂಜನಗೂಡಿಗೆ ಅದೆಷ್ಟು ಸಲ ಎಡೆತಾಕಿದ್ದಾನೋ ಲೆಕ್ಕಕ್ಕೆ ಸಿಗದು. ಅವನ ಊರು ತೊರವೆಯಿಂದ ಮೈಸೂರಿಗಾಗಲೀ ಇಲ್ಲಾ ಬೆಂಗಳೂರಿಗಾಗಲಿ ಹೋಗುವಾಗ ನಂಜನಗೂಡಿನ ಮೂಲಕವೇ ಹೋಗಬೇಕು. ಆದರೆ ಅಲ್ಲಿನ ಪೋಲೀಸ್ ಸ್ಟೇಷನ್ ಪ್ರವೇಶಿಸಿದ್ದು ಇದೇ ಮೊದಲನೆಯ ಸಲ.

ಸಮವಸ್ತ್ರದಲ್ಲಿದ್ದವರೊಬ್ಬರು ಟೇಬಲ್ ಹಿಂದೆ ಕೂತಿದ್ದರು. ಟೇಬಲ್ ಮೇಲಿದ್ದ ವಾಕಿಟಾಕಿಯಿಂದಲೂ, ಒಳಗಿನ ರೂಮಿನ ವೈರ್ಲೆಸ್ ರಿಸೀವರಿನಿಂದಲೂ ಅರ್ಥವಾಗದ ಗೊಂದಲದಂತ ಮಾತುಗಳು ಕೇಳುತ್ತಿದ್ದವು. ಪೇಪರುಗಳನ್ನು ನೋಡುತ್ತಿದ್ದವರ ಮುಂದೆ ನಿಂತ ಮೆಲ್ಲನೆ ಗಂಟಲು ಸರಿಮಾಡಿಕೊಂಡು ಹೇಳಿದ ಅಲೋಕ.

“ಸಾರ್, ಒಂದು ಕಂಪ್ಲೈಂಟ್ ಕೊಡಬೇಕಿತ್ತು”

ಎದುರಿಗೆ ನಿಂತಿದ್ದ ಇಪ್ಪತ್ತೆಂಟು ವರ್ಷದ ಅಲೋಕನನ್ನು ದಿಟ್ಟಿಸಿ ನೋಡಿದರು ಎಎಸ್ಸೈ ಜವರಯ್ಯ.

“ಏನು ವಿಷಯ?”

“ಒಂದು ವಾರದಿಂದ ನಮ್ಮ ತಂದೆ ಕಾಣ್ತಿಲ್ಲ” ಅಲೋಕ ಹೇಳಿದ.

“ತಂದೆಯವರಾ..? ವಯಸ್ಸು?”

“ಅರವತ್ತೊಂದು”

“ವಾರದಿಂದಲಾ..? ವಿಚಾರಿಸಿ ನೋಡಿ, ಎಲ್ಲೋ ನೆಂಟರಿಷ್ಟರ ಮನೆಗೆ ಹೋಗಿರಬೇಕು”

ಜವರಯ್ಯ ಉದಾಸೀನದಿಂದ ಹೇಳಿದರು. ಇಂತಾ ಹಲವಾರು ಕಂಪ್ಲೈಂಟುಗಳನ್ನು ಅವರು ಈಗಾಗಲೇ ಕಂಡಿದ್ದರು.

“ಎಲ್ಲಾ ವಿಚಾರಿಸಿ ಕೊನೆಗೆ ಇಲ್ಲಿಗೆ ಬಂದಿದ್ದೀನಿ”

"ಮನೇಲಿ ಜಗಳ ಏನಾದ್ರೂ ನಡೆದಿತ್ತಾ..?"

"ಇಲ್ಲಾ. ಅಂತಾದ್ದೇನೂ ಇಲ್ಲ"

"ನಿಮ್ಮ ತಂದೆಯವರಿಗೆ ಯಾರದರೂ ಆಗದವರು ಇದ್ದಾರಾ..?"

"ಇಲ್ಲ. ಅವರು ತುಂಬಾ ಸಾತ್ವಿಕ ಸ್ವಭಾವದವರು. ಅವರಿಗೆ ಶತೃಗಳು ಇರಲಿಲ್ಲ"

"ಯೋಚ್ನೆ ಮಾಡಿ ನೋಡಿ. ಆಗದವರು ಯಾರಾದ್ರೂ ಇರಬಹುದು"

"ಇಲ್ಲ. ನಮ್ಮ ತಂದೆ ಬೆಂಗಳೂರಲ್ಲಿ ಕೆಲಸದಲ್ಲಿ ಇದ್ದರು. ವರ್ಷದ ಹಿಂದೆ ಊರಿಗೆ ಬಂದು ಜಮೀನು ಮಾಡಿಸ್ತೀನೀಂತ ಗುತ್ತಿಗೆ ಕೊಟ್ಟಿದ್ದ ಜಮೀನು ಬಿಡಿಸಿಕೊಂಡರು. ಜಮೀನು ಮಾಡ್ತಿದ್ದವರು ಬಿಡುವಾಗ ಸ್ವಲ್ಪ ತರಲೆ ಮಾಡಿದರು. ಅದು ಬಿಟ್ಟರೆ ಅವರಿಗೆ ಯಾರೂ ಆಗದವರೇ ಇಲ್ಲ"

"ಅವರೇ ಎಲ್ಲಾದ್ರೂ ಹೋಗಿರಬಹುದಾ..?"

"ಮನೆಯಲ್ಲಿ ಹೇಳದೆ ಹೋಗೋ ಅಂತವರಲ್ಲ..."

"ಯಾರದ್ರೂ ಕಿಡ್ನಾಪ್ ಮಾಡಿರಬಹುದಾ..?"

ಜವರಯ್ಯ ಪೇಪರ್ ವೈಯಿಟ್ ಆಡಿಸುತ್ತಾ ಸೂಕ್ಷ್ಮವಾಗಿ ಅಲೋಕನನ್ನು ನೋಡಿದರು. ಅವರ ಮಾತಿಗೆ ಅಲೋಕನ ಮುಖದಲ್ಲಿ ಬೇಸರ ಕಾಣಿಸಿತು.

"ಅಷ್ಟು ವಯಸ್ಸಾದವರನ್ನ ಯಾರಾದ್ರೂ ಯಾಕೆ ಕಿಡ್ನ್ಯಾಪ್ ಮಾಡ್ತಾರೆ ಸಾರ್..? ಏನೂ ಗೊತ್ತಾಗ್ತಿಲ್ಲ.. ದಯವಿಟ್ಟು ಹುಡುಕಿಸಿಕೊಡಿ"

"ಆಯ್ತು, ಕಂಪ್ಲೈಂಟು ಬರೆದು ಕೊಡಿ"

"ಬರ್ಕೊಂಡೇ ಬಂದಿದ್ದೀನಿ"

ಅಲೋಕ ಕಂಪ್ಲೈಂಟ್ ಅವರ ಮುಂದಿಟ್ಟ. ಜೊತೆಗೆ ತಂದೆಯ ಫೋಟೋ ಒಂದನ್ನೂ ಕೊಟ್ಟ.

ಕಂಪ್ಯೂಟರಿನಲ್ಲಿ ಟೈಪಿಸಿ ಪ್ರತಿ ತೆಗೆದಿದ್ದ ಎರಡು ಪುಟಗಳ ಕಂಪ್ಲೆ Êಂಟನ್ನು ಜವರಯ್ಯ ತೆಗೆದುಕೊಂಡು ಸ್ವೀಕೃತಿ ಚೀಟಿ ಕೊಟ್ಟರು.

"ಒಂದ್ಸಲ ಇನ್‌ಸ್‌ಪೆಕ್ಟರ್ ನೋಡಲೇ..?"

"ಓ..ಧಾರಾಳವಾಗಿ ನೋಡಿ. ನಾನೂ ಬರ್ತೀನಿ ನಡೀರಿ"

ಅವರಿಬ್ಬರೂ ಇನ್‌ಸ್‌ಪೆಕ್ಟರ್ ಸುಧಾಕರ್ ಇದ್ದ ರೂಮಿಗೆ ನಡೆದರು. ಟ್ರೆ Êನಿಂಗ್ ಮುಗಿಸಿ ಹದಿನೈದು ದಿನಗಳ ಹಿಂದಷ್ಟೆ ಮೊದಲ ಪೋಸ್ಟಿಂಗಿಗೆ ಬಂದಿದ್ದ ಸುಧಾಕರ್ ತುಂಬು ಮುತುವರ್ಜಿಯಿಂದ ಕೇಸು ಆಲಿಸಲು ಸಿದ್ಧರಾದರು. ಜವರಯ್ಯನವರಿಗೆ ಹೇಳಿದ್ದನ್ನೇ ಮತ್ತೆ ಸುಧಾಕರ್‌ಗ ಹೇಳಿದ ಅಲೋಕ.

"ಯಾರಾದರೂ ಕೊಲೆ ಮಾಡಿರಬಹುದೂಂತ ನಿಮಗೆ ಅನುಮಾನಾನ?" ಸುಧಾಕರ್ ಕೇಳಿದರು.

"ಅಂತಾ ಅನುಮಾನ ಇಲ್ಲ ಸಾರ್" ನಿಜಕ್ಕೂ ಅಲೋಕನಿಗೆ ಆ ಬಗ್ಗೆ ಅನುಮಾನವಿರಲಿಲ್ಲ.

"ನಿಮಗೆ ಯಾರಾದರೂ ಶತ್ರುಗಳಿದ್ದಾರಾ..?"

"ಇಲ್ಲ"

"ತಾಯಿಯವರಿಗೆ?"

"ಇಲ್ಲ"

"ಬಂಧುಗಳಲ್ಲಿ ಆಗದವರು ಯಾರಾದರೂ ಇದ್ದಾರ..?"

"ಇಲ್ಲಾ ಸಾರ್. ಅಂತವರು ಯಾರೂ ಇಲ್ಲ"

"ಬೇಜಾರು ಮಾಡ್ಕೋಬೇಡಿ. ನಾವು ಪೋಲೀಸಿನವರು ಹೀಗೇನೆ. ಅಪರಾಧಿಗಳನ್ನು ಹಿಡಿದು ಅನ್ಯಾಯ ಆದವರಿಗೆ ನ್ಯಾಯ ದೊರಕಿಸೋ ದೃಷ್ಟಿಯಿಂದ ಹೀಗೆಲ್ಲಾ ಕೇಳ್ತೀವಿ"

"ನಾನೇನು ತಪ್ಪು ತಿಳಿಯೋದಿಲ್ಲ ಸಾರ್"

"ಸರಿ. ಜವರಯ್ಯ ಸ್ವಲ್ಪ ನಿಗಾವಹಿಸಿ ನೋಡಿ. ಪ್ರೋಗ್ರೆಸ್ ತಿಳಿಸ್ತಾ ಇರಿ. ನೀವೂ ಅಗಾಗ್ಗೆ ಬಂದು ನಮ್ಮನ್ನು ವಿಚಾರಿಸಬಹುದು. ಬೇರೇನಾದರೂ ಡವಲಪ್ಮೆಂಟ್ ಆದ್ರೆ ತಪ್ಪದೆ ತಿಳಿಸಬೆಕು"

"ಆಯ್ತು ಸಾರ್" ಅಲೋಕ ಹೇಳಿದ.

ಅಲೋಕನ ಬಗೆಗೆ ವಿಚಾರಿಸಿದರು ಸುಧಾಕರ್. ಅಲೋಕ ತಾನು ಎಂ.ಬಿ.ಎ ಓದಿರುವುದನ್ನು, ಬೆಂಗಳೂರಿನ ಕಂಪೆನಿಯೊಂದರಲ್ಲಿ ಮ್ಯಾನೇಜರ್ ಆಗಿ ಕೆಲಸ ಮಾಡುತ್ತಿರುವುದನ್ನು, ತಿಂಗಳಿಗೊಮ್ಮೆ ಊರಿಗೆ ಬಂದು ಹೋಗುವುದನ್ನು ತಿಳಿಸಿದ.

ಸ್ಟೇಷನ್ನಿನಿಂದ ಈಚೆ ಬಂದ ಅಲೋಕನಿಗೆ ಪೋಲೀಸಿನವರು ತನ್ನ ತಂದೆಯನ್ನು ಅವರು ಹುಡುಕಿಕೊಡುತ್ತಾರೆಂಬ ಭರವಸೆಯಿರಲಿಲ್ಲ. ಆದರೂ ಕೇಸು ದಾಖಲಿಸಬೇಕಾದದ್ದು ಒಂದು ಸಾಮಾನ್ಯ ನಿಯಮ ಎಂದು ಅದನ್ನು ಪಾಲಿಸಿದ್ದ. ತಲೆ ವಿಪರೀತ ಸಿಡಿಯುತ್ತಿತ್ತು. ಹತ್ತಿರದ ಹೋಟೆಲೊಂದರಲ್ಲಿ ಕಾಫಿ ಕುಡಿದು ಜೇಬಿನಿಂದ ಮಾತ್ರೆ ತೆಗೆದು ನುಂಗಿದ. ಬಿಸಿ ಕಾಫಿ ಹಿತವೆನಿಸಿತು. ವಾರದಿಂದ ಸರಿಯಾಗಿ ನಿದ್ರೆಯಿಲ್ಲದೆ ಮಂಕಾಗಿದ್ದ. ತಂದೆ ಇದ್ದಕ್ಕಿದ್ದಂತೆ ಯಾವುದೇ ಸುಳಿವಿಲ್ಲದೆ ಕಾಣೆಯಾಗಿರುವುದು ಅವನ ಬದುಕನ್ನೇ ಅಲ್ಲೋಲಕಲ್ಲೋಲ ಮಾಡಿತ್ತು. ಎಲ್ಲಾ ಸರಿಯಾಗಿದ್ದರೆ ಮುಂದಿನ ತಿಂಗಳು ಅವನ

ಮದುವೆಯ ನಿಶ್ಚಿತಾರ್ಥ ನಡೆಯಬೇಕಾಗಿತ್ತು! ಈಗದಕ್ಕೆ ಅನಿರ್ದಿಷ್ಟ ತೆರೆ! ಯಾವ ಕಾರಣಕ್ಕಾಗಿ ತಂದೆಯವರು ಕಾಣೆಯಾಗಿದ್ದಾರೆನ್ನುವುದು ಚಿದಂಬರ ರಹಸ್ಯವಾಗಿತ್ತು! ಶಾಮಣ್ಣ ಇದ್ದಕ್ಕಿದ್ದಂತೆ ಕಾಣೆಯಾಗಿದ್ದರು.

ಅಲೋಕನ ಮೊಬೈಲು ರಿಂಗಾಯಿತು. ಭುವಿಯ ಆತಂಕದ ದನಿ! ಭುವಿ ಅಲೋಕ ಮದುವೆಯಾಗಬೇಕಾಗಿದ್ದ ಬೆಂಗಳೂರಿನ ಹುಡುಗಿ. ಅವರಿಬ್ಬರೂ ಪರಸ್ಪರ ಪ್ರೀತಿಸುತ್ತಿದ್ದರು.

"ಏನಾಯಿತು?"

"ಕಂಪ್ಲೈಂಟ್ ಕೊಟ್ಟಿದ್ದೀನಿ. ಏನಾಗುತ್ತೋ ಗೊತ್ತಿಲ್ಲ"

"ಯೋಚ್ನೆ ಮಾಡ್ಬೇಡ. ಎಲ್ಲಾ ಸರಿಯಾಗುತ್ತೆ"

"ಹೋಪ್ ಸೋ"

"ಯಾವಾಗ್ಬರ್ತೀಯಾ ಬೆಂಗ್ಳೂರಿಗೆ?"

"ಅಮ್ಮ ಒಬ್ಬಳನ್ನೇ ಊರಲ್ಲಿ ಹೇಗ್ಬಿಟ್ಟು ಬರೋದೂಂತ ಯೋಚಿಸ್ತಿದ್ದೀನಿ"

"ಅವರನ್ನೂ ಕರ್ಕೊಂಡು ಬಂದ್ಬಿಡು"

"ನಾನಿರೋದು ಒಂದು ರೂಮಲ್ಲಿ. ಅಮ್ಮ ಬಂದ್ರೆ ಮನೆ ಮಾಡಬೇಕು, ಅದಕ್ಕೆ ಟೈಮು ಬೇಕು. ಬೆಂಗ್ಳೂರಲ್ಲಿ ಮನೆ ಅಷ್ಟು ಬೇಗನೆ ಸಿಗುತ್ತಾ..? ಮೊದಲಿಗೆ ಅಡ್ವಾನ್ಸಿಗೆ ದುಡ್ಡು ಹೊಂದಿಸಿಕೋಬೇಕು"

"ನಮ್ಮ ಮನೇಗೆ ಕರ್ಕೊಂಡು ಬಂದ್ಬಿಡು" ತಕ್ಷಣವೇ ಹೇಳಿದಳು ಭುವಿ.

"ತಮಾಷೆ ಮಾಡ್ತಿದ್ದೀಯ? ಇನ್ನೂ ಮದ್ವೇನೇ ಆಗಿಲ್ಲ. ನಿಮ್ಮ ಮನೆಯವರು ಒಪ್ಪಬೇಕಲ್ಲ? ಜೊತೆಗೆ ಅಮ್ಮ ನಿಮ್ಮ ಮನೇಲಿ ಇರೋಕೆ ಒಪ್ಪಿಕೋಬೇಕಲ್ಲ..? ಅದೆಲ್ಲಾ ಆಗದ ಮಾತು"

"ಮತ್ತೇನ್ಮಾಡ್ತೀಯ..?"

"ಯೋಚ್ನೆ ಮಾಡಿ ಹೇಳ್ತೀನಿ. ಈಗ ಊರಿಗೆ ಹೋಗ್ತಿದ್ದೀನಿ. ರಾತ್ರಿ ಫೋನು ಮಾಡ್ತೀನಿ"

"ನಂಗೆ ತುಂಬಾ ಹೆದ್ರಿಕೆಯಾಗ್ತಿದೆ!"

"ನೀನೇನು ಸಣ್ಣ ಮಗುವೇನೆ ಹೆದರೋದಕ್ಕೆ..?" ಅಲೋಕ ನಕ್ಕ.

"ಥೂ..ನಿಂಗೇನೇನೂ ಗೊತ್ತಾಗೊಲ್ಲ. ನಿಮ್ಮ ತಂದೆ ಸಿಗೋದು ಲೇಟಾದ್ರೆ ಮದುವೆ ನಿಶ್ಚಿತಾರ್ಥ..?"

"ಓ..ಅದಕ್ಕಾ? ನೋಡೋಣ ನಮ್ಮ ಹಣೇಲೇನು ಬರೆದಿದೆಯೋ?"

"ಅಪ್ಪನಿಗೆ ಹೇಳ್ಲಾ..?"

"ಬೇಡ. ಅದು ಇನ್ನೊಂದರ್ಥ ಕೊಟ್ಟೀತು"

"ಸರಿ. ಬೈ"

ಹೋಟೆಲಿಂದೀಚೆ ಬಂದಾಗ ಜರ್ಕಿನ್ ಧರಿಸಿದ ಸುಮಾರು ಇಪ್ಪತೆಂಟರ ವಯಸ್ಸಿನ ಯುವಕನೊಬ್ಬ ಅಲೋಕನ ಬೈಕಿಗೆ ಒರಗಿ ಸಿಗರೇಟಿನ ಧೂಮವನ್ನು ಸುರುಳಿ ಸುರುಳಿಯಾಗಿ ಬಿಟ್ಟು ಅದನ್ನು ನೋಡಿ ಆನಂದಿಸುತ್ತಿದ್ದ. ಅಲೋಕ ಹತ್ತಿರ ಬಂದಾಗ ಅವನು ಬೈಕಿನಿಂದ ದೂರ ಸರಿದ.

ಅಲೋಕ ಅವನನ್ನು ಗಮನಿಸಿಯೂ ಗಮನಿಸದಂತೆ ಬೈಕಿನ ಸ್ಟ್ಯಾಂಡ್ ತೆಗೆದು, ಸ್ಟಾರ್ಟ್ ಮಾಡಿ ಗಾಡಿ ಏರಿ ಹಿಂದೆ ತಿರುಗಿ ನೋಡಿದ. ಆ ಜರ್ಕಿನ್ನಿನವನು ಅಲೋಕನನ್ನೇ ನೋಡುತ್ತ್ತಿದ್ದ! ಅಲೋಕ ನೋಡುತ್ತಲೇ ದೃಷ್ಟಿ ಬೇರೆಡೆಗೆ ಹರಿಸಿದ. ಅವನೇಕೆ ತನ್ನನ್ನು ನೋಡುತ್ತಿದ್ದ..? ತಾನು ಹೋಟೆಲಿಗೆ ಬಂದಿದ್ದನ್ನು ಅವನು ನೋಡಿರಬೇಕು. ತಾನು ಈಚೆ ಬರುವವರೆಗೂ ಅವನು ತನಗಾಗಿ ಕಾಯುತ್ತಿದ್ದನೆ? ಅದು ತನ್ನ ಬೈಕು ಎಂದು ಗೊತ್ತಿತ್ತೆ? ಅದಕ್ಕೇ ಏಕೆ ಒರಗಿ ನಿಂತಿದ್ದ? ಅಲ್ಲಿ ಇನ್ನೂ ಅನೇಕ ಬೈಕು, ಸ್ಕೂಟರುಗಳಿದ್ದರೂ ತನ್ನ ಬೈಕನ್ನೇ ಏಕೆ ಒರಗಿ ನಿಂತಿದ್ದ? ತಾನು ಅವನನ್ನು ಗಮನಿಸಿದ್ದಕ್ಕೆ ಅವನಿಗೆ ಇರುಸುಮುರುಸಾಗಿರಬಹುದು. ಅದಕ್ಕೇ ದೃಷ್ಟಿ ಬದಲಿಸಿದನೆ? ಆದರೆ ಏಕೆ? ಅವನಿಗೂ ತನ್ನ ತಂದೆ ಕಾಣೆಯಾಗಿರುವುದಕ್ಕೂ ಏನಾದರೂ ಸಂಬಂಧ ಇರಬಹುದೆ? ತನ್ನ ಮನಸ್ಸಿನಲ್ಲಿ ಏಳುತ್ತಿದ್ದ ಯೋಚನೆಗಳಿಗೆ ಅಲೋಕ ಆಶ್ಚರ್ಯಪಟ್ಟ. ಅಪ್ಪ ಕಾಣೆಯಾದಂದಿನಿಂದ ಇಂತಾ ಯೋಚನೆಗಳು ಮೂಡುತ್ತಿವೆ. ಹಿಂದೆಂದೂ ಈ ರೀತಿಯ ಯೋಚನೆಗಲು ಬಂದಿರಲಿಲ್ಲ! ಈಗ ಯಾರ್ಯಾರ ಮೇಲೋ ಅನುಮಾನ? ಸಂಶಯ? ಅಪ್ಪ ಕಾಣೆಯಾದುದಕ್ಕೆ ಇವರೂ ಕಾರಣರಾಗಿರಬಹುದೆ ಎಂಬ ಯೋಚನೆ!?

ಮನೆಯನ್ನು ಬಿಟ್ಟು ಹೋಗುವಂತ ಯಾವುದೇ ಸೂಚನೆಯನ್ನು ಅಪ್ಪ ಈವರೆಗೆ ನೀಡಿರಲಿಲ್ಲ! ಅಂದರೆ ಇದು ಅಪಹರಣವೆ? ಆದರೆ ಯಾಕೆ? ಕಿಡ್ನ್ಯಾಪ್ಮಾಡಲು ಬಲವಾದ ಕಾರಣವೊಂದು ಬೇಕು? ಅಂತ ಕಾರಣ ಯಾವುದು? ದ್ವೇಷ? ಯಾರು ಅಂತವರು? ಅಪ್ಪನಂತ ಸಾಧುಪ್ರಾಣಿಯ ಮೇಲೆ ದ್ವೇಷ ಇರುವಂತವರು? ಇಲ್ಲಾ, ಅಪ್ಪನ ಬಳಿ ಅಂತ ಬೆಲೆಬಾಳುವ ವಸ್ತುವೇನಾದರೂ ಇರಬೇಕು! ಅದೂ ಕೋಟಿಗಳ ಬೆಲೆಬಾಳುವಂತಹದು! ಅಪ್ಪ ಹೇಳಿಕೇಳಿ ಸರ್ಕಾರಿ ಕೆಲಸದಲ್ಲಿದ್ದವರು! ಅದರಲ್ಲಿಯೂ ಲಂಚಕ್ಕೆ ಅವಕಾಶವೇ ಇಲ್ಲದ ಇಲಾಖೆ! ಸಂಸಾರದೊಂದಿಗೆ ಬೆಂಗಳೂರಲ್ಲಿ ವಾಸ ಮಾಡುವುದು ತಮ್ಮ ಆದಾಯದಲ್ಲಿ ಆಗುವುದಿಲ್ಲ ಎಂದು ಮೈಸೂರಿನಲ್ಲಿ ಮನೆ ಮಾಡಿದ್ದರು. ಟ್ರೈನ್ ಪಾಸು ಮಾಡಿಸಿಕೊಂಡು ಪ್ರತಿದಿನ ಬೆಂಗಳೂರಿಗೆ ಹೋಗಿ ರಾತ್ರಿ ಹಿಂತಿರುಗುತ್ತಿದ್ದರು.

ಅವರ ಸಂಬಳದಲ್ಲಿ ತಾನು ಓದಿದ್ದೇ ಒಂದು ದೊಡ್ಡ ಸಾಧನೆ! ಈಗ ಪೆನ್ಷನ್ ಬಿಟ್ಟರೆ ಸಾಗುವಳಿಯಲ್ಲಿ ಬರುವ ಆದಾಯ! ಸಾಗುವಳಿಯಲ್ಲಿ ಖರ್ಚು ಮೀರಿ ಲಾಭ ಗಳಿಸುವ ಹಂತ ಇನ್ನೂ ಬಂದೇ ಇಲ್ಲ!

ಬೈಕು ರಸ್ತೆಯ ಮೇಲೆ ಓಡುತ್ತಿತ್ತು; ಅಲೋಕನ ಮನಸ್ಸು ಯೋಚನೆಗಳ ಮೇಲೆ ಓಡುತ್ತಿತ್ತು. ಅಲೋಕ ಬೈಕಿನ ಕನ್ನಡಿಯಲ್ಲಿ ನೋಡಿದ. ಕಪ್ಪು ಬಣ್ಣದ ಸ್ಯಾಂಟ್ರೋ ಕಾರೊಂದು ಅವನ ಹಿಂದೆಯೇ ಬರುತ್ತಿತ್ತು! ಮತ್ತೆ ಬುದ್ಧಿ ಅವನಲ್ಲಿ ಸಂಶಯ ಬಿತ್ತಿತು! ಅದು ತನ್ನನ್ನು ಹಿಂಬಾಲಿಸುತ್ತಿದೆಯೆ? ಅಪ್ಪನನ್ನು ಅಪಹರಿಸಿದವರು ಈಗ ತನ್ನನ್ನು ಟಾರ್ಗೆಟ್ ಮಾಡಿಕೊಂಡಿರಬಹುದೆ..? ಆದರೆ ಏಕೆ..?

ಅಪ್ಪನನ್ನು ಯಾರಾದರೂ ಅಪಹರಿಸಿದ್ದಾರೆ ಎನ್ನುವುದು ನಂಬುವುದು ಕಷ್ಟ. ಅಪ್ಪ ಕಾಣೆಯಾದ ದಿನ ಬೆಳಿಗ್ಗೆ ಆರು ಗಂಟೆಗೆ ಅಮ್ಮ ಮನೆಯ ಬಾಗಿಲು ತೊಳೆಯಲು ಬಂದಾಗ ಬಾಗಿಲಿಗೆ ಚಿಲಕ ಹಾಕಿಲ್ಲದಿರುವುದು ಅರಿವಾಯಿತಂತೆ. ಅಪ್ಪ ಇತ್ತೀಚೆಗೆ ಹಾಲಿನಲ್ಲಿಯೇ ಮಲಗುತ್ತಿದ್ದುದು. ಅಮ್ಮ ನೋಡಿದಾಗ ಅಪ್ಪ ಹಾಸಿಗೆಯ ಮೇಲೆ ಇರಲಿಲ್ಲವಂತೆ. ಹಾಸಿಗೆಯ ಮೇಲೆ ರಗ್ಗು ಅಸ್ತವ್ಯಸ್ತವಾಗಿತ್ತು. ಅಪ್ಪ ಕಾಣೆಯಾಗಿದ್ದರು! ಜಮೀನಿನ ಕಡೆ ಹೋಗಿರಬಹುದೆಂದು ಅಮ್ಮ ತನ್ನ ದಿನದ ಕೆಲಸದಲ್ಲಿ ತೊಡಗಿದ್ದರು. ಹತ್ತು ಗಂಟೆ ಮೀರಿದರೂ ಅಪ್ಪ ಬಾರದಿದ್ದಾಗ ಅಮ್ಮ ಜಮೀನಿನ ಬಳಿ ಹೋಗಿ ನೋಡಿದ್ದರು. ಅಲ್ಲಿಯೂ ಅಪ್ಪ ಇರಲಿಲ್ಲ. ಊರಿನಲ್ಲೆಲ್ಲೂ ಅಪ್ಪ ಕಂಡಿರಲಿಲ್ಲವಂತೆ! ಊರವರನ್ನೆಲ್ಲಾ ವಿಚಾರಿಸಿ ಗಾಬರಿಯಾಗಿ ಅಮ್ಮ ತನಗೆ ಫೋನು ಮಾಡಿದ್ದರು. ತಕ್ಷಣ ತಾನು ಬೆಂಗಳೂರಿನಿಂದ ಹೊರಟು ಬಂದಿದ್ದೆ! ಮತ್ತೆ ಬೆಂಗಳೂರಿಗೆ ಹೋಗಲು ಸಾಧ್ಯವಾಗಿಲ್ಲ!

ಅಲೋಕನಿಗೆ ಖಚಿತವಾಯಿತು! ಆ ಸ್ಯಾಂಟ್ರೋ ಕಾರು ತನ್ನನ್ನೇ ಹಿಂಬಾಲಿಸುತ್ತಿದೆ ಎಂದು. ಒಳಗೊಳಗೇ ಹೆದರಿಕೆಯಾಯಿತು. ಏನು ಮಾಡಬೇಕೆಂದು ತೋಚಲಿಲ್ಲ. ಕಾರಿನಲ್ಲಿ ಹಿಂಬಾಲಿಸುತ್ತಿರುವವರ ಉದ್ದೇಶವೇನಿರಬಹುದು? ಇವರೇ ತನ್ನ ತಂದೆಯನ್ನು ಕಿಡ್ನ್ಯಾಪ್ಮಾಡಿದವರೆ? ಆದರೆ ಯಾವ ಕಾರಣಕ್ಕೆ..? ಅವರು ತನ್ನನ್ನು ಹಿಂಬಾಲಿಸುವ ಉದ್ದೇಶವೇನಿರಬಹುದು? ತನ್ನನ್ನು ಕೊಲೆ ಮಾಡಬಹುದೆ? ಆದಕ್ಕೆ ಕಾರಣ? ಪೋಲೀಸ್ ಸ್ಟೇಷನ್ನಿಗೆ ಫೋನ್ ಮಾಡೋಣವೆನ್ನಿಸಿತು. ಆದರೆ ಅಲ್ಲಿನ ಫೋನ್ ನಂಬರ್ ಗೊತ್ತಿರಲಿಲ್ಲ. ಅದನ್ನು ಕೇಳಿ ಪಡೆಯಬೇಕೆನ್ನುವುದು ಮರೆತೇ ಹೋಗಿತ್ತು. ಇಂಟರ್ನೆಟ್ಟಲ್ಲಿ ಸರ್ಚ್ ಮಾಡಿದರೆ ಫೊನ್ ನಂಬರ್ ಸಿಗಬಹುದೆನ್ನಿಸಿತು.

ಬೈಕಿನಲ್ಲಿ ಕುಳಿತಂತೆಯೇ ಮೊಬೈಲಿನಲ್ಲಿ ಸರ್ಚ್ ಮಾಡಿದ. ನಂಬರು ಸಿಕ್ಕಿತು. ಫೋನ್ ಮಾಡಿ ತಾನು ಕಂಪ್ಲೈಂಟ್ ನೀಡಿರುವುದನ್ನು ತಿಳಿಸಿ, ಕಾರೊಂದು ತನ್ನನ್ನು ಫಾಲೋ ಮಾಡುತ್ತಿರುವುದನ್ನು ತಿಳಿಸಿದ.

"ನೀವು ಊರು ತಲುಪಿ. ಅಷ್ಟರೊಳಗೆ ಏನಾದರೂ ಹೆಚ್ಚೂಕಮ್ಮಿಯಾದರೆ ಫೋನು ಮಾಡಿ. ಕಾರಿನ ನಂಬರು ತಿಳಿಸಿ" ಎಂದರು ಫೋನು ತೆಗೆದುಕೊಂಡರು ಎ.ಎಸ್.ಐ ಜವರಯ್ಯ.

ಹಿಂಬದಿ ವಾಹನಗಳನ್ನು ನೋಡಬಲ್ಲ ತನ್ನ ಬೈಕಿನ ಕನ್ನಡಿಯ ಮೂಲಕ ನೋಡಿದ ಕಾರಿನ ನಂಬರು ತಿರುಗುಮುರುಗಾಗಿ ಕಂಡಿದ್ದನ್ನು ಸರಿಪಡಿಸಿಕೊಂಡು ಜವರಯ್ಯನವರಿಗೆ ನಂಬರು ತಿಳಿಸಿದ ಅಲೋಕ. ಅವರು ಮತ್ತೆ ಮತ್ತೆ ಕೇಳಿ ನಂಬರನ್ನು ಬರೆದುಕೊಂಡಂತೆ ತೋರಿತು. ಆಮೇಲೆ ಜವರಯ್ಯ ಫೋನ್ ಕಟ್ ಮಾಡಿದರು.

"ತೊರವೆ" ಎಂಬ ಬಣ್ಣ ಮಾಸಿದ ಕಲ್ಲಿನ ಫಲಕ ನೋಡುತ್ತಲೇ ಅಲೋಕನಿಗೆ ಧೈರ್ಯ ಬಂತು. ಅಲ್ಲಿ ಊರಿನ ಕೆಲವು ಜನರೂ ಕಂಡಿದ್ದು ಇನ್ನಷ್ಟು ನೆಮ್ಮದಿಯಾಯಿತು. ಅಲೋಕ ಬೇಕಂತಲೇ ಅವರ ಪಕ್ಕದಲ್ಲಿ ಬೈಕು ನಿಲ್ಲಿಸಿ ಅವರನ್ನು ಮಾತಾಡಿಸಿದ.

ಅಲೋಕನನ್ನು ಹಿಂಬಾಲಿಸಿ ಬರುತ್ತಿದ್ದ ಕಪ್ಪು ಬಣ್ಣದ ಸ್ಯಾಂಟ್ರೋ ಕಾರು ಸುಮಾರು ಇನ್ನೂರು ಅಡಿ ದೂರದಲ್ಲಿಯೇ ನಿಂತುಬಿಟ್ಟಿತು!

ಅಲೋಕ ಅಷ್ಟಕ್ಕೇ ಸುಮ್ಮನಾಗದೆ ಅವರಿಗೆ ಆ ಕಾರು ತನ್ನನ್ನು ಫಾಲೋ ಮಾಡುತ್ತಿರುವುದನ್ನು ಊರಿನ ಜನರಿಗೆ ಕಾರಿನತ್ತ ಕೈತೋರಿಸಿ ಹೇಳಿದ. ಕಾರಿನೊಳಗೆ ಇಬ್ಬರು ಸಿಗರೇಟು ಸೇದುತ್ತಿರುವುದನ್ನು ಅವರೆಲ್ಲಾ ನೋಡಿದರು.

ಅಲೋಕ ಮತ್ತೆ ಮೊಬೈಲು ಕಿವಿಗೇರಿಸಿ ಫೋನು ಮಾಡುವಂತೆ ನಟಿಸಿದ. ಅಲ್ಲಿದ್ದ ನಾಲ್ಕು ಜನರ ಜೊತೆ ಕಾರಿನತ್ತ ನಡೆಯಲು ಪ್ರಾರಂಭಿಸಿದ. ಒಮ್ಮೆಲೇ ಕಾರು ಹಿಂದೆ ತಿರುಗಿ ವೇಗವಾಗಿ ನಂಜನಗೂಡಿನತ್ತ ಚಲಿಸಿತು!

ಅಲೋಕ ನೆಮ್ಮದಿಯ ನಿಟ್ಟುಸಿರುಬಿಟ್ಟ.

***

"ಏನಾಯ್ತು?"

"ಕಂಪ್ಲೈಂಟ್ ಕೊಟ್ಟು ಬಂದಿದ್ದೀನಮ್ಮ. ಮುಂದೇನಾಗುತ್ತೋ ನೋಡೋಣ"

"ಇಷ್ಟು ವರ್ಷ ಎಲ್ಲ ತಲೆದೂಗೋ ಹಾಗೆ ಬಾಳಿ ಬದುಕಿದವರಿಗೆ ಇದೆಂತಾ ಅವಸ್ಥೆ? ಏನಾಯ್ತೂಂತ ಹೇಳೋರೆ ಇಲ್ಲ! ಅವರು ಬದುಕಿದ್ದಾರೋ ಇಲ್ಲಾ..?" ಜಾನಕಮ್ಮ ಬಾಯಿಗೆ ಸೆರಗು ಒತ್ತಿಕೊಂಡು ಒತ್ತರಿಸಿ ಬರುತ್ತಿದ್ದ ದುಃಖವನ್ನು ತಡೆದುಕೊಂಡರು.

"ಅಮ್ಮಾ ಇನ್ನೊಂದು ವಾರ ತಡೆದುಕೋ. ಅಪ್ಪ ಖಂಡಿತಾ ವಾಪಸ್ಸು ಬಂದೇ ಬರ್ತಾರೆ. ನನಗೆ ವಿಶ್ವಾಸವಿದೆ"

ತಾಯಿಯನ್ನು ಸಮಾಧಾನಪಡಿಸಲು ಪ್ರಯತ್ನಿಸಿದ ಅಲೋಕ. ಆದರೆ ಆ ಮಾತಿನಲ್ಲಿ ಅವನಿಗೇ ವಿಶ್ವಾಸವಿರಲಿಲ್ಲ.

ತೊರವೆ ನಂಜನಗೂಡಿನಿಂದ ಹತ್ತು ಕಿಲೋಮೀಟರು ದೂರದಲ್ಲಿರುವ ಒಂದು ಹಳ್ಳಿ. ಅಲ್ಲಿನ ಜನಸಂಖ್ಯೆ ಎರಡು ಸಾವಿರವನ್ನೂ ಮೀರಿರಲಿಲ್ಲ. ಇತ್ತೀಚೆಗಷ್ಟೆ ಅಲ್ಲಿಯ ಜಮೀನನ್ನು ಸೈಟುಗಳನ್ನಾಗಿ ಪರಿವರ್ತಿಸಲು ಡವಲಪರುಗಳು ಖರೀದಿಸುತ್ತಿದ್ದರು. ಮುಖ್ಯ ರಸ್ತೆಯಿಂದ ಒಂದು ಕಿಲೋಮೀಟರು ಒಳಗೆ ಊರಿದ್ದುದರಿಂದ ಅದು ಮುಂದೆ ನಂಜನಗೂಡಿನ ಬಡಾವಣೆಯಾಗಬಹುದೆಂದು ಅಲ್ಲಿನ ಜಮೀನಿಗೆ ಹೆಚ್ಚು ಬೆಲೆ ಬಂದಿತ್ತು. ಈ ಸಂಬಂಧದಲ್ಲಿ ಒಬ್ಬ ಡವಲಪರ್ ತನ್ನನ್ನು ಸಂಪರ್ಕಿಸುತ್ತಿದ್ದಾನೆ ಎಂದು ಅಪ್ಪ ಎರಡು ತಿಂಗಳ ಹಿಂದೆ ಹೇಳಿದ್ದು ಅಲೋಕನಿಗೆ ನೆನಪಾಯಿತು. ಆ ಡವಲಪರ್ ಮೈಸೂರಿನವನು. ಹೆಸರು ಪಾರಸ್ ಎಂದು ಹೇಳಿದ್ದು ನೆನಪಿನಲ್ಲಿತ್ತು. ನಾಳೆ ತನ್ನನ್ನು ಹಿಂಬಾಲಿಸಿದವರ ಬಗೆಗೆ ಪೋಲೀಸು ಇಲಾಖೆಗೆ ತಿಳಿಸಿ ಮೈಸೂರಿಗೆ ಹೋಗಿ ಪಾರಸ್ ಅವರನ್ನು ಭೇಟಿ ಮಾಡುವುದು ಸೂಕ್ತ ಎನ್ನಿಸಿತು. ಪಾರಸ್ ಏನಾದರೂ ಹೆಚ್ಚಿನ ವಿಷಯ ತಿಳಿಸಬಹುದು. ಇಲ್ಲವೇ ಪಾರಸ್ಸೇ ಅಪ್ಪನನ್ನು ಕಿಡ್ನಾಪ್ ಮಾಡಿರಬಹುದಾ..? ಇದೆಲ್ಲಾ ಮಾಡುತ್ತಾ ಇಲ್ಲಿ ಉಳಿದರೆ ಬೆಂಗಲೂರಲ್ಲಿ ತನ್ನ ಕೆಲಸದ ಗತಿ? ಈಗಾಗಲೇ ಒಂದು ವಾರ ರಜೆ ಕಳೆದಿದೆ. ಇನ್ನೂ ಒಂದು ವಾರ ಮುಂದುವರಿಸಲೇಬೇಕಾಗುತ್ತದೆ, ಬೇರೆ ದಾರಿಯೇ ಇಲ್ಲವೆನಿಸಿತು ಅಲೋಕನಿಗೆ. ನಾಳೆ ಆಫೀಸಿಗೂ ಪೋನು ಮಾಡಿ ರಜಾ ವಿಸ್ತರಣೆಗೆ ಕೇಳಿಕ್ಕೊಳ್ಳಬೇಕೆಂದು ಯೋಚಿಸಿದ.

ಆಚೆ ಕತ್ತಲಾಗುತ್ತಿತ್ತು. ಸಂಜೆ ರಾತ್ರಿಗೆ ಪರಿವರ್ತನೆಯಾಗುತ್ತಿತ್ತು.

ಬಾಗಿಲ ಬಳಿ ಯಾರೋ ಬಂದಿದ್ದು ಕಾಣಿಸಿತು. ಅಲೋಕ ಕುಳಿತಿದ್ದವನು ಎದ್ದು ಬಾಗಿಲ ಬಳಿ ಹೋದ.

ಆಚೆ ಊರಿನ ಹಿರಿಯರಾದ ಹುಲಿವೆಂಕಟಪ್ಪ ನಿಂತಿದ್ದರು. ಇಪ್ಪತ್ತು ವರ್ಷಗಳ ಹಿಂದೆ ಅವರೊಂದು ಹುಲಿಯನ್ನು ಬೇಟೆಯಾಡಿ ಕೊಂದಿದ್ದರಂತೆ, ಅದಕ್ಕೇ ಅವರಿಗೆ ಹುಲಿವೆಂಕಟಪ್ಪ ಎಂದು ಹೆಸರು ಬಂದಿತ್ತು. ಸುಮಾರು ಅರವತ್ತೈದರ ಅಸುಪಾಸಿನ ಹುಲಿವೆಂಕಟಪ್ಪ ಊರಾಚೆ ತಮ್ಮ ಜಮೀನಿನಲ್ಲೇ ಮನೆ ಕಟ್ಟಿಕೊಂಡು ತೆಂಗಿನ ತೋಟವನ್ನು ಅಭಿವೃದ್ಧಿಪಡಿಸಿಕೊಂಡಿದ್ದರು. ಅವರ ತೋಟದ ಪಕ್ಕದಲ್ಲೇ ಅಲೋಕನ ತಂದೆಯ ಜಮೀನಿತ್ತು. ತೆಂಗಿನ ಸಸಿಗಳ

ನರ್ಸರಿ ಕೂಡ ಮಾಡಿಕೊಂಡು ಬೆಳೆಸುತ್ತಿದ್ದರು.

ಹುಲಿವೆಂಕಟಪ್ಪ ಬಂದಿದ್ದು ಅಲೋಕನಿಗೆ ಆಶ್ಚರ್ಯವೇ ಆಯಿತು. ಏಕೆಂದರೆ ಅವರು ಊರೊಳಗೆ ಬರುತ್ತಿದ್ದುದೇ ಕಡಿಮೆ.

"ನಮಸ್ಕಾರ ಬನ್ನಿ" ಅಲೋಕ ಸ್ವಾಗತಿಸಿದ.

"ಒಳಕ್ಕೆ ಬರೊಲ್ಲ. ಒಂದ್ವಿಷಯ ಕೇಳಿದೆ ನಿಜವೆ..?" ವೆಂಕಟಪ್ಪ ಕೇಳಿದರು.

"ಏನು ಸಾರ್"

"ಅದೇ ನಿಮ್ಮ ತಂದೆ..?"

"ಹೌದು. ಇವತ್ತಿಗೆ ಸರಿಯಾಗಿ ಎಂಟು ದಿನಗಳಾದುವು" ಒಳಗಿಂದ ಜಾನಕಮ್ಮ ಬರುತ್ತಾ ಹೇಳಿದರು.

"ಯಾವತ್ತು ಹೇಳಮ್ಮಾ..?" ಹುಲಿವೆಂಕಟಪ್ಪ ತುಂಬು ಗೌರವದಿಂದ ಜಾನಕಮ್ಮನವರನ್ನು ಕೇಳಿದರು.

"ಗುರುವಾರ ಬೆಳಿಗ್ಗೆ"

"ಅವತ್ತು ಬೆಳಿಗ್ಗೆ ನಮ್ಮ ತೋಟದ ಹತ್ತಿರ ಒಂದು ಕಾರು ಬಂದಿತ್ತಂತೆ. ಅದರ ಪಕ್ಕದಲ್ಲಿ ನಿಂತ್ಕೊಂಡು ಶಾಮಣ್ಣ ಮಾತಾಡ್ತಿದ್ದರಂತೆ. ಇದನ್ನ ನಮ್ಮ ಆಳು ಹನುಮ ನೋಡಿದ್ದನಂತೆ. ಈ ವಿಷಯ ಇವತ್ತು ಬಾಯ್ಬಿಟ್ಟ. ಅದನ್ನೇ ಹೇಳೋಣಾಂತ ಬಂದೆ. ಇದು ಬೇರೆಯವರ ಹತ್ರ ಹೇಳಿದ್ರೆ ಏನೇನೋ ಅರ್ಥಮಾಡ್ಕೋತಾರೆ. ಅದಕ್ಕೇ ಖುದ್ದಾಗಿ ಹೇಳೋಕೆ ಬಂದೆ"

"ಅಯ್ಯೋ ದೇವರೇ.." ಜಾನಕಮ್ಮನ ದನಿಯಲ್ಲಿ ಹೆದರಿಕೆಯಿತ್ತು.

"ಆಮೇಲೇನಾಯ್ತಂತೆ?"

"ಹನುಮ ಹುಲ್ಲಿನ ಹೊರೆ ಹೊತ್ಕೊಂಡು ಮನೆ ಹಿಂದಿನ ಕೊಟ್ಟಿಗೆಗೆ ಹೋದನಂತೆ. ಸುಮಾರು ಕಾಲುಗಂಟೆ ಮೇಲೆ ವಾಪಸ್ಸು ಬಂದಾಗ ಅಲ್ಲಿ ಕಾರೂ ಇರಲಿಲ್ಲವಂತೆ, ಶಾಮಣ್ಣನೋರು ಇರಲಿಲ್ಲವಂತೆ"

"ಕಾರಿನ ಬಣ್ಣ, ಅದರ ನಂಬರೇನಾದರೂ ಅವನು ನೋಡಿದನಂತಾ..?"

ಆತುರದಿಂದ ಕೇಳಿದ ಅಲೋಕ.

"ಹೇ..ದಡ್ಡಮುಂಡೇದು ಅದೆಲ್ಲಾ ಎಲ್ಲಿ ತಿಳೀಬೇಕು. ಶಾಮಣ್ಣ ಕಾಣಿಸ್ತಿಲ್ಲ ಅನ್ನೋದು ಗೊತ್ತಾಯ್ತು. ಅದಕ್ಕೇ ಹೇಳೋಕೆ ಬಂದೆ. ಈ ವಿಷ್ಯ ನಾನು ಯಾರಿಗೂ ಹೇಳಿಲ್ಲ. ಏನಾಗಿದೇಂತೀರಿ..? ಯಾರ ಜೊತೆಗಾದರೂ ಹೋಗಿರಬಹುದೆ..?"

ಹುಲಿವೆಂಕಟಪ್ಪ ಯೋಚಿಸುತ್ತಾ ಹೇಳಿದರು.

"ಹನುಮ ಕಾರು ನೋಡಿದಾಗ ಟೈಮೆಷ್ಟಾಗಿತ್ತಂತೆ?"

"ಇನ್ನು ಕತ್ತಲುಕತ್ತಲು. ಅವನು ಸಾಮಾನ್ಯವಾಗಿ ಬೆಳಿಗಿನ ಜಾವ ಮನೆಗೆ ಬರ್ತಾನೆ. ಸುಮಾರು ಆರೂವರೆಯಾಗಿರಬಹುದು ಅಥವಾ ಇನ್ನೂ ಮುಂಚೇನೂ ಆಗಿರಬಹುದು. ಟೈಮೆಲ್ಲಾ ಅವನಿಗೆಲ್ಲಿ ಗೊತ್ತಾಗುತ್ತೆ. ಹಿಂದೆ ಯಾವುದೋ ಸೈಟಿನ ವ್ಯವಹಾರದ ಬಗ್ಗೆ ಶಾಮಣ್ಣ ಹೇಳಿದ್ದರು. ನನ್ನನ್ನೂ ಕೇಳಿದ್ದರು...ನಿಮ್ಮ ಜಮೀನೂ ಕೊಟ್ಬಿಡ್ತೀರಾಂತ"

"ನೀವೇನು ಹೇಳಿದ್ರಿ..?"

"ನಮ್ಮ ಮಕ್ಕಳನ್ನು ಕೇಳಬೇಕು ಅಂತ ಹೇಳಿದ್ದೆ. ನಿಮಗಾನ ಏನನ್ನಿಸುತ್ತೆ..?" ವೆಂಕಟಪ್ಪ ಕೇಳಿದರು.

"ಏನೂ ತಿಳೀತಿಲ್ಲ. ಅಂತಾ ಯಾವ ವಿಷಯವೂ ಇರಲಿಲ್ಲ. ನಮ್ಮ ಮನೇಗೆ ಯಾರೂ ಬರೋರಿರಲಿಲ್ಲ. ನಮಗೆ ಯಾರ ಜೊತೇನೂ ವ್ಯವಹಾರ ಇರಲಿಲ್ಲ. ಮತ್ತೆ ಯಾವತ್ತೂ ಅಷ್ಟು ಬೆಳಿಗ್ಗೆ ಅವರು ಜಮೀನಿನ ಹತ್ರ ಹೋಗ್ತಿರಲಿಲ್ಲ. ಒಟ್ನಲ್ಲಿ ನಮ್ಮ ಗ್ರಹಚಾರ"

ಜಾನಕಮ್ಮ ಕಣ್ಣು ಒರೆಸಿಕ್ಕೊಳ್ಳುತ್ತಾ ಹೇಳಿದರು.

"ನನ್ನಿಂದ ಏನಾದ್ರೂ ಆಗೋದಿದ್ರೆ ಹೇಳಿ ತಾಯಿ. ಸಮಯಕ್ಕೆ ಆಗ್ದಿದ್ರೆ ನಾವೆಂತಾ ಮನುಷ್ಯರು ಅಲ್ಲವೆ? ಊರು-ಕೇರಿ, ನೆರೆ-ಹೊರೇಂತ ಒಬ್ಬರಿಗೊಬ್ಬರು ಆಗಬೇಕು"

"ತುಂಬಾ ಥ್ಯಾಂಕ್ಸ್. ಅಂತಾದ್ದೇನಾದರೂ ಇದ್ದರೆ ಹೇಳ್ತೀನಿ"

ಅಲೋಕ ಹೃದಂiiತುಂಬಿ ಹೇಳಿದ. ತನ್ನ ಅಸಹಾಯಕತೆಗೋ ಇಲ್ಲಾ ಅವರ ಉದಾರತೆಗೋ ಅವನ ಕಣ್ಣಲ್ಲಿ ನೀರು ತುಂಬಿದುವು.

"ಏನಪ್ಪಾ ನೀನು ಇಷ್ಟಕ್ಕೆಲ್ಲಾ ಥ್ಯಾಂಕ್ಸ್-ಗೀಂಕ್ಸ್ ಎಲ್ಲಾ ಹೇಳ್ಬೇಡ"

ವೆಂಕಟಪ್ಪ ಬರಬರನೆ ಅಲ್ಲಿಂದ ನಡೆದರು.

"ಅಮ್ಮಾ, ನಾಳೆ ನಾನು ಮೈಸೂರಿಗೆ ಹೋಗ್ಬರ್ತೀನಿ. ಅದ್ಯಾರೋ ಲೇಔಟ್ ಮಾಡ್ತೀನೀಂತ ಬಂದಿದ್ದರಂತಲ್ಲಾ ಅವರ ಹತ್ರ ಮಾತಾಡಿ ಬರ್ತೀನಿ"

ಹೊರಗಿನ ಬಾಗಿಲು ಮುಚ್ಚುತ್ತಾ ಅಲೋಕ ಹೇಳಿದ.

"ಏನಾದ್ರೂ ಅಪಾಯವಾದ್ರೆ? ಈಗಾಗ್ಲೇ ಒಬ್ರನ್ನ ಕಳ್ಕೊಂಡು.." ಜಾನಕಮ್ಮನ ಮಾತು ಗದ್ಗದಿತವಾಯಿತು.

"ಎಲ್ಲಾ ಮುಗಿದ ಹಾಗೆ ಮಾತಾಡ್ತಿದ್ದೀಯಲ್ಲ? ಇನ್ನೂ ಒಂದು ವಾರ ಆಗಿದೆ ಅಷ್ಟೆ"

ಅಲೋಕ ಸಂತೈಸಿದ.

"ಏನೇನೋ ಮಾಡೋಕೆ ಹೋಗಿ ಅಪಾಯಕ್ಕೆ ಸಿಕ್ಕೋಬೇಡ. ನಡಿ ಊಟ ಮಾಡು, ಬೆಳಿಗ್ಗೆ ತಿಂಡಿ ತಿಂದು ಹೋದವನು"

ಜಾನಕಮ್ಮ ಒಳಗೆ ಹೋದರು.

ತನ್ನನ್ನು ಹಿಂಬಾಲಿಸಿದ ಸ್ಯಾಂಟ್ರೋ ಕಾರು ಮತ್ತು ವೆಂಕಟಪ್ಪನ ಕೆಲಸದಾಳು ಹನುಮ ಕಂಡ ಕಾರು ಒಂದೇನಾ..? ಅದನ್ನು ಖಾತ್ರಿ ಪಡಿಸಿದರೆ, ತನ್ನನ್ನು ಹಿಂಬಾಲಿಸಿದವನೇ ಅಪ್ಪನನ್ನು ಕಿಡ್ನ್ಯಾಪ್ಮಾಡಿರಬಹುದು ಎನ್ನುವ ನಿರ್ಧಾರಕ್ಕೆ ಬರಬಹುದು! ಆದರೆ ಎರಡು ಕಾರು ಒಂದೇ ಅಂತ ಖಚಿತಪಡಿಸುವವರು ಯಾರು...? ಹನುಮ..? ಅವನನ್ನು ಭೇಟಿ ಮಾಡಲೆ? ಅದರಿಂದ ಏನಾದರೂ ಸಹಾಯವಾಗಬಹುದಾ..? ಅದು ಮೈಸೂರಿನ ಡವಲಪರ್ ಪಾರಸ್ ಕೆಲಸವಾ? ಕಿಡ್ನ್ಯಾಪ್ಮಾಡಿಸಿದ್ದರೆ ಜಮೀನು ಬರೆಸಿಕೊಂಡು ಬಿಟ್ಟುಬಿಡಬಹುದು! ಆದ್ರೆ ಅಪ್ಪ ಅದಕ್ಕೆ ಒಪ್ಪದಿದ್ದರೆ...? ಮುಂದಿನದನ್ನು ನೆನೆದು ಅವನು ಬೆಚ್ಚಿದ! ಹಾಗಾಗದಿರಲಿ! ಜಮೀನು ಹೋದರೆ ಹೋಯಿತು! ಅಪ್ಪ ಸುರಕ್ಷಿತವಾಗಿ ವಾಪಸ್ಸು ಬಂದುಬಿಡಲಿ ಎಂದು ದೇವರಲ್ಲಿ ಮೊರೆಯಿಟ್ಟ.

"ಕೈಕಾಲು ತೊಳಕೋ. ಊಟ ರೆಡಿ ಮಾಡಿದೀನಿ"

ಅಲೋಕ ಬಚ್ಚಲು ಮನೆ ಕಡೆ ಹೊರಟ. ಆಗಲೇ ಫೋನು ರಿಂಗಣಿಸಿತು! ಅದು ಯಾರ ಫೋನು? ಎಲ್ಲದಕ್ಕೂ ಈಗ ಅನುಮಾನ, ಹೆದರಿಕೆ ಶುರುವಾಗಿತ್ತು!

ಅಲೋಕ ಫೋನ್ ರಿಸೀವ್ ಮಾಡಿದ.

“ಹಲೋ..?” ಭುವಿಯ ದನಿ ಕೇಳಿ ನೆಮ್ಮದಿಯಾಯಿತು.

“ಏನೇನು ನಡೀತು ವರದಿ ಒಪ್ಪಿಸ್ತಾ ಇದ್ದೀನಿ ಕೇಳು” ಅಲೋಕ ವಿವರವಾಗಿ ನಡೆದದ್ದನ್ನೆಲ್ಲಾ ಚಾಚೂ ತಪ್ಪದೆ ಹೇಳಿದ.

“ಎಲ್ಲಾ ಕಾಂಪ್ಲಿಕೇಟೆಡ್ ಆಗ್ತಿದೆಯಲ್ಲಾ..?” ಭುವಿ ಆತಂಕಪಟ್ಟಳು.

“ನಮ್ಮ ಪಾಡಿಗೆ ನಾವಿದ್ದೋ..! ಈಗ ನೋಡು? ಎಂತದ್ದೋ ಗೋಜಲು? ನಾವು ಯಾರಿಗೆ ಏನು ತೊಂದರೆ ಕೊಟ್ಟಿದೀವೋ ಗೊತ್ತಿಲ್ಲ. ಯಾರಾದರೂ ನಮ್ಮ ಮೇಲೆ ಸೇಡು ತೀರಿಸ್ಕೋತಾ ಇದಾರೋ..? ಇದರ ಹಿಂದೆ ಏನಿದೆಯೋ ಗೊತ್ತಾಗ್ತಿಲ್ಲ”

ಅಲೋಕ ಚಿಂತೆಯಿಂದ ಹೇಳಿದ.

“ಒಂದು ದಿನದ ಮಟ್ಟಿಗೆ ಬೆಂಗ್ಳೂರಿಗೆ ಬಂದು ಹೋಗು. ಅಪ್ಪನ ಹತ್ರ ಡಿಸ್ಕಸ್ ಮಾಡು. ಅಪ್ಪನ ಫ್ರೆಂಡು ರಿಟೈರ್ಡ್ ಪೋಲೀಸ್ ಕಮಿಷನರ್. ಅವರಿಂದ ಏನಾದ್ರೂ ಅನುಕೂಲ ಆಗಬಹುದು”

ಭುವಿಯ ಮಾತಿಗೆ ಏನು ಹೇಳಬೇಕೆಂದು ಅಲೋಕನಿಗೆ ತಿಳಿಯಲಿಲ್ಲ.

"ಯಾಕೆ ಸುಮ್ಮನಾದೆ?"

"ಏನು ಮಾಡ್ಬೇಕೂಂತ ಅರ್ಥವಾಗ್ತಿಲ್ಲ..ಯೋಚನೆ ಮಾಡ್ತಿದ್ದೆ"

"ಹೀಗೆ ಯೋಚನೆ ಮಾಡ್ತಾ ಕೂತರೆ ಏನೂ ಆಗೊಲ್ಲ. ಇನ್ನೂ ಎಷ್ಟು ದಿನ ಊರಲ್ಲಿರ್ತೀಯಾ..? ಲೀವು ಹಾಳಾಗುತ್ತೆ! ಮತ್ತೆ ಮದುವೆಗೆ ಲೀವು ಬೇಕಂದ್ರೆ ಸಿಗೋದು ಕಷ್ಟವಾಗುತ್ತೆ"

ಭುವಿ ಎಚ್ಚರಿಸಿದಳು. ಅವಳ ಮಾತು ತೆಗೆದುಹಾಕುವಂತಿರಲಿಲ್ಲ.

"ನಾಳೆ ಒಂದಿವ್ಸ ನೋಡ್ತೀನಿ. ಮತ್ತೆ ಪೋಲೀಸ್ ಸ್ಟೇಷನ್ನಿಗೆ ಹೋಗ್ತೀನಿ. ಸುಧಾಕರ್ ಅಂತ ಒಬ್ಬರು ಇನ್‌ಸ್‌ಪೆಕ್ಟರ್ ತುಂಬಾ ಆಸಕ್ತಿವಹಿಸಿರೋ ಹಾಗೆ ಕಾಣ್ತಿದೆ. ಇವತ್ತು ನನ್ನನ್ನ ಕಾರು ಫಾಲೋ ಮಾಡ್ತಿದ್ದುದು ಮತ್ತು ಅಪ್ಪ ಕಾಣೆಯಾದ ದಿವಸ ತೋಟದ ಹತ್ರ ಕಾರು ಕಂಡಿದ್ದು ಹೇಳ್ತೀನಿ. ನೋಡೋಣ..ಏನಾದ್ರೂ ಡವಲಪ್ಮೆಂಟ್ ಆದೀತು"

"ಊಟ ಆಯಿತಾ..? ನೀನು ಬೆಂಗ್ಳೂರಿಗೆ ಬಂದ್ರೆ ಅಮ್ಮ ಅಲ್ಲಿ ಒಬ್ರೇ ಆಗ್ತಾರಲ್ವಾ..? ಇಂತಾ ಸ್ಥಿತೀಲಿ ಅವ್ರನ್ನ ಒಬ್ಬರೇ ಬಿಟ್ಟು ಬರೋದಕ್ಕಾಗುತ್ತಾ..?"

"ಇಲ್ಲ. ಅಮ್ಮ ಕರೀತಿದ್ದಾರೆ. ನಾಳೆ ಫೋನು ಮಾಡ್ತೀನಿ"

"ಓಕೆ. ಗುಡ್ ನೈಟ್"

ಭುವಿ ಗುಡ್ ನೈಟ್ ಕೇಳುತ್ತಿದ್ದಂತೆ ಫೋನು ಕಟ್ ಮಾಡಿದ ಅಲೋಕ.

"ಊಟಕ್ಕೆ ಬರ್ತೀಯಾ..?" ಜಾನಕಮ್ಮ ಕೂಗಿದರು.

ಮತ್ತೊಮ್ಮೆ ಅಲೋಕನ ಮೊಬೈಲು ಫೋನು ರಿಂಗಾಯಿತು. ಈ ಮೊಬೈಲಿನ ಆವಿಷ್ಕಾರ ಯಾಕಾದರೂ ಆಯಿತೋ, ಊಟಕ್ಕೂ ಅಡ್ಡಿಯಾಗುತ್ತಿದೆ ಎಂದುಕೊಂಡು ಫೋನು ಕಿವಿಗಿಟ್ಟುಕೊಂಡ.

"ಹಲೋ..ಯಾರು?" ಅಲೋಕನ ಮಾತಿನಲ್ಲಿ ಸ್ವಲ್ಪ ಅಸಹನೆಯಿತ್ತು.

"ನಾನು ಯಾರು? ಏನು? ಎಲ್ಲಾ ಕೇಳ್ಬೇಡ! ಕೇಳಿದರೂ ನಾನು ಹೇಳೋದಿಲ್ಲ! ನಿಮ್ಮಪ್ಪ ನನ್ನ ವಶದಲ್ಲಿದ್ದಾರೆ.." ಅತ್ಯಂತ ನಿರ್ಲಿಪ್ತವಾದ ದನಿ ಕೇಳಿತು!

"ಎಲ್ಲಿದ್ದಾರೆ? ನಮ್ಮ ತಂದೆ ಎಲ್ಲಿದ್ದಾರೆ? ನೀವು ಎಲ್ಲಿಂದ ಫೋನು ಮಾಡ್ತಿದ್ದೀರಾ..?" ಅಲೋಕ ಆತುರದಿಂದ ಕೇಳಿದ.

"ಅಷ್ಟೊಂದು ಆತುರ ಬೇಡ. ಮೊದಲು ನಾನು ಹೇಳೋದು ಸರಿಯಾಗಿ ಕೇಳಿಸ್ಕೋ. ಆಮೇಲೇನು ಕೇಳಬೇಕೋ ಕೇಳು"

"ಆಯ್ತು. ಮೊದಲು ನಮ್ಮ ತಂದೆ ಚೆನ್ನಾಗಿದ್ದಾರಾ..? ಅವರೊಂದಿಗೆ ನಾನು ಮಾತಾಡಬಹುದಾ..?"

"ಅದೆಲ್ಲಾ ಮಾಡಬಹುದು. ಮೊದಲು ನನ್ನ ಮಾತು ಕೇಳು"

"ಆಯ್ತು ಹೇಳಿ"

"ನಿಮ್ಮ ತಾತನ ಕಾಲದ ಒಂದು ಬೆತ್ತದ ಪೆಟ್ಟಿಗೆ ನಿಮ್ಮ ಮನೇಲಿ ಇದೆಯಂತೆ. ನಿಮ್ಮಪ್ಪ ಆ ವಿಷಯ ಹೇಳಿದ್ದಾರೆ. ಆ ಪೆಟ್ಟಿಗೆ ನನಗೆ ಬೇಕು"

ಆ ಅಪರಿಚಿತ ದನಿ ಹೇಳಿತು.

"ನಿಮಗೆ ಯಾಕೆ ಬೇಕು? ಅದರಲ್ಲಿ ಏನಿದೆ..?"

"ಅದೆಲ್ಲಾ ಕೇಳಬೇಡ. ಹೇಳಿದಷ್ಟು ಮಾಡು. ಅದನ್ನ ನಾಳೆ ಸಂಜೆ ಸುಮಾರು ಏಳು ಗಂಟೆoii ಸಮಯಕ್ಕೆ ದೇವಸ್ಥಾನದ ಪಕ್ಕದ ಕಪಿಲಾ ನದಿ ಸ್ನಾನಘಟ್ಟದಲ್ಲಿ ಗಂಡಸರು ಬಟ್ಟೆ ಬದಲಾಯಿಸೋ ಕಟ್ಟಡದಲ್ಲಿ ಇಡಬೇಕು. ಅದು ಇಟ್ಟ ನಂತರ ದೇವಸ್ಥಾನದ ಮುಂದೆ ನಿಮ್ಮ ತಂದೆ ಕಾಣಿಸುತ್ತಾರೆ"

ಅಲೋಕನ ಎದೆಬಡಿತ ಹೆಚ್ಚಾಯಿತು! ಅಂದರೆ ತಾನು ಅನುಮಾನಪಟ್ಟಂತೇ ಆಗಿದೆ! ಅಪ್ಪನ್ನ ಕಿಡ್ನ್ಯಾಪ್ಮಾಡಿದ್ದಾರೆ! ಯಾವುದೋ ರಹಸ್ಯ ಇದೆ! ತಾತನ ಕಾಲದ ಆ ಬೆತ್ತದ ಪೆಟ್ಟಿಗೆಯಲ್ಲಿ ಆ ರಹಸ್ಯಕ್ಕೆ ಸಂಬಂಧಿಸಿದ ಯಾವುದೋ ಮಾಹಿತಿ ಇದೆ!!

"ನಿಮ್ಮ ಮಾತು ಹೇಗೆ ನಂಬಲಿ?"

"ನಿನಗೆ ಬೇರೆ ದಾರಿನೇ ಇಲ್ಲ! ನಿಮ್ಮಪ್ಪ ಜೀವಂತವಾಗಿ ವಾಪಸ್ಸು ಮನೆಗೆ ಬರಬೇಕೂಂದ್ರೆ ನಾನು ಹೇಳಿದ ಹಾಗೆ ಮಾಡಲೇಬೇಕು"

"ಆ ಪೆಟ್ಟಿಗೆಯಲ್ಲಿ ಏನಿದೆ?"

"ಅದು ನಿನಗೆ ಸಂಬಂಧಿಸಿದ್ದಲ್ಲ. ಹೆಚ್ಚಿಗೆ ಮಾತು ಬೇಡ. ನಾಳೆ ಸಂಜೆ ಏಳು ಗಂಟೆ! ಸ್ನಾನ ಘಟ್ಟ, ಗಂಡಸರು ಬಟ್ಟೆ ಬದಲಿಸುವ ಕಟ್ಟಡ"

"ಹಲೋ..ನೀವು ಮಾತಿಗೆ ತಪ್ಪಬಾರದು..ಮತ್ತು.."

ಅವನಿನ್ನೂ ಮಾತಾಡುತ್ತಿದ್ದಂತೆಯೇ ಫೋನು ಡಿಸ್‌ಕನೆಕ್ಟಾಯಿತು!!

"ಏನು..? ಯಾರದು ಪೋನು?" ಈಚೆ ಬಂದ ಜಾನಕಮ್ಮ ಗಾಬರಿಯಿಂದ ನಿಂತಿದ್ದ ಅಲೋಕನನ್ನು ಕೇಳಿದರು.

ಫೋನಿನಲ್ಲಿ ನಡೆದ ಸಂಭಾಷಣೆಯನ್ನು ಅವರು ಕೇಳಿರಲಿಲ್ಲ! ಈಗ ಆ ಸುದ್ದಿಯನ್ನು ತಾಯಿಗೆ ಹೇಳುವುದೋ ಬೇಡವೋ? ಅಲೋಕ ಯೋಚಿಸಿದ. ಹೇಳದಿದ್ದರೇ ಒಳಿತೆನ್ನಿಸಿತು. ಹೇಳಿದರೆ ಇನ್ನಷ್ಟು ಗಾಬರಿಯಾಗುತ್ತಾರೆ, ಹೆದರುತ್ತಾರೆ.

"ಏನಿಲ್ಲ ಭುವಿ ಪೋನು ಮಾಡಿದ್ದಳು"

"ಸರಿ. ಊಟಕ್ಕೆ ಬಾ.." ಎಂದು ಜಾನಕಮ್ಮ ಅಡಿಗೆ ಮನೆ ಕಡೆ ನಡೆದರು.

"ಅಮ್ಮಾ..?" ಬೆತ್ತದ ಪೆಟ್ಟಿಗೆ ನೆನಪಾಗಿ ಅಲೋಕ ತಾಯಿಯನ್ನು ಕರೆದ. "ನಮ್ಮ ಮನೇಲಿ ತಾತನ ಕಾಲದ ಒಂದು ಬೆತ್ತದ ಪೆಟ್ಟಿಗೆ ಇದೆಯಂತೆ ಹೌದಾ..?"

"ಹೌದು, ಇದೆ. ಯಾಕೆ..?"

"ಅದರಲ್ಲಿ ಏನಿದೆ..?"

"ತಾಳೆಗರಿಗಳಿವೆ. ಯಾವ್ಯಾವೋ ಮರದ ಬೇರು, ನಾರುಗಳಿವೆಯಂತೆ. ತಾಳೆಗರಿಗಳಲ್ಲಿ ಏನು ಬರೆದಿದೆಯೋ ಗೊತ್ತಿಲ್ಲ. ನಿಮ್ಮ ತಾತ ಅದನ್ನು ಆಗಾಗ್ಗೆ ತೆಗೆದು ನೋಡ್ತಿದ್ದರು. ನಿಮ್ಮಪ್ಪನಾಗಲೀ ನಾನಾಗಲೀ ಅದನ್ನು ಈವರೆಗೆ ತೆಗೆದಿಲ್ಲ. ಈಗ ಅದರ ಸುದ್ದಿ ಯಾಕೆ..?"

"ಏನಿಲ್ಲ. ಚಿಕ್ಕ ಹುಡುಗನಾಗಿದ್ದಾಗ ತಾತ ಒಮ್ಮೆ ಅದನ್ನ ತೆಗೆದಿದ್ದು ನೋಡಿದ್ದೆ. ಇದ್ದಕ್ಕಿದ್ದ ಹಾಗೇ ನೆನಪಾಯಿತು ಕೇಳಿದೆ. ಅದೆಲ್ಲಿದೆ..?"

"ಉಗ್ರಾಣದಲ್ಲಿ ಮರದ ಪೆಠಾರಿ ಇದೆಯಲ್ಲ. ಅದರೊಳಗಿದೆ. ನಾನೂ ಅದನ್ನ ನೋಡಿ ಬಹಳ ಕಾಲ ಆಯ್ತು. ಇದ್ಯಾಕೆ ಇದ್ದಕ್ಕಿದ್ದ ಹಾಗೆ ಅದನ್ನ ನೆನೆಸ್ಕೊಂಡಿದ್ದೀಯ..?"

"ಹೀಗೇ ಸುಮ್ಮನೆ. ಮನಸ್ಸು ಮರ್ಕಟ ಅಂತಾರಲ್ಲ...ಹಾಗೇ...ಇದ್ದಕ್ಕಿದ್ದ ಹಾಗೆ ನೆನಪಾಯಿತು"

"ಮೊದಲು ನೀನು ಊಟ ಮುಗಿಸು. ನನಗಿನ್ನೂ ಅಡಿಗೆ ಮನೇಲಿ ದಂಡಿಯಾಗಿ ಕೆಲ್ಸ ಬಿದ್ದಿದೆ. ಬೆಳಿಗ್ಗೆ ಒಂದ್ಸಲ ಜಮೀನ ಹತ್ರ ಹೋಗಿ ಬಾ"

"ಆಯ್ತಮ್ಮ"

ಸರಳವಾಗಿದ್ದ ಜೀವನ ಇದ್ದಕ್ಕಿದ್ದಂತೆ ಕ್ಲಿಷ್ಟವಾಗತೊಡಗಿತ್ತು! ಅಪ್ಪನ ಕಿಡ್ನ್ಯಾಪ್ವಾತ್ರಿಯಾಗಿತ್ತು!! ಅದಕ್ಕೆ ಕಾರಣವೂ ತಿಳಿಯಿತು!! ಅದು ಆ ಬೆತ್ತದ ಪೆಟ್ಟಿಗೆ! ಅದರಲ್ಲಿ ಯಾವುದೋ ಬೆಲೆಬಾಳುವ ರಹಸ್ಯವಿರಬೇಕು. ಅದು ಕೋಟಿಗಳಿಗೂ ಮೀರಿದ ಮೌಲ್ಯದ್ದು ಇರಬೇಕು!! ಇದು ಜಮೀನಿಗೆ ಸಂಬಂಧಿಸಿದ್ದು ಅಲ್ಲವೇ ಅಲ್ಲ!! ಮೈಸೂರಿನ ಡವಲಪರ್ಗೂ ಇದಕ್ಕೂ ಯಾವುದೇ ಸಂಬಂಧವಿಲ್ಲ!! ಆ ಪೆಟ್ಟಿಗೆ ವಿಷಯ ಈಗ ಫೋನು ಮಾಡಿದವನಿಗೆ ಹೇಗೆ ತಿಳೀತು? ಯಾರು ತಿಳಿಸಿದವರು? ಏಕೆ ತಿಳಿಸಿದ್ದಾರೆ? ಆ ಪೆಟ್ಟಿಗೆಯಲ್ಲಿ ಅಂತ ಮಹತ್ವದ್ದು ಏನಿರಬಹುದು?

ಊಟ ಮುಗಿಸಿ ಬಂದ ಅಲೋಕನಿಗೆ ನಿದ್ರೆ ಹತ್ತಲಿಲ್ಲ. ಪೆಟ್ಟಿಗೆಯ ವಿಷಯ ಗುಂಗೆ ಹುಳದಂತೆ ಕೊರೆಯುತ್ತಿತ್ತು. ಅದನ್ನು ಹುಡುಕಬೇಕೆನ್ನಿಸಿತು. ಆದರೆ ಅಮ್ಮನಿಗೆ ಅನುಮಾನ ಬರುತ್ತದೆ. ಆಕೆಗೂ ನಿದ್ರೆಯಿಲ್ಲದಂತಾಗುತ್ತದೆ. ಬರೀ ಅಷ್ಟಕ್ಕೇ ಮುಗಿದರೆ ಸರಿ. ಇನ್ನೂ ಹೆಚ್ಚಿನ ಚಿಂತೆಗೆ ಆಕೆಯನ್ನು ಈಡು ಮಾಡುತ್ತದೆ. ಅದನ್ನು ಬೆಳಿಗ್ಗೆ ಅಮ್ಮ ಸ್ನಾನಕ್ಕೆ ಹೋದ ಸಮಯದಲ್ಲಿ ಹುಡುಕಿ ತೆಗೆದರೆ ಸರಿ ಎನ್ನಿಸಿತು.

ಆ ಪೆಟ್ಟಿಗೆ ಯಾರಿಗೋ ಅತ್ಯಂತ ಬೆಲೆ ಬಾಳುವುದಾಗಿ ಕಂಡಿದೆ! ಅದರಲ್ಲಿ ಏನಿದ್ದೀತು? ಅದು ಪೆಟ್ಟಿಗೆ ತೆರೆದ ನಂತರವೇ ಗೊತ್ತಾದೀತು. ಅಮ್ಮ ಹೇಳಿದಂತೆ ಅದರಲ್ಲಿ ಬರಿಯ ತಾಳೆ ಗರಿಗಳು ಮತ್ತು ಬೇರು, ನಾರುಗಳಿರುವುದಾದರೆ ಅವು ಮಹತ್ವದ್ದು ಹೇಗಾಗುತ್ತವೆ? ಅವಕ್ಕೆ ಕೋಟ್ಯಾಂತರ ರೂಪಾಯಿಗಳ ಮೌಲ್ಯ ಹೇಗೆ ಸಿಕ್ಕೀತು? ಅದು ಅಪ್ಪನ ಜೀವಕ್ಕೇ ಎರವಾಗುತ್ತಿದೆ ಎಂದರೆ ಅದರಲ್ಲಿ ಏನೋ ಮಹತ್ವದ್ದು ಇದೆ! ಅವು ಬರಿಯ ತಾಳೆಗರಿಗಳಿರಬಹುದು. ಆದರೆ ತಾಳೆಗರಿಯಲ್ಲಿರುವ ವಿಷಯ ಮಹತ್ವದ್ದಾಗಿದೆ!

ಬೆಳಿಗ್ಗೆ ಪೆಟ್ಟಿಗೆ ಸಿಕ್ಕ ನಂತರ ತನ್ನ ಕೆಲಸವೇನು? ಅದರಲ್ಲಿ ಏನಿದೆ ಎಂದು ನೋಡುವುದು ಮೊದಲನೆಯದು. ನಂತರ ಅದರಲ್ಲಿನ ವಸ್ತುಗಳನ್ನು ಪರಿಶೀಲಿಸಿವುದು, ಅವುಗಳ ಮೌಲ್ಯಮಾಪನ ಮಾಡುವುದು. ನಂತರ..? ಅಪ್ಪನನ್ನು ಅಪಹರಿಸಿದವರು ಅದನ್ನು ಕೇಳಿರುವುದು ಸಂಜೆಗೆ. ಅಲ್ಲಿಯವರೆಗೂ ತನಗೆ ಸಾಕಷ್ಟು ಸಮಯ ಸಿಗುತ್ತದೆ. ಆ ಸಮಯದಲ್ಲಿ ಏನು ಮಾಡಬಹುದು ಯೋಚಿಸೋಣ. ಇನ್‌ಸ್ಪೆಕ್ಟರ್ ಸುಧಾಕರರಿಗೆ ಈ ವಿಷಯ ತಿಳಿಸಿದರೆ? ಅಪ್ಪನನ್ನು ಕಿಡ್ನಾಪ್ ಮಾಡಿದವರು ಪೋಲೀಸರಿಗೆ ಈ ವಿಷoii ತಿಳಿಸಬಾರದು ಎಂದು ಎಚ್ಚರಿಸಿದ್ದಾರಲ್ಲ? ಅಕಸ್ಮಾತ್ ಪೋಲೀಸಿಗೆ ಮಾಹಿತಿ ಕೊಟ್ಟಿರುವುದು ಗೊತ್ತಾದರೆ ಕೆಲಸ ಕೆಟ್ಟೀತು! ಆ ಖದೀಮರು ಅಪ್ಪನನ್ನು ಬಿಡುಗಡೆ ಮಾಡಲು ಒಪ್ಪದೆ ಹೋದರೆ..? ಅಥವಾ..? ಕೊಲೆ ಮಾಡಿಬಿಟ್ಟರೆ? ಅಲೋಕ ಅದನ್ನು ನೆನಸಿ ಕಸಿವಿಸಿಗೊಂಡ! ಛೆ..ಈ ರೀತಿ ನಾನು ಯೋಚಿಸಬಾರದು!

ಯೋಚನೆಗಳು ಬೃಂದಾವನದ ಕಾರಂಜಿಗಳಂತೆ ತಾಮುಂದು ನಾಮುಂದು ಎಂದು ಎತ್ತರೆತ್ತರಕ್ಕೆ ಚಿಮ್ಮುತ್ತಿದ್ದವು! ಈ ಯೋಚನೆಗಳ ನಡುವೆಯೇ ನಿದ್ರೆ ಆವರಿಸಿತ್ತು. ನಿದ್ರೆಯಲ್ಲಿಯೂ ಕನಸುಗಳು!! ತಾತ ಕನಸಿನಲ್ಲಿ ಬಂದಿದ್ದರು. 'ಪೆಟ್ಟಿಗೆಯನ್ನು ರಕ್ಷಿಸಿಕೋ! ಅದರಲ್ಲಿನ ಮಾಹಿತಿ ಬೆಲೆಬಾಳುವಂತಾದ್ದು! ಅದು ಪರಮ ರಹಸ್ಯ! ಹಲವಾರು ವರ್ಷಗಳಿಂದ ನಾನು, ನಿಮ್ಮಪ್ಪ ರಕ್ಷಿಸಿಕೊಂಡು ಬಂದಿದ್ದೇನೆ. ನೀನೂ ಕೂಡ ಅದರ ರಕ್ಷಣೆ ಮಾಡಬೇಕು! ಹಾಗಂತ ಮಾತು ಕೊಡು' ಎಂದಿದ್ದರು. ಕನಸಿನಲ್ಲಿಯೇ ಅಲೋಕ ತಾತನಿಗೆ ಮಾತು ಕೂಡ ಕೊಟ್ಟಿದ್ದ!

ಬೆಳಗ್ಗೆ ಎದ್ದಾಗ ತಲೆ ಸಿಡಿಯುತ್ತಿತ್ತು. ರಾತ್ರಿ ಸರಿಯಾಗಿ ನಿದ್ರೆ ಮಾಡಿಲ್ಲದಿರುವುದು ಸ್ಪಷ್ಟವಾಗಿತ್ತು. ಕನಸುಗಳ ಗುಂಗಿತ್ತು! ಸಾಮಾನ್ಯ ಕನಸುಗಳು ಎಚ್ಚರವಾದಾಗ ನೆನಪಾಗುವುದಿಲ್ಲ. ಕೆಲವು ಮಾತ್ರ ಗಾಢ ಪರಿಣಾಮ ಉಂಟುಮಾಡುವಂತವು! ಅವು ಎದ್ದಾಗಲೂ ಮಸ್ಸನ್ನು ಪೂರಾ

ಆವರಿಸಿಕೊಂಡಿರುತ್ತವೆ. ಅಂತಾ ಕನಸುಗಳನ್ನೇ ಅಲೋಕ ಕಂಡಿದ್ದ !

ಪೆಟ್ಟಿಗೆಯನ್ನು ರಕ್ಷಿಸುತ್ತೇನೆಂದು ತಾತನಿಗೆ ಕನಸಿನಲ್ಲಿ ಮಾತು ಕೊಟ್ಟಿದ್ದ! ಇಂದು ಅದನ್ನು ಅಪ್ಪನನ್ನು ಅಪಹರಿಸಿದವರಿಗೆ ಹಸ್ತಾಂತರ ಮಾಡಬೇಕು. ಇಲ್ಲದಿದ್ದರೆ ಅಪ್ಪನ ಜೀವಕ್ಕೆ ಅಪಾಯ ಕಟ್ಟಿಟ್ಟದ್ದು! ತಾತನಿಗೆ ಕನಸಿನಲ್ಲಿ ಕೊಟ್ಟ ಮಾತು? ಅದನ್ನು ರಕ್ಷಿಸು ಎಂದು ಸ್ಪಷ್ಟವಾಗಿ ಹೇಳಿದ್ದರು ತಾತ! ಅದನ್ನು ಪಾಲಿಸುವೆನೆಂದು ಮಾತು ಕೂಡ ಕೊಟ್ಟಿದ್ದೀನಿ! ಅದಲ್ಲಾ ಕನಸಿನಲ್ಲಿ ಅಲ್ಲವೆ? ಕನಸಿಗೂ ವಾಸ್ತವಕ್ಕೂ ಬಹಳ ದೂರ! ಎಲ್ಲಾ ಗೊಂದಲ! ಬರಿಯ ಗೊಂದಲ! ಯೋಚನೆಗಳ ಮಹಾಪೂರ!

ಕನಸುಗಳನ್ನು ಪುನಃ ನೆನಪು ಮಾಡುಕ್ಕೊಳ್ಳುತ್ತಾ ಮುಖಮಾರ್ಜನ ಮಾಡಿಕೊಂಡು ಬಂದ ಅಲೋಕನಿಗೆ ಜಾನಕಮ್ಮ ಹಬೆಯಾಡುತ್ತಿದ್ದ ಕಾಫಿ ಕೊಟ್ಟರು. ಅದನ್ನು ನೋಡುತ್ತಲೇ ಹಿತವೆನಿಸಿತು. ಕೈಗೆ ತೆಗೆದುಕೊಂಡು ಅದರ ಬಿಸಿಯ ಸ್ಪರ್ಷದ ಹಿತವನ್ನು ಅನುಭವಿಸಿದ.

ಕಾಫಿ ಗುಟುಕರಿಸುತ್ತಾ ಕನಸನ್ನು ಮೆಲುಕು ಹಾಕಿದ ಅಲೋಕ. ತಾತನಿಗೆ ಕನಸಿನಲ್ಲಿ ಕೊಟ್ಟ ಮಾತಿಗೆ ತಪ್ಪಿದರೆ? ಏನಾದೀತು? ಅಪ್ಪನ ಜೀವ ಉಳಿಸಿಕ್ಕೊಳ್ಳಬೇಕಾದರೆ ಪೆಟ್ಟಿಗೆ ಕೈತಪ್ಪುತ್ತದೆ. ತಾತನ ಮಾತು ಉಳಿಸಿಕ್ಕೊಳ್ಳಬೇಕೆಂದರೆ ಅಪ್ಪನ ಜೀವ ಹರಣವಾಗುತ್ತದೆ! ಛೆ..ಇದೆಂತಾ ಇಕ್ಕಟ್ಟು! ತಾತ ಬರಿಯ ಕನಸು! ಅಪ್ಪ ವಾಸ್ತವ! ಕನಸುಗಳು ಭ್ರಮೆ! ಅಪ್ಪ ಭ್ರಮೆಯಲ್ಲ! ಅಪ್ಪನನ್ನು ಉಳಿಸಿಕ್ಕೊಳ್ಳಬೇಕಾದದ್ದು ಮುಖ್ಯ! ಕನಸಿನಲ್ಲಿ ಕೊಟ್ಟ ಮಾತು ಮುಖ್ಯವಲ್ಲ ಅಪ್ಪನನ್ನು ಉಳಿಸಿಕ್ಕೊಳ್ಳುವುದು ಮುಖ್ಯ! ಇಷ್ಟು ವರ್ಷಗಳು ಆ ಪೆಟ್ಟಿಗೆಯಿಂದ ತನ್ನ ವಂಶಕ್ಕೆ ಯಾವುದೇ ಪ್ರಯೋಜನವಾಗಿರಲಿಲ್ಲ! ಅಂದರೆ ಅದು ತಮಗೆ ಬೇಕಾಗಿಲ್ಲ! ಬೇಕಿಲ್ಲದ ವಸ್ತುವನ್ನು ರಕ್ಷಿಸುವುದೇಕೆ? ಇಲ್ಲಿಯವರೆಗೂ ಅದು ಬೇಕಿಲ್ಲವೆಂದಾದರೆ ಅದು ಮುಂದೆಯೂ ಬೇಕಾಗುವುದಿಲ್ಲ!

ತಾಯಿ ಸ್ನಾನಕ್ಕೆ ಹೋಗುವುದನ್ನೇ ಕಾದಿದ್ದ ಅಲೋಕ, ಉಗ್ರಾಣದ ಕೋಣೆಗೆ ಹೋದ. ಅದು ಅವನ ತಾತನ ಕಾಲದಿಂದ ಎಲ್ಲ ರೀತಿಯ ವಸ್ತುಗಳನ್ನೂ ಸಂಗ್ರಹಿಸುತ್ತಿದ್ದ ಕೋಣೆ. ಅದನ್ನು ಉಗ್ರಾಣ ಎಂದೇ ಕರೆಯುತ್ತಿದ್ದುದು. ಅದು ಕಿಟಿಕಿ ಇಲ್ಲದ ರೂಮು. ಅಲ್ಲಿ ಒಂದೇ ಒಂದು ಜೀರೋ ಕ್ಯಾಂಡಲ್ ಬಲ್ಬ್ ಮಾತ್ರ ಇತ್ತು. ಕೋಣೆಯ ಮಧ್ಯದಲ್ಲಿ ಪ್ರಧಾನವಾಗಿ ಕೂತಿತ್ತು ತಾತನ ಪೆಠಾರಿ. ಅದು ನಾಲ್ಕಡಿ ಎತ್ತರ, ಆರಡಿ ಉದ್ದದ ಮರದ ಪೆಟ್ಟಿಗೆ. ಬಣ್ಣ ಕಪ್ಪು. ಅದಕ್ಕೆ ಕಪ್ಪು ಬಣ್ಣ ಬಳಿದಿದ್ದರೋ ಇಲ್ಲ ಕಾಲ ಪ್ರವಾಹದಲ್ಲಿ ಅದಕ್ಕೆ ಕಪ್ಪು ಬಣ್ಣ ತಾನಾಗೇ ಬಂದಿತ್ತೋ ತಿಳಿಯುವಂತಿರಲಿಲ್ಲ. ಪೆಟ್ಟಿಗೆಗೆ ಬೀಗವೇನೂ ಹಾಕಿರಲಿಲ್ಲ. ಉಗ್ರಾಣ

ಪ್ರವೇಶಿಸುತ್ತಿದ್ದವರು ಅಪ್ಪ, ಅಮ್ಮ, ಮತ್ತು ತಾತ ಇವರಷ್ಟೆ! ತಾನು ಹುಡುಗನಾಗಿದ್ದಾಗ ಅದನ್ನು ಪ್ರವೇಶಿಸುವ ಧೈರ್ಯ ಮಾಡಿರಲಿಲ್ಲ! ಅದರಲ್ಲಿ ಗುಮ್ಮ ಇದೆ ಎಂದು ಅಮ್ಮ ಹೆದರಿಸುತ್ತಿದ್ದಳು.

ಪೆಠಾರಿಯ ಮುಚ್ಚಳ ಕರ್‍ರನೆ ಶಬ್ದ ಮಾಡಿತು! ಬಹಳ ಕಾಲದಿಂದ ಅದನ್ನು ಯಾರೂ ತೆರೆದಿದ್ದಂತೆ ಕಾಣಲಿಲ್ಲ. ಜೀರೋ ಕ್ಯಾಂಡಲ್ ಬಲ್ಬಿನ ಅಸ್ಪಷ್ಟ ಬೆಳಕಿನಲ್ಲಿ ಒಳಗಿರುವ ವಸ್ತುಗಳನ್ನು ನೋಡಿದ. ಹಿಂದಿನ ಕಾಲದ ಅಳತೆಯ ಸಾಧನಗಳಾದ ಸೇರು, ಪಾವು, ಚಟಾಕು, ತೂಕದ ಬಿಲ್ಲೆಗಳು, ತಕ್ಕಡಿ, ಹಳೆಯ ಪಂಚಾಂಗಗಳು, ತಾಮ್ರ, ಹಿತ್ತಾಳೆ ಪಾತ್ರೆಗಳು ಮತ್ತು ಸಣ್ಣದಾದ ಬೆತ್ತದ ಪೆಟ್ಟಿಗೆ ಕಂಡಿತು. ಅದು ಸುಮಾರು ಒಂದಡಿ ಉದ್ದ, ಮುಕ್ಕಾಲಡಿ ಅಗಲ ಮತ್ತು ಮುಕ್ಕಾಲಡಿ ಎತ್ತರ ಇರಬಹುದೆನಿಸಿತು ಅಲೋಕನಿಗೆ. ಅದಕ್ಕೆ ಮುಚ್ಚಳ ಮತ್ತು ಚಿಲಕವಿತ್ತು. ಮೆಲ್ಲನೆ ಅದನ್ನು ಈಚೆ ತೆಗೆದು ನೆಲದ ಮೇಲಿರಿಸಿ, ಮುಚ್ಚಳ ತೆಗೆದ.

ಕೋಟ್ಯಾಂತರ ರೂಪಾಯಿ ಬೆಲೆ ಬಾಳುವ ವಜ್ರ-ವೈಢೂರ್ಯಗಳೇನೂ ಕಾಣಲಿಲ್ಲ! ಬದಲಿಗೆ ಅಮ್ಮ ಹೇಳಿದಂತೆ ಕೆಂಪು ಬಟ್ಟೆಯಲ್ಲಿ ಸುತ್ತಿದ ತಾಳೆಗರಿಗಳ ಎರಡು ಗಂಟುಗಳು ಕಂಡವು. ಅದರ ಸುತ್ತ, ಯಾವ್ಯಾವೋ ಗಿಡಗಳ ಬೇರುಗಳು, ಒಂದು ಶಂಖ, ಒಂದು ಗಂಟೆ ಜೊತೆಗೆ ಕೆಲವು ಕಾಗದದಲ್ಲಿ ಮಡಿಚಿದ ಪೊಟ್ಟಣಗಳು ಕಂಡವು. ಅವು ಯಾವುವೂ ಮಹತ್ವದ ವಸ್ತುಗಳಂತೆ ಕಾಣಲಿಲ್ಲ. ಇದಕ್ಕಾಗಿ ತನ್ನ ತಂದೆಯನ್ನು ಅಪಹರಿಸಿದ್ದಾರೆ ಎನ್ನುವುದನ್ನು ಅಲೋಕನಿಗೆ ನಂಬಲಾಗಲಿಲ್ಲ! ಈ ವಸ್ತುಗಳಿಂದ ತಮ್ಮ ವಂಶಕ್ಕೆ ಆಗಬೇಕಾದದ್ದು ಏನೂ ಇಲ್ಲ ಎನಿಸಿತು. ಇದನ್ನು ಕಳೆದುಕೊಂಡರೆ ಯಾವ ನಷ್ಟವೂ ಇಲ್ಲ. ಕೊಟ್ಟು ಕೈತೊಳೆದುಕ್ಕೊಳ್ಳೋಣ ಎಂಬ ಗಟ್ಟಿ ನಿರ್ಧಾರಕ್ಕೆ ಬಂದ ಅಲೋಕ.

ಆ ಬೆತ್ತದ ಪೆಟ್ಟಿಗೆಯ ವಸ್ತುಗಳನ್ನು ಒಳ್ಳೆಯ ಬೆಳಕಿನಲ್ಲಿ ನೋಡಿದರೆ ಉತ್ತಮವೆನಿಸಿತು. ಆದರೆ ಆಚೆ ತಂದರೆ ಅಮ್ಮನಿಗೆ ಅನುಮಾನ ಬರುತ್ತದೆ. ಅನುಮಾನ ¨ರದ ಹಾಗೆ ಇದನ್ನು ಆಚೆ ಸಾಗಿಸಬೇಕು. ಉಗ್ರಾಣದಿಂದ ಈಚೆ ಬರುವಾಗ ಅಡಿಗೆ ಮನೆಯ ಮುಂದೆ ಬರಲೇಬೇಕು. ಅಲ್ಲಿ ಅಮ್ಮ ಇದ್ದೇ ಇರುತ್ತಾರೆ. ಒಂದು ಕ್ಷಣ ಅಲೋಕ ಯೋಚಿಸಿದ. ಹಾಲಿನಲ್ಲಿ ತಾನು ಮಲಗುತ್ತಿದ್ದ ಮಂಚದ ಕೆಳಗೆ ಇಟ್ಟುಕ್ಕೊಳ್ಳುವುದು ಒಳ್ಳೆಯದೆನಿಸಿತು. ಪೆಟ್ಟಿಗೆಯನ್ನು ಎತ್ತಿಕೊಂಡು, ಪೆಠಾರಿಯ ಬಾಗಿಲು ಮುಚ್ಚಿ ಈಚೆ ಬಂದ.

ಅಡಿಗೆಮನೆಯಲ್ಲಿ ಅಮ್ಮ ಕಾಣಲಿಲ್ಲ. ಆಕೆಯ ಸ್ನಾನ ಇನ್ನೂ ಮುಗಿದಿರಲಿಲ್ಲ. ಬೆತ್ತದ ಪೆಟ್ಟಿಗೆಯನ್ನು ಮಂಚದ ಕೆಳಗಿಟ್ಟು ನೆಮ್ಮದಿಯ ನಿಟ್ಟುಸಿರಿಟ್ಟ ಅಲೋಕ. ಮಾಡಬಾರದ್ದನ್ನೇನೋ ಮಾಡುತ್ತಿರುವ ಭಾವನೆ! ತನ್ನ ಮನೆಯಲ್ಲೇ ತಾನು

ಕಳ್ಳತನ ಮಾಡಿದ ಪ್ರಜ್ಞೆ!

ಹಾಲಿನಲ್ಲಿ ಬೆಳಕೇನೋ ಚೆನ್ನಾಗಿತ್ತು. ಆದರೆ ಪೆಟ್ಟಿಗೆಯಲ್ಲಿನ ವಸ್ತುಗಳನ್ನು ನೋಡಲು ಧೈರ್ಯ ಬರಲಿಲ್ಲ. ಅಮ್ಮ ಬಂದರೆ? ಅದನ್ನೇಕೆ ತಂದೆ ಎಂದರೆ..? ಸ್ನಾನ ಮುಗಿಸಿ ಅಮ್ಮ ಅಡಿಗೆ ಮನೆಯನ್ನು ಹೊಕ್ಕರೆ ಪೂಜೆ ಮುಗಿಸಿ ತಿಂಡಿಯನ್ನು ತಯಾರಿಸಿ ಈಚೆ ಬರುವಲ್ಲಿ ಕನಿಷ್ಟ ಒಂದು ಗಂಟೆಯ ಸಮಯವಿರುತ್ತದೆ. ಆ ಸಮಯದಲ್ಲಿ ಪೆಟ್ಟಿಗೆಯ ವಸ್ತುಗಳನ್ನು ಪರೀಕ್ಷಿಸಬಹುದು ಎನಿಸಿತು.

"ಎಷ್ಟೊತ್ತಿಗೆ ನೀನು ಹೋಗ್ಬೇಕು?"

ಯೋಚನೆಯಲ್ಲಿ ಮುಳುಗಿದ್ದ ಅಲೋಕ ತಾಯಿಯ ಮಾತು ಕೇಳಿ ಬೆಚ್ಚಿಬಿದ್ದ. ಕಳ್ಳತನ ಮಾಡುವಾಗ ಸಿಕ್ಕಿಬಿದ್ದ ಭಾವನೆ ಅಲೋಕನಿಗೆ!

"ಯಾಕೋ..? ಮೈಯಲ್ಲಿ ಸರಿಯಾಗಿದ್ದೀಯ ತಾನೆ?"

"ಚೆನ್ನಾಗೇ ಇದ್ದೀನಿ. ಹತ್ತು ಗಂಟೆಗೆ ಹೊರಡ್ತೀನಿ. ಬರೋದು ರಾತ್ರಿಯಾಗಬಹುದು"

"ಹುಷಾರಾಗಿರಪ್ಪ. ಬೇಕಾದ್ರೆ ಜೊತೆಗೆ ಊರಿಂದ ಯಾರನ್ನಾದರೂ ಕರ್ಕೊಂಡು ಹೋಗು. ನಿನ್ನ ಫ್ರೆಂಡು ಗೋಪಿ ಬಿಡುವಾಗಿದ್ರೆ ಕರ್ಕೊಂಡು ಹೋಗು"

"ಸರಿಯಮ್ಮ. ಹಾಗೇ ಮಾಡ್ತೀನಿ"

"ನೀನು ಸ್ನಾನ ಮಾಡಿ ಬಾ ಅಷ್ಟೊತ್ತಿಗೆ ಪೂಜೆ ಮುಗಿಸಿ ದೋಸೆ ಹುಯ್ಯೋಕೆ ಶುರುಮಾಡ್ತೀನಿ"

"ಸರಿ" ಬಟ್ಟೆಗಳನ್ನು ತೆಗೆದುಕೊಳ್ಳಲನುವಾದ ಅಲೋಕ.

ಸ್ನಾನ ಮಾಡುವಾಗ ಅವನಿಗೆ ಇನ್ನೊಂದು ಯೋಚನೆ ಹೊಳೆಯಿತು. ಮನೆಯಲ್ಲಿ ಆ ಪೆಟ್ಟಿಗೆಯ ವಸ್ತುಗಳನ್ನು ಪರಿಶೀಲಿಸುವುದು ತುಸು ಕಷ್ಟವೇ ಅನ್ನಿಸಿತು. ಅಮ್ಮನ ಕಣ್ತಪ್ಪಿಸಿ ಅದನ್ನು ಮಾಡಬೇಕು. ಅದರ ಬದಲಿಗೆ ಯಾವುದಾದರೂ ಏಕಾಂತದ ಸ್ಥಳದಲ್ಲಿ ಆ ಕೆಲಸ ಮಾಡುವುದು ಸೂಕ್ತ. ಉಗ್ರಾಣ..? ಇಲ್ಲ. ತುಂಬಾ ಹೊತ್ತಿದ್ದರೆ ಅಮ್ಮನಿಗೆ ಅನುಮಾನ ಬರುತ್ತದೆ. ಅದೂ ಸರಿ ಇಲ್ಲ. ಸ್ನೇಹಿತ ಗೋಪಿಯ ಮನೆ? ಇಲ್ಲ, ಇದು ಯಾರಿಗೂ ತಿಳಿಯುವುದು ಬೇಡ.

ಸ್ನಾನ ಮುಗಿಸಿ ಬಂದ ಅಲೋಕನಿಗೆ ಪೂಜೆಯಲ್ಲಿ ಮನಸ್ಸು ನಿಲ್ಲಲಿಲ್ಲ. ಮನಸ್ಸಿನಲ್ಲಿ ಗೊಂದಲವಿರುವಾಗ ಪೂಜೆಯಲ್ಲಿ ಮನಸ್ಸಿಡಲು ಹೇಗೆ ಸಾಧ್ಯ? ಆದರೆ ಗೊಂದಲದ ಮನಸ್ಸು ನಿಯಂತ್ರಿಸಲು ಪೂಜೆ ಮಾಡಬೇಕು ಎಂದು ಅಪ್ಪ ಹೇಳುತ್ತಿದ್ದುದು ನೆನಪಾಯಿತು. ಯಾಂತ್ರಿಕವಾಗಿ ಪೂಜೆ ಮುಗಿಸಿದ. ಮನಸ್ಸೆಲ್ಲಾ ಮುಂದಿನ ಕಾರ್ಯದ ಬಗೆಗಿತ್ತು. ಪೆಟ್ಟಿಗೆಯಲ್ಲಿನ ವಸ್ತುಗಳನ್ನು ಕೂಲಂಕುಶವಾಗಿ

ಪರೀಕ್ಷಿಸುವುದರ ಜೊತೆಗೆ ಅದರ ಗೋಪ್ಯತೆಯನ್ನೂ ಉಳಿಸಿಕ್ಕೊಳ್ಳಬೇಕಾಗಿತ್ತು.

"ಕೇಶವಣ್ಣನ್ನ, ರಾಜಣ್ಣನ್ನ ಒಂದು ದಿನದ ಮಟ್ಟಿಗೆ ಬಂದು ಹೋಗು ಅಂತ ಹೇಳು"

ದೋಸೆಯ ತಟ್ಟೆಯನ್ನು ಜಾನಕಮ್ಮ ತಂದುಕೊಡುತ್ತಾ ಹೇಳಿದರು.

ಕೇಶವ ಮತ್ತು ರಾಜಶೇಖರ್ ಇಬ್ಬರು ಜಾನಕಮ್ಮನ ಅಣ್ಣಂದಿರು. ಮೈಸೂರಿನಲ್ಲಿ ನೆಲಸಿದ್ದರು. ಇಬ್ಬರಿಗೂ ಮದುವೆಗೆ ಬಂದ ಹೆಣ್ಣುಮಕ್ಕಳಿದ್ದು ಅಲೋಕ ಅವರಲ್ಲೊಬ್ಬರನ್ನು ವಿವಾಹವಾಗುತ್ತಾನೆಂದು ಊಹಿಸಿದ್ದರು, ಆದರೆ ಅಲೋಕ ಬೇರೊಬ್ಬ ಹುಡುಗಿಯನ್ನು ಪ್ರೀತಿಸುತ್ತಿರುವ ವಿಷಯ ತಿಳಿದಾಗಿನಿಂದ ತಂಗಿಯ ಬಗೆಗೆ ಸಿಟ್ಟಿನಿಂದಿದ್ದರು.

"ವಿಷಯ ಈಗಾಗ್ಲೇ ಅವರಿಗೆ ಹೇಳಿದ್ದೀನಿ. ಫೋನು ಮಾಡೋದು ಬಿಟ್ಟು ಅವರೇನೂ ಮಾಡಿಲ್ಲ. ಅಂತವ್ರನ್ನ ಬನ್ನಿ ಅಂತ ಹೇಗೆ ಹೇಳಲಿ?"

ಅಲೋಕನ ಮಾತಿನಲ್ಲಿ ಅಸಹನೆಯಿತ್ತು.

"ಹಾಗಂತ ಅವರನ್ನ ಬಿಟ್ಬಿಡೋಕಾಗುತ್ತಾ..? ನಮ್ಮ ಸಹಾಯಕ್ಕೆ ಯಾರಾದ್ರೂ ಬೇಕಲ್ಲ..?"

ಅಸಹನೆ ವ್ಯಕ್ತಪಡಿಸುತ್ತಾ ಜಾನಕಮ್ಮ ಒಳಗೆ ಹೋದರು.

ಅಲೋಕ ತಿಂಡಿ ಮುಗಿಸಿ ಕೈತೊಳೆಯಲೆಂದು ಬಚ್ಚಲುಮನೆಯತ್ತ ಹೊರಟಾಗ ಕಾಲಿಂಗ್ ಬೆಲ್ ಸದ್ದಾಯಿತು. ಕೈತೊಳೆಯದೆ ಅನುಮಾನಿಸುತ್ತಾ ಬಾಗಿಲು ತೆರೆದ.

ಇನ್‌ಸ್ಪಕ್ಟರ್ ಸುಧಾಕರ್ ನಿಂತಿದ್ದರು!!

ಅಲೋಕನಿಗೆ ತಬ್ಬಿಬ್ಬಾಯಿತು! ಅವರನ್ನು ನಿರೀಕ್ಷಿಸಿರಲಿಲ್ಲ! ಅವರನ್ನು ಕಂಡು ಕೊಂಚ ಅಧೀರನಾದ.

"ನಮಸ್ಕಾರ ಸಾರ್. ಒಳಗೆ ಬನ್ನಿ"

"ಷೂ ಹಾಕೊಂಡಿದೀನಿ. ನೀವೇ ಹೊರಗೆ ಬನ್ನಿ"

"ಒಂದ್ನಿಮಿಷ ಕೈತೊಳೆದು ಬರ್ತೀನಿ"

ಆತುರದಲ್ಲಿ ಕೈತೊಳೆದು ಈಚೆ ಬಂದು ಸುಧಾಕರ್ ಎದುರು ನಿಂತ ಅಲೋಕ.

"ಇನ್ನೊಂದು ಕೇಸಿತ್ತು. ಇಲ್ಲೇ ಹತ್ತಿರ ಬಂದಿದ್ದೆ. ಹಾಗೇ ನೆನ್ನೆ ಕಂಪ್ಲೈಂಟ್ ಕೊಟ್ಟಿದ್ರಲ್ಲಾ ನೆನಪಾಗಿ ವಿಚಾರಿಸಿಕೊಂಡು ಹೋಗೋಣಾಂತ ಬಂದೆ. ನಿಮ್ಮ ತಂದೆಯವರ ಜಮೀನಿನ ಹತ್ರ ಹೋಗಿ ಬರೋಣವಾ..? ಅಂದ ಹಾಗೆ ನಿಮ್ಮ ಜಮೀನು ಕೊಂಡ್ಕೊಳ್ಳೋಕೆ ಆಸಕ್ತಿವಹಿಸಿದ್ದ ಡವಲಪರ್ ಹೆಸರು ಏನು ಹೇಳಿದ್ದಿರಿ" ಸುಧಾಕರ್ ಕೇಳಿದರು.

"ಪಾರಸ್ ಅಂತ. ಬೆಂಗ್ಳೂರು ಮತ್ತು ಮೈಸೂರಿನಲ್ಲಿ ಲೇಔಟ್ ಮಾಡಿದ್ದಾರಂತೆ"

ಅಲೋಕ ಒಳಗೆ ಹೋಗಿ ಸುಧಾಕರ್ ಬಂದಿರುವ ವಿಷಯ ತಾಯಿಗೆ ತಿಳಿಸಿದ. ಜಮೀನು ಕಡೆ ಹೋಗಲು ಅವರು ಇಚ್ಛಿಸಿರುವುದನ್ನೂ ತಿಳಿಸಿ, ಬಾಗಿಲು ಹಾಕಿಕ್ಕೊಳ್ಳುವಂತೆ ಹೇಳಿ ಬಂದ.

ಜಮೀನಿಗೆ ಹೋಗುವ ದಾರಿಯಲ್ಲಿ ಹುಲಿವೆಂಕಟಪ್ಪ ತನ್ನ ತಂದೆಯನ್ನು ಒಂದು ಕಾರಿನ ಮುಂದೆ ನೋಡಿದ್ದು ಹೇಳಿದ. ತನಗೆ ಫೋನು ಬಂದಿದ್ದನ್ನೂ ಮತ್ತು ತಾತನ ಬೆತ್ತದ ಪೆಟ್ಟಿಗೆಯನ್ನು ಕೇಳಿದ್ದನ್ನು ಹೇಳುವುದೋ ಬೇಡವೋ ಎಂಬ ಗೊಂದಲವಾಯಿತು. ಅದನ್ನು ಹೇಳದಿರುವುದೇ ಒಳ್ಳೆಯದೆನಿಸಿತು. ತನ್ನನ್ನು ಫಾಲೋ ಮಾಡಿದ ಕಾರು ಸುಧಾಕರರನ್ನು ಫಾಲೋ ಮಾಡಿರಲಾರದೆ? ಫೋಲೀಸರಿಗೆ ಹೇಳಿದರೆ ತಂದೆಯ ಬಿಡುಗಡೆಗೆ ತೊಂದರೆಯಾಗಿ ಇನ್ನೇನಾದರೂ ಅನರ್ಥ ಸಂಭವಿಸಬಹುದು. ಬೆತ್ತದ ಪೆಟ್ಟಿಗೆಯಲ್ಲಿರುವ ವಸ್ತುಗಳನ್ನು ಕಳೆದುಕೊಂಡರೆ ತಮಗೇನೂ ನಷ್ಟವಾಗದು ಎಂಬ ನಂಬಿಕೆ ಅವನಲ್ಲಿ ಗಟ್ಟಿಯಾಗಿತ್ತು. ಪೆಟ್ಟಿಗೆ ವಿಷಯ ಅವರಿಗೆ ಹೇಳುವುದೇ ಬೇಡ ಎಂದು ನಿರ್ಧರಿಸಿದ ಅಲೋಕ.

ಜಮೀನು ತಲುಪಿದಾಗ ಸುಧಾಕರ್ ಬೈಕಿನಿಂದ ಕೆಳಗಿಳಿದು ಇಡೀ ಜಮೀನಿನ್ನು ಸಿಂಹಾವಲೋಕನ ಮಾಡಿದರು. ಬೆಳೆಯುತ್ತಿದ್ದ ತೆಂಗಿನ ಸಸಿಗಳನ್ನು ನೋಡಿ "ಒಟ್ಟು ಎಷ್ಟು ಗಿಡಗಳಿವೆ?" ಎಂದರು.

"ಇನ್ನೂರು. ಇವು ಎರಡು ವರ್ಷದ ಸಸಿಗಳು. ಫಲ ಕೊಡೋಕೆ ಇನ್ನೂ ನಾಲ್ಕೆ Êದು ವರ್ಷ ಕಾಯಬೇಕು"

ಅಲೋಕ ಹೇಳಿದ.

"ರಸ್ತೆ ಪಕ್ಕಾನೇ ಇದೆ ಜಮೀನು. ಅದಕ್ಕೇ ಡವಲಪರ್ ನಿಮ್ಮ ತಂದೆಯ ಬೆನ್ನು ಬಿದ್ದಿರೋದು. ಇಲ್ಲಿಂದ ಮೈನ್ ರೋಡಿಗೆ ಒಂದೇ ಕಿಲೋಮೀಟರು ಅಲ್ಲವೆ?"

"ಹೌದು ಸರ್"

"ವೆಂಕಟಪ್ಪನವರ ಆಳು ನಿಮ್ಮ ತಂದೆ ಕಾರಿನ ಬಳಿ ನಿಂತಿದ್ದು ನೋಡಿದ ಅಂದ್ರಲ್ಲಾ ಅವ್ರ ಮನೆಗೆ ಹೋಗೋಣ"

ಅಲೋಕನ ಜಮೀನಿನ ಪಕ್ಕದಲ್ಲೇ ವೆಂಕಟಪ್ಪನವರ ತೋಟದ ಮನೆ.

ವೆಂಕಟಪ್ಪ ಮನೆಯಲ್ಲಿರಲಿಲ್ಲ. ಕೆಲಸದಲ್ಲಿ ತೊಡಗಿದ್ದ ಹನುಮ ಸಿಕ್ಕಿದ. ಸುಧಾಕರ್ ಅವನನ್ನು ವಿಚಾರಿಸಿದರು. ವೆಂಕಟಪ್ಪನವರು ಏನು ಹೇಳಿದ್ದರೋ ಅದೇ ವಿಷಯವನ್ನು ಹನುಮ ಹೇಳಿದ. ಅದರಿಂದ ಯಾವುದೇ ಉಪಯೋಗವೂ

ಆಗುವಂತಿರಲಿಲ್ಲ. ಒಂದು ಕಾರು ಬಂದಿತ್ತು ಎನ್ನುವುದು ಮಾತ್ರ ಗೊತ್ತಾಯಿತು. ಅದೇ ಕಾರು ಅಲೋಕನ ತಂದೆಯನ್ನು ಹೊತ್ತೊಯ್ಯಿತೋ ಇಲ್ಲವೋ ಗೊತ್ತಾಗಲಿಲ್ಲ. ಕಾರು ಯಾವ ಬಣ್ಣದ್ದು ಎನ್ನುವುದು ಕೂಡ ಅವನು ಸರಿಯಾಗಿ ಗಮನಿಸಿರಲಿಲ್ಲ. ಕಾರಿನಲ್ಲಿ ಎಷ್ಟು ಜನರಿದ್ದಿರಬಹುದು ಎನ್ನುವುದು ಕೂಡ ಅವನ ಮಾತಿನಿಂದ ತಿಳಿಯಲಿಲ್ಲ.

"ಏನಾದ್ರೂ ಡವಲಪ್ಮೆಂಟ್ ಇದ್ರೆ ತಿಳಿಸಿ. ನಾನು ಈ ಡವಲಪರ್ ಬಗ್ಗೆ ಎನ್ಕ್ವೈರಿ ಮಾಡ್ತೀನಿ ನೋಡೋಣ"

ಎಂದು ಹೇಳಿ ಸುಧಾಕರ್ ತಮ್ಮ ಬೈಕಿನಲ್ಲಿ ಹೊರಟರು.

ಅಲೋಕ ತನ್ನ ಬೈಕಿನಲ್ಲಿ ಮನೆಗೆ ವಾಪಸ್ಸು ಬಂದ. ತಾಯಿಗೆ ಜಮೀನಿನ ಬಳಿ ನಡೆದದ್ದನ್ನು ತಿಳಿಸಿದ.

"ಅವರಿಂದ ಏನಾದ್ರೂ ಸಹಾಯವಾಗುತ್ತೇನೋ..?"

"ಗೊತ್ತಿಲ್ಲಮ್ಮ. ಪ್ರಯತ್ನವಂತೂ ಮಾಡ್ತಾರೆ. ಇನ್ಸ್‌ಪಕ್ಟರ್ ಹೊಸಬರು; ಆಸಕ್ತಿ ತಗೊಂಡಿರೋ ಹಾಗೆ ಕಾಣ್ಸುತ್ತೆ...ಇಲ್ದಿದ್ರೆ ಅವರಾಗೇ ಊರಿನತನಕ ಬರ್ತಿರಲಿಲ್ಲ"

ಅಲೋಕ ಗಡಿಯಾರ ನೋಡಿಕೊಂಡ ಹನ್ನೊಂದಾಗಿತ್ತು. ಛೆ..ಇನ್ಸ್‌ಪಕ್ಟರ್ ಬಂದಿದ್ದು ತನ್ನ ಕೆಲಸಕ್ಕೆ ಅಡ್ಡಿಯಾಯಿತು ಎಂದುಕೊಂಡ. ಪೆಟ್ಟಿಗೆಯಲ್ಲಿನ ವಸ್ತುಗಳನ್ನು ಪರಿಶೀಲಿಸಲು ಮೊದಲಿಗೆ ಏಕಾಂತದ ಜಾಗ ಹುಡುಕಬೇಕು ನಂತರ ಅದನ್ನು ಪರೀಕ್ಷಿಸಬೇಕು. ಮತ್ತೆ ಸಂಜೆ ವೇಳೆಗೆ ಅದನ್ನು ಕಪಿಲಾ ನದಿಯ ಸ್ನಾನಘಟ್ಟದಲ್ಲಿಡಬೇಕು. ಇದಕ್ಕೆಲ್ಲಾ ಸಮಯ ಬೇಕು. ಅಲೋಕ ಬಟ್ಟೆಯನ್ನು ಬದಲಿಸಿ ಹೊರಟ. ಬಟ್ಟೆ ಬದಲಿಸುವಾಗ ಅವನಿಗೊಂದು ಹೊಸ ಯೋಚನೆ ಬಂತು. ನಂಜನಗೂಡನ್ನೇ ಬಿಟ್ಟು ದೂರ ಹೋದರೆ ಸುರಕ್ಷಿತವೆನ್ನಿಸಿತು. ಆದರೆಲ್ಲಿಗೆ? ಮೈಸೂರಿಗೆ? ಯಾಕಾಗಬಾರದು. ಕೇವಲ ಅರ್ಧ ಗಂಟೆ ಪ್ರಯಾಣ. ಬರಲು ಇನ್ನೊಂದರ್ಧ ಗಂಟೆ! ಅಲ್ಲಿ ಯಾವುದಾದರೊಂದು ಹೋಟೆಲಿನಲ್ಲಿ ರೂಮು ಪಡೆದು ಅಲ್ಲಿ ಈ ಪೆಟ್ಟಿಗೆ ನೋಡಬಹುದು.

ತಾಯಿ ಒಳಗಿರುವಾಗಲೇ ಅಲೋಕ ಮಂಚದ ಕೆಳಗಿಂದ ಪೆಟ್ಟಿಗೆಯನ್ನು ತೆಗೆದು ಒಂದು ಬ್ಯಾಗಿನಲ್ಲಿಟ್ಟುಕೊಂಡ. ಬ್ಯಾಗು ಈಚೆ ತಂದು ಬೈಕಿನ ಪಕ್ಕದಲ್ಲಿಟ್ಟ. ತಾಯಿಗೆ ಬಾಗಿಲು ಹಾಕಿಕ್ಕೊಳ್ಳಲು ಹೇಳಿ ಬೈಕ್ ಹತ್ತಿ ಹೊರಟ.

ಮುಖ್ಯ ರಸ್ತೆಯ ತಿರುವು ಬಂದಾಗ ಬೈಕನ್ನು ಮಹೇಶನ ಪೆಟ್ಟಿಗೆ ಅಂಗಡಿಯ ಪಕ್ಕದಲ್ಲಿ ನಿಲ್ಲಿಸಿದ. ಸಂಜೆಗೆ ಬರುತ್ತೇನೆಂದು ಹೇಳಿ ಬಸ್ಸಿಗೆ ಕಾದು ನಿಂತ. ಬೈಕಿನಲ್ಲಿ ನಂಜನಗೂಡಿಗೆ ಹೋದರೆ ಅಪ್ಪನನ್ನು ಅಪಹರಿಸಿದವರು ತನ್ನ

ಬೆನ್ನುಬೀಳುತ್ತಾರೆಂದು ಅಲೋಕನಿಗೆ ಅನುಮಾನ ಬಂತು. ಅದಕ್ಕೇ ಅವನು ಬಸ್ಸಿನಲ್ಲಿ ಮೈಸೂರಿಗೆ ಹೋಗುವ ಯೋಜನೆ ಸಿದ್ಧಪಡಿಸಿಕೊಂಡ.

2

ಐದೇ ನಿಮಿಷದಲ್ಲಿ ಬಸ್ಸು ಬಂತು. ಬೆತ್ತದ ಪೆಟ್ಟಿಗೆಯಿದ್ದ ಬ್ಯಾಗಿನೊಂದಿಗೆ ನಂಜನಗೂಡಿನ ಬಸ್ಸು ಏರಿದ ಅಲೋಕ. ಯಾರಾದರೂ ತನ್ನನ್ನು ಗಮನಿಸುತ್ತಿರುತ್ತಾರೆ ಎನ್ನುವ ಅನುಮಾನ ಅವನನ್ನು ಕಾಡುತ್ತಿತ್ತು. ಬಸ್ಸಿನ ಜನರನ್ನು ಅವಲೋಕಿಸಿದ. ತನ್ನನ್ನು ಯಾರೂ ಗಮನಿಸುತ್ತಿಲ್ಲ ಎಂದು ನೆಮ್ಮದಿಯಾಯಿತು. ನಂಜನಗೂಡು ಬರುತ್ತಲೇ, ಮೈಸೂರು ಸರ್ಕಲ್ಲಿನಲ್ಲಿ ಇಳಿದ. ಇನ್ನೊಂದೈದು ನಿಮಿಷದಲ್ಲಿ ಮೈಸೂರಿನ ಬಸ್ಸು ಬಂತು. ಮೊದಲೇ ನಿರ್ಧರಿಸಿದ್ದಂತೆ ಮೈಸೂರಿನ ಬಸ್ಸು ಹತ್ತಿದ ಅಲೋಕ. ಇದುವರೆಗೂ ಯಾರೂ ತನ್ನನ್ನು ಹಿಂಬಾಲಿಸಿಲ್ಲ ಎನ್ನುವ ನಂಬಿಕೆಯಿತ್ತು.

ನಂಜನಗೂಡು ಮೈಸೂರಿನ ರಸ್ತೆ ಕಿರಿದು ಮತ್ತು ಅಪಾರ ವಾಹನದಟ್ಟಣೆ. ಕೊಯಮತ್ತೂರು ಮತ್ತು ಕೇರಳ ಕಡೆಗಳಿಗೆ ಹೋಗುವ ಅಸಂಖ್ಯಾತ ಬಸ್ಸು, ಕಾರು, ಲಾರಿಗಳಿಗೆ ರಸ್ತೆ ಏನೇನೂ ಸಾಲದು. ಜೊತೆಗೆ ವಾಹನಗಳ ವೇಗವೂ ಹೆಚ್ಚು. ವಾಹನಗಳ ಒಳಗೆ ಕುಳಿತವರಿಗೆ ಯಾವಾಗ ಏನು ಅನಾಹುತವಾಗುವುದೋ ಎಂಬ ಚಿಂತೆ ಕಾಡದಿರದು. ಪ್ರತಿಸಲವೂ ಆ ರಸ್ತೆಯಲ್ಲಿ ಸಂಚರಿಸುವಾಗ ಅಲೋಕ ಆತಂಕಪಡುತ್ತಿದ್ದ. ಆದರೆ ಇಂದು ಹಾಗಾಗಲಿಲ್ಲ. ಮನಸ್ಸು ಚಿಂತೆಯಲ್ಲಿ ಮುಳುಗಿತ್ತು. ಆತಂಕ ಕಾಡುತ್ತಿತ್ತು. ಆ ಪೆಟ್ಟಿಗೆಯನ್ನು ನಾನು ನೋಡುವ ಮನಸ್ಸೇಕೆ ಮಾಡಿದೆ. ಅದರಲ್ಲಿ ಏನಿದ್ದರೇನು? ಅದು ಇಲ್ಲಿಯವರೆಗೂ ತಮಗೆ ಬೇಕಾಗಿರಲಿಲ್ಲ. ಇನ್ನು ಮುಂದೆ ಬೇಕಾಗುವುದಿಲ್ಲ. ಅಂದಮೇಲೆ ಆತಂಕವೇಕೆ? ಅದನ್ನು ನೋಡುವ ಕುತೂಹಲ ಏಕೆ? ಹೇಗಿದೆಯೋ ಹಾಗೆ ಅದನ್ನು ಕೇಳಿದವರಿಗೆ ಕೊಟ್ಟು ಅಪ್ಪನನ್ನು ಬಿಡಿಸಿಕೊಂಡರೆ ಸಾಕಲ್ಲ ಎಂಬ ಯೋಚನೆ ಒಂದು ಸಲ. ಇನ್ನೊಂದು ಸಲ ಅದರಲ್ಲಿ ಏನೋ ಮಹತ್ವದ್ದು ಇದ್ದೀತು. ಕನಿಷ್ಟ ಅದೇನೆಂದು ತಿಳಿದುಕ್ಕೊಳ್ಳೋಣ! ಹೇಗೂ ಅದನ್ನು ಕೊಡಲೇಬೇಕಾದ ಪರಿಸ್ಥಿತಿ ಬಂದಿದೆ. ಕೊಡುವ ಮುಂಚೆ ಅದೇನೆಂದು ತಿಳಿಯೋಣ ಎಂದು ಮನಸ್ಸಿನಲ್ಲಿ

ಇನ್ನೊಂದು ರೀತಿಯ ಯೋಚನೆ. ಈ ಯೋಚನೆಯಲ್ಲಿ ಎದುರು ಬರುವ ವಾಹನಗಳಾಗಲೀ, ತಾನಿದ್ದ ಬಸ್ಸನ್ನು ಅಪಾಯಕಾರಿಯಾಗಿ ಓವರ್‌ಟೇಕ್ ಮಾಡುವ ವಾಹನಗಳ ಬಗೆಗಾಗಲೀ ಗಮನ ಹರಿಯಲಿಲ್ಲ!

ಮೈಸೂರಿನಲ್ಲಿ ಬಸ್ಸು ಇಳಿದ ತಕ್ಷಣವೇ ಬಸ್ ಸ್ಟ್ಯಾಂಡ್ ಹತ್ತಿರದಲ್ಲೇ ಇದ್ದ ಹೋಟೆಲೊಂದರಲ್ಲಿ ರೂಮು ಪಡೆದು, ಒಳಗೆ ಸೇರಿದ ನಂತರ ರೂಮಿನ ಬಾಗಿಲು ಮುಚ್ಚಿ, ಚಿಲಕ ಹಾಕಿ, ಬ್ಯಾಗಿನಿಂದ ಪೆಟ್ಟಿಗೆ ತೆಗೆದು ಅದನ್ನು ಹಾಸಿಗೆಯ ಮೇಲಿಟ್ಟು ಇನ್ನೇನು ಮುಚ್ಚಳ ತೆಗೆಯಬೇಕೆನ್ನುವಾಗ ರೂಮಿನ ಕಾಲಿಂಗ್ ಬೆಲ್ ಶಬ್ದವಾಯಿತು!!

ಅಲೋಕನಿಗೆ ಗಾಬರಿ! ಯಾರಿರಬಹುದು? ಅಪ್ಪನನ್ನು ಕಿಡ್ನ್ಯಾಪ್ ಮಾಡಿದವರು ಫಾಲೋ ಮಾಡಿಕೊಂಡು ಇಲ್ಲಿಗೆ ಬಂದರೆ? ಬಾಗಿಲು ತೆಗೆದರೆ ಏನಾಗಬಹುದು? ಅವರು ಪೆಟ್ಟಿಗೆಯನ್ನು ಕಿತ್ತುಕ್ಕೊಳಬಹುದೆ..? ಅದಕ್ಕೆ ಬಲಪ್ರಯೋಗ ಮಾಡುವರೆ? ಹೊಡೆದಾಟವಾಗಬಹುದೆ? ಬಾಗಿಲು ತೆಗೆಯದಿದ್ದರೆ ಏನಾಗಬಹುದು? ಪ್ರಶ್ನೆಗಳನ್ನು ಮನಸ್ಸಿನಲ್ಲಿ ಹೊತ್ತು, ತಂದಿದ್ದ ಬ್ಯಾಗನ್ನು ಮಂಚದ ಆಡಿಯಲ್ಲಿ ಮುಚ್ಚಿಟ್ಟು, ಬಾಗಿಲ ಬಳಿ ಬಂದು ನಿಂತ.

"ಯಾರು?"

"ರೂಮ್ ಸರ್ವಿಸು ಸಾರ್, ಕಾಫಿ ತರಲಾ ಸಾರ್?"

ಅಲೋಕನಿಗೆ ನೆಮ್ಮದಿಯಾಯಿತು.

"ಬೇಡ. ಬೇಕಾದಾಗ ನಾನೇ ಹೇಳ್ತೀನಿ"

"ಒಂಬತ್ತನೇ ನಂಬರಿಗೆ ಫೋನು ಮಾಡಿ ಸಾರ್"

"ಆಯ್ತು.."

ಅಬ್ಬಾ ಬರೀ ಇಷ್ಟಕ್ಕೇ ಎಷ್ಟೊಂದು ಹೆದರಿದ್ದೆ ಎಂದು ಅಲೋಕನಿಗೆ ನಾಚಿಕೆಯಾಯಿತು. ಮತ್ತೆ ಮಂಚದ ಕೆಳಗಿಂದ ಬ್ಯಾಗು ಈಚೆ ತೆಗೆದು, ಪೆಟ್ಟಿಗೆಯನ್ನು ಮಂಚದ ಮೇಲಿಟ್ಟ. ಟೀಪಾಯ್ ಮೇಲಿದ್ದ ನ್ಯೂಸ್ ಪೇಪರನ್ನು ಮಂಚದ ಮೇಲೆ ಹಾಸಿದ. ಪೆಟ್ಟಿಗೆಯ ಮುಚ್ಚಳ ತೆರೆದು ಅದರಲ್ಲಿನ ವಸ್ತುಗಳನ್ನೆಲ್ಲಾ ನ್ಯೂಸ್ ಪೇಪರಿನ ಮೇಲೆ ಹರಡಿದ.

ಪ್ರಮುಖವಾಗಿ ಕಂಡಿದ್ದು ಮಾಸಿದ, ತುಂಬಾ ಜೀರ್ಣವಾಗಿದ್ದ ಕೆಂಪು ಬಣ್ಣದ ವಸ್ತ್ರದಲ್ಲಿ ಕಟ್ಟಿದ ಎರಡು ತಾಳೆಗರಿಯ ಕಟ್ಟುಗಳು. ನಂತರ ಒಂದು ಸಣ್ಣ ತೆಂಗಿನಕಾಯಿ ಗಾತ್ರ ಶಂಖ, ಅಷ್ಟೇ ಪ್ರಮಾಣದ ಗಂಟೆ, ನಾಲ್ಕು ಎಂತವೋ ಮರದ ಬೇರುಗಳು, ಕಾಗದದ ಪೊಟ್ಟಣಗಳು.

ಆ ವಸ್ತುಗಳನ್ನು ನೋಡುತ್ತ ಅಲೋಕನಿಗೆ ಪಿಚ್ಚೆನಿಸಿತು. ಛೆ..ಬರೀ ಇಷ್ಟೇನೇ..? ಇಷ್ಟಕ್ಕೆ ಅಪ್ಪನ ಅಪಹರಣವೆ? ಇದಕ್ಕಾಗಿ ಬೆದರಿಕೆಯ ಫೋನು ಬೇರೆ!! ಇದಕ್ಕಾಗಿ ಖದೀಮರ ಒಂದು ನೆಟ್‌ವರ್ಕ್ ಬೇರೆ! ಅದರಲ್ಲಿ ಎಷ್ಟು ಜನರಿದ್ದಾರೋ..? ಹೋಟೆಲಿನ ಹತ್ತಿರ ಬೈಕಿಗೆ ಒರಗಿ ನಿಂತಿದ್ದವನೊಬ್ಬ. ಅಪ್ಪನನ್ನು ಅಪಹರಣ ಮಾಡಿದವರು ಕನಿಷ್ಟ ಮೂರ್ನಾಲ್ಕು ಜನರದರೂ ಇರುತ್ತಾರೆ. ಇನ್ನು ಇತರೆ ಕೆಲಸಗಳೂ ಇರುತ್ತವೆ. ಇವೆಕ್ಕೆಲ್ಲಾ ಎಷ್ಟು ಜನ ಬೇಕಾಗುತ್ತಾರೆ. ಅವರಿಗೆಲ್ಲ ಗ್ಯಾಂಗಿನ ಲೀಡರ್ ಹಣ ಕೊಟ್ಟು ಅವರನ್ನು ಸಾಕಬೇಕು! ಅಂದರೆ ಅವನೆಷ್ಟು ಸಂಪಾದಿಸಬೇಕು..? ಈ ಪೆಟ್ಟಿಗೆಯಿಂದ ಅಪಾರ ಹಣ ಸಿಗುವ ಸಾಧ್ಯತೆ ಇರಲೇಬೇಕು! ಇಲ್ಲದಿದ್ದರೆ ಅಪ್ಪನ ಅಪಹರಣ ಆಗುತ್ತಿರಲಿಲ್ಲ. ತನ್ನನ್ನು ಆ ಕಾರು ಹಿಂಬಾಲಿಸುತ್ತಿರಲಿಲ್ಲ! ಹೋಟೆಲಿನ ಬಳಿ ಆ ಸಿಗರೇಟು ಸೇದುತ್ತಿದ್ದವ ತನಗಾಗಿ ಕಾಯುತ್ತಿರಲಿಲ್ಲ.

ಬೇರೇನೋ ಇರಲೇಬೇಕು!! ಇಲ್ಲದಿದ್ದರೆ ಇಷ್ಟೆಲ್ಲಾ ವ್ಯವಸ್ಥೆಗೆ ಹಣ ಖರ್ಚು ಮಾಡುತ್ತಿರಲಿಲ್ಲ! ಸುಮ್ಮನೆ ಲಾಭವಿಲ್ಲದೆ ಅಪಾಯವನ್ನು ಯಾರಾದರೂ ಮೈಮೇಲೆ ಎಳೆದುಕ್ಕೊಳ್ಳುತ್ತಾರೆಯೇ?

ಎಚ್ಚರಿಕೆಯಿಂದ ಅಲೋಕ ಕೆಂಪು ವಸ್ತ್ರದ ಗಂಟು ಬಿಚ್ಚಿದ. ಎರಡು ತಾಳೆಗರಿ ಕಟ್ಟುಗಳು ಕಂಡಿವು. ಅವು ಸಾಕಷ್ಟು ಜೀರ್ಣವಾಗಿದ್ದವು. ಕೆಲವು ಗರಿಗಳ ತುದಿಗಳು ಮುರಿದಿದ್ದವು. ಬರಹ ಹಳೆಗನ್ನಡದ ಅಕ್ಷರದಂತೆ ಕಾಣಿಸಿತು. ಓದಲು ಪ್ರಯತ್ನಿಸಿದ ಅಲೋಕ. ಬರವಣಿಗೆ ಚೆನ್ನಾಗಿರಲಿಲ್ಲ. ತುಂಬಾ ಸಣ್ಣ ಅಕ್ಷರಗಳು ಬೇರೆ! ಓದಲು ಶ್ರಮವೆನಿಸಿತು. ಲೆನ್ಸ್ ಇದ್ದರೆ ಚೆನ್ನಾಗಿತ್ತು ಎನ್ನಿಸಿತು. ಮೊದಲನೆ ಕಟ್ಟಿನ ಮೊದಲ ತಾಳೆಗರಿಯಲ್ಲಿನ ಅಷ್ಟೂ ಬರಹದಲ್ಲಿ 'ಸರಸ್ವತಿ' ಎನ್ನುವುದನ್ನು ಮಾತ್ರ ಓದಲು ಸಾಧ್ಯವಾಯಿತು. ಅಂದರೆ ಅದು ಸರಸ್ವತಿ ದೇವತೆಗೆ ಸಂಬಂಧಿಸಿದ ಪುರಾಣವೋ ಇಲ್ಲವೋ ಸ್ತೋತ್ರವೋ ಇರಬೇಕೆನ್ನಿಸಿತು. ಸುಮಾರು ಮೂವತ್ತು ಹಾಳೆಗಳಿದ್ದವು. ಗರಿಯ ಎರಡೂ ಕಡೆಗಳಲ್ಲಿ ಬರವಣಿಗೆ ಇತ್ತು. ತುಂಬಾ ಚಿಕ್ಕಚಿಕ್ಕ ಅಕ್ಷರಗಳು. ಒಂದೊಂದೇ ಪುಟ ತಿರುಗಿಸುತ್ತಾ ಅದರಲ್ಲಿ ಏನಿರಬಹುದೆಂದು ಅಂದಾಜು ಮಾಡತೊಡಗಿದ ಅಲೋಕ. ಇಪ್ಪತ್ತೆ Êದನೆಯ ಹಾಳೆ ಮಾತ್ರ ಉಳಿದ ಹಾಳೆಗಳಂತೆ ಇರಲಿಲ್ಲ. ಅದು ಖಾಲಿಯಾಗಿತ್ತು! ಇದೊಂದು ಹಾಳೆ ಖಾಲಿ ಏಕೆ ಎಂದು ಅಚ್ಚರಿಯಾಯಿತು. ಜೊತೆಗೆ ಅದು ಉಳಿದ ಗರಿಗಳಷ್ಟು ಹಳೆಯದಾಗಿರದೆ ಕೆಲ ಕಾಲದ ನಂತರ ಸೇರಿಸಿದಂತಿತ್ತು. ಹಾಳೆಯ ಬಣ್ಣ ಮತ್ತು ಮುರಿದಿಲ್ಲದ ಹಾಳೆಯ ತುದಿಗಳು ಆ ಅಂಶವನ್ನು ಹೇಳುತ್ತಿದ್ದವು. ಇಪ್ಪತ್ತೆ Êದನೆಯ ಗರಿ ಮಾತ್ರ ನಿಶ್ಚಯವಾಗಿಯೂ ಬೇರೆ ಎನ್ನಿಸುತ್ತಿತ್ತು. ಆದರೆ

ಖಾಲಿ! ಅದನ್ನು ಯಾವ ಕಾರಣಕ್ಕಾಗಿ ಸೇರಿಸಿದ್ದಾರೆ ಮತ್ತು ಖಾಲಿ ಏಕೆ ಬಿಟ್ಟಿದ್ದಾರೆ? ಅಲೋಕನಿಗೆ ಅದರಲ್ಲೇನೋ ರಹಸ್ಯವಿದೆಯೆನ್ನಿಸಿತು. ಬೇಗನೆ ಉಳಿದ ಪುಟಗಳನ್ನು ನೋಡಿದ. ಅವುಗಳಲ್ಲಿ ಅಂತಾ ವಿಚಿತ್ರವೇನೂ ಕಾಣಿಸಲಿಲ್ಲ.

ಎರಡನೆಯ ಕಟ್ಟು ತೆಗೆದ. ಅದೂ ಸುಮಾರು ಮೊದಲ ಕಟ್ಟಿನಷ್ಟೇ ಗಾತ್ರವಿತ್ತು. ಅಷ್ಟೇ ವಯಸ್ಸಾಗಿ, ಅಷ್ಟೇ ಜೀರ್ಣವಾಗಿತ್ತು! ಮೊದಲನೆಯ ಪುಟದಲ್ಲಿ 'ಶ್ರೀ ಮಹಾಲಕ್ಷ್ಮಿ' ಎನ್ನುವುದನ್ನು ಮಾತ್ರ ಓದಲು ಸಾಧ್ಯವಾಯಿತು. ಅಂದರೆ ಇದು ಲಕ್ಷ್ಿ್ಮ ದೇವತೆಗೆ ಸಂಬಂಧಿಸಿದ್ದು. ಸ್ತ್ರೋತ್ರವೋ ಪುರಾಣವೋ ಇದ್ದೀತು. ಉಳಿದ ಪುಟಗಳನ್ನು ತಿರುವಿದ. ಓದಲು ಅಸಾಧ್ಯವಾದ ಅಕ್ಷರಗಳು. ಇಲ್ಲಿ ಸಹ ಇಪ್ಪತ್ತೆ Êದನೆಯ ಹಾಳೆ ಖಾಲಿ! ಅದು ಉಳಿದ ಹಾಳೆಗಳಿಗೆ ಸೇರಿದ ಕಾಲದಲ್ಲ. ನಂತರದಲ್ಲಿ ಸೇರಿಸಿರುವುದು!

ಪೆಟ್ಟಿಗೆಯಲ್ಲಿದ್ದ ಶಂಖ ಮತ್ತು ಗಂಟೆಯನ್ನು ಸಂಪೂರ್ಣವಾಗಿ ಪರಿಶೀಲಿಸಿದ. ಮಾಮೂಲಿ ಶಂಖ ಮತ್ತು ಗಂಟೆಯಂತೆ ಕಾಣಿಸಿದವು. ತುಂಬಾ ಹಳೆ ಕಾಲದವು. ಇನ್ನು ಬೇರುಗಳು ಯಾವ ಮರದ್ದು ಎನ್ನುವುದು ಅಲೋಕನ ಜ್ಞಾನಕ್ಕೆ ತಿಳಿಯುವಂತಿರಲಿಲ್ಲ. ಇನ್ನು ನಾಲ್ಕು ಪೇಪರಿನ ಪೊಟ್ಟಣಗಳಿದ್ದವು. ಆ ಪೊಟ್ಟಣಗಳೆಷ್ಟು ಜೀರ್ಣವಾಗಿದ್ದುವೆಂದರೆ ತೆರೆದರೆ ಪುಡಿಯಾಗುವಂತಿದ್ದವು. ಎಚ್ಚರಿಕೆಯಿಂದ ನಾಜೂಕಾಗಿ ಒಂದೊಂದಾಗಿ ತೆರೆದ. ಎರಡರಲ್ಲಿ ಭಸ್ಮ, ಮೂರನೆಯದರಲ್ಲಿ ಕುಂಕುಮ ಮತ್ತು ನಾಲ್ಕನೆಯದರಲ್ಲಿ ಕೇಸರಿ ಬಣ್ಣದ ಒಂದು ಪುಡಿ. ಅವು ಕೂಡ ಏನು ಮತ್ತು ಯಾವ ಕಾರಣಕ್ಕಾಗಿ ಅವುಗಳನ್ನು ರಕ್ಷಿಸಲಾಗಿದೆ, ಮತ್ತೆ ಅದರಿಂದ ಏನು ಪ್ರಯೋಜನ ಎನ್ನುವುದು ತಿಳಿಯಲಿಲ್ಲ. ಪೊಟ್ಟಣಗಳನ್ನು ಮೊದಲಿನಂತೆ ಮಡಿಚಿಟ್ಟು ಚಿಂತಾಕ್ರಾಂತನಾಗಿ ಕೂತ.

ಈ ವಸ್ತುಗಳಿಗಾಗಿ ತನ್ನ ತಂದೆಯನ್ನು ಕಿಡ್ನ್ಯಾಪ್ಮಾಡಿದ್ದಾರೆ! ಅಂದರೆ ಈ ವಸ್ತುಗಳು ಕಿಡ್ನ್ಯಾಪ್ಮಾಡುವಷ್ಟು ಮಹತ್ವದ್ದವು! ಇವುಗಳಲ್ಲಿ ತನಗೆ ತಿಳಿಯದ ಯಾವುದೋ ರಹಸ್ಯ ಅಡಗಿದೆ. ಅದು ಬೆಲೆ ಬಾಳುವ ರಹಸ್ಯ! ಇಲ್ಲದಿದ್ದರೆ ಕಿಡ್ನ್ಯಾಪ್ಮಾಡುವಂತ ಗಂಭೀರ ಅಪರಾಧ ಅವರು ಮಾಡುತ್ತಿರಲಿಲ್ಲ. ಸಂಜೆಗೆ ಈ ವಸ್ತುಗಳನ್ನು ಹಸ್ತಾಂತರ ಮಾಡಬೇಕು. ಬೆಲೆಬಾಳುವ ಈ ರಹಸ್ಯವನ್ನು ಕೊಟ್ಟುಬಿಡುವುದೆ? ತಂದೆಯ ಬಿಡುಗಡೆ ಬೇಕೆಂದರೆ ಈ ಪೆಟ್ಟಿಗೆಯನ್ನು ಕೊಡಬೇಕು. ಕೊಡದಿದ್ದರೆ ತಂದೆಯ ಜೀವಕ್ಕೆ ಅಪಾಯ ಗ್ಯಾರಂಟಿ!

ಈ ವಸ್ತುಗಳನ್ನು ಕೊಟ್ಟೂ ಸಹ ರಹಸ್ಯವನ್ನು ಉಳಿಸಿಕ್ಕೊಳ್ಳುವುದು ಸಾಧ್ಯವೆ? ಎಲ್ಲವನ್ನೂ ನಕಲು ಮಾಡಿಕೊಟ್ಟರೆ ಹೇಗೆ? ಗಂಟೆ, ಶಂಖ, ಬೇರು, ಪೊಟ್ಟಣ ಎಲ್ಲಾ ನಕಲು ಮಾಡಬಹುದು ಆದರೆ ತಾಳೆಗರಿಗಳ ಕಟ್ಟುಗಳು? ಅವನ್ನು ಹೇಗೆ ನಕಲು

ಮಾಡುವುದು? ಫೋಟೋ ಕಾಪಿ ಮಾಡಿಸಬಹುದೆ? ಅಥವಾ ಅವುಗಳ ಜಾಗದಲ್ಲಿ ನಕಲಿ ತಾಳೆಗರಿಗಳನ್ನು ಬದಲಿಸಬಹುದೆ? ಒಂದು ವೇಳೆ ನಕಲು ಮಾಡಿ ಏಮಾರಿಸಿದರೆ ಮತ್ತೆ ಆ ಕಿಡ್ನ್ಯಾಪರ್ಸ್ ತಮ್ಮ ಮೇಲೆ ಎರಗಬಹುದು. ಆಗ ಈಗಾಗಿರುವುದಕ್ಕಿಂತ ಹೆಚ್ಚಿನ ಅಪಾಯವಾಗಬಹುದು! ಮತ್ತೆ ಇದನ್ನು ಹೇಗೆ ನಿರ್ವಹಣೆ ಮಾಡುವುದು? ಅಲೋಕ ಯೋಚಿಸುತ್ತಾ ಕೂತ. ತಲೆನೋವು ಬಂತು. ಕಾಫಿ ತರಿಸಿಕೊಂಡು ಕುಡಿದ. ಏನಾದರೂ ಮಾಡಿ ಈ ವಸ್ತುಗಳನ್ನು ಉಳಿಸಿಕ್ಕೊಳ್ಳುವುದರ ಜೊತೆಗೆ ತನ್ನ ತಂದೆಯನ್ನು ಸಹ ಉಳಿಸಿಕ್ಕೊಳ್ಳಬೇಕೆನ್ನುವ ಇಚ್ಛೆ ಬಲವಾಯಿತು.

ಎಲ್ಲಾ ವಸ್ತುಗಳನ್ನೂ ವಾಪಸ್ಸು ಪೆಟ್ಟಿಗೆಯಲ್ಲಿಟ್ಟು ರೂಮಿಂದೀಚೆ ಬಂದ. ಹತ್ತು ನಿಮಿಷ ನಡೆದು ದೇವರಾಜ ಮಾರ್ಕೆಟ್ ತಲುಪಿದ. ಸಣ್ಣ ಗಡಿಯಾರದ ಎದುರಲ್ಲಿ ನಾಲ್ಕಾರು ಗಂಧಿಗೆ ಅಂಗಡಿಗಳಿರುವುದು ಅವನಿಗೆ ಗೊತ್ತಿತ್ತು. ಒಂದು ಗ್ರಂಧಿಗೆ ಅಂಗಡಿಯಲ್ಲಿ ಪೆಟ್ಟಿಗೆಯಲ್ಲಿ ಕಂಡ ಆಕಾರದ ಶಂಖ ಸಿಕ್ಕಿತು. ಜೊತೆಗೆ ನಾಲ್ಕು ಮರದ ಬೇರು, ಭಸ್ಮ, ಕುಂಕುಮ ಮತ್ತು ಕೇಸರಿ ಬಣ್ಣ ತೆಗೆದುಕೊಂಡ. ಈಗ ತಾಳೆಗರಿಗಳಿಗೇನು ಮಾಡುವುದು ಎಂಬ ಚಿಂತೆ ಕಾಡಿತು. ಅದು ಸಿಗುವುದೆ ಎಂದು ವಿಚಾರಿಸಿದ. ಸಿಗುವುದೆಂದು ತಿಳಿಯಿತು. ಅದರಲ್ಲಿ ಬರೆಯುವುದು ಹೇಗೆ? ಯಾವುದಕ್ಕೂ ಇರಲಿ ಎಂದು ನಾಲ್ಕು ಖಾಲಿ ಹಾಳೆಗಳನ್ನೂ, ಒಂದು ಕತ್ತರಿಯನ್ನು ಖರೀದಿಸಿ ರೂಮಿಗೆ ವಾಪಸ್ಸಾಗುವ ಯೋಚನೆ ಮಾಡಿದ. ವಾಪಸ್ಸು ಬರುವಾಗ ಅಶೋಕಾ ರೋಡಿನಲ್ಲಿ ಪಾತ್ರೆ ಮಾರುವ ಅಂಗಡಿಗಳ ಮುಂದೆ ಓಡಾಡಿ ಕೆಲವು ಅಂಗಡಿಗಳನ್ನು ಪರಿಶೀಲಿಸಿದ. ಒಂದು ಅಂಗಡಿಯಲ್ಲಿ ದೇವರ ಮುಖವಾಡಗಳು, ಕಂಚಿನ ಪ್ರತಿಮೆಗಳು ಮುಂತಾದುವು ಕಂಡವು. ಆ ಅಂಗಡಿಯಲ್ಲಿ ಗಂಟೆ ಸಿಕ್ಕಿತು. ಇಷ್ಟಾದಮೇಲೆ ವಾಪಸ್ಸು ರೂಮಿಗೆ ಮರಳಿದ.

ಭುವಿ ಪೋನು ಮಾಡಿದಳು. ಚುಟುಕಾಗಿ ಮಾತಾಡಿ ರಾತ್ರಿ ವಿವರವಾಗಿ ಮಾತಾಡುವುದಾಗಿ ಭರವಸೆ ನೀಡಿದ. ತಾಯಿಗೆ ಫೋನು ಮಾಡಿ ವಿಚಾರಿಸಿದ. ಮೊಬೈಲಿನಲ್ಲಿ ಗಂಟೆ ಮೂರಾಗಿರುವುದು ಸೂಚಿಸಿತು. ಹೊಟ್ಟೆ ತಾಳ ಹಾಕುತ್ತಿತ್ತು. ಫಾಸ್ಟುಡ್ ಹೋಟೆಲಲ್ಲಿ ಹಸಿವು ತಣಿಸಿಕೊಂಡು ರೂಮಿಗೆ ಬಂದಾಗ ಗಂಟೆ ನಾಲ್ಕು! ಇನ್ನು ನಾಲ್ಕು ಗಂಟೆಗಳಲ್ಲಿ ತಾನು ನಂಜನಗೂಡಿನ ಸ್ನಾನಘಟ್ಟದಲ್ಲಿರಬೇಕು. ಇಲ್ಲದಿದ್ದರೆ ತಂದೆಯ ಜೀವಕ್ಕೆ ಆಪತ್ತು!

ಓಲೆಗರಿಯ ಕಟ್ಟಿನಿಂದ ಖಾಲಿಯಾಗಿರುವ ಹಾಳೆಗಳನ್ನು ತೆಗೆದು ಬೇರೆ ಇಟ್ಟುಕೊಂಡ. ತಾನು ಗ್ರಂಧಿಗೆ ಅಂಗಡಿಯಲ್ಲಿ ಖರೀದಿಸಿದ ಹಾಳೆಗಳನ್ನು ಉಳಿದ ಹಾಳೆಗಳ ಸೈಜಿಗೆ ನಾಜೂಕಾಗಿ ಕತ್ತರಿಸಿದ. ಅದು ಹಳೆಯದಾಗಿ ಕಾಣುವಂತೆ

ಮಾಡಲು ರೂಮಿನ ಕಾರ್ಪೆಟ್ಟಿನ ಮೇಲೆ ಲಘುವಾಗಿ ಉಜ್ಜಿದ. ಸಮಾಧಾನವಾಗಲಿಲ್ಲ. ಕಿಟಿಕಿಯ ಕರ್ಟನ್ನುಗಳಲ್ಲಿ ಧೂಳು ತುಂಬಿರುವುದು ಕಂಡಿತು. ಹೊಸ ಹಾಳೆಗಳನ್ನು ಕರ್ಟನ್ನಿನ್ನ ಮೇಲೆ ಉಜ್ಜಿದ. ಸ್ವಲ್ಪ ಮಟ್ಟಿಗೆ ಹಳೆಯದರಂತೆ ಕಾಣಿಸಿತು. ಇನ್ನಷ್ಟು ಪ್ರಯತ್ನಿಸಿದ. ಸಮಾಧಾನವೆನಿಸಿತು. ಅವುಗಳನ್ನು ತಾಳೆಯಗರಿಯ ಕಟ್ಟುಗಳಿಗೆ ಸೇರಿಸಿ, ಮೂಲ ಹಾಳೆಗಳನ್ನು ತೆಗೆದಿರಿಸಿಕೊಂಡ. ಪೊಟ್ಟಣಗಳಿಂದ ಭಸ್ಮ, ಕುಂಕುಮ ಮತ್ತು ಕೇಸರಿ ಬಣ್ಣದ ಪುಡಿಯನ್ನು ಖಾಲಿ ಮಾಡಿ ಹೊಸ ಪೊಟ್ಟಣಕ್ಕೆ ಸೇರಿಸಿ ತೆಗೆದಿಟ್ಟುಕೊಂಡ. ಹಳೆಯ ಪೊಟ್ಟಣಗಳಿಗೆ ಮಾರ್ಕೆಟ್ಟಿನಿಂದ ತಂದ ವಸ್ತುಗಳನ್ನು ಸೇರಿಸಿದ. ಅದೇ ರೀತಿ ಗಂಟೆ, ಶಂಖ ಮತ್ತು ಬೇರುಗಳನ್ನೂ ಬದಲಿಸಿದ. ಮೂಲ ವಸ್ತುಗಳನ್ನು ಹೊಸದಾಗಿ ತಂದಿದ್ದ ಬ್ಯಾಗಿನಲ್ಲಿ ಸೇರಿಸಿದ.

ಒಮ್ಮೆ ತನ್ನ ಕೆಲಸವನ್ನು ಅವಲೋಕನ ಮಾಡಿದ. ತೃಪ್ತಿಕರವೆನ್ನಿಸಿತು. ಏನಾದರೂ ರಹಸ್ಯ ಅಡಗಿದ್ದರೆ ಅದು ಖಾಲಿ ಹಾಳೆಗಳಲ್ಲಿಯೇ ಇರಬೇಕು! ಇಲ್ಲದಿದ್ದರೆ ಅದನ್ನು ಖಾಲಿ ಬಿಡುವ ಅವಶ್ಯಕತೆಯೇ ಇರಲಿಲ್ಲ. ಅದರಲ್ಲಿರುವ ರಹಸ್ಯ ಹೇಗೆ ತಿಳಿದುಕ್ಕೊಳ್ಳಬೇಕೆಂಬುದು ಆ ಕ್ಷಣಕ್ಕೆ ಹೊಳೆಯಲಿಲ್ಲ! ಅದನ್ನು ರಕ್ಷಿಸಿದರೆ ಮುಂದೆ ಉಪಯೋಗವಾದೀತು ಎನ್ನುವುದು ಅವನ ಯೋಚನೆಯಾಗಿತ್ತು.

ಸಮಯ ಐದಾಗುತ್ತಿತ್ತು. ಸುಮಾರು ಒಂದು ಗಂಟೆಯ ಸಮಯದಲ್ಲಿ ನಂಜನಗೂಡು ತಲುಪಲು ಬೇಕು. ಅಲ್ಲಿಂದ ಮತ್ತೆ ಊರಿನ ಬಳಿ ಹೋಗಿ ಬೈಕಿನಲ್ಲಿ ನಂಜನಗೂಡಿಗೆ ಬರಲು ಮೂವತ್ತು ನಿಮಿಷ! ಎಲ್ಲಾ ಲೆಕ್ಕಾಚಾರ ಸರಿಯೆನ್ನಿಸಿತು. ಇನ್ನು ಈ ಮೂಲ ವಸ್ತುಗಳನ್ನು ಹೇಗೆ ರಕ್ಷಿಸಬೇಕೆನ್ನುವ ಯೋಚನೆಗೆ ಅಲೋಕ ಅಧೀರನಾದ! ಸಾಮಾನ್ಯವಾಗಿ ಎಲ್ಲ ಲಾಡ್ಜಿನವರೂ ತಮ್ಮ ಗ್ರಾಹಕರ ಬೆಲೆಬಾಳುವ ವಸ್ತುಗಳನ್ನು ಸುರಕ್ಷಿತವಾಗಿಟ್ಟುಕ್ಕೊಳ್ಳಲು ಲಾಕರ್ ಕೊಡುತ್ತಾರೆ. ಆ ಲಾಕರಿನಲ್ಲಿಡಬಹುದು. ಆದರೆ ಆ ಲಾಕರಿನ ಒಡೆತನ ರೂಮನ್ನು ಬಾಡಿಗೆ ಪಡೆದಿರುವಷ್ಟು ಸಮಯ ಮಾತ್ರ. ಇವತ್ತು ರೂಮು ಪಡೆದಿರುವುದರಿಂದ ಅದು ನಾಳೆಯವರೆಗೆ ತನ್ನ ಸುಪರ್ದಿನಲ್ಲಿರುತ್ತದೆ. ಲಾಕರಿನಲ್ಲಿಡುವುದೇ ಸಧ್ಯದ ಪರಿಸ್ಥಿತಿಯಲ್ಲಿ ಸುರಕ್ಷಿತ ಎಂದು ಅಲೋಕ ನಿರ್ಧರಿಸಿದ. ತಕ್ಷಣವೇ ರೂಮಿನಿಂದೀಚೆ ಬಂದು ರಿಸೆಪ್ಷನ್ನಿನಲ್ಲಿ ಲಾಕರ್ ಬಗೆಗೆ ವಿಚಾರಿಸಿ ಒಂದು ಲಾಕರ್ ಕೀ ಪಡೆದ. ರಿಸೆಪ್ಷನ್ನಿನ ಹಿಂದೆಯೇ ಇದ್ದ ಲಾಕರಿನಲ್ಲಿ ಮೂಲ ವಸ್ತುಗಳಿದ್ದ ಬ್ಯಾಗನ್ನು ಇಟ್ಟು ಲಾಕ್ ಮಾಡಿದ. ನೆಮ್ಮದಿಯೆನಿಸಿತು. ನಂಜನಗೂಡಿಗೆ ವಾಪಸ್ಸಾಗಲು ನಿರ್ಧರಿಸಿದ. ಬೆತ್ತದ ಪೆಟ್ಟಿಗೆಯ ಬ್ಯಾಗನ್ನು ತೆಗೆದುಕೊಂಡು

ರೂಮಿಗೆ ಬೀಗ ಹಾಕಿ ಬಸ್ ನಿಲ್ದಾಣಕ್ಕೆ ತೆರಳಿದ.

ಬಸ್ಸು ಹತ್ತಿದಾಗ ಐದೂ ಮುಕ್ಕಾಲು. ಕುಳಿತೊಡನೆಯೇ ಬಸ್ಸು ಹೊರಟಿತು. ಮೈಸೂರು ನಂಜನಗೂಡಿನ ನಡುವೆ ಓಡಾಡುವ ಬಸ್ಸುಗಳಿಗೆ ಲೆಕ್ಕವೇ ಇಲ್ಲ. ಜೊತೆಗೆ ನಂಜನಗೂಡಿನಿಂದ ಮುಂದೆ ಕೇರಳ ಮತ್ತು ತಮಿಳುನಾಡುಗಳ ಕಡೆಗೆ ಬಸ್ಸುಗಳು ಹೋಗುತ್ತವೆ. ಈ ಮಾರ್ಗ ಸದಾ ವಾಹನಗಳಿಂದ ತುಂಬಿರುತ್ತದೆ. ರಸ್ತೆ ಕೂಡ ದೊಡ್ಡದಲ್ಲ. ಹಾಗಾಗಿ ಅಪಘಾತಗಳಿಗೂ ಕಡಿಮೆಯಿಲ್ಲ.

ಅಲೋಕ ಯೋಚನೆಯ ಹುಚ್ಚುಕುದುರೆ ಏರಿ ಕುಳಿತಿದ್ದ. ಮನಸ್ಸಿನಲ್ಲಿ ಮೂಡುತ್ತಿದ್ದ ಯೋಚನೆಗಳಿಗೆ ಲೆಕ್ಕವೇ ಇರಲಿಲ್ಲ! ತಾನು ಈವರೆಗೆ ಮಾಡಿದ್ದನ್ನು ಅವಲೋಕನ ಮಾಡಿದ. ಮುಂದೆ ಮಾಡಬೇಕಾಗಿರುವುದನ್ನೂ ಯೋಚಿಸಿದ. ತಾನು ಹಸ್ತಾಂತರ ಮಾಡುತ್ತಿರುವ ವಸ್ತುಗಳು ನಕಲಿಯವು ಎಂದು ಗೊತ್ತಾಗಲು ಸುಮಾರು ಒಂದೆರಡು ದಿನಗಳಾದರೂ ಬೇಕಾಗುತ್ತವೆ. ಅದೂ ಆ ವಸ್ತುಗಳನ್ನು ಪರೀಕ್ಷಿಸುವವರಿಗೆ ಅಸಲಿ ಮತ್ತು ನಕಲಿಗಳನ್ನು ಗುರುತಿಸಲು ಸಾಧ್ಯವಾದರೆ! ಅವು ನಕಲಿ ಎಂದು ಗೊತ್ತಾದ ತಕ್ಷಣವೇ ಮತ್ತೆ ಅಸಲಿಯನ್ನು ಪಡೆಯಲು ಜಾಲ ಹೆಣೆಯುತ್ತಾರೆ. ಅದರಲ್ಲಿ ಮತ್ತೆ ಅಪಾಯವಿದೆ. ಮುಂದಿನದು ನೋಡೋಣ. ಹೆದರದೆ ಮುಂದುವರಿಯಬೇಕು!

ನಂಜನಗೂಡಿನ ಮೈಸೂರು ಸರ್ಕಲ್ಲಿನಲ್ಲಿ ಇಳಿದಾಗ ಸಮಯ ಆರು ಗಂಟೆ. ಬೇಸಿಗೆಯ ದಿನಗಳಾಗಿದ್ದು ಸೂರ್ಯ ತನ್ನ ಪ್ರಖರತೆಯನ್ನು ಇನ್ನೂ ಉಳಿಸಿಕೊಂಡಿದ್ದ. ಅಲ್ಲಿ ಇಳಿದವನೇ ತನ್ನೂರಿನ ಕಡೆ ಹೋಗುವ ಬಸ್ಸಿಗೆ ಕಾಯುತ್ತಾ ನಿಂತ. ಸುತ್ತಲೂ ಕಣ್ಣು ಹಾಯಿಸಿದ. ತಲೆಯ ಮೇಲಿನ ಕ್ಯಾಪನ್ನು ಮುಖದ ಮೇಲೆ ಎಳೆದುಕೊಂಡ. ಐದು ನಿಮಿಷದಲ್ಲಿ ಬಸ್ಸು ಬಂತು. ಅಲೋಕ ಬಸ್ಸು ಹತ್ತಿದ.

ಊರಿನ ತಿರುವಿನಲ್ಲಿಳಿದು ಬೈಕಿನ ಹತ್ತಿರ ನಡೆದಾಗ ಪೆಟ್ಟಿಗೆ ಅಂಗಡಿ ಮಹೇಶ "ಮನೆಗೋಗ್ತೀರಾ..?" ಎಂದ.

"ಇಲ್ಲ, ನಂಜನಗೂಡಲ್ಲಿ ಏನೋ ಮರೆತುಬಂದೆ ವಾಪಸ್ಸು ಹೋಗ್ಬೇಕು" ಅಲೋಕ ಉತ್ತರಿಸಿದ.

ಅಲೋಕ ಮೊಬೈಲಿನಲ್ಲಿ ಟೈಮು ನೋಡಿಕೊಂಡ. ಆರೂ ಇಪ್ಪತ್ತು. ಸ್ವಲ್ಪಸ್ವಲ್ಪ ಕತ್ತಲಾಗತೊಡಗಿತ್ತು. ಬಿಸಿಲು ಕರಗಿತ್ತು. ಅರ್ಧ ಗಂಟೆಯಲ್ಲಿ ಪ್ರಕೃತಿಯಲ್ಲಿ ಎಷ್ಟೆಲ್ಲಾ ಬದಲಾವಣೆಯಾಗಿದೆ ಎಂಬ ಅಚ್ಚರಿಯೊಂದಿಗೆ ಪೆಟ್ಟಿಗೆಯಿದ್ದ ಬ್ಯಾಗನ್ನು ಬೈಕಿನ ಪೆಟ್ರೋಲ್ ಟ್ಯಾಂಕಿನ ಮೇಲೆ ಇಟ್ಟುಕೊಂಡು ನಂಜನಗೂಡಿನತ್ತ ಪ್ರಯಾಣಿಸಿದ.

ಹೋಟೆಲಲ್ಲಿ ಕಾಫಿ ಕುಡಿದು, ದೇವಸ್ಥಾನದ ಬಳಿಯ ಸ್ನಾನಘಟ್ಟಕ್ಕೆ ಬಂದಾಗ ಸಮಯ ಏಳಕ್ಕಿನ್ನೂ ಹತ್ತು ನಿಮಿಷವಿತ್ತು. ಕತ್ತಲಾಗಿತ್ತು. ಸ್ನಾನಘಟ್ಟ ಹೆಚ್ಚೂಕಮ್ಮಿ ಖಾಲಿಯಾಗಿತ್ತು. ಅಲ್ಲೊಬ್ಬರು ಇಲ್ಲೊಬ್ಬರು ನದಿ ಸ್ನಾನದಲ್ಲಿ ತೊಡಗಿದ್ದರು.

ಬೈಕು ನಿಲ್ಲಿಸಿ ಬ್ಯಾಗು ಕೈಗೆತ್ತಿಕೊಂಡ ಅಲೋಕ. ಆಗ ಫೋನು ರಿಂಗಾಯಿತು. ಅಲೋಕ ಬೆಚ್ಚಿದ. ಅದು ಆ ಖದೀಮರದ್ದೇ! ಅದು ಅವನ ಸಿಕ್ತ್ ಸೆನ್ಸ್ ಹೇಳಿತು!

ಮೊಬೈಲು ಕಿವಿಗಿಟ್ಟುಕೊಂಡ.

"ಪೆಟ್ಟಿಗೆ ತಂದಿದ್ದೀಯಾ..?"

"ತಂದಿದ್ದೀನಿ"

"ಗುಡ್. ಈಗ ಜಾಣನ ತರಾ ಅದನ್ನ ಪುರುಷರು ಉಡುಪು ಬದಲಿಸುವ ಕಟ್ಟಡದೊಳಗೆ, ಎಡಗಡೆಯಿಂದ ನಾಲ್ಕನೆಯ ಕ್ಯಾಬಿನ್ನಿನಲ್ಲಿಟ್ಟು ಈಚೆ ಬಾ. ಅತ್ತಿತ್ತ ನೋಡದೆ ಸೀದಾ ದೇವಸ್ಥಾನದ ಹತ್ರ ಹೋಗು. ಅಲ್ಲಿ ನಿಮ್ಮಪ್ಪ ಸಿಗುತ್ತಾರೆ"

"ಸರಿ"

"ಎಲ್ಲಾ ಅರ್ಥವಾಯಿತ್ತಲ್ಲವೆ? ತರಲೆ ಮಾಡಬಾರದು. ನಾವು ಕೆಟ್ಟ ಜನ. ನಮಗೆ ಮೋಸ ಮಾಡಿದರೆ ಪರಿಣಾಮ ನೆಟ್ಟಗಿರೊಲ್ಲ. ಅರ್ಥವಾಯಿತೆ?"

"ಅರ್ಥವಾಯಿತು"

"ಓಕೆ ಗೋ"

ಈಗಾಗಲೇ ಅವರು ತನ್ನನ್ನು ಗಮನಿಸುತ್ತಿದ್ದಾರೆ ಎನ್ನುವುದು ಅರ್ಥವಾಯಿತು! ಸುತ್ತ ನೋಡಲೂ ಹೆದರಿಕೆ. ಅವರು ತಾನು ಬಂದಿರುವುದನ್ನು ನೋಡಿದ್ದಾರೆ ಎಂದರೆ ಇಲ್ಲೇ ಆಸುಪಾಸಿನಲ್ಲಿ ಇರಬಹುದು. ಅವರಲ್ಲಿ ಯಾರನ್ನಾದರೂ ಗುರುತಿಸಿದರೆ ಮುಂದೆ ಅನುಕೂಲ! ಅಲೋಕ ಸುತ್ತ ತಿರುಗಿ ನೋಡಲು ಪ್ರಯತ್ನಿಸಿದ.

ಮತ್ತೆ ಫೋನು ರಿಂಗಾಯಿತು.

"ನೀನು ಬುದ್ಧಿವಂತ ಅಂತ ಗೊತ್ತು. ಯಾರನ್ನ ನೋಡ್ತಿದ್ದೀಯಾ..? ಈ ಟ್ರಿಕ್ಸ್ ಎಲ್ಲಾ ಬೇಡ. ಮರ್ಯಾದೆಯಾಗಿ ಹೇಳಿದಷ್ಟು ಮಾಡಿದರೆ ನಿನಗೆ ಕ್ಷೇಮ"

ಅಲೋಕ ಫೋನು ಒಳಗಿಟ್ಟುಕೊಂಡ. ಹೆದರಬಾರದು ಎಂದುಕೊಂಡರೂ ಅವನ ನಿಯಂತ್ರಣ ಮೀರಿ ಹೆದರಿಕೆ ಆವರಿಸಿತು! ಹೆಜ್ಜೆ ಅಸ್ಥಿರವಾಯಿತು. ಎದೆ ಬಡಿತ ಹೆಚ್ಚಾಯಿತು! ಹಣೆಯ ಮೇಲೆ ಬೆವರು ಹನಿಗಳು ಮೂಡಿದವು. ಸ್ನಾನಘಟ್ಟದ ಪುರುಷರು ಉಡುಪು ಬದಲಿಸುವ ಕಟ್ಟಡದತ್ತ ನಡೆದ. ಅಲ್ಲಿ ಕಿಡ್ನ್ಯಾಪರ್ಸ್ಗಳ ಕಡೆಯವರು ಯಾರಾದರೂ ಇರಬಹುದೆ? ಅಧೀರತೆಯಿಂದ ಹೆಜ್ಜೆ ಹಾಕಿದ. ರಸ್ತೆ ಬದಿಯಿಂದ ನೂರು ಮೀಟರು ದೂರದಲ್ಲಿ ಆ ಕಟ್ಟಡ ಇತ್ತು.

ಆ ಕಟ್ಟಡದ ಬಳಿ ಬಂದಾಗ ಬಾಗಿಲ ಬಳಿ ಖಾಕಿ ಡ್ರೆಸ್ ಹಾಕಿಕೊಂಡಿದ್ದ ಮಧ್ಯವಯಸ್ಕನೊಬ್ಬ ನಿಂತಿದ್ದ.

"ಇನ್ನರ್ಧ ಗಂಟೆ ಮಾತ್ರ ಟೈಮಿರೋದು. ಆಮೇಲೆ ಬಾಗಿಲು ಹಾಕಿಬಿಡ್ತೀನಿ. ಅಷ್ಟರಲ್ಲಿ ನೀವು ಸ್ನಾನ ಮುಗಿಸಿ ಬರಬೇಕು. ಆಮೇಲೆ ಹೋಗಿ ದೇವಸ್ಥಾನದಲ್ಲಿ ಗಲಾಟೆ ಮಾಡಬೇಡಿ"

ಅಲೋಕನನ್ನು ನೋಡಿ ಹೇಳಿದ.

ಅಂದರೆ ಅವನು ಕಿಡ್ನಾಪರ್ಸ್‌ಯಪರ್ಸ್ ಕಡೆಯವನಲ್ಲ!.

"ಇಲ್ಲಾ, ಅಷ್ಟರಲ್ಲೇ ಬರ್ತೀನಿ. ಒಳಗೆ ತುಂಬಾ ಜನ ಇದ್ದಾರಾ..?" ಅಲೋಕ ಕೇಳಿದ.

"ಇಷ್ಟೊತ್ನಾಗೆ ಜನ ಎಲ್ಲಿರ್ತಾರೆ. ಎಲ್ಲಾ ಖಾಲಿ"

ಅಲೋಕನಿಗೆ ಇನ್ನಷ್ಟು ಧೈರ್ಯ!

ಒಳಗೆ ನೆಲದ ಮೇಲೆ ಪೂರಾ ನೀರು ಹರಡಿತ್ತು. ಕಿಡ್ನ್ಯಾಪರ್ಸ್ ಹೇಳಿದಂತೆ ತಾನು ತಂದಿದ್ದ ಬ್ಯಾಗಿನಿಂದ ಪೆಟ್ಟಿಗೆ ತೆಗೆದು ಎಡಗಡೆಯಿಂದ ನಾಲ್ಕನೆಯ ಕ್ಯಾಬಿನ್ನಿನಲ್ಲಿಟ್ಟ! ಏನೋ ಕಳೆದುಕೊಂಡ ಭಾವನೆ ಮೂಡಿತು! ಆದರೆ ಅದು ಮುಕ್ಕಾಲುಪಾಲು ನಕಲಿ ಎಂಬ ಸಮಾಧಾನ ಬೇರೆ! ಅಕಸ್ಮಾತ್ ಬರಹ ಇದ್ದ ತಾಳೆಗರಿಗಳಲ್ಲೇ ಮಾಹಿತಿ ಇದ್ದರೆ? ಅದು ಗೊತ್ತಿಲ್ಲ. ಮಾಹಿತಿ ಬ್ರಹ ಇರುವ ತಾಳೆ ಗರಿಗಳಲ್ಲಿದೆಯೋ ಇಲ್ಲಾ ತಾನು ತೆಗೆದುಕೊಂಡಿರುವ ಖಾಲಿ ಗರಿಗಳಲ್ಲಿದೆಯೋ..? ಖಾಲಿ ಗರಿಗಳಲ್ಲಿ ಹೇಗೆ ಇರಬಹುದು? ಅದಕ್ಕೇನಾದರೂ ವಿಶೇಷ ತಂತ್ರ ಇರಬಹುದೆ..? ಪೊಟ್ಟಣದಲ್ಲಿರುವ ಆ ಪುಡಿಗಳು ಉಪಯೋಗಿಸಿದರೆ ಮಾಹಿತಿ ಸಿಗಬಹುದೆ? ಅಷ್ಟಕ್ಕೂ ಆ ಮಾಹಿತಿ ಯಾವುದರ ಬಗೆಗೆ? ಆ ಮಾಹಿತಿಯಿಂದ ಏನು ಉಪಯೋಗ? ಸಧ್ಯಕ್ಕೆ ಈ ಪೆಟ್ಟಿಗೆಯನ್ನು ಹಸ್ತಾಂತರಿಸಲೇಬೇಕಾಗಿದೆ! ಹೀಗೆ ಮಾಡದೆ ತನಗೆ ಬೇರೆ ದಾರಿಯೇ ಇಲ್ಲ. ಅಲೋಕ ತನಗೆ ತಾನು ಸಮಜಾಯಿಸಿ ಹೇಳಿಕೊಂಡ. ಒಮ್ಮೆ ಆ ಕಟ್ಟಡದೊಳಗಿನ ಚಿತ್ರ ಮನಸ್ಸಿನಲ್ಲಿ ತುಂಬಿಕೊಂಡ. ಅಲ್ಲಿ ಯಾರಾದರೂ ಅವಿತುಕೊಂಡಿರಬಹುದು ಎಂಬ ನಂಬಿಕೆ ಅವನಲ್ಲಿತ್ತು. ಬಹುಶಃ ತಾನು ಅಲ್ಲಿಂದ ಹೊರಟ ಮೇಲೆ ಅದನ್ನು ತೆಗೆದುಕ್ಕೊಳ್ಳುತ್ತಾರೆ. ತನ್ನ ಕಣ್ಣಿಗೆ ಅವರು ಬೀಳುವುದಿಲ್ಲ. ಅಷ್ಟು ಜಾಗ್ರತೆ ವಹಿಸುತ್ತಾರೆ. ಏನಾದರಾಗಲೀ ತನಗೆ ಅದರೆ ಚಿಂತೆ ಬೇಡ ಎಂದುಕ್ಕೊಳ್ಳುತ್ತಾ ಈಚೆ ಬಂದ.

"ಯಾಕೆ? ನದೀಗೋಗಲ್ಲವೆ?"

ಆಚೆ ನಿಂತಿದ್ದ ಕಾವಲುಗಾರ ಕೇಳಿದ.

"ಇಲ್ಲಾ. ಬೆಳಿಗ್ಗೆ ಬರ್ತೀನಿ"

ಎಂದು ಅವನ ಉತ್ತರಕ್ಕೆ ಕಾಯದೆ ಬೈಕಿನ ಕಡೆಗೆ ನಡೆದ.

ಬೈಕಿನ ಬಳಿ ಬಂದಾಗ ಮತ್ತೆ ಹಿಂದೆ ತಿರುಗಿ ನೋಡುವ ಮನಸ್ಸಾಯಿತು. ಬೇಡ ಎಂದಿತು ವಿವೇಕ. ಬೈಕಿನ ಸ್ಟ್ಯಾಂಡ್ತೆಗೆದು ನೋಡಿಯೂ ನೋಡದಂತೆ ಆ ಬಿಲ್ಡಿಂಗಿನ ಕಡೆ ನೋಡಿದ.

ಕಾವಲುಗಾರನನ್ನು ಬಿಟ್ಟರೆ ಅಲ್ಲಾರೂ ಕಾಣಿಸಲಿಲ್ಲ. ಏನಾದರಾಗಲೀ ಇನ್ನು ಅದರ ಗೊಡವೆ ಬೇಡ. ಅಪ್ಪ ಒಬ್ಬರು ವಾಪಸ್ಸು ಬಂದರೆ ಸಾಕು ಎಂದುಕೊಂಡು ಬೈಕ್ ಸ್ಟಾರ್ಟ್ ಮಾಡಿ ದೇವಸ್ಥಾನದ ಕಡೆಗೆ ಪ್ರಯಾಣಿಸಿದ.

ಬೈಕನ್ನು ಸ್ಟಾ್ಯಂಡಿನಲ್ಲಿ ನಿಲ್ಲಿಸಿ ದೇವಸ್ಥಾನದ ಬಳಿ ಬಂದ. ಸಂಜೆಯ ಕೊನೆಯ ಪೂಜೆಯ ಸಮಯ. ಭಕ್ತರು ಅವಸರದಲ್ಲಿ ದೇವಸ್ಥಾನದೊಳಕ್ಕೆ ಧಾವಿಸುತ್ತಿದ್ದರು. ದೇವಸ್ಥಾನದ ಪ್ರವೇಶದ ಬಳಿ ಅಲೋಕ ಕಾದುನಿಂತ. ಸುತ್ತಲಿನ ಜಾಗ ಮತ್ತು enರನ್ನು ಸೂಕ್ಷ್ಮವಾಗಿ ಗಮನಿಸತೊಡಗಿದ. ಅಪ್ಪ ಈಗ ಬರಬೇಕು. ಕಿಡ್ನ್ಯಾಪ್ಮಾಡಿದವರು ಅಪ್ಪನನ್ನು ಬಿಡುಗಡೆ ಮಾಡಬೇಕು. ಅವರು ಬಯಸಿದ್ದು ಈಗವರ ಕೈಗೆ ಸಿಕ್ಕಿದೆ. ಆ ಬೆತ್ತದ ಪೆಟ್ಟಿಗೆಯಲ್ಲಿರುವ ವಸ್ತುಗಳ ಸಹಾಯದಿಂದ ಏನೋ ಮಾಡುತ್ತಾರೆ? ಆ ಪೆಟ್ಟಿಗೆಯ ವಸ್ತುಗಳೇ ಬೆಲೆ ಬಾಳುವಂತವೋ ಇಲ್ಲಾ ಅವುಗಳ ಮೂಲಕ ಬೆಲೆಬಾಳುವಂತದ್ದುಏನಾದರೂ ಸಿಗುವುದೋ?

ಹತ್ತು ನಿಮಿಷ ಕಳೆದಿತ್ತು! ಅಪ್ಪನ ಸುಳಿವಿರಲಿಲ್ಲ! ಯಾಕೆ..? ಇನ್ನೂ ಹತ್ತು ನಿಮಿಷ ಕಾಯೋಣ ಎನ್ನಿಸಿತು. ಅಲ್ಲಿ ನಿಂತಿರುವ ಕಾರು ಮತ್ತು ಇತರ ವಾಹನಗಳನ್ನು ಅಲೋಕ ಗಮನಿಸಿದ. ಅಪಹರಣಕಾರರು ತನ್ನ ತಂದೆಯನ್ನು ಕರೆದು ತಂದಿದ್ದರೆ ಅಂತ ಯಾವುದಾದರೊಂದು ವಾಹನದಲ್ಲಿ ಕೂರಿಸಿಕೊಂಡಿರುತ್ತಾರೆ ಎನಿಸಿತು. ಇಲ್ಲದಿದ್ದರೆ ಬೆತ್ತದ ಪೆಟ್ಟಿಗೆ ಸ್ನಾನ ಘಟ್ಟದ ಕಟ್ಟಡದಲ್ಲಿ ಇಟ್ಟೊಡನೆಯೇ ನಿಮ್ಮ ತಂದೆ ದೇವಸ್ಥಾನದ ಬಳಿ ಸಿಗುತ್ತಾರೆ ಎಂದು ಹೇಳುತ್ತಿರಲಿಲ್ಲ.

ಇಪ್ಪತ್ತು ನಿಮಿಷ ಕಳೆಯಿತು! ಅಪ್ಪನ ಸುಳಿವಿರಲಿಲ್ಲ! ಮಾತಿಗೆ ತಪ್ಪಿದರೆ? ಪೆಟ್ಟಿಗೆಯೊಳಗಿನ ವಸ್ತುಗಳು ನಕಲಿ ಎಂದು ತಿಳಿಯಿತೆ? ಅಪ್ಪನನ್ನು ಅವರೇಕೆ ಇನ್ನೂ ಬಿಟ್ಟಿಲ್ಲ? ಇನ್ನೆಷ್ಟು ಕಾಲ ಕಾಯಬೇಕು? ಅಲೋಕ ತನ್ನ ಮೊಬೈಲು ತೆಗೆದ. ಅದಕ್ಕೆ ಕರೆ ಮಾಡಿದ್ದ ಅಪಹರಣಕಾರನ ನಂಬರು ಅಲ್ಲಿತ್ತು! ಫೋನು ಮಾಡಲೆ ಎಂದು ಯೋಚಿಸಿದ! ಹೌದು ಮಾಡಿ ನೋಡೋಣ. ಏನಿದರ ಮರ್ಮ? ತಂದೆಯ ಅಪಹರಣ! ವಾರದ ನಂತರ ಆ ಬೆತ್ತದ ಪೆಟ್ಟಿಗೆಗಾಗಿ ಬೆದರಿಕೆ! ಅದು ಕೊಟ್ಟರೆ ಅಪ್ಪನ ಬಿಡುಗಡೆಯ ವಾಗ್ದಾನ! ಈಗ? ತನ್ನನ್ನು ಕಾಯಿಸುತ್ತಿದ್ದಾರೆ!

ಅಲೋಕ ಕಾಲ್ ಮಾಡಿದ. ರಿಂಗ್ ಆಯಿತು! ಉಸಿರು ಬಿಗಿ ಹಿಡಿದು ಆಲಿಸಿದ. ಕಾಲ್ ರಿಸೀವ್ ಆಗಲಿಲ್ಲ! 'ನೀವು ಕರೆ ಮಾಡಿರುವ ಚಂದಾದಾರರು ಯಾವುದೇ ಕರೆಗಳನ್ನು ಸ್ವೀಕರಿಸುತ್ತಿಲ್ಲ. ಸ್ವಲ್ಪ ಸಮಯದ ನಂತರ ಪ್ರಯತ್ನಿಸಿ' ಎಂಬ ಮುದ್ರಿತ ಮಾಹಿತಿ ಕೇಳಿಸಿತು. ಆಫ್ ಮಾಡಿ ಮತ್ತೆ ರಿಂಗ್ ಮಾಡಿದ. ಮತ್ತದೇ ಪ್ರತಿಕ್ರಿಯೆ! ಸುತ್ತ ನೋಡಿ ಐದು ನಿಮಿಷ ಬಿಟ್ಟು ಮತ್ತೆ ಕಾಲ್ ಮಾಡಿದ. ಈ ಸಲ ಫೋನ್ ಸ್ವಿಚ್ ಆಫ್ ಮಾಡಿರುವುದಾಗಿ ಮುದ್ರಿತ ಧ್ವನಿ ಕೇಳಿಸಿತು! "ಪಾಪಿಗಳು ಕೈಕೊಟ್ಟರು" ಎಂದುದ್ಗರಿಸಿದ ಅಲೋಕ!

ಅಪ್ಪನನ್ನು ಅವರು ಈಗಲೇ ಬಿಡುಗಡೆ ಮಾಡುವುದಿಲ್ಲ ಎನಿಸಿತು. ಅವರ ಕೆಲಸ ಮುಗಿಯುವ ತನಕ ಅವರನ್ನು ಬಿಡುಗಡೆ ಮಾಡುವುದಿಲ್ಲ! ಬಿಡುಗಡೆ ಮಾಡಿದರೆ ಅವರ ಬಗೆಗೆ ಅಪ್ಪ ಪೋಲೀಸರಿಗೆ ಮಾಹಿತಿ ನೀಡಬಹುದು ಎಂಬ ಅನುಮಾನವಿರಬಹುದು! ಇಲ್ಲವೇ ತಂದೆಯಿಂದ ಇನ್ನೂ ಅವರಿಗೆ ಆಗಬೇಕಾದ ಕೆಲಸ ಬಾಕಿ ಇದೆ!

ಅಪ್ಪ ದೇವಸ್ಥಾನದ ಒಳಗಿರಬಹುದೆ? ಆ ಯೋಚನೆಗೆ ದೇವಸ್ಥಾನದೊಳಗೆಲ್ಲಾ ನೋಡಿ ಬಂದ ಅಲೋಕ. ಎಲ್ಲೂ ಅವರ ಸುಳಿವೇ ಇರಲಿಲ್ಲ!

ಇನ್ನು ಇಲ್ಲಿ ಕಾಯುವುದು ವ್ಯರ್ಥ! ಅಪ್ಪ ಬರುವುದಿಲ್ಲ! ಇನ್ನು ಮುಂದಿನ ಹೆಜ್ಜೆ ಇಡಬೇಕು! ಪೋಲೀಸಿಗೆ ವಿಷಯ ತಿಳಿಸುವುದು ಒಳ್ಳೆಯದೆನಿಸಿತು. ಹೋಗುವ ಮುಂಚೆ ಅಲ್ಲಿರುವ ವಾಹನಗಳನ್ನು ಪರೀಕ್ಷಿಸೋಣ ಎನ್ನಿಸಿತು. ವಾಹನಗಳ ಪಾರ್ಕಿಂಗಿನಲ್ಲಿ ನಿಂತಿದ್ದ ವಾಹನಗಳ ಬಳಿ ಹೋಗಿ ಕಿಟಿಕಿಯ ಗಾಜುಗಳ ಮೂಲಕ ಒಳಗಿರುವವರನ್ನು ನೋಡಿದ. ಹಾಗೆ ಮಾಡುವುದನ್ನು ಯಾರಾದರೂ ಆಕ್ಷೇಪಿಸುವ ಭಯವಿತ್ತು! ಆ ಭಯದಲ್ಲಿಯೇ ಕೆಲವು ವಾಹನಗಳನ್ನು ಸೂಕ್ಷ್ಮವಾಗಿ ಪರೀಕ್ಷಿಸಿದ. ಒಂದೆರಡು ವಾಹನಗಳಲ್ಲಿ ಡ್ರೈವರುಗಳು ಇದ್ದರು. ಅನುಮಾನದಿಂದ ಅಲೋಕನನ್ನು ನೋಡಿದರು. "ಯಾರನ್ನೋ ಹುಡುಕ್ತಿದ್ದೀನಿ" ಎಂದು ಅಲೋಕ ಹೇಳಿ ಮುಂದೆ ಸರಿದಿದ್ದ.

ವಾಹನ ಪರೀಕ್ಷೆ ಯಾವುದೇ ಫಲ ನೀಡಲಿಲ್ಲ. ಇನ್ನು ತಡಮಾಡುವುದು ಆತ್ಮವಂಚನೆ ಎನಿಸಿ ಬೈಕ್ ಹತ್ತಿ ಪೋಲೀಸ್ ಠಾಣೆಯ ಬಳಿ ಬಂದ.

ಎಸ್.ಐ ಸುಧಾಕರ್ ಅಲೋಕನನ್ನು ನೋಡಿ ಪರಿಚಯದ ನಗೆ ನಕ್ಕರು. ಅಲೋಕ ಈವರೆಗೆ ನಡೆದದ್ದನ್ನು ಇನ್‌ಸ್ಪಕ್ಟರರಿಗೆ ತಿಳಿಸಿದ.

"ಇದೆಲ್ಲಾ ಮೊದಲೇ ಯಾಕೆ ನಮಗೆ ಹೇಳಲಿಲ್ಲ? ವಿಷಯ ಮುಚ್ಚಿಡೋದೂ ಅಪರಾಧ ನೆನಪಿರಲಿ. ಇನ್ನು ನೀವು ಈ ಕೇಸಿನಲ್ಲಿ ಯಾವುದನ್ನೂ ಮುಚ್ಚಿಡುವ ಹಾಗಿಲ್ಲ. ಕಿಡ್ನಾಪ್ ಮಾಡಿರುವವರ ನಂಬರ್ ಕೊಡಿ ಅದನ್ನು ಟ್ರೇಸ್

ಮಾಡಿಸುತ್ತೀನಿ. ಅವರು ನಿಮ್ಮ ತಂದೆಯನ್ನು ಸುಲಭದಲ್ಲಿ ಬಿಟ್ಟುಕೊಡುತ್ತಾರೋ ಇಲ್ಲವೋ ಗೊತ್ತಿಲ್ಲ. ನೋಡೋಣ ನಮ್ಮ ಇನ್‌ವಸ್ಟಿಗೇಶನ್ ಚುರುಕು ಮಾಡ್ತೀವಿ. ಇದು ಮೇಲು ನೋಟಕ್ಕೆ ಕಾಣಿಸುವಷ್ಟು ಸಿಂಪಲ್ಲಾಗಿಲ್ಲ! ಆ ಪೆಟ್ಟಿಗೆಯಲ್ಲಿನ ವಸ್ತುಗಳು ಏನು ಅನ್ನೋದು ಗೊತ್ತಾಗ್ತಾ ಇಲ್ಲ! ಅದನ್ನು ನೀವು ಕೊಡಬಾರದಿತ್ತು! ಯಾವ ಬ್ಲಾಕ್‌ಮ್ಯೆಲರ್ಸೂ ಒಂದೇ ಬೇಡಿಕೆಗೆ ಎಲ್ಲಾ ಮುಗಿಸೋದಿಲ್ಲ."

"ಸಾರಿ ಸರ್. ಈಗ ಗೊತ್ತಾಯಿತು. ಇನ್ನು ಯಾವುದನ್ನೂ ಮುಚ್ಚಿಟ್ಟುಕ್ಕೊಳ್ಳೋದಿಲ್ಲ. ನಿಮ್ಮ ಮೊಬೈಲ್ ನಂಬರು ಕೊಡಿ ಸಾರ್. ಏನು ನಡೆದರೂ ನಿಮಗೆ ತಿಳಿಸ್ತೇನೆ"

ಸುಧಾಕರ್ ಇಬ್ಬರು ಪಿಸಿಗಳನ್ನು ಕರೆದು ದೇವಸ್ಥಾನದ ಬಳಿ ಹೋಗಿ ವಿಚಾರಣೆ ಮಾಡುವಂತೆ ಹೇಳುತ್ತಿರುವಾಗ ಠಾಣೆಯಿಂದೀಚೆ ಬಂದ ಅಲೋಕ. ಅವನ ಮುಂದೆ ದೊಡ್ಡ ಪ್ರಶ್ನೆಯಿತ್ತು! ಮುಂದೇನು? ತಾಯಿಗೂ ಹೆಚ್ಚಿನ ವಿಷಯ ಹೇಳಿರಲಿಲ್ಲ! ಭುವಿಗೂ ಹೆಚ್ಚೇನೂ ಗೊತ್ತಿಲ್ಲ! ಈಗ ನಡೆದಿರುವುದು ಹೇಳಿದರೆ ಅವರಿಗೆ ಇನ್ನಷ್ಟು ಗಾಬರಿಯಾಗುತ್ತೆ! ಅಪ್ಪ ಮನೆಗೆ ಬರಲಿಲ್ಲ! ಕೆಲಸದ ರಜಾ ದಿನಗಳು ಮುಗಿಯುತ್ತಿವೆ! ಅಮ್ಮನನ್ನು ಬಿಟ್ಟು ಬೆಂಗಳೂರಿಗೆ ಹೋಗಿ ಕೆಲಸಕ್ಕೆ ಹಾಜರಾಗಲಾಗದು! ಕರೆಕೊಂಡು ಹೋಗಲು ಅಲ್ಲಿ ಮನೆಯಿಲ್ಲ! ಮನೆ ಮಾಡಲು ಸಾಕಷ್ಟು ಹಣವಿಲ್ಲ! ಅಪ್ಪ ಮನೆಗೆ ಬಾರದೆ ಬೆಂಗಳೂರಿಗೆ ಹೋಗುವಂತಿರಲಿಲ್ಲ!

೩

ಶ್ರೀರಂಗಪಟ್ಟಣದ ಹೊರವಲಯದ ಒಂದು ತೋಟದ ಮನೆ. ಯಾವುದೋ ಕಾಲದಲ್ಲಿ ಕಟ್ಟಿಸಿದ್ದ ಆ ಮನೆ ಶಿಥಿಲವಾಗಿತ್ತು. ಚಾವಣಿಯ ಹೆಂಚುಗಳು ಬಹುತೇಕ ಬಿದ್ದು ಹೋಗಿದ್ದವು. ಒಂದೆರಡು ಕೊಠಡಿಗಳಲ್ಲಿ ಮಾತ್ರ ಹೆಂಚು ಇನ್ನೂ ಉಳಿದಿದ್ದವು. ಅಂತದೊಂದು ಕೊಠಡಿಯಲ್ಲಿ ವಯಸ್ಸಾದ ವ್ಯಕ್ತಿಯೊಬ್ಬ ಧೂಳು ಹಿಡಿದ ಕುರ್ಚಿಯೊಂದರಲ್ಲಿ ಕುಳಿತಿದ್ದರು. ಅವರು ಅಲೋಕನ ತಂದೆ ಶಾಮರಾಯರು. ಅವರ ಕೈಕಾಲುಗಳು ಹಗ್ಗದಲ್ಲಿ ಬಂಧಿತವಾಗಿದ್ದವು! ಅರವತ್ತು ದಾಟಿದ್ದ ಅವರ ಶರೀರ ಆ ಸ್ಥಿತಿಯಲ್ಲಿ ಮರಗಟ್ಟಿಹೋಗಿತ್ತು. ಶರೀರದ ಎಲ್ಲ ಭಾಗಗಳಲ್ಲೂ ನೋವು ಹಿಂಡುತ್ತಿತ್ತು; ನರಳುತ್ತಿದ್ದರು. ವಾರದಿಂದ ಅವರು ಹೆಚ್ಚೂ ಕಡಿಮೆ ಅದೇ ಸ್ಥಿತಿಯಲ್ಲಿದ್ದರು.

ದೂರದಲ್ಲಿ ಬೈಕಿನ ಶಬ್ದ ಕೇಳಿತು. ಅಬ್ಬಾ! ಕೊನೆಗೂ ಅವನು ಬಂದ! ಹತ್ತು ನಿಮಿಷ ತಡವಾದರೆ ಜಲಬಾಧೆಯನ್ನು ತಡೆಯಲು ಸಾಧ್ಯವೇ ಇಲ್ಲ. ಈಗಾಗಲೇ ಹೊಲಸಾಗಿರುವ ಬಟ್ಟೆಗಳು ಇನ್ನಷ್ಟು ಹೊಲಸಾಗುತ್ತವೆ. ಎಂದೂ ಹೀಗೆ ಸ್ನಾನವಿಲ್ಲದೆ, ಬಟ್ಟೆ ಬದಲಿಸದೆ ಇದ್ದುದೇ ಇಲ್ಲ! ಇದೆಂತಾ ದುರ್ವಿಧಿ ಎಂದು ತಮ್ಮ

ಸ್ಥಿತಿಗೆ ತಾವೇ ಮರುಗಿದರು ಶಾಮರಾಯರು.

ಬೈಕು ಆ ತೋಟದ ಮನೆಯ ಮುಂದೆ ನಿಂತಿತು. ಅದರಿಂದ ಇಳಿದವನೊಬ್ಬ ಮನೆಯನ್ನು ಪ್ರವೇಶಿಸಿದ.

"ಬೇಗ ಬಾರೋ ಪಾಪಿ! ಮೊದಲು ಈ ಕಟ್ಟು ಬಿಚ್ಚು, ದೇಹ ಭಾಧೆ ತೀರಿಸಿಕ್ಕೊಳ್ಳಬೇಕು"

ಶಾಮರಾಯರು ಚೀರಿದರು.

"ತಡ್ಕೊಳ್ಳಯ್ಯ. ಪ್ರಾಣ ಏನೂ ಹೋಗಿಲ್ಲ!" ಬಾಗಿಲಿನ ಬೀಗ ತೆಗೆದು ಒಳಗೆ ಬಂದ ಸುಮಾರು ಮೂವತ್ತರ ಆಸುಪಾಸಿನಲ್ಲಿದ್ದ ಒಬ್ಬ ಜೀನ್ಸ್ಧಾರಿ ಅವರ ಕೈಕಾಲುಗಳಿಗೆ ಕಟ್ಟಿದ್ದ ಹಗ್ಗ ಬಿಚ್ಚಿದ.

"ಬೇಗ ಬಿಚ್ಚೋ..ಬೇಗ ಬಿಚ್ಚೋ.." ಶಾಮರಾಯರು ಆತುರಪಡಿಸುತ್ತಿದ್ದರು.

"ಏನಾದ್ರೂ ಛತ್ರಿ ಕೆಲಸ ಮಾಡಿದರೆ ಜೀವ ಕಳ್ಕೊತೀಯ" ಕೈಯಲ್ಲಿ ಹಿಡಿದ ಚಾಕು ತೋರಿಸಿ ಹೆದರಿಸಿದ ಜೀನ್ಸ್ದಾರಿ

ಬಂಧನದಿಂದ ಬಿಡುಗಡೆಯಾದ ಶಾಮರಾಯರು ಮರಗಟ್ಟಿದ ಕಾಲುಗಳನ್ನು ಸ್ವಾಧೀನಕ್ಕೆ ತಂದುಕ್ಕೊಳ್ಳುತ್ತಾ, ತಟ್ಟಾಡುತ್ತಾ ಒಂದು ಕಾಲದಲ್ಲಿ ಆ ತೋಟದ ಮನೆಯವರು ಉಪಯೋಗಿಸುತ್ತಿದ್ದ ಶೌಚಾಲಯದತ್ತ ಧಾವಿಸಿದರು.

ವಾಪಸ್ಸು ಬಂದಾಗ ಶಾಮರಾಯರ ಕೈಗೊಂದು ಪ್ಲಾಸ್ಟಿಕ್ ಕವರ್ ಕೊಟ್ಟು ಅವನು "ಬೇಗ ತಿನ್ನು. ಈಗ ಬಾಸ್ ಬರ್ತಾರೆ" ಎಂದು ಹೇಳಿದ.

"ಯಾವೋನು ನಿಮ್ಮ ಬಾಸು..?"

"ಇಂತಾ ಸ್ಥಿತೀಲೂ ನಿನ್ನ ಪೊಗರಿಗೇನೂ ಕಮ್ಮಿಯಿಲ್ಲ"

ಅವನು ಅಣಕಿಸಿದ.

ಹಿಂದಿನ ದಿನ ಮಧ್ಯಾನ್ಹವಷ್ಟೆ ಆಹಾರ ತಿಂದಿದ್ದ ಶಾಮಣ್ಣ, ಆತುರದಿಂದ ಪ್ಲಾಸ್ಟಿಕ್ ಕವರ್ ಬಿಡಿಸಿ ಅದರಲ್ಲಿದ್ದ ನಾಲ್ಕು ಇಡ್ಲಿಗಳನ್ನು ಗಬಗಬನೆ ತಿಂದರು. ನಡುವೆ ಗಂಟಲಲ್ಲಿ ಆಹಾರ ಸಿಕ್ಕಿಕೊಂಡು ಕೆಮ್ಮಿದರು. ಜೀನ್ಸಿನವ ನೀರಿನ ಬಾಟಲಿ ಅವರ ಮುಂದೆ ಹಿಡಿದ.

ದೂರದಲ್ಲಿ ಕಾರಿನ ಶಬ್ದ ಕೇಳಿಸಿ ಅವನು "ಲೇ..ಮುದ್ಕಾ ಬೇಗ ಮುಗ್ಸು" ಎಂದು ಅವಸರಿಸಿದ.

ಶಾಮಣ್ಣ ನೀರು ಕುಡಿದು ದೊಡ್ಡ ನಿಟ್ಟುಸಿರುಬಿಟ್ಟರು! ಇಲ್ಲ...ಇನ್ನು ತಾನು ಸಾವಿಗೆ ಹೆದರಬಾರದು! ಈ ದುಷ್ಟರ ಕೈಯಿಂದ ಪಾರಾಗಬೇಕು! ಇಲ್ಲವೇ ಸಾಯಬೇಕು! ಇವರ ಇವರು ಯಾವ ಉದ್ದೇಶಕ್ಕಾಗಿ ತನ್ನನ್ನು ಇಲ್ಲಿ ಬಂಧಿಸಿದ್ದಾರೋ ಅದು ಈಡೇರಲು ಬಿಡಬಾರದು ಎಂದುಕೊಂಡರು.

ಆಚೆ ಬಾಗಿಲು ತೆಗೆದ ಶಬ್ದ. ಮೂರು ಜನ ಒಳಗೆ ಬಂದರು! ಅವರಲ್ಲಿ ಇಬ್ಬರು ಅವರಿಗಾಗಲೇ ಪರಿಚಿತರು! ತಮ್ಮನ್ನು ಜಮೀನಿನ ಬಳಿ ಪ್ರಜ್ಞೆ ತಪ್ಪಿಸಿ ಇಲ್ಲಿಗೆ ಕರೆದು ತಂದವರು. ಆ ಮೂರನೆಯವನು ಮಾತ್ರ ಹೊಸಬ! ಅವನನ್ನು ಎಲ್ಲೋ ನೋಡಿದಂತೆನಿಸಿತು! ಅಂತಾ ಕೆಟ್ಟ ಸ್ಥಿತಿಯಲ್ಲೂ ಅವರು ನೆನಪಿನ ಮೂಲೆಗಳನ್ನು ತಡಕಿದರು. ಎಲ್ಲೋ ನೋಡಿದ ನೆನಪು! ಎಷ್ಟೋ ವರ್ಷಗಳ ಹಿಂದಿನ ನೆನಪು! ಅವನೇ ಇವನೇ..? ಇರಬಹುದೆ..? ತಮ್ಮೂರಿನ ಶ್ರೀಕಂಠಯ್ಯನವರ ಮಗ ಜಯರಾಮಯ್ಯನವರ ಜೊತೆಯಲ್ಲಿ ಮೈಸೂರಿನಲ್ಲಿ ಹದಿನೈದು ವರ್ಷಗಳ ಹಿಂದೆ ನೋಡಿದ ನೆನಪು! ತಡರಾತ್ರಿ ಇಬ್ಬರೂ ತಮ್ಮ ಮನೆಗೆ ಬಂದಿದ್ದರು! ಸಾಲ ಕೇಳಲು..ಹತ್ತು ಸಾವಿರ! ಹದಿನೈದು ವರ್ಷಗಳ ಹಿಂದಿನ ಹತ್ತು ಸಾವಿರ! ಅದಾಗ ಲಕ್ಷಕ್ಕೆ ಸಮಾನವಾಗಿತ್ತು! ಅಷ್ಟು ಹಣ ಅವರಿಗೆ ಬೇಕಾಗಿದ್ದು ರೇಸ್ ಆಡಲು! ತನ್ನಲ್ಲಿ ಅಷ್ಟು ಹಣ ಇರಲಿಲ್ಲ, ಇದ್ದಿದ್ದರೂ ರೇಸ್ ಆಡಲು ಕೊಡುವ ಮನಸ್ಸೂ ಇರಲಿಲ್ಲ! ಅದೇ ಕೊನೆ! ಆಮೇಲೆ ಅವರಿಬ್ಬರನ್ನೂ ನೊಡೇ ಇರಲಿಲ್ಲ. ಜಯರಾಮಯ್ಯ ಸತ್ತ ನಂತರ ಜಗ್ಗು ಊರಿನ ಆಸ್ತಿಯೆಲ್ಲಾ ಮಾರಿ ಬೊಂಬಾಯಿಗೆ ಹೋಗಿದ್ದ! ಆಮೇಲೆ ಅವನ ನೆನಪು ಊರಲ್ಲಿ ಯಾರಿಗೂ ಇರಲಿಲ್ಲ! ಈಗ ಅದೇ ಜಗ್ಗು ಇಲ್ಲಿ! ತನ್ನ ಮುಂದೆ!! ನಂಬಿಕೆ ಬಾರದೆ ಮತ್ತೊಮ್ಮೆ ನೋಡಿದರು. ನಿಜ ಅವನೇ ಜಗ್ಗು! ಆನೆ ಮರಿಯಂತಿದ್ದವನು ಈಗ ಸೊರಗಿ ನಿಂತಿದ್ದ! ಮುಖದಲ್ಲಿ ನರಿoii ಮುಖಭಾವ ಮಾತ್ರ ಬದಲಾಗಿಲ್ಲ! ಇವನೇಕೆ ಇಲ್ಲಿ ? ಅಂದು ಹಣ ಕೊಡದಿದ್ದಕ್ಕೆ ಪ್ರತೀಕಾರ ಈ ಅಪಹರಣವೆ? ಆದೂ ಇಷ್ಟು ವರ್ಷಗಳ ನಂತರ?

"ನೀನು ಜಗನ್ನಾಥ ಅಲ್ಲವೆ..?" ಶಾಮಣ್ಣ ಕುತೂಹಲ ತಡೆಯದೆ ಕೇಳಿದರು.

"ಗುರ್ತು ಸಿಗ್ತಾ? ಪರ್ವಾಗಿಲ್ಲ. ನೆನಪು ಚೆನ್ನಾಗಿದೆ. ಅದ್ರಿಂದ ನಿನಗಾಗಲೀ ನನಗಾಗಲೀ ಯಾವ ಪ್ರಯೋಜನವೂ ಇಲ್ಲ!"

ಅವನು ನಕ್ಕು ನುಡಿದ.

"ಇಂತಾ ಹೀನ ಕೆಲಸಕ್ಕೆ ನೀನು ಇಳೀತೀಯಾಂತ ನಾನಂದ್ಕೊಂಡಿರಲಿಲ್ಲ"

ಶಾಮಣ್ಣ ತಿರಸ್ಕಾರದಿಂದ ಹೇಳಿದರು.

"ಏ..ಜಗ್ಗ ಮಾತು ಸಾಕು ಕೆಲಸ ನೋಡು" ಥೇಟ್ ಸಿನಿಮಾದಿಂದ ಇಳಿದು ಬಂದ ಖಳನಂತಿದ್ದ ಸಫಾರಿಯಲ್ಲಿದ್ದವನು ಗದರಿದ.

"ರತನ್, ಅತುರ ಮಾಡ್ಬೇಡ"

"ನೀವೆಲ್ಲಾ ಯಾರು? ನನ್ನಿಂದ ಏನಾಗಬೇಕು..?" ಶಾಮಣ್ಣ ಕನಲಿದರು.

"ಲೋ..ಕಾರಲ್ಲಿ ಒಂದು ಬೆತ್ತದ ಪೆಟ್ಟಿಗೆಯಿದೆ ಅದನ್ನ ಎತ್ಕೊಂಡು ಬಾರೋ.."

ರತನ್ ಮಾತಿಗೆ ಜೀನ್ಸಿನಲ್ಲಿದ್ದವನು ಆಚೆ ಹೋದ.

"ಶಾಮಣ್ಣ, ನೀನು ಬದುಕಿ ಇಲ್ಲಿಂದ ಹೋಗಬೇಕೆಂದರೆ ನಾವು ಹೇಳಿದ ಹಾಗೆ ಕೇಳಬೇಕು. ಹೆಚ್ಚೂ ಕಮ್ಮಿ ಮಾಡೋಕೆ ಹೋದ್ರೆ ಪರಿಣಾಮ ನೆಟ್ಟಗಾಗೊಲ್ಲ"

"ನೀನು ಕೆಟ್ಟು ಬಾಂಬೆಗೆ ಹೋದೆ ಅಂತಾ ಗೊತ್ತಿತ್ತು. ಆದ್ರೆ ಇಷ್ಟು ಕೆಟ್ಟಿದ್ದೀಯಾಂತ ಗೊತ್ತಿರಲಿಲ್ಲ"

"ಏ ಜಗ್ಗು ಪೈಸಾ ನಹೀ ಮಿಲೇತೋ ಕುತ್ತೇಕಾ ಮೌತ್ ಹೋಗ ತುಮಾರ"

"ಸೇಟ್ ತಡ್ಕೋ..ಈ ಜಗ್ಗೂ ಹಾಗೆಲ್ಲಾ ಸಾಯೋನಲ್ಲ"

"ನಾವು ನಿನಗೇನು ಕೇಡು ಮಾಡಿದ್ದೀವೋ..? "

ಅಷ್ಟರಲ್ಲಿ ಜೀನ್ಸಿನವನು ಬೆತ್ತದ ಪೆಟ್ಟಿಗೆ ಹಿಡಿದುಕೊಂಡು ಬಂದ. ಅದನ್ನು ನೋಡಿ ಶಾಮರಾಯರಿಗೆ ಅಚ್ಚರಿ!

"ಇದು ನಿನ್ನ ಹತ್ರ ಹೇಗ್ಬಂತು? ಯಾರು ಕೊಟ್ಟರು?"

ಶಾಮಣ್ಣ ಆಶ್ಚರ್ಯಚಕಿತರಾಗಿದ್ದರು!

"ಅದ್ನೆಲ್ಲಾ ಹೇಳೋಕೆ ಟೈಮಿಲ್ಲ. ಮೊದ್ಲು ಈ ಪೆಟ್ಟಿಗೆ ತೆಗೆದು ಆ ನಿಧಿ ಎಲ್ಲಿದೆ ಹೇಳು"

ಜಗ್ಗು ಅಸಹನೆಯಿಂದ ಹೇಳಿದ.

"ನಿಧಿ? ಯಾವ ನಿಧಿ? ನಿನಗೆ ಹುಚ್ಚು ಹಿಡಿದಿರಬೇಕು? ಏನು ಮಾತಾಡ್ತಿದ್ದೀಯ?"

"ಶಾಮಣ್ಣ ನಾನು ಏನು ಮಾತಡ್ತಿದ್ದೀನೀಂತ ನಿಮಗೆ ಚೆನ್ನಾಗಿ ಗೊತ್ತು! ನಮ್ಮ ತಾತ ಶ್ರೀಕಂಠಶಾಸ್ತ್ರಿಗಳನ್ನ ನೆನಪು ಮಾಡ್ಕೊಳ್ಳಿ. ಅಷ್ಟು ಮಾಡಿ, ಈ ಪೆಟ್ಟಿಗೆ ನೋಡಿ ನಿಧಿ ಎಲ್ಲಿದೆ ಹೇಳಿ, ಜೀವ ಉಳಿಸ್ಕೊಳ್ಳಿ"

ಜಗ್ಗು ಮಾತಿನಲ್ಲಿ ವಿಶ್ವಾಸ ತುಂಬಿತ್ತು. ಆ ಪೆಟ್ಟಿಗೆಯಲ್ಲಿ ನಿಧಿಯೊಂದರ ರಹಸ್ಯ ಜಾಗದ ವಿವರ ಇದೆ ಎನ್ನುವುದನ್ನು ಅವನು ತಾತನ ಬಾಯಿಂದ ಹಲವು ಸಲ ಕೇಳಿದ್ದ. ಅದೊಂದು ಜಾನಪದ ಕತೆಯಂತಿತ್ತು! ತೀರಾ ಚಿಕ್ಕವನಾಗಿದ್ದಾಗಲೇ ಆ ಪೆಟ್ಟಿಗೆಯನ್ನು ಶಾಮಣ್ಣನ ಮನೆಯಿಂದ ಅಪಹರಿಸಿ ನಿಧಿಂiiನ್ನು ವಶ ಮಾಡಿಕ್ಕೊಳ್ಳುವ ಬಗೆಗೆ ಯೋಚಿಸಿದ್ದ.

"ಜೀವದ ಬಗ್ಗೆ ನನಗೆ ಯೋಚನೆಯಿಲ್ಲ. ಈ ಪೆಟ್ಟಿಗೇನ ನಾನು ಈವರೆಗೆ ತೆಗೆದು ನೋಡಿಲ್ಲ. ಹಾಗೆ ಮಾಡೊಲ್ಲಾಂತ ನಮ್ಮ ತಂದೆ ನನ್ನ ಹತ್ರ ಮಾತು ತಗೊಂಡಿದ್ದರು. ಆ ಮಾತನ್ನು ಉಳಿಸಿಕೊಂಡು ಬಂದಿದ್ದೀನಿ. ನೀನು ಹೇಳೋ ನಿಧಿಯ ವಿಷಯ ನನಗೆ ಗೊತ್ತಿಲ್ಲ"

"ನಾಟಕ ಆಡಬೇಡ ಶಾಮಣ್ಣ! ನಿನಗೆ ಎಲ್ಲಾ ಗೊತ್ತು!" ಜಗ್ಗು ಖಡಕ್ಕಾಗಿ ಹೇಳಿದ.

"ಏ..ಜಗ್ಗು ಟೈಮ್ ಬರ್ಬಾದ್ ಮತ್ ಕರೋ..ಪೇಠೀ ಉನ್ಕೋ ದೋ" ರತನ್ ಎಚ್ಚರಿಸಿದ.

ಬೆತ್ತದ ಪೆಟ್ಟಿಗೆಯನ್ನು ನೆಲದ ಮೇಲಿಟ್ಟು ಅದರ ಮುಚ್ಚಳ ತೆಗೆದ ಜಗ್ಗು.

ಶಾಮಣ್ಣ ಯಾವುದೇ ಪ್ರತಿಕ್ರಿಯೆ ತೋರದೆ ನಿಂತೇ ಇದ್ದರು. ಇವರ ಕೈಗೆ ಇದು ಹೇಗೆ ಬಂತು? ಮನೆಯವರನ್ನು ಹೆದರಿಸಿ ಇದನ್ನು ಪಡೆದರಾ? ಈ ಸಮಯಕ್ಕೆ ಅಲೋಕ ಊರಿಗೆ ಬಂದಿರುತ್ತಾನೆ. ಅವನಿಗೆ ಹೊಡೆದು ಬಡಿದು ಪೆಟ್ಟಿಗೆ ಪಡೆದಿದ್ದಾರಾ..? ಇಲ್ಲಾ ಕಳವು ಮಾಡಿದ್ದಾರಾ..?

"ಏನು ಯೋಚಿಸ್ತಿದ್ದೀಯ? ಜೀವ ಬೇಡಾನ್ನಿಸ್ತಾ ಇದೆಯಾ..?" ಜಗ್ಗು ಸೊಂಟಕ್ಕೆ ಸಿಕ್ಕಿಸಿಕೊಂಡಿದ್ದ ರಿವಾಲ್ವರ್ ತೆಗೆದ.

ಶಾಮಣ್ಣನ ಗುಂಡಿಗೆ ಹೊಡೆದುಕೊಂಡಿತು! ನಿಜಕ್ಕೂ ಇವನು ತನ್ನನ್ನು ಸಾಯಿಸುತ್ತಾನಾ..? ಮೆಲ್ಲನೆ ನೆಲದ ಮೇಲ್ಲಿದ್ದ ಆ ಪೆಟ್ಟಿಗೆಯ ಮುಂದೆ ಕೂತರು. ಕೂರುವಾಗ ಅಂತಾ ಸ್ಥಿತಿಯಲ್ಲಿ ವಾರ ಕಳೆದಿದ್ದರಿಂದ ಅವರ ಕೈಕಾಲುಗಳು ತಮ್ಮ ಸಹಜ ಚಲನೆಯನ್ನು ಕಳಿದುಕೊಂಡಿದ್ದವು. ಮೊಣಕಾಲಿನ ಅಸಾಧ್ಯ ನೋವಿಗೆ ನರಳಿದರು. ಕೂತು ಪೆಟ್ಟಿಗೆಯ ಒಳಗೆ ನೋಡಿದರು. ನಿಜ ಅದೇ ಪೆಟ್ಟಿಗೆ! ತನ್ನ ತಂದೆ ಅದರ ಬಗೆಗೆ ಹೇಳಿದ್ದರು! ಅದು ಯಾವ ಕಾರಣಕ್ಕೂ ಇತರರ ಕೈಗೆ ಸಿಗಬಾರದು ಎಂದಿದ್ದರು! ಆದರೆ ನಿಧಿ? ಅದನ್ನು ನಂಬಿರಲಿಲ್ಲ! ಅದೆಲ್ಲವೂ ಕಟ್ಟುಕತೆಯಂತಿತ್ತು! ಅದು ನಿಜವಾಗಿದ್ದಿದ್ದರೆ ಅದು ಈವರೆಗೆ ಗುಟ್ಟಾಗಿರುತ್ತಿರಲೇ ಇಲ್ಲ. ಅಜ್ಞಾತವಾಗಿ, ತಮ್ಮ ವಶದಲ್ಲಿದ್ದ ಪೆಟ್ಟಿಗೆಗೆ ಇಷ್ಟು ಬೆಲೆಯೇ? ಇದಕ್ಕೆ ಈಗ ಮಹತ್ವ ಬಂದಿದೆ! ಅದಕ್ಕಾಗಿ ತಮ್ಮ ಅಪಹರಣ! ಇನ್ನು ಜಾನಕಿ ಮತ್ತು ಅಲೋಕನ ಸ್ಥಿತಿ ಏನಾಗಿದೆಯೋ? ತಾನು ಕಾಣೆಯಾಗಿರುವುದು ಅಲೋಕನಿಗೆ ಗೊತ್ತಾಗಿರುತ್ತೆ! ಅವನು ಊರಿಗೆ ಬಂದಿರುತ್ತಾನೆ! ಆದರೆ ಈವರೆಗೆ ಏನು ಮಾಡುತ್ತಿದ್ದಾನೆ? ತನ್ನನ್ನು ಹುಡುಕುವ ಪ್ರಯತ್ನ ಮಾಡಿಲ್ಲವೇಕೆ?

ಅದರಲ್ಲಿದ್ದ ವಸ್ತುಗಳನ್ನು ಒಂದೊಂದಾಗಿ ಈಚೆ ತೆಗೆದು ನೋಡಿದರು ಶಾಮಣ್ಣ.

"ಹೇಳಿ ಬೇಗ..ಆ ನಿಧಿ ಎಲ್ಲಿದೆ?"

ಜಗ್ಗು ಅವಸರಿಸಿದ.

"ಹುಚ್ಚ! ಅಷ್ಟು ಬೇಗ ಅದು ಸಿಕ್ಕೋ ಹಾಗಿದ್ದರೆ ಈವರೆಗೆ ಅದಿಷ್ಟೊತ್ತಿಗೆ ಯಾರ ಸ್ವತ್ತೋ ಆಗಿರುತ್ತಿತ್ತು. ನಮ್ಮಪ್ಪ ಈ ನಿಧಿ ಕತೆ ಹೇಳಿದ್ದು ನಿಜ. ಆದರೆ ಅದು ಕತೆ!

ನಿಜಕ್ಕೂ ನಿಧಿ ಎಲ್ಲೂ ಇಲ್ಲ! ಅದೆಲ್ಲಿದೆ ಅನ್ನೋದು ಈ ವಸ್ತುಗಳಿಂದ ಹೇಗೆ ತಿಳಿಯುತ್ತೆ? ಶಂಖ, ಗಂಟೆ, ಪುಡಿಗಳು, ಓಲೆಗರಿ!! ಇದ್ರಲ್ಲಿ ಬರೆದಿರೋದನ್ನ ಓದೋಕೆ ನನ್ನಿಂದಂತೂ ಸಾಧ್ಯವಿಲ್ಲ. ನನ್ನ ಕನ್ನಡಕವೂ ಇಲ್ಲ. ಜೊತೆಗೆ ಇದರಲ್ಲಿ ಬರೆದಿರೋದು ಹಳೆ ಕಾಲದ ಅಕ್ಷರಗಳು. ಯಾರಾದ್ರೂ ಹಳೆ ಕಾಲದ ಶಾಸನ ಓದುವವರನ್ನ ಹುಡುಕಿಸಿ ಅವರ ಕೈಯಲ್ಲಿ ಓದಿಸಬೇಕು"

"ಕ್ಯಾ ಬಾತ್ ಹೈ" ರತನ್ ಕೇಳಿದ.

"ಇದರಲ್ಲಿರೋದು ಓದೋಕೆ ಆಗೊಲ್ಲವಂತೆ. ಅಕ್ಷರ ಹಳೇಕಾಲದ್ದು. ಅದನ್ನು ಓದೋಕೆ ನುರಿತವರು ಬೇಕಂತೆ"

ಜಗ್ಗು ನಿರಾಸೆಯಿಂದ ರತನನಿಗೆ ಹಿಂದಿಯಲ್ಲಿ ಹೇಳಿದ.

"ಶಾಮಣ್ಣ, ಆಟ ಕಟ್ಟಾ ಇಲ್ಲತಾನೆ?" ಜಗ್ಗು ರಿವಾಲ್ವರ್ ಗುರಿಯಿಟ್ಟು ಹೆದರಿಸಿದ.

"ಆಟ ಕಟ್ಟೋ ಹಾಗಿದ್ದರೆ ಇಷ್ಟು ವರ್ಷ ನನ್ನ ಮನೇಲೇ ಇದ್ದ ಇದನ್ನ ಉಪಯೋಗಿಸಿಕೊಂಡು ನಿಧಿ ನಾನೇ ತಗೋತಿರಲಿಲ್ಲವೆ? ನಿನ್ನ ತನಕ ಇದನ್ನ ನಾನು ಯಾಕಿಡಬೇಕಾಗಿತ್ತು? ಈ ನಿಧಿ ಆಸೆ ಬಿಟ್ಟು ಬೇರೆ ದುಡಿಮೆ ದಾರಿ ಹುಡುಕಿಕೋ"

"ಈ ನಿಧೀನ ಹುಡುಕಿ ಕೊಡದಿದ್ದರೆ ಇವನು ನನ್ನನ್ನ ಸಾಯಿಸಿಬಿಡ್ತಾರೆ ಶಾಮಣ್ಣ" ಜಗ್ಗನ ಮಾತು ಕೇಳಿ ಶಾಮಣ್ಣನವರಿಗೆ ಅಚ್ಚರಿಯಾಯಿತು! ಪಿಸ್ತೂಲು ಹಿಡಿದು ತನ್ನ ಮೇಲೆ ಗುಂಡು ಹಾರಿಸಿ ಸಾಯಿಸಲು ಸಿದ್ಧನಾಗಿದ್ದ ಜಗ್ಗು ತಾನೇ ಸತ್ತಂತೆ ನಿಂತಿದ್ದ!

"ಅಂತಾದ್ದೇನಾಯ್ತು?" ಶಾಮಣ್ಣ ಅಂತಾ ಸ್ಥಿತಿಯಲ್ಲೂ ಅವನಿಗೆ ಕನಿಕರಿಸಿದರು.

"ಏನು ಹೇಳಲಿ? ಬಾಂಬೆಗೆ ಹೋದ ಮೊದಲಿಗೆ ರೇಸು, ಬೆಟ್ಟಿಂಗಿನಲ್ಲಿ ಕೋಟಿಗಟ್ಟಲೆ ಹಣ ಸಂಪಾದನೆ ಮಾಡಿದೆ. ಕೆಟ್ಟ ಕಾ ಬಂತು ಗಳಿಸಿದ್ದೆಲ್ಲಾ ಕಳ್ಕೊಂಡೆ! ನನ್ನ ಐಷಾರಾಮೀ ಜೀವನ ನೋಡಿ ಕೋಟಿಗಟ್ಟಲೆ ಸಾಲ ಕೊಟ್ಟಿದ್ದ ಈ ರತನ್! ಈಗ ಅದರ ವಸೂಲಿಗೆ ನಿಂತಿದ್ದಾನೆ. ಅದನ್ನ ತೀರಿಸ್ಕೋಳ್ಳೋಕೆ ನೆನಪಾಗಿದ್ದು ತಾತ ಹೇಳ್ತಿದ್ದ ಈ ನಿಧಿ"

ಜಗ್ಗು ನಿಜಕ್ಕೂ ಸೋತಿದ್ದ! ಆವನ ಸ್ಥಿತಿ ನೋಡಿ ಕೆಟ್ಟದೆನಿಸಿತು ಶಾಮಣ್ಣನಿಗೆ.

"ಈ ನಿಧಿ ಎಷ್ಟು ನಿಜವೋ ಗೊತ್ತಿಲ್ಲ ಜಗನ್ನಾಥ..ನಾನು ಸುಳ್ಳು ಹೇಳ್ತಿಲ್ಲ. ಶ್ರೀಕಂಠಶಾಸ್ತ್ರಿಗಳ ಮೇಲಿನ ಗೌರವಕ್ಕೆ ಹೇಳ್ತಿದ್ದೀನಿ. ಅಂತಾ ಆಸೆ ತಮಗೆ ಬರಬಾರದು ಅಂತಾನೇ ಈ ಪೆಟ್ಟಿಗೇನೆ ನಮ್ಮ ತಂದೆ ಹತ್ರ ಕೊಟ್ಟರು. ನಿಜವಾದ

ಸಾತ್ವಿಕರು ಅವರು! ನಮ್ಮಪ್ಪನಿಗೂ ಅಂತಾ ಯಾವ ದುಷ್ಟ ಯೋಚನೆಯೂ ಬಂದಿರಲಿಲ್ಲ. ಈಗ ಪೆಟ್ಟಿಗೆ ನಿನ್ನ ಕೈಸೇರಿದೆ. ಇದು ನಿನ್ನ ಕೈಗೆ ಸೇರಿದ್ದಕ್ಕೆ ನನಗೇನೂ ಬೇಜಾರಿಲ್ಲ. ಇದರಲ್ಲಿ ನನಗೆ ಕಿಂಚಿತ್ತೂ ಆಸಕ್ತಿ ಇಲ್ಲ. ಕಷ್ಟಪಟ್ಟು ದುಡಿದದ್ದೇ ನಮಗೆ ದಕ್ಕೋದಿಲ್ಲ, ಇನ್ನು ಯಾರದ್ದೋ ನಿಧಿ ನಮಗೆ ಸಿಗುತ್ತೇನು? ನೀನು ವಾಮಮಾರ್ಗದಲ್ಲಿ ಕೋಟಿಗಟ್ಟಲೆ ದುಡಿದು ಈಗ ಖಾಲಿಯಾಗಿದ್ದೀಯ? ಇನ್ನು ಈ ರತನ್..? ಇವನ ಸ್ಥಿತೀನೂ ಇದೇನೇ! ನನ್ನ ಮಾತು ನಂಬು!"

"ಏ ಜಗ್ಗೂ ಟೈಮ್ ಬರಬಾದ್ ಮತ್ ಕರೋ..ರಾಸ್ತಾ ದೂಂಡೋ!" ರತನ್ ಅಸಹನೆಯಿಂದ್ ಕುದಿಯುತ್ತಿದ್ದ! .

"ಶಾಮಣ್ಣ ನಿನಗೆ ಕೈಮುಗಿದು ಬೇಡ್ಕೋತೀನಿ...ಈ ಸ್ಥಿತೀಲಿ ನನಗೆ ಈ ನಿಧಿ ಹುಡುಕದೆ ಬೇರೆ ದಾರಿ ಇಲ್ಲ..ನಿಮಗೆ ಗೊತ್ತಿರೋ ಹಾಗೆ ಈ ಓಲೆಗರಿಗಳನ್ನ ಯಾರು ಓದಬಹುದು ಹೇಳ್ತೀರಾ..?"

"ಇಲ್ಲ. ಅದನ್ನ ಹೇಳಿದ್ರೆ ನೀನು ಹೋಗಿ ಅವರಿಗೂ ತೊಂದ್ರೆ ಕೊಡ್ತೀಯ" ಶಾಮಣ್ಣ ಧೈರ್ಯ ತಂದುಕೊಂಡು ಹೇಳಿದರು.

"ಶಾಮಣ್ಣ, ಮಾಡಬಾರದ್ದು ಮಾಡಿ ಈ ಸ್ಥಿತೀತಿಗೆ ಬಂದಿರೋ ನಾನು ಕೊಲೆ ಮಾಡೋಕೂ ಹೇಸೊಲ್ಲ! ಒಂದೇ ಒಂದು ಗುಂಡು ಸಾಕು, ನಿನ್ನ ಜೀವ ತೆಗೆಯೋಕೆ. ಹೇಳು ಇದನ್ನ ಯಾರು ಓದಬಹುದು?" ಜಗ್ಗು ಶಾಮಣ್ಣನ ಹಣೆಯ ಮೇಲೆ ರಿವಾಲ್ವರಿನ ನಳಿಕೆ ಹಿಡಿದ.

ಶಾಮಣ್ಣನವರಿಗೆ ಗಾಬರಿಯಾಯಿತು. ಅವನು ತನ್ನನ್ನು ಸಾಯಿಸಲು ಹೇಸುವುದಿಲ್ಲ ಎನ್ನುವುದು ಖಾತ್ರಿಯಾಯಿತು. ಆದರೆ ತನಗೆ ಗೊತ್ತಿದ್ದವರನ್ನು ಕಷ್ಟಕ್ಕೆ ಸಿಕ್ಕಿಸಲು ಮನಸ್ಸು ಒಪ್ಪಲಿಲ್ಲ.

ಜಗ್ಗು ಟ್ರಿಗರ್ ಮೇಲೆ ತನ್ನ ಬೆರಳ ಹಿಡಿತವನ್ನು ಹೆಚ್ಚಿಸುತ್ತಾ ಹೋದ!

ಮೂರು ಸಲ ರಿವಾಲ್ವರ್ ಬೆಂಕಿಯೊಂದಿಗೆ ಗುಂಡುಗಳನ್ನು ಸಿಡಿಸಿತು!!

ಗುಂಡು ತಗುಲಿದವ ಮಾರಣಾಂತಿಕವಾಗಿ ಚೀರಿದ!! ದೊಪ್ಪನೆ ನೆಲಕ್ಕೆ ಬಿದ್ದ!!

ಆ ಹಳೆಮನೆಯಲ್ಲಿ ಗೂಡು ಕಟ್ಟಿಕೊಂಡಿದ್ದ ಹಕ್ಕಿಗಳು ಚೀರಾಡುತ್ತಾ, ಟಪಟಪನೆ ರೆಕ್ಕೆ ಬಡಿಯುತ್ತಾ ಹಲವು ದಿಕ್ಕುಗಳಿಗೆ ಹಾರಿದವು!!

***

ಅಲೋಕನ ವರ್ತನೆಗೆ ಭುವಿ ಚಿಂತಿತಳಾಗಿದ್ದಳು. ತಂದೆ, ಮನೆಯಿಂದ ಕಾಣೆಯಾದ ದಿವಸದಿಂದ ಅವನು ಸರಿಯಾಗಿ ಮಾತಾಡುತ್ತಿಲ್ಲ. ಅಲ್ಲಿ ಏನಾಗಿದೆ ಎಂದೇ ತಿಳಿಯುತ್ತಿರಲಿಲ್ಲ. ಹಾರಿಕೆಯ ಚುಟುಕು ಉತ್ತರಗಳನ್ನಷ್ಟೇ ನೀಡುತ್ತಿದ್ದ. ಯಾಕೋ ಅಲೋಕ ತನ್ನಿಂದ ದೂರವಾಗುತ್ತಿದ್ದಾನೆ ಎಂಬ ಭಾವನೆ ಕೊರೆಯಲಾರಂಭಿಸಿತ್ತು. ಮುಂದಿನ ತಿಂಗಳಷ್ಟೇ ಎಂಗೇಜ್ಮೆಂಟು! ಆದರೆ ಈಗಿನ

ಪರಿಸ್ಥಿತಿಯಲ್ಲಿ ಅದು ನಡೆಯುವುದೋ ಇಲ್ಲವೋ ಎನ್ನುವುದು ಅನುಮಾನ! ಅವನ ತಂದೆ ತಾವೇ ಮನೆ ಬಿಟ್ಟು ಹೋಗಿರಬಹುದೆ? ಇಲ್ಲಾ ಯಾರಾದರೂ ಕಿಡ್ನ್ಯಾಪ್ಮಾಡಿರಬಹುದೆ? ಮನೆ ಬಿಟ್ಟು ಹೋಗುವುದಕ್ಕಾಗಲೀ ಇಲ್ಲಾ ಕಿಡ್ನ್ಯಾಪ್ಮಾಡುವುದಕ್ಕಾಗಲೀ ಬಲವಾದ ಕಾರಣ ಬೇಕಲ್ಲ? ಅದು ಜೀವನದ ಬಗೆಗೆ ಜಿಗುಪ್ಸೆ ಇರಬಹುದು, ಹಣ ಇರಬಹುದು, ಇಲ್ಲಾ ದ್ವೇಷ ಇರಬಹುದು. ಯಾವುದೂ ಇಲ್ಲದೆ ಯಾರೂ ಮನೆ ಬಿಟ್ಟು ಹೋಗೊಲ್ಲ ಇಲ್ಲಾ ಯಾರದರೂ ಕಿಡ್ನ್ಯಾಪ್ಮಾಡೋದಿಲ್ಲ.

ಆಫೀಸ್ಗೆ ಅರ್ಧ ದಿನ ರಜ ಹಾಕಿ ಭುವಿ ಮನೆಗೆ ಮರಳಿದಳು. ಊಟ ಮುಗಿಸಿ ರೂಮು ಸೇರಿ ಅಲೋಕನಿಗೆ ಫೋನು ಮಾಡಿದಳು.

"ಹಲೋ ಭುವಿ ಹೇಗಿದ್ದೀಯಾ...?" ಕೆಲ ಕ್ಷಣಗಳ ನಂತರ ಅಲೋಕನ ದನಿ ಕೇಳಿ ಸಮಾಧಾನವಾಯಿತು ಭುವಿಗೆ. ಅವನ ಆಡಿದ ಮಾತಿನ ಧಾಟಿ ಕೇಳಿದರೆ ಅವನ ಬಳಿ ಮಾತಾಡಲು ಸಾಕಷ್ಟು ಸಮಯವಿದೆ ಎನಿಸಿತು.

"ಏನಾಗ್ತಿದೆ? ಎಲ್ಲಿದ್ದೀಯ?"

"ಸುಲಭದಲ್ಲಿ ಹೇಳೋಕಾಗೊಲ್ಲ. ನನ್ನ ಫೋನು ಯಾರೋ ಟ್ಯಾಪ್ ಮಾಡುತ್ತಿರೋ ಅನುಮಾನ"

"ಯಾರು? ಯಾಕೆ? ಡೋಂಟ್ ಬಿ ಸಿಲ್ಲಿ. ನಿನ್ನ ಫೋನು ಯಾರು ಟ್ಯಾಪ್ ಮಾಡ್ತಾರೆ...?"

"ಪರಿಸ್ಥಿತಿ ಹಾಗಿದೆ. ನಿನಗೆ ಅರ್ಥವಾಗೊಲ್ಲ"

"ಅಪ್ಪ?"

"ಇನ್ನೂ ಬಂದಿಲ್ಲ. ಅವರು...ಅಂದ್ರೆ ಗೊತ್ತಲ್ಲ? ಅವರು ಕೇಳಿದ್ದೆಲ್ಲಾ ಕೊಟ್ಟಿದ್ದೇನೆ"

"ನಿನೊಂದ್ಸಲ ಬೆಂಗ್ಳೂರಿಗೆ ಬಂದು ಅಪ್ಪನ ಹತ್ರ ಮಾತಾಡು ಅಂತ ಎಷ್ಟು ಸಲ ಹೇಳಿದ್ದೀನಿ. ಹೋಗಲಿ ನಾನೇ ಮಾತಾಡಲೇ?"

"ನಾನು ಬೆಂಗಳೂರಿಗೆ ಬಂದ್ರೆ ಇಲ್ಲಿ ಅಮ್ಮ? ಅಪ್ಪನ್ನ ಈಗಾಗ್ಲೇ ಕಳ್ಕೊಂಡಿದ್ದೀನಿ, ಇನ್ನು ಅಮ್ಮನೂ ಇಲ್ಲದ ಹಾಗೆ ಆದ್ರೆ..?"

"ಹಾಗೇನೂ ಆಗೊಲ್ಲ. ಧೈರ್ಯವಾಗಿರು. ಯಾವಾಗ ಬೆಂಗ್ಳೂರಿಗೆ ಬರ್ತೀಯ? ನಿನ್ನಕೆಲಸ...?"

"ರಜ ಮುಂದುವರಿಸಿದ್ದೀನಿ. ಸೂಕ್ಷ್ಮವಾಗಿ ಬಾಸಿಗೆ ವಿಷಯ ತಿಳಿಸಿದ್ದೀನಿ"

"ಈಗೆಲ್ಲಿದ್ದೀಯ? ಪೋಲೀಸಿನವರ ಕಡೆಯಿಂದ ಏನು ಪ್ರೊಗ್ರೆಸ್ಸು?"

"ಫೋನಲ್ಲಿ ಎಲ್ಲಾ ಹೇಳೋಕಾಗೊಲ್ಲ"

"ಮತ್ತೆ ಬಂದ್ಬಿಡು"

"ಅದೂ ಆಗೊಲ್ಲ"

"ಮತ್ತೇನು ಮಾಡ್ಬೇಕೂಂತಿದ್ದೀಯ?"

"ನನ್ನ ಪರಿಸ್ಥಿತಿ ಅರ್ಥ ಮಾಡ್ಕೋ!"

"ಓ.ಕೆ..ಕೂಲ್‌ಡನ್. ಒಂದ್ಮಾತು ನೆನಪಲ್ಲಿ ಇಟ್ಕೋ..ನಾನು ನಿನಗೋಸ್ಕರ ಕಾಯ್ತಾ ಇದ್ದೀನಿ. ಏನೇ ಬೆಳವಣಿಗೆಗಳಾದರೂ ನನಗೆ ಹೇಳಬೇಕು. ಓ. ಕೆ..?"

"ಸರಿ.."

ಭುವಿ ಫೋನು ಸ್ವಿಚ್ ಆಫ್ ಮಾಡಿ ಅಲೋಕನ ಬಗೆಗೆ ಯೋಚಿಸತೊಡಗಿದಳು. ಏನಾಗಿರಬಹುದು ಅಲ್ಲಿ? ಅಲೋಕನ ಫೋನನ್ನು ನಿಜವಾಗಿಯೂ ಯಾರಾದರೂ ಟ್ಯಾಪ್ ಮಾಡುತ್ತಿರಬಹುದೆ? ಆದರೆ ಯಾಕೆ? ಅವನ ಬಳಿ ಇರಬಹುದಾದ ರಹಸ್ಯವಾದರೂ ಏನು?

***

ರೋಹಿತನನ್ನು ಆದರದಿಂದ ಬರಮಾಡಿಕೊಂಡರು ಇನ್‌ಸ್‌ಪಕ್ಟರ್ ಸುಧಾಕರ್. ರೋಹಿತ್ ಮತ್ತು ಸುಧಾಕರ್ ಇಬ್ಬರೂ ಸಬ್ ಇನ್‌ಸ್ಪ್‌ಪಕ್ಟರ್ ತರಬೇತಿ ಸಮಯದ ಸ್ನೇಹಿತರು. ರೋಹಿತ್ ಶ್ರೀರಂಗಪಟ್ಟಣದಲ್ಲಿ ಕಾರ್ಯನಿರ್ವಹಿಸುತ್ತಿದ್ದ. ಇಬ್ಬರಿಗೂ ಇದು ಮೊದಲ ವರ್ಷದ ಕೆಲಸ!

"ಇದೇನು ಅಚಾನಕ್ ಭೇಟಿ?" ಸುಧಾಕರ್ ಅಚ್ಚರಿಯಿಂದ ಕೇಳಿದ.

"ಡ್ಯೂಟಿ" ರೋಹಿತ್ ಟೀ ಗುಟುಕರಿಸುತ್ತಾ ಹೇಳಿದ.

"ಏನು ವಿಷಯ?"

"ಶ್ರೀರಂಗಪಟ್ಟಣದ ತೋಟದ ಮನೆಯೊಂದರಲ್ಲಿ ಕೊಲೆಯಾಗಿದೆ, ಗನ್‌ಷಟ್ನಿಂದ. ಅವನು ಈ ತಾಲ್ಲೋಕಿನ ತೊರವೆ ಗ್ರಾಮದವನು"

ರೋಹಿತನ ಮಾತಿಗೆ ಸುಧಾಕರ್ ಸಿಳ್ಳು ಹಾಕಿದ!

"ಯಾಕೆ?" ರೋಹಿತ್ ಅಚ್ಚರಿಗೊಂಡ.

"ತೊರವೆಯಲ್ಲಿ ನನ್ನದೂ ಒಂದು ಕೇಸಿದೆ. ಅದು ಕಿಡ್ನ್ಯಾಪ್ಕೇಸು. ಅದಕ್ಕೂ ಇದಕ್ಕೂ ಸಂಬಂಧ ಇರಬಹುದಾ..?"

"ನಡಿ, ಹೋಗಿ ವಿಚಾರಿಸೋಣ"

"ಓಕೆ. ಮೊದಲು ಟೀ ಮುಗಿಸು. ಊಟ ಮಾಡೋಣ ಆಮೇಲೆ ತೊರವೆ"

"ನೋ..ನೋ..ಮೊದಲು ಕೆಲಸ ಆಮೇಲೆ ಊಟ"

"ಆ ಮಾತು ನಿನ್ನ ಬಾಯಿಂದಲೇ ಬರಲಿ ಅಂತ ಕಾದಿದ್ದೆ! ಆಲ್ವೇಸ್ ಡ್ಯೂಟಿ ಫಸ್ಟ್!"

ಇಬ್ಬರೂ ನಗುತ್ತಾ ಸ್ಟೇಷನ್ನಿನ ಹೊರಗೆ ಬಂದು ಜೀಪು ಹತ್ತಿದರು. ಜೀಪು ತೊರವೆಯತ್ತ ಚಲಿಸಿತು.

“ಕೊಲೆಯಾದ ವ್ಯಕ್ತಿ ಐಡೆಂಟಿಫಿಕೇಶನ್ನು?”

“ಅವನ ಹತ್ರ ಇದ್ದ ಮೊಬೈಲ್‌ನಿಂದ ಹೆಸರು ಜಗನ್ನಾಥ್ ಜಯರಾಮಯ್ಯ ತೊರವೆ. ಹೆಸರೂ ಬಾಡಿ ಮ್ಯಾಚ್ ಮಾಡಿಲ್ಲ. ಬಾಡಿ ಒಬ್ಬರದು, ಮೊಬೈಲು ಇನ್ನೊಬ್ಬರದ್ದು ಇರಬಹುದು. ಅದನ್ನ ಕನ್¥s಼ರ್ಮ್ ಮಾಡಿಲ್ಲ. ಅದಕ್ಕೇ ತೊರವೆಯ ಜನ ಬೇಕು. ಸರಿ ನಿನ್ನ ಕೇಸು?”ರೋಹಿತ್ ಸುಧಾಕರನತ್ತ ನೋಡಿದ.

“ತೊರವೆಯ ಶಾಮರಾವ್ ಅಂತ ಒಬ್ಬರು ರಿಟೈರ್ಡ್ ವ್ಯಕ್ತಿ ಕಿಡ್ನ್ಯಾಪ್‌ಆಗಿದಾರೆ. ಕಂಪ್ಲೈಂಟ್ ಕೊಟ್ಟಿರೋದು ಅವರ ಮಗ ಅಲೋಕ. ಬೆಂಗ್ಳೂರಲ್ಲಿ ಕೆಲಸ ಮಾಡ್ತಿದ್ದಾನೆ. ಶಾಮರಾವ್ ಬೆಂಗಳೂರಲ್ಲಿ ಕೆಲಸದಲ್ಲಿದ್ದು, ರಿಟೈರ್ ಆದ್ಮೇಲೆ ವಾಪಸ್ಸು ಊರಿಗೆ ಬಂದು ಈಗ ವ್ಯವಸಾಯ ಮಾಡ್ತಿದ್ದಾರೆ. ಯಾರೋ ಬಿಲ್ಡರ್ ಬಂದಿದ್ದನಂತೆ. ಆಮೇಲೆ ಅವರು ಕಿಡ್ನ್ಯಾಪ್‌ಆಗಿದ್ದಾರೆ. ಟ್ರೇಸ್ ಆಗಿಲ್ಲ. ಅವರ ಮನೇಲಿ ಒಂದು ಹಳೇಕಾಲದ ಪೆಟ್ಟಿಗೆ ಇತ್ತಂತೆ. ಅದನ್ನ ಡಿಮ್ಯಾಂಡ್ ಮಾಡಿ ಕಾಲ್ ಬಂದಿತ್ತಂತೆ. ಪೆಟ್ಟಿಗೇನೇನೋ ಕೊಟ್ಟುಬಿಟ್ಟಿದ್ದಾರೆ. ಆದ್ರೆ ತಂದೆ ವಾಪಸ್ಸಾಗಿಲ್ಲ”

“ಸೋ ಈಗ ತೊರವೆಯಿಂದ ಅಲೋಕನನ್ನು ಕರೆದುಕೊಂಡು ಬಂದು ಬಾಡಿ ಐಡೆಂಟಿಫಿಕೇಶನ್ನು ಮಾಡಿಸಬಹುದು”

“ಎಸ್..ಜೊತೆಗೆ ನನ್ನ ಕೇಸಿನಲ್ಲಿ ಏನಾದ್ರೂ ಡವಲಪ್ಮೆಂಟ್ ಇದೆಯಾಂತ ಅಲೋಕನನ್ನು ವಿಚಾರಿಸೋದು”

ಸ್ನೇಹಿತರು ಮಾತಾಡುತ್ತಲೇ ತೊರವೆ ಬಂದಿತ್ತು. ಅಲೋಕನ ಮನೆಯ ಮುಂದೆ ಜೀಪು ನಿಂತಿತು.

ಅಲೋಕ ಎಚ್ಚರಿಕೆಯಿಂದ ಬಾಗಿಲು ತೆಗೆದ. ಅವನಿಗೀಗ ಎಲ್ಲರಲ್ಲೂ, ಎಲ್ಲದರಲ್ಲೂ ಅನುಮಾನ! ತಂದೆ ಮನೆಗೆ ಬಂದಿಲ್ಲ! ಪೆಟ್ಟಿಗೆಯ ಹಸ್ತಾಂತರವಾಗಿದೆ. ಭುವಿಗೂ ತನ್ನ ಮೇಲೆ ಅನುಮಾನ! ಮುಂದೇನು ಮಾಡಬೇಕೆಂಬುದು ಹೊಳೆಯದೆ ಪೆಚ್ಚಾಗಿದ್ದ ಅಲೋಕನಿಗೆ ಬಾಗಿಲಾಚೆ ನಿಂತಿದ್ದ ಸುಧಾಕರ್ ಮತ್ತು ರೋಹಿತ್ ನೋಡಿ ಅಚ್ಚರಿಯಾಯಿತು.

“ನಮಸ್ಕಾರ ಸರ್” ಕೊಂಚ ವಿಚಲಿತನಾಗಿದ್ದ ಅಲೋಕ ನುಡಿದ.

“ನಮಸ್ಕಾರ. ಇವರು ನನ್ನ ಕಲೀಗ್ ರೋಹಿತ್. ನಿಮಗೆ ಜಗನ್ನಾಥ್ ಗೊತ್ತಾ..?” ಸುಧಾಕರ್ ಕೇಳಿದರು.

"ಜಗನ್ನಾಥ್?" ಅಲೋಕ ತನಗೆ ತಾನೇ ಕೇಳಿಕೊಂಡ. ಎಲ್ಲೋ ಆ ಹೆಸರು ಕೇಳಿದಂತಿತ್ತು! ತಕ್ಷಣ ನೆನಪಾಯಿತು. ಚಿಕ್ಕಂದಿನಲ್ಲಿ ರಜಾ ದಿನಗಳಲ್ಲಿ ತಾನು ತಾತನ ಮನೆಗೆ ಬಂದಾಗ ಊರಲ್ಲಿ ತನಗೆ ಜೊತೆಯಾಗುತ್ತಿದ್ದವನು ಜಗನ್ನಾಥ. ಶ್ಯಾನುಭೋಗ ಜಯರಾಮಯ್ಯನ ಮಗ ಜಗನ್ನಾಥ! ತನ್ನನ್ನು ಕಬ್ಬಿನ ಆಲೆ ಮನೆಗಳಿಗೆ ಕರೆದೊಯ್ಯುತ್ತಿದ್ದವನು! ಗೋಲಿ, ಬುಗರಿ ಆಡುತ್ತಿದ್ದ, ಬೀಡಿ ಸೇದುತ್ತಿದ್ದವನು! ತನಗೂ ಬೀಡಿ ಸೇದುವಂತೆ ಪುಸಲಾಯಿಸುತ್ತಿದ್ದವನು! ನಂಜನಗೂಡು ಜಾತ್ರೆಗೆ ಮನೆಯಲ್ಲಿ ಹೇಳದೆ ಕರೆದುಕೊಂಡು ಹೋಗಿದ್ದವನು! 'ಅವನು ಪೋಲಿ ಅವನ ಜೊತೆ ಸೇರಬೇಡ' ಎಂದು ತಾತ ಹೇಳುತ್ತಿದ್ದುದು ನೆನಪಿಗೆ ಬಂತು!

"ಹಾ..ಗೊತ್ತು. ಆದ್ರೆ ಅವನನ್ನು ನೋಡಿದ್ದು ಬಹಳ ವರ್ಷಗಳ ಹಿಂದೆ. ಅವನು ಆಸ್ತಿ ಎಲ್ಲಾ ಮಾರಿ ಬಾಂಬೆಗೆ ಹೋಗಿದಾನೆ ಅಂತ ಊರವರು ಹೇಳ್ತಿದಾರೆ. ಅವನ ವಿಷಯ ಇಲ್ಲಿ? ನಮ್ಮ ತಂದೆ ಕಾಣೆಯಾಗಿರೋದಕ್ಕೂ ಅವನಿಗೂ ಸಂಬಂಧ ಇದೆಯೇ?"

"ಗೊತ್ತಿಲ್ಲ. ಶ್ರೀರಂಗಪಟ್ಟಣದ ತೋಟದ ಮನೆಯಲ್ಲಿ ಒಂದು ಬಾಡಿ ಸಿಕ್ಕಿದೆ. ಅದು ಜಗನ್ನಾಥನದು ಇರಬಹುದು ಅಂತ ಅನುಮಾನ. ನೀವು ಬಂದು ಗುರುತಿಸಬೇಕು" ಸುಧಾಕರ್ ಹೇಳಿದರು.

"ಬಾಂಬೆಗೆ ಹೋಗಿದ್ದ ಜಗನ್ನಾಥನ ಬಾಡಿ ಶ್ರೀರಂಗಪಟ್ಟಣದಲ್ಲೇ..? ಇದೇನೋ ವಿಚಿತ್ರ! ಅವನ ಬಾಡಿ ಐಡೆಂಟಿಫೈ ಮಾಡೋದು ನನಗೊಬ್ಬನಿಗೇ ಸಾಧ್ಯವಾಗುತ್ತೋ ಇಲ್ಲವೋ ಗೊತ್ತಿಲ್ಲ. ಇನ್ನೊಂದಿಬ್ರು ಊರಿನವರನ್ನೂ ಕರ್ಕೊಂಡು ಹೋದ್ರೆ ಅನುಕೂಲ"

ಅಲೋಕ ಅನುಮಾನಿಸುತ್ತಾ ಹೇಳಿದ.

"ಹಾಗೇ ಮಾಡಿ. ನಿಮಗೆ ಗೊತ್ತಿರೋ ಇನ್ನೊಬ್ಬರನ್ನು ಕರೀರಿ"

ಅಲೋಕ ಮನೆಯೊಳಗೆ ಹೋಗಿ ತಾಯಿಗೆ ಸೂಕ್ಷ್ಮವಾಗಿ ವಿಷಯ ತಿಳಿಸಿ ಜೀಪು ಹತ್ತಿದ.

***

"ಹೌದು, ಇದು ಜಗನ್ನಾಥನೇ"

ಹುಲಿವೆಂಕಟಪ್ಪ ಶ್ರೀರಂಗಪಟ್ಟಣದ ಆಸ್ಪತ್ರೆಯ ಶವಾಗಾರದಲ್ಲಿದ್ದ ಶವ ಗುರುತಿಸಿದರು.

"ಗ್ಯಾರಂಟೀನಾ..? ಕಳೆದ ಸಲ ಇವನನ್ನಎಲ್ಲಿ ನೋಡಿದ್ದು? ಯಾವಾಗ ನೋಡಿದ್ದು?"

ರೋಹಿತ್ ಅನುಮಾನಿಸಿದ.

"ಸಬ್ ರಿಜಿಸ್ಟ್ರಾರ್ ಆಫೀಸಲ್ಲಿ. ಅವನು ಜಮೀನೆಲ್ಲಾ ನನಗೆ ಮಾರಿ ರಿಜಿಸ್ಟರ್ ಮಾಡಿಕ್ಕೊಟ್ಟಿದ್ದೇ ಕೊನೆ. ಆಮೇಲೆ ಅವನನ್ನ ನಾನು ನೋಡಿದ್ದು ಈಗಲೇ"

"ಎಷ್ಟು ವರ್ಷದ ಹಿಂದೆ?"

"ಹತ್ತು ವರ್ಷದ ಹಿಂದೆ"

"ಇವನನ್ನ ಯಾರು ಕೊಲೆ ಮಾಡಿರಬಹುದು? ನಿಮಗೇನಾದರೂ ಅನುಮಾನ ಇದೆಯೇ ವೆಂಕಟಪ್ಪ?"

"ಇಲ್ಲಾ ಬುದ್ಧಿ. ನನ್ನ ವ್ಯವಹಾರ ಎಲ್ಲಾ ಎಲ್ಲಾ ನಮ್ಮೂರು ಮತ್ತು ನಂಜನಗೂಡಿನ ಮಧ್ಯೆ, ಹೆಚ್ಚಂದ್ರೆ ಮೈಸೂರು. ಇವನು ಬೊಂಬಾಯಿಯಲ್ಲಿದ್ದವನು. ಹತ್ತು ವರ್ಷ ಊರಲ್ಲಿ ಇರಲಿಲ್ಲ. ಊರಲ್ಲಿ ಅವನಿಗೆ ಯಾರೂ ಶತ್ರುಗಳು ಇರಲಿಲ್ಲ. ಅವನ ವ್ಯವಹಾರ ಎಲ್ಲಾ ಮೈಸೂರು, ಬೆಂಗ್ಳೂರು, ಬೊಂಬಾಯಿ ಇಂತಾ ಕಡೆ. ರೇಸು, ಇಸ್ಪೀಟು ಹುಚ್ಚು ಅವನಿಗೆ. ಯಾರು ಕೊಲೆ ಮಾಡಿದರೋ? ಯಾಕೆ ಮಾಡಿದರೋ ತಿಳೀತಿಲ್ಲ"

"ಅಲೋಕ ಈ ಬಾಡಿ ಜಗನ್ನಾಥನದು ಅಂತ ಕನ್ಫರ್ಮ್ ಮಾಡ್ತೀರಾ...?" ರೋಹಿತ್ ಕೇಳಿದರು.

"ಹೌದು ಸರ್. ಇದು ಜಗನ್ನಾಥನೇ.."

"ನಿಮ್ಮ ಪ್ರಕಾರ ಈ ಕೊಲೆ ಯಾರು ಮಾಡಿರಬಹುದು?" ಈ ಪ್ರಶ್ನೆ ಅಲೋಕನಿಗಾಗಿತ್ತು.

"ನಾನು ಓದಿದ್ದು ಮೈಸೂರಲ್ಲಿ. ರಜಾಕ್ಕೆ ತೊರವೆಗೆ ತಾತನ ಮನೆಗೆ ಬಂದಾಗ ಜಗನ್ನಾಥ ಬಾಲ್ಯದ ದಿನಗಳಲ್ಲಿ ನನ್ನ ಜೊತೆ ಆಡ್ತಿದ್ದ. ದೊಡ್ಡವರಾದ ಮೇಲೆ ನಾನು ಅವನ ಜೊತೆ ಸೇರ್ತಿರಲಿಲ್ಲ"

"ಕಾರಣ?"

"ಅವನ ಹವ್ಯಾಸ, ಅವನ ಸ್ನೇಹಿತರು ಸರಿ ಇರಲಿಲ್ಲ"

"ನಿಮ್ಮೂರಲ್ಲಿ ಅವನ ಸ್ನೇಹಿತರು ಯಾರಿದ್ದಾರೆ?"

"ನಮ್ಮೂರಲ್ಲಿ ಅವನಿಗೆ ಸ್ನೇಹಿತರು ಇರಲಿಲ್ಲ. ಸದಾ ಮೈಸೂರು ಇಲ್ಲಾ ಬೆಂಗ್ಳೂರಲ್ಲಿ ಇರ್ತಿದ್ದ. ರೇಸ್‌ಕೋರ್ಸುಗಳು ಎಲ್ಲೆಲ್ಲಿವೆಯೋ ಅಲ್ಲೆಲ್ಲಾ ಜಗನ್ನಾಥ ಇರ್ತಿದ್ದ. ರೇಸ್ ಆಡೋಕೆ ಬಾಂಬೆಗೂ ಹೋಗ್ತಿರ್ತಿದ್ದ"

"ಓ.ಕೆ ಅಲೋಕ್. ಈ ಬಾಡಿ ಸಂಸ್ಕಾರಕ್ಕೆ ಅವನ ಕಡೆಯವರು ಯಾರಾದ್ರೂ ಇದ್ದಾರ?"

"ಗೊತ್ತಿಲ್ಲ ಸಾರ್"

"ವೆಂಕಟಪ್ಪನೋರೆ?"

"ಅವನ ತಂದೆ ತೀರ್ಕೊಂಡ ಮೇಲೆ, ತಾಯೀನ ಬೆಂಗ್ಳೂರಲ್ಲಿ ವೃದ್ಧಾಶ್ರಮಕ್ಕೆ ಸೇರಿಸಿದನಂತೆ. ಯಾವ ವೃದ್ಧಾಶ್ರಮ ಗೊತ್ತಿಲ್ಲ. ಅವರೀಗ ಬದ್ಕಿದಾರೋ ಇಲ್ಲವೋ ಅದೂ ಗೊತ್ತಿಲ್ಲ. ಅದು ಬಿಟ್ಟರೆ ನಮಗೆ ಹೆಚ್ಗೆ ಗೊತ್ತಿಲ್ಲ. ಅವನ ನೆಂಟರು ನಂಜನಗೂಡಲ್ಲಿ ಅಥವಾ ಮೈಸೂರಲ್ಲಿ ಇದ್ದರೂ ಇರಬಹುದು. ನನಗೆ ಗೊತ್ತಿಲ್ಲ"

ವೆಂಕಟಪ್ಪ ತಮಗೆ ಗೊತ್ತಿದ್ದಷ್ಟು ಹೇಳಿ ಸುಮ್ಮನಾದರು.

"ಅಲೋಕ್, ನಿಮ್ಮ ತಂದೆ ಕಿಡ್ನ್ಯಾಪಿಗೂ ಈ ಜಗನ್ನಾಥನಿಗೂ ಏನಾದ್ರೂ ಲಿಂಕ್ ಇರಬಹುದೆ?"

"ಜಗನ್ನಾಥನ ತಂದೆ ಜಯರಾಮಯ್ಯ ಬದುಕಿದ್ದಾಗ ನಮ್ಮ ಜೊತೆ ವಿಶ್ವಾಸದಿಂದ ಇದ್ದರು. ಜಗನ್ನಾಥನ ತಾಯಿಗೂ ನಮ್ಮ ತಾಯಿಗೂ ಸ್ನೇಹ ಇತ್ತು. ಆದ್ರೆ ನಮ್ಮ ತಂದೆ ಕಿಡ್ನಾ್ಯಪಿಗೂ ಈ ಕೊಲೆಗೂ ಏನು ಲಿಂಕ್ ಇದೆಯೋ ಗೊತ್ತಾಗ್ತಿಲ್ಲ. ಜಗನ್ನಾಥ ಬಾಂಬೆಯಲ್ಲಿದ್ದುದು"

"ಮತ್ತೆ ಇಲ್ಲಿ ಅವನ ಕೊಲೆ ಹೇಗಾಯ್ತು?"

"ಅದೇ ಅರ್ಥವಾಗ್ತಾ ಇಲ್ಲ"

ಸುಧಾಕರ್ ಮತ್ತು ರೋಹಿತ್ ಪರಸ್ಪರ ದೃಷ್ಟಿ ಬದಲಾಯಿಸಿಕೊಂಡರು. ಅಲೋಕನ ಮುಖವೇ ಪ್ರಶ್ನೆಯಾಗಿತ್ತು!!

***

"ಎಲ್ಲೋಗಿದ್ರಿ ಸಾರ್ ಇಷ್ಟು ದಿವಸ?"

ಹೋಟೆಲಿನವ ಕೇಳಿದ.

"ಬೆಂಗಳೂರಿಗೆ" ಅಲೋಕ ಚುಟುಕಾಗಿ ಹೇಳಿದ.

"ಅನ್ಯಾಯವಾಗಿ ಮೂರು ದಿವಸದ ಬಾಡಿಗೆ ಕೊಡಬೇಕಾಯಿತಲ್ಲ?"

"ಏನ್ಮಾಡೋದು ಪರಿಸ್ಥಿತಿ ಹಾಗಿತ್ತು"

"ಅಕೌಂಟ್ ಸೆಟ್ಲ್ ಮಾಡ್ಲಾ?"

"ಮಾಡಿ. ಲಾಕರಿನಲ್ಲಿ ನನ್ನ ಸಾಮಾನಿದೆ"

"ತಗೊಳ್ಳಿ"

ಹೋಟೆಲಿನ ರೂಮಿನ ಬಿಲ್ ಚುಕ್ತಾ ಮಾಡಿ, ಲಾಕರಿನಲ್ಲಿದ್ದ ಬ್ಯಾಗು ತೆಗೆದುಕೊಂಡು ಅಲೋಕ ರಸ್ತೆಗಿಳಿದ. ಅನ್ಯಾಯವಾಗಿ ಮೂರು ದಿನದ ಬಾಡಿಗೆ ಕೊಡಬೇಕಾಯಿತು ಎಂಬ ಬೇಸರ ಮನಸ್ಸಲ್ಲಿ ತುಂಬಿತು. ಯಾರಾದರೂ ತನ್ನನ್ನು ಹಿಂಬಾಲಿಸುತ್ತಿರುವರೆ ಎಂದು ಎಚ್ಚರಿಕೆಯಿಂದ ನೋಡುತ್ತಿದ್ದ. ಸ್ವಲ್ಪ ದೂರ ನಡೆದು, ಆಟೋ ಕರೆದು ಕುವೆಂಪು ನಗರದ ಕಡೆಗೆ ಪ್ರಯಾಣಿಸಿದ.

ಮೊಬೈಲು ರಿಂಗಾಯಿತು! ಯಾರಿರಬಹುದು? ಇನ್‌ಸ್ಪೆಕ್ಟರ್ ಸುಧಾಕರ್? ಕಿಡ್ನಾಪರ್ಸ್? ಯಾರು? ಕಿಡ್ನಾಪರ್ಸಿಗೆ ಈಗ ತಾನು ಕೊಟ್ಟಿದ್ದು ನಕಲಿ ಎಂದು

ಗೊತ್ತಾಗಿರಬಹುದೆ? ಮೂಲ ದಾಖಲೆಗೆ ಬೇಡಿಕೆ ಸಲ್ಲಿಸಬಹುದೆ? ಅಧೀರನಾದ ಅಲೋಕ್. ಆದರೆ ಅದು ಭುವಿಯ ಫೋನ್!

ಹಲೋ ಎನ್ನುವ ಮುಂಚೆ ಭುವಿಯೇ ಮಾತಾಡಿದಳು.

"ಐದು ನಿಮಿಷದಲ್ಲಿ ಬಸ್ಸಿಂದ ಇಳಿತಿದ್ದೀನೆ"

"ಎಲ್ಲಿ?" ಅಲೋಕನಿಗೆ ಅಚ್ಚರಿ!

"ಮೈಸೂರಲ್ಲಿ"

"ಇಲ್ಲಿಗೆ ಯಾಕೆ ಬಂದೆ?"

"ನೀನು ಬೆಂಗ್ಳೂರಿಗೆ ಬರಲ್ಲಿಲ್ಲ ಅದಕ್ಕೆ ನಾನೇ ಮೈಸೂರಿಗೆ ಬಂದೆ"

"ಓ..ಗಾಡ್! ಒಂದ್ಮಾತು ಹೇಳಬಾರದಾಗಿತ್ತಾ?"

"ಹೇಳಿದ್ರೆ ಬೇಡ ಅಂತಿದ್ದೆ. ಸರಿ, ಎಲ್ಲಿದ್ದೀಯಾ? ಊರಲ್ಲೋ, ನಂಜನಗೂಡಲ್ಲೋ?"

"ಮೈಸೂರಲ್ಲೇ"

"ಸೂಪರ್! ನಾನೆಲ್ಲಿಗೆ ಬರಲಿ?"

"ನೀನೆಲ್ಲಿಗೂ ಬರೋದು ಬೇಡ. ಹತ್ನಿಮಿಷದಲ್ಲಿ ನಾನೇ ಬಸ್ಸ್ಟಾ್ಯಂಡಿಗೆ ಬರ್ತೀನಿ"

"ಓ.ಕೆ ನಾನು ಕಾಯ್ತೀನಿ"

ಅಲೋಕ ಕೂತಿದ್ದ ಆಟೋ ಬಸ್ಸ್ಟಾ್ಯಂಡಿನತ್ತ ತಿರುಗಿತು.

***

"ನಾನು ಬಂದಿದ್ದು ಬೇಜಾರಾಯ್ತಾ?"

ಆಟೋ ಹತ್ತಿ ಕೂತ ಭುವಿ ಕೇಳಿದಳು.

"ಬಂದಾಗಿದೆ. ಅದರ ವಿಷಯ ಬೇಡ. ಮನೇಲಿ ಹೇಳಿ ಬಂದಿದ್ದೀಯಾ?"

ಅಲೋಕ ತನ್ನ ಮನಸ್ಸಿನಲ್ಲಿದ್ದ ಬೇಸರವನ್ನು ಹತ್ತಿಕ್ಕಿಕ್ಕೊಳ್ಳುತ್ತಾ ಕೇಳಿದ.

"ಹೂ..ಎರಡು ದಿವಸ ಮೈಸೂರಿಗೆ ಅಂತ ಹೇಳಿದ್ದೀನಿ"

"ಯಾತಕ್ಕೇಂತ ಕೇಳಲಿಲ್ಲವಾ?"

"ಸ್ನೇಹಿತೆಯ ಮದುವೇಂತ ಹೇಳಿದ್ದೀನಿ"

"ಸರಿ, ಈಗ ನಾನು ತುಂಬಾ ಇಂಪಾರ್ಟೆಂಟು ಮತ್ತು ಅಪಾಯದ ಕೆಲಸಕ್ಕೆ ಹೊರಟಿದ್ದೀನಿ"

ದನಿ ತಗ್ಗಿಸಿ ಹೇಳಿದ ಅಲೋಕ. ಆಟೋದವ ತಮ್ಮ ಮಾತನ್ನು ಕೇಳಿಸಿಕ್ಕೊಳ್ಳದಿರಲಿ ಎನ್ನುವುದು ಮನಸ್ಸಿನಲ್ಲಿತ್ತು.

"ನಿನ್ನ ಕೆಲಸ, ನನ್ನ ಕೆಲಸ ಬೇರೆ ಅಲ್ಲ. ಯಾವ ಕೆಲಸಕ್ಕೆ ಹೊರಟಿದ್ದೀಯೋ ಅಲ್ಲಿಗೆ ನಾನೂ ಬರ್ತೀನಿ" ಭುವಿ ಹೇಳಿದಳು.

ಆಟೋ ಬದಲಾಯಿಸುವುದು ಸೂಕ್ತ ಎನಿಸಿತು ಅಲೋಕನಿಗೆ. ಈವರೆಗೆ ನಡೆದಿರುವುದೆಲ್ಲಾ ಭುವಿಗೆ ಹೇಳಬೇಕಿತ್ತು. ಆ ಆಟೋದವ ಏನಾದರೂ ಕೇಳಿಸಿಕೊಂಡು ಮತ್ತೇನಾದರೂ ಫಜೀತಿಯಾದೀತು ಎನಿಸಿತು. ಖದೀಮರ ಜಾಲದಲ್ಲಿ ಯಾರ್ಯಾರು ಎಲ್ಲಿರ್ತಾರೋ ಹೇಳೋಕಾಗೊಲ್ಲ ಎಂದುಕೊಂಡ ಅಲೋಕ.

ಆಟೋ ಇಳಿದ ಇಬ್ಬರೂ ಹೋಟೆಲೊಂದನ್ನು ಸೇರಿದರು. ಒಂದಿಷ್ಟು ಉಪಹಾರ, ಕಾಫಿ ಹೊಟ್ಟೆಗಿಳಿಸಿದರು. ಆ ಸಮಯದಲ್ಲಿ ಅಲೋಕ ಆವರೆಗೆ ನಡೆದುದೆಲ್ಲ ಹೇಳಿದ.

"ಸಖತ್ತಾಗಿದೆ. ಒಳ್ಳೆ ಸಸ್ಪೆನ್ಸ್ ಸಿನಿಮಾ ಇದ್ದ ಹಾಗಿದೆ" ಎಂದಳು ಭುವಿ ಆಶ್ಚರ್ಯದಿಂದ.

"ಆದ್ರೆ ದುರಾದೃಷ್ಟ ಎಂದರೆ ಇದ್ರಲ್ಲಿ ಪಾತ್ರಧಾರಿಗಳು ನಾವೇ!!" ಅಲೋಕ ಆತಂಕದಿಂದ ಹೇಳಿದ.

"ಮುಂದೆ?"

"ಪ್ರೊಫೆಸರ್ ಹಿರಿಯಣ್ಣನವರ ಹತ್ರ ಹೋಗೋಣ"

"ಯಾರವರು?"

"ಇತಿಹಾಸ ಮತ್ತು ಭಾಷಾತಜ್ಞರು"

***

ಆ ತಾಳೆಗರಿಗಳ ಬಗೆಗೆ ಸ್ವಲ್ಪ ಹಿನ್ನೆಲೆ ತಿಳಿಸಿ ತಾನು ಉಳಿಸಿಕೊಂಡಿದ್ದ ಒರಿಜಿನಲ್ ತಾಳೆಗರಿಗಳನ್ನು ಹಿರಿಯಣ್ಣನವರಿಗೆ ನೀಡಿದ ಅಲೋಕ. ತಾಳೆಗರಿಗಳನ್ನು ಕುತೂಹಲದಿಂದ ನೋಡಿದರು ಹಿರಿಯಣ್ಣ.

"ಖಾಲಿ ಇದೆಯಲ್ಲ" ಅಚ್ಚರಿ ವ್ಯಕ್ತಪಡಿಸಿದರು.

"ಅಲ್ಲೇನಾದ್ರೂ ಇರಬಹುದು ಸಾರ್?"

"ಖಾಲಿಯಾಗಿರೋದು ಕಾಣಿಸ್ತಿದೆಯಲ್ಲ?" ಹಿರಿಯಣ್ಣ ನಸುನಕ್ಕರು.

"ಇಲ್ಲಾ ಸಾರ್. ಅಲ್ಲೇನೋ ಮಾಹಿತಿ ಇರಬೇಕು ಖಾಲಿ ಗರೀನ ನೂರಾರು ವರ್ಷದಿಂದ ಯಾವ ಕಾರಣಕ್ಕೆ ರಕ್ಷಣೆ ಮಾಡ್ಕೊಂಡು ಬಂದಿದಾರೆ? ಅದಕ್ಕೇನೋ ಕಾರಣ ಇರಲೇಬೇಕು? ಆ ಕಾರಣ ಏನಿರಬಹುದು?"

"ಅದನ್ನ ರಕ್ಷಣೆ ಮಾಡಿದವರನ್ನೇ ಕೇಳಬೇಕು" ಹಿರಿಯಣ್ಣ ನಕ್ಕರು!

"ಅವರ್ಯಾರೂ ಇಲ್ಲ ಸಾರ್? ಅದಕ್ಕೇ ತಮ್ಮ ಹತ್ರ ಬಂದಿದ್ದು"

ಒಂದು ನಿಮಿಷ ಅವರ ನಡುವೆ ಮೌನ ಆವರಿಸಿತು. ನಂತರ ಅವರು ಲೆನ್ಸ್ ಹಿಡಿದು ಪರೀಕ್ಷಿಸಿದರು.

"ಸಾರ್, ಹಿಂದಿನವರು ಮಾಹಿತಿಗಳನ್ನ ರಹಸ್ಯವಾಗಿಡೋಕೆ ಯಾವ ವಿಧಾನಗಳನ್ನು ಅನುಸರಿಸುತ್ತಿದ್ದರು?"

"ಹಲವಾರು ರೀತಿಗಳಿವೆ"

"ಈ ತಾಳೆಗರಿಯಲ್ಲಿ ಅಂತಾದ್ದೇನಾದ್ರೂ ಇರಬಹುದೆ?"

"ಇರಬಹುದು ಅಥವಾ ಇಲ್ಲದೆಯೂ ಇರಲು ಸಾಧ್ಯ"

"ಅದನ್ನು ತಿಳಿದುಕ್ಕೊಳ್ಳೋ ರೀತಿ?"

ಒಂದು ನಿಮಿಷ ಯೋಚಿಸಿದರು.

"ಪೊಟ್ಟಣಗಳೆಲ್ಲಾ ತಾಳೆಗರಿಗಳ ಜೊತೆಯಲ್ಲೇ ಇದ್ದವು ಎಂದೆಯಲ್ಲ?"

"ಹೌದು ಸಾರ್. ಇವೆಲ್ಲಾ ಒಟ್ಟಿಗೇ ಒಂದೇ ಪೆಟ್ಟಿಗೆಯಲ್ಲಿದ್ದವು"

"ಹೂಂ" ಎಂದು ನಿಟ್ಟುಸಿರಿಟ್ಟು ಹಿರಿಯಣ್ಣನವರು ಕಾರ್ಯಪ್ರವೃತ್ತರಾದರು. ತಾಳೆಗರಿಗಳನ್ನು ಒಂದು ಬಿಳಿಯ ಹಾಳೆಯ ಮೇಲೆ ಹರಡಿದರು. ನಂತರ ಅವುಗಳ ಮೇಲೆ ಪೊಟ್ಟಣದಲ್ಲಿದ್ದ ಕುಂಕುಮದಂತ ಪುಡಿಯನ್ನು ಹರಡಿದರು. ಯಾವುದೇ ಬದಲಾವಣೆ ಕಾಣಲಿಲ್ಲ.

ಭುವಿ ಮತ್ತು ಅಲೋಕ ಕುತೂಹಲದಿಂದ ನೋಡುತ್ತಿದ್ದರು.

ಹಿರಿಯಣ್ಣ ಪುಡಿಯನ್ನು ತೆಗೆದು, ಗರಿ ಒರೆಸಿ ಬಿಳಿ ಪೇಪರನ್ನು ಒದರಿ ಈಗ ಆ ಗರಿಗಳ ಮೇಲೆ ಭಸ್ಮ ಲೇಪಿಸಿದರು. ಆಗಲೂ ಏನೂ ಆಗಲಿಲ್ಲ!

"ಇದೂ ವರ್ಕ್ ಆಗಲಿಲ್ಲ. ಮುಂದಿನದು ನೋಡೋಣ"

ಅಲೋಕ ಮತ್ತು ಭುವಿ ಆಸಕ್ತಿಯಿಂದ ಹಿರಿಯಣ್ಣನವರ ಚಟುವಟಿಕೆಯನ್ನು ನೋಡುತ್ತಿದ್ದರು.

ಈ ಸಲ ಅವರು ಹರಳೆಣ್ಣೆಯ ಮಣ್ಣಿನ ದೀಪವೊಂದನ್ನು ಹಚ್ಚಿದರು. ಬಹಳ ಎಚ್ಚರಿಕೆಯಿಂದ ತಾಳೆಗರಿಯನ್ನು ಓರೆಯಾಗಿ ಹಿಡಿದರು. ಒಂದು ಸಣ್ಣ ಕೊಳವೆಯಿಂದ ದೀಪದ ಉರಿಯ ಮೇಲೆ ಬಾಯಿಯಿಂದ ಊದುತ್ತಾ, ಅದು ತಾಳೆಗರಿಯ ಎಲ್ಲ ಕಡೆಗೂ ಸಮನಾಗಿ ಶಾಖ ತಗುಲುವಂತೆ ಮಾಡಿಸಿದರು.

ಏನೊಂದು ಬದಲಾವಣೆಯೂ ಕಾಣಲಿಲ್ಲ. ಇನ್ನೂ ಸ್ವಲ್ಪ ಹೊತ್ತು ಪ್ರಯತ್ನಿಸಿದರು. ತಾಳೆ ಗರಿ ಸ್ವಲ್ಪ ಕಂದು ಬಣ್ಣಕ್ಕೆ ತಿರುಗತೊಡಗಿತು!

ದೀಪ, ಕೊಳವೆ, ತಾಳೆಗರಿ ಎಲ್ಲವನ್ನೂ ಕೆಳಗಿಟ್ಟು ಭುವಿ ಮತ್ತು ಅಲೋಕನ ಕಡೆ ತಿರುಗಿದರು ಹಿರಿಯಣ್ಣಯ್ಯ.

"ಇದು ಯಾರೋ ತಮಾಷೆಗೆ ಹೀಗೆ ಮಾಡಿರಬಹುದು! ಇದರಲ್ಲಂತೂ ಏನೂ ಇಲ್ಲ!" ಹಿರಿಯಣ್ಣಯ್ಯ ಉದ್ಗರಿಸಿದರು.

"ಇನ್ನೊಂದು ಗರಿ ಇದೆಯಲ್ಲ ಸಾರ್, ಅದನ್ನೂ ನೋಡಿಬಿಡಿ" ಅಲೋಕ ವಿನಂತಿಸಿಕೊಂಡ.

"ಇದು ಗಾಳಿಗೆ ಗುದ್ದಿ ಮೈನೋಯಿಸಿಕ್ಕೊಳ್ಳೋ ಪ್ರಸಂಗದಂತೆ ಕಾಣಿಸ್ತಾ ಇದೆ"

"ಇದೊಂದು ಪ್ರಯತ್ನ ಮಾಡಿಬಿಡಿ ಸಾರ್" ಭುವಿಯ ಮಾತಿಗೆ ಹಿರಿಯಣ್ಣಯ್ಯ ಎರಡನೆಯ ಗರಿಯನ್ನು ಮೇಲೂ ತಮ್ಮ ಪ್ರಯತ್ನ ಮುಂದುವರಿಸಿದರು.

ನಿಧಾನವಾಗಿ ಗರಿಯ ಮೇಲೆ ಏನೇನೋ ರೇಖೆಗಳು ಕಾಣಿಸಲು ಪ್ರಾರಂಭಿಸಿದವು!

ಅಲೋಕ, ಭುವಿ ಅಚ್ಚರಿಯಿಂದ ದೃಷ್ಟಿ ಬದಲಾಯಿಸಿಕೊಂಡರು! ನಿಧಾನಕ್ಕೆ ಎಚ್ಚರಿಕೆಯಿಂದ ತಾಳೆಗರಿಯನ್ನು ದೀಪದ ಶಾಖದಿಂದ ಹಿಂದಕ್ಕೆ ತೆಗೆದು ನೋಡಿದರು ಹಿರಿಯಣ್ಣ. ನಂತರ ಅದನ್ನು ಅಲೋಕ ಮತ್ತು ಭುವಿಯ ಎದುರು ಹಿಡಿದರು.

"ನೋಡಿ ಇದೇ ಇದರಲ್ಲಿ ಅಡಗಿರೋ ರಹಸ್ಯ"

ಕುತೂಹಲ, ಭಯ, ಅನುಮಾನಗಳಿಂದ ಭುವಿ ಮತ್ತು ಅಲೋಕ ತಾಳೆಗರಿಯನ್ನು ನೋಡಿದರು. ತಮ್ಮ ಕಣ್ಣುಗಳನ್ನು ತಾವೇ ನಂಬದಾದರು! ಅಲ್ಲಿ ಚಿತ್ರಗಳು ಮೂಡಿದ್ದವು! ತಾಳೆಗರಿಯಲ್ಲಿ ಗಣಪತಿ, ಹರಿಯುವ ನೀರು ಮತ್ತು ಮೆಟ್ಟಿಲುಗಳ ಚಿತ್ರಗಳು ಮೂಡಿದ್ದುವು!!

"ಇವು ಏನು ಹೇಳ್ತಿವೆ?"

ಭುವಿ ಕೇಳಿದಳು.

"ಈ ಎಲ್ಲ ಚಿನ್ಹೆಗಳೂ ತಾಳೆ ಆಗೋ ಅಂತ ಯಾವುದೋ ಒಂದು ಜಾಗ ಇದೆ. ಆ ಜಾಗದಲ್ಲಿ ಏನೋ ರಹಸ್ಯ ಅಡಗಿದೆ! ಅದನ್ನು ಸೂಚ್ಯವಾಗಿ ಹೇಳುತ್ತಿವೆ ಈ ಚಿತ್ರಗಳು"

ಹಿರಿಯಣ್ಣ ಹೇಳಿದರು.

"ಭಾರತದ ಉದ್ದಗಲಕ್ಕೂ ಸಾವಿರಾರು ಕಡೆ ಗಣಪತಿ ವಿಗ್ರಹಗಳಿವೆ. ಕೆಲವು ನದಿ ಇಲ್ಲವೇ ಕಲ್ಯಾಣಿಯ ಬಳಿ ಇರಬಹುದು! ಈ ಜಾಗ ಎಲ್ಲಿ ಹುಡುಕೋದು?"

ಅಲೋಕ ಚಿಂತೆಯಿಂದ ಹೇಳಿದ. ಮುಖದಲ್ಲಿ ನಿರಾಶೆ ಹೆಪ್ಪುಗಟ್ಟಿತ್ತು.

"ದೇಶಾನೆಲ್ಲಾ ಹುಡುಕಬೇಕಾಗಿಲ್ಲ. ನನ್ನ ಪ್ರಕಾರ ಇದು ಕರ್ನಾಟಕದಲ್ಲೇ ಇರೋ ಜಾಗ. ಅಷ್ಟೇ ಏಕೆ? ಇದು ನಂಜನಗೂಡಿನಲ್ಲಿತ್ತು, ಅಲ್ಲೇ ಇದನ್ನು ಜೋಪಾನ ಮಾಡಿದ್ದರು ಅಂದ್ರೆ, ಮೈಸೂರಿನ ಅಸುಪಾಸಿನಲ್ಲೇ ಈ ಜಾಗ ಇರಬೇಕು"

ಹಿರಿಯಣ್ಣ ಯೋಚಿಸುತ್ತಾ ಹೇಳಿ, ಚಿತ್ರಗಳನ್ನು ಪರಿಶೀಲಿಸುತ್ತಾ, ಗರಿಯನ್ನು ತಿರುವಿದರು. ಹಿಂದೆಯೂ ಏನೋ ಬರೆದಂತಿತ್ತು. ಆದರೆ ಅಸ್ಪಷ್ಟವಾಗಿತ್ತು.

"ಅಲ್ಲೂ ಏನೋ ಇರೋ ಹಾಗಿದೆ!" ಮುದುರಿ ಕೂತಿದ್ದ ಅಲೋಕನಲ್ಲಿ ಇದ್ದಕ್ಕಿದ್ದಂತೆ ವಿದ್ಯುತ್ ಸಂಚಾರವಾಗಿತ್ತು!

"ನೋಡೋಣ"

ಆ ಭಾಗವನ್ನೂ ಮತ್ತೆ ಹರಳೆಣ್ಣೆ ದೀಪದ ಶಾಖಕ್ಕೆ ಹಿಡಿದರು ಹಿರಿಯಣ್ಣ.

ಅಲೋಕ, ಭುವಿ ಉಸಿರು ಬಿಗಿಹಿಡಿದು ಕಾಯುತ್ತಿದ್ದರು. ನಿಧಾನಕ್ಕೆ ತಾಳೆಗರಿಯ ಮೇಲೆ ಅಕ್ಷರಗಳು ಮೂಡಿದುವು! ಓದಲು ಕ್ಲಿಷ್ಟವಾಗಿರುವಂತೆ ಕಂಡವು ಅಕ್ಷರಗಳು. ಹಿರಿಯಣ್ಣ ಮತ್ತೆ ಲೆನ್ಸ್ ಹಿಡಿದು ಅದರಲ್ಲಿನ ಬರಹವನ್ನು ಓದಲು ಪ್ರಯತ್ನಿಸಿದರು. ತಿಣುಕಿ, ಕಣ್ಣುಗಳನ್ನು ಕಿರಿದು ಮಾಡಿ ಪ್ರಯತ್ನಿಸಿದರು.

"ಏನಾದ್ರೂ ಗೊತ್ತಾಗ್ತಿದೆಯೇ ಸಾರ್?" ಅಲೋಕ ಕಾತರದಿಂದ ಕೇಳಿದ.

"ಇದು ನಿಮಗೆಲ್ಲಿ ಸಿಕ್ಕಿದ್ದು?" ಹಿರಿಯಣ್ಣ ಕೇಳಿದರು.

"ನಮ್ಮ ತಾತ ಮೈಸೂರರಸರ ಕಾಲದಲ್ಲಿ ಅರಮನೆಯಲ್ಲಿ ಪೌರೋಹಿತ್ಯ ಕೆಲಸ ಮಾಡುತ್ತಿದ್ದರು. ಅವರ ಸ್ನೇಹಿತರೊಬ್ಬರು ಇದನ್ನು ಅವರಿಗೆ ಕೊಟ್ಟು ಇದನ್ನು ತನ್ನ ಮಕ್ಕಳ ಕೈಗೆ ಸಿಗಬಾರದಂತೆ ನೋಡಿಕೋ ಎಂದಿದ್ದರಂತೆ"

"ನಿಮ್ಮ ತಾತನ ಸ್ನೇಹಿತರು ಕೂಡ ಅರಮನೆಯಲ್ಲೇ ಕೆಲಸ ಮಾಡುತ್ತಿದ್ದರಲ್ಲವೆ?"

"ಹೌದು. ಅವರು ಅಲ್ಲೊಂದು ದೇವಸ್ಥಾನದ ಅರ್ಚಕರಾಗಿದ್ದರು"

"ಗರಿಯ ಎಡ ತುದಿಯಲ್ಲಿ 'ಶಾಂತರಾಜು' ಅಂತ ಒಕ್ಕಣಿಸಿದೆ. ಒಂದಿಂಚು ಖಾಲಿ ಜಾಗವಿದೆ. ನಂತರ ಒಂದು ಬಾಣದ ಚಿನ್ಹೆಯಿದೆ. ಬಾಣದ ಕೆಳಗೆ 'ವಿಕ್ರಮ' ಅಂತಿದೆ. ಗರಿಯ ಮಧ್ಯದಲ್ಲಿ ನಾಣ್ಯದ ಚಿತ್ರ. ಅದರ ಮುಂದೆ 'ಐದು ಖಂಡುಗ' ಎಂಬ ಅಕ್ಷರಗಳು. ಇದೆಲ್ಲಾ ಏನು ಸೂಚಿಸುತ್ತದೆಯೋ ಗೊತ್ತಿಲ್ಲ. ಒಟ್ಟಿನಲ್ಲಿ ಯಾವುದೋ ಗುಪ್ತ ನಿಧಿಯ ಸಂಕೇತಗಳು ಇವು. ಅಂದಾಜು ಮಾಡಬಹುದಾದರೆ ಶಾಂತರಾಜು ಎನ್ನುವವರಿಂದ ವಿಕ್ರಮನಿಗೆ ನಿಧಿಯೋ ಇನ್ನಾವುದೋ ಹಸ್ತಾಂತರವಗಿದೆ. ಅದು ಚಿನ್ನವೋ ಇಲ್ಲಾ ಬೆಳ್ಳಿಯದೋ ಇರಬಹುದು. ಖಂಡುಗ ಎನ್ನುವುದು ಹಿಂದೆ ಉಪಯೋಗಿಸುತ್ತಿದ್ದ ಒಂದು ಅಳತೆಯ ಸಾಧನ. ಈಗಿನ ಕ್ವಿಂಟಾಲ್ ಎನ್ನುವುದನ್ನು ಹಿಂದೆ ಖಂಡುಗ ಎಂದು ಕರೆಯುತ್ತಿದ್ದಿರಬೇಕು. ಒಂದು ನೂರು ಅಳತೆ ಎನ್ನಬಹುದು. ಇದು ಕೇವಲ ನನ್ನ ಊಹೆ ಅಷ್ಟೆ! ಬಹುಶಃ ಇವೆಲ್ಲಾ ಹುದಿಗಿಸಿಟ್ಟಿರುವ ನಿಧಿಯನ್ನು ಸೂಚಿಸುತ್ತಿವೆ. ಇದೆಲ್ಲ ಒಂದು ರೀತಿಯಲ್ಲಿ ಮೈಸೂರು ಅರಸರ ಕಾಲಕ್ಕೆ ಸಂಬಂಧಿಸಿವೆ. ವಿಕ್ರಮರಾಯ ಅಂತ ಒಬ್ಬ

ದಳವಾಯಿ ಇದ್ದುದ್ದು ನಿಜ. ಆದರೆ ಈ ವಿಕ್ರಮ ಅವನೋ ಇಲ್ಲಾ ಬೇರೆಯೋ ಗೊತ್ತಿಲ್ಲ! ಆತ ರಣಧೀರ ಕಂಠೀರವ ನರಸರಾಜ ಒಡೆಯರು ಅಧಿಕಾರ ಸ್ವೀಕರಿಸುವ ಮುನ್ನ ದುಷ್ಟ ಕೂಟ ರಚಿಸಿಕೊಂಡು ಮೆರೆದ. ಆದರೆ 'ಶಾಂತರಾಜು' ಹೆಸರು ಚರಿತ್ರೆಯಲ್ಲಿ ಎಲ್ಲೂ ಉಲ್ಲೇಖವಾಗಿಲ್ಲ."

"ಮುಂದೆ ಏನು ಮಾಡಬಹುದು ಸಾರ್?" ಅಲೋಕ ಕೇಳಿದ.

"ಈ ರಹಸ್ಯ ಬಿಡಿಸುತ್ತೀನಿ ಅಂತ ಹೊರಟರೆ ಏನೇನು ಕಷ್ಟನಷ್ಟಗಳನ್ನು ಅನುಭವಿಸಬೇಕಾಗುತ್ತೋ ಗೊತ್ತಿಲ್ಲ. ಇದುವರೆಗೂ ಹೀಗೆ ನಿಧಿ ಹಿಂದೆ ಹೋದವರು ಯಾರೂ ಉದ್ಧಾರವಾಗಿಲ್ಲ; ತೊಂದರೆ ಅನುಭವಿಸಿರೋದೇ ಹೆಚ್ಚು. ಆಲಿಬಾಬನ ಕತೆ ಗೊತ್ತಲ್ಲ? ಒಟ್ಟಿನಲ್ಲಿ ಇಂತಾ ಸಾಹಸಗಳು ದುಸ್ಸಾಹಸಗಳು"

ಅಲೋಕ ಭುವಿಯ ಕಡೆ ನೋಡಿದ. ಆಕೆಯ ಮುಖದಲ್ಲಿ ಚಿಂತೆ ದಟ್ಟವಾಗಿತ್ತು!

"ತಾಳೆಗರಿಯಲ್ಲಿ ಇನ್ನೇನಾದರೂ ಇದೆಯೆ? ಇನ್ನೊಂದ್ಸಲ ನೋಡ್ಬಿಡಿ ಸಾರ್"

ಅಲೋಕನ ಮಾತಿಗೆ ಪ್ರೊಫೆಸರ್ ಮತ್ತೊಮ್ಮೆ ತಾಳೆಗರಿಯನ್ನು ಪರೀಕ್ಷಿಸತೊಡಗಿದರು.

ಭುವಿ ಮತ್ತು ಅಲೋಕ ಕಣ್ಣುಗಳಲ್ಲೇ ಮಾತಾಡಿಕೊಂಡರು.

3

ಶ್ರೀರಂಗಪಟ್ಟಣದ ಹೊರವಲಯದ ಒಂದು ತೋಟದ ಮನೆ. ಯಾವುದೋ ಕಾಲದಲ್ಲಿ ಕಟ್ಟಿಸಿದ್ದ ಆ ಮನೆ ಶಿಥಿಲವಾಗಿತ್ತು. ಚಾವಣಿಯ ಹೆಂಚುಗಳು ಬಹುತೇಕ ಬಿದ್ದು ಹೋಗಿದ್ದವು. ಒಂದೆರಡು ಕೊಠಡಿಗಳಲ್ಲಿ ಮಾತ್ರ ಹೆಂಚು ಇನ್ನೂ ಉಳಿದಿದ್ದವು. ಅಂತದೊಂದು ಕೊಠಡಿಯಲ್ಲಿ ವಯಸ್ಸಾದ ವ್ಯಕ್ತಿಯೊಬ್ಬ ಧೂಳು ಹಿಡಿದ ಕುರ್ಚಿಯೊಂದರಲ್ಲಿ ಕುಳಿತಿದ್ದರು. ಅವರು ಅಲೋಕನ ತಂದೆ ಶಾಮರಾಯರು. ಅವರ ಕೈಕಾಲುಗಳು ಹಗ್ಗದಲ್ಲಿ ಬಂಧಿತವಾಗಿದ್ದವು! ಅರವತ್ತು ದಾಟಿದ್ದ ಅವರ ಶರೀರ ಆ ಸ್ಥಿತಿಯಲ್ಲಿ ಮರಗಟ್ಟಿಹೋಗಿತ್ತು. ಶರೀರದ ಎಲ್ಲ ಭಾಗಗಳಲ್ಲೂ ನೋವು ಹಿಂಡುತ್ತಿತ್ತು; ನರಳುತ್ತಿದ್ದರು. ವಾರದಿಂದ ಅವರು ಹೆಚ್ಚೂ ಕಡಿಮೆ ಅದೇ ಸ್ಥಿತಿಯಲ್ಲಿದ್ದರು.

ದೂರದಲ್ಲಿ ಬೈಕಿನ ಶಬ್ದ ಕೇಳಿತು. ಅಬ್ಬಾ! ಕೊನೆಗೂ ಅವನು ಬಂದ! ಹತ್ತು ನಿಮಿಷ ತಡವಾದರೆ ಜಲಬಾಧೆಯನ್ನು ತಡೆಯಲು ಸಾಧ್ಯವೇ ಇಲ್ಲ. ಈಗಾಗಲೇ ಹೊಲಸಾಗಿರುವ ಬಟ್ಟೆಗಳು ಇನ್ನಷ್ಟು ಹೊಲಸಾಗುತ್ತವೆ. ಎಂದೂ ಹೀಗೆ ಸ್ನಾನವಿಲ್ಲದೆ, ಬಟ್ಟೆ ಬದಲಿಸದೆ ಇದ್ದುದೇ ಇಲ್ಲ! ಇದೆಂತಾ ದುರ್ವಿಧಿ ಎಂದು ತಮ್ಮ ಸ್ಥಿತಿಗೆ ತಾವೇ ಮರುಗಿದರು ಶಾಮರಾಯರು.

ಬೈಕು ಆ ತೋಟದ ಮನೆಯ ಮುಂದೆ ನಿಂತಿತು. ಅದರಿಂದ ಇಳಿದವನೊಬ್ಬ ಮನೆಯನ್ನು ಪ್ರವೇಶಿಸಿದ.

"ಬೇಗ ಬಾರೋ ಪಾಪಿ! ಮೊದಲು ಈ ಕಟ್ಟು ಬಿಚ್ಚು, ದೇಹ ಭಾಧೆ ತೀರಿಸಿಕ್ಕೊಳ್ಳಬೇಕು"

ಶಾಮರಾಯರು ಚೀರಿದರು.

"ತಡ್ಕೊಳ್ಳಯ್ಯ. ಪ್ರಾಣ ಏನೂ ಹೋಗಿಲ್ಲ!" ಬಾಗಿಲಿನ ಬೀಗ ತೆಗೆದು ಒಳಗೆ ಬಂದ ಸುಮಾರು ಮೂವತ್ತರ ಆಸುಪಾಸಿನಲ್ಲಿದ್ದ ಒಬ್ಬ ಜೀನ್ಸ್ಧಾರಿ ಅವರ ಕೈಕಾಲುಗಳಿಗೆ ಕಟ್ಟಿದ್ದ ಹಗ್ಗ ಬಿಚ್ಚಿದ.

"ಬೇಗ ಬಿಚ್ಚೋ..ಬೇಗ ಬಿಚ್ಚೋ.." ಶಾಮರಾಯರು ಆತುರಪಡಿಸುತ್ತಿದ್ದರು.

"ಏನಾದ್ರೂ ಛತ್ರಿ ಕೆಲಸ ಮಾಡಿದರೆ ಜೀವ ಕಳ್ಕೊತೀಯ" ಕೈಯಲ್ಲಿ ಹಿಡಿದ ಚಾಕು ತೋರಿಸಿ ಹೆದರಿಸಿದ ಜೀನ್ದಾರಿ

ಬಂಧನದಿಂದ ಬಿಡುಗಡೆಯಾದ ಶಾಮರಾಯರು ಮರಗಟ್ಟಿದ ಕಾಲುಗಳನ್ನು ಸ್ವಾಧೀನಕ್ಕೆ ತಂದುಕ್ಕೊಳ್ಳುತ್ತಾ, ತಟ್ಟಾಡುತ್ತಾ ಒಂದು ಕಾಲದಲ್ಲಿ ಆ ತೋಟದ ಮನೆಯವರು ಉಪಯೋಗಿಸುತ್ತಿದ್ದ ಶೌಚಾಲಯದತ್ತ ಧಾವಿಸಿದರು.

ವಾಪಸ್ಸು ಬಂದಾಗ ಶಾಮರಾಯರ ಕೈಗೊಂದು ಪ್ಲಾಸ್ಟಿಕ್ ಕವರ್ ಕೊಟ್ಟು ಅವನು "ಬೇಗ ತಿನ್ನು. ಈಗ ಬಾಸ್ ಬರ್ತಾರೆ" ಎಂದು ಹೇಳಿದ.

"ಯಾವೋನು ನಿಮ್ಮ ಬಾಸು..?"

"ಇಂತಾ ಸ್ಥಿತೀಲೂ ನಿನ್ನ ಪೊಗರಿಗೇನೂ ಕಮ್ಮಿಯಿಲ್ಲ"

ಅವನು ಅಣಕಿಸಿದ.

ಹಿಂದಿನ ದಿನ ಮಧ್ಯಾನ್ಹವಷ್ಟೆ ಆಹಾರ ತಿಂದಿದ್ದ ಶಾಮಣ್ಣ, ಆತುರದಿಂದ ಪ್ಲಾಸ್ಟಿಕ್ ಕವರ್ ಬಿಡಿಸಿ ಅದರಲ್ಲಿದ್ದ ನಾಲ್ಕು ಇಡ್ಲಿಗಳನ್ನು ಗಬಗಬನೆ ತಿಂದರು. ನಡುವೆ ಗಂಟಲಲ್ಲಿ ಆಹಾರ ಸಿಕ್ಕಿಕೊಂಡು ಕೆಮ್ಮಿದರು. ಜೀನ್ಸಿನವ ನೀರಿನ ಬಾಟಲಿ ಅವರ ಮುಂದೆ ಹಿಡಿದ.

ದೂರದಲ್ಲಿ ಕಾರಿನ ಶಬ್ದ ಕೇಳಿಸಿ ಅವನು "ಲೇ..ಮುದ್ಕಾ ಬೇಗ ಮುಗ್ಸು" ಎಂದು ಅವಸರಿಸಿದ.

ಶಾಮಣ್ಣ ನೀರು ಕುಡಿದು ದೊಡ್ಡ ನಿಟ್ಟುಸಿರುಬಿಟ್ಟರು! ಇಲ್ಲ...ಇನ್ನು ತಾನು ಸಾವಿಗೆ ಹೆದರಬಾರದು! ಈ ದುಷ್ಟರ ಕೈಯಿಂದ ಪಾರಾಗಬೇಕು! ಇಲ್ಲವೇ ಸಾಯಬೇಕು! ಇವರ ಇವರು ಯಾವ ಉದ್ದೇಶಕ್ಕಾಗಿ ತನ್ನನ್ನು ಇಲ್ಲಿ ಬಂಧಿಸಿದ್ದಾರೋ ಅದು ಈಡೇರಲು ಬಿಡಬಾರದು ಎಂದುಕೊಂಡರು.

ಆಚೆ ಬಾಗಿಲು ತೆಗೆದ ಶಬ್ದ. ಮೂರು ಜನ ಒಳಗೆ ಬಂದರು! ಅವರಲ್ಲಿ ಇಬ್ಬರು ಅವರಿಗಾಗಲೇ ಪರಿಚಿತರು! ತಮ್ಮನ್ನು ಜಮೀನಿನ ಬಳಿ ಪ್ರಜ್ಞೆ ತಪ್ಪಿಸಿ ಇಲ್ಲಿಗೆ ಕರೆದು ತಂದವರು. ಆ ಮೂರನೆಯವನು ಮಾತ್ರ ಹೊಸಬ! ಅವನನ್ನು ಎಲ್ಲೋ ನೋಡಿದಂತೆನಿಸಿತು! ಅಂತಾ ಕೆಟ್ಟ ಸ್ಥಿತಿಯಲ್ಲೂ ಅವರು ನೆನಪಿನ ಮೂಲೆಗಳನ್ನು ತಡಕಿದರು. ಎಲ್ಲೋ ನೋಡಿದ ನೆನಪು! ಎಷ್ಟೋ ವರ್ಷಗಳ ಹಿಂದಿನ ನೆನಪು! ಅವನೇ ಇವನೇ..? ಇರಬಹುದೆ..? ತಮ್ಮೂರಿನ ಶ್ರೀಕಂಠಯ್ಯನವರ ಮಗ ಜಯರಾಮಯ್ಯನವರ ಜೊತೆಯಲ್ಲಿ ಮೈಸೂರಿನಲ್ಲಿ ಹದಿನೈದು ವರ್ಷಗಳ ಹಿಂದೆ ನೋಡಿದ ನೆನಪು! ತಡರಾತ್ರಿ ಇಬ್ಬರೂ ತಮ್ಮ ಮನೆಗೆ ಬಂದಿದ್ದರು! ಸಾಲ ಕೇಳಲು..ಹತ್ತು ಸಾವಿರ! ಹದಿನೈದು ವರ್ಷಗಳ

ಹಿಂದಿನ ಹತ್ತು ಸಾವಿರ! ಅದಾಗ ಲಕ್ಷಕ್ಕೆ ಸಮಾನವಾಗಿತ್ತು! ಅಷ್ಟು ಹಣ ಅವರಿಗೆ ಬೇಕಾಗಿದ್ದು ರೇಸ್ ಆಡಲು! ತನ್ನಲ್ಲಿ ಅಷ್ಟು ಹಣ ಇರಲಿಲ್ಲ, ಇದ್ದಿದ್ದರೂ ರೇಸ್ ಆಡಲು ಕೊಡುವ ಮನಸ್ಸೂ ಇರಲಿಲ್ಲ! ಅದೇ ಕೊನೆ! ಆಮೇಲೆ ಅವರಿಬ್ಬರನ್ನೂ ನೋಡೇ ಇರಲಿಲ್ಲ. ಜಯರಾಮಯ್ಯ ಸತ್ತ ನಂತರ ಜಗ್ಗು ಊರಿನ ಆಸ್ತಿಯೆಲ್ಲಾ ಮಾರಿ ಬೊಂಬಾಯಿಗೆ ಹೋಗಿದ್ದ! ಆಮೇಲೆ ಅವನ ನೆನಪು ಊರಲ್ಲಿ ಯಾರಿಗೂ ಇರಲಿಲ್ಲ! ಈಗ ಅದೇ ಜಗ್ಗು ಇಲ್ಲಿ! ತನ್ನ ಮುಂದೆ!! ನಂಬಿಕೆ ಬಾರದೆ ಮತ್ತೊಮ್ಮೆ ನೋಡಿದರು. ನಿಜ ಅವನೇ ಜಗ್ಗು! ಆನೆ ಮರಿಯಂತಿದ್ದವನು ಈಗ ಸೊರಗಿ ನಿಂತಿದ್ದ! ಮುಖದಲ್ಲಿ ನರಿಂii ಮುಖಭಾವ ಮಾತ್ರ ಬದಲಾಗಿಲ್ಲ! ಇವನೇಕೆ ಇಲ್ಲಿ ? ಅಂದು ಹಣ ಕೊಡದಿದ್ದಕ್ಕೆ ಪ್ರತೀಕಾರ ಈ ಅಪಹರಣವೆ? ಆದೂ ಇಷ್ಟು ವರ್ಷಗಳ ನಂತರ?

"ನೀನು ಜಗನ್ನಾಥ ಅಲ್ಲವೆ..?" ಶಾಮಣ್ಣ ಕುತೂಹಲ ತಡೆಯದೆ ಕೇಳಿದರು.

"ಗುರ್ತು ಸಿಗ್ತಾ? ಪರ್ವಾಗಿಲ್ಲ. ನೆನಪು ಚೆನ್ನಾಗಿದೆ. ಅದ್ರಿಂದ ನಿನಗಾಗಲೀ ನನಗಾಗಲೀ ಯಾವ ಪ್ರಯೋಜನವೂ ಇಲ್ಲ!"

ಅವನು ನಕ್ಕು ನುಡಿದ.

"ಇಂತಾ ಹೀನ ಕೆಲಸಕ್ಕೆ ನೀನು ಇಳೀತೀಯಾಂತ ನಾನಂದ್ಕೊಂಡಿರಲಿಲ್ಲ"

ಶಾಮಣ್ಣ ತಿರಸ್ಕಾರದಿಂದ ಹೇಳಿದರು.

"ಏ..ಜಗ್ಗ ಮಾತು ಸಾಕು ಕೆಲಸ ನೋಡು" ಥೇಟ್ ಸಿನಿಮಾದಿಂದ ಇಳಿದು ಬಂದ ಖಳನಂತಿದ್ದ ಸಫಾರಿಯಲ್ಲಿದ್ದವನು ಗದರಿದ.

"ರತನ್, ಅತುರ ಮಾಡ್ಬೇಡ"

"ನೀವೆಲ್ಲಾ ಯಾರು? ನನ್ನಿಂದ ಏನಾಗಬೇಕು..?" ಶಾಮಣ್ಣ ಕನಲಿದರು.

"ಲೋ..ಕಾರಲ್ಲಿ ಒಂದು ಬೆತ್ತದ ಪೆಟ್ಟಿಗೆಯಿದೆ ಅದನ್ನ ಎತ್ಕೊಂಡು ಬಾರೋ.."

ರತನ್ ಮಾತಿಗೆ ಜೀನ್ಸಿನಲ್ಲಿದ್ದವನು ಆಚೆ ಹೋದ.

"ಶಾಮಣ್ಣ, ನೀನು ಬದುಕಿ ಇಲ್ಲಿಂದ ಹೋಗಬೇಕೆಂದರೆ ನಾವು ಹೇಳಿದ ಹಾಗೆ ಕೇಳಬೇಕು. ಹೆಚ್ಚೂ ಕಮ್ಮಿ ಮಾಡೋಕೆ ಹೋದ್ರೆ ಪರಿಣಾಮ ನೆಟ್ಟಗಾಗೊಲ್ಲ"

"ನೀನು ಕೆಟ್ಟು ಬಾಂಬೆಗೆ ಹೋದೆ ಅಂತಾ ಗೊತ್ತಿತ್ತು. ಆದ್ರೆ ಇಷ್ಟು ಕೆಟ್ಟಿದ್ದೀಯಾಂತ ಗೊತ್ತಿರಲಿಲ್ಲ"

"ಏ ಜಗ್ಗು ಪೈಸಾ ನಹೀ ಮಿಲೇತೋ ಕುತ್ತೇಕಾ ಮೌತ್ ಹೋಗ ತುಮಾರ"

"ಸೇಟ್ ತಡ್ಕೋ..ಈ ಜಗ್ಗೂ ಹಾಗೆಲ್ಲಾ ಸಾಯೋನಲ್ಲ"

"ನಾವು ನಿನಗೇನು ಕೇಡು ಮಾಡಿದ್ದೀವೋ..? "

ಅಷ್ಟರಲ್ಲಿ ಜೀನ್ಸಿನವನು ಬೆತ್ತದ ಪೆಟ್ಟಿಗೆ ಹಿಡಿದುಕೊಂಡು ಬಂದ. ಅದನ್ನು ನೋಡಿ ಶಾಮರಾಯರಿಗೆ ಅಚ್ಚರಿ!

"ಇದು ನಿನ್ನ ಹತ್ರ ಹೇಗ್ಬಂತು? ಯಾರು ಕೊಟ್ಟರು?"

ಶಾಮಣ್ಣ ಆಶ್ಚರ್ಯಚಕಿತರಾಗಿದ್ದರು!

"ಅದ್ನೆಲ್ಲಾ ಹೇಳೋಕೆ ಟೈಮಿಲ್ಲ. ಮೊದ್ಲು ಈ ಪೆಟ್ಟಿಗೆ ತೆಗೆದು ಆ ನಿಧಿ ಎಲ್ಲಿದೆ ಹೇಳು"

ಜಗ್ಗು ಅಸಹನೆಯಿಂದ ಹೇಳಿದ.

"ನಿಧಿ? ಯಾವ ನಿಧಿ? ನಿನಗೆ ಹುಚ್ಚು ಹಿಡಿದಿರಬೇಕು? ಏನು ಮಾತಾಡ್ತಿದ್ದೀಯ?"

"ಶಾಮಣ್ಣ ನಾನು ಏನು ಮಾತಡ್ತಿದ್ದೀನೀಂತ ನಿಮಗೆ ಚೆನ್ನಾಗಿ ಗೊತ್ತು! ನಮ್ಮ ತಾತ ಶ್ರೀಕಂಠಶಾಸ್ತ್ರಿಗಳನ್ನ ನೆನಪು ಮಾಡ್ಕೊಳ್ಳಿ. ಅಷ್ಟು ಮಾಡಿ, ಈ ಪೆಟ್ಟಿಗೆ ನೋಡಿ ನಿಧಿ ಎಲ್ಲಿದೆ ಹೇಳಿ, ಜೀವ ಉಳಿಸ್ಕೊಳ್ಳಿ"

ಜಗ್ಗು ಮಾತಿನಲ್ಲಿ ವಿಶ್ವಾಸ ತುಂಬಿತ್ತು. ಆ ಪೆಟ್ಟಿಗೆಯಲ್ಲಿ ನಿಧಿಯೊಂದರ ರಹಸ್ಯ ಜಾಗದ ವಿವರ ಇದೆ ಎನ್ನುವುದನ್ನು ಅವನು ತಾತನ ಬಾಯಿಂದ ಹಲವು ಸಲ ಕೇಳಿದ್ದ. ಅದೊಂದು ಜಾನಪದ ಕತೆಯಂತಿತ್ತು! ತೀರಾ ಚಿಕ್ಕವನಾಗಿದ್ದಾಗಲೇ ಆ ಪೆಟ್ಟಿಗೆಯನ್ನು ಶಾಮಣ್ಣನ ಮನೆಯಿಂದ ಅಪಹರಿಸಿ ನಿಧಿಂiiನ್ನು ವಶ ಮಾಡಿಕ್ಕೊಳ್ಳುವ ಬಗೆಗೆ ಯೋಚಿಸಿದ್ದ.

"ಜೀವದ ಬಗ್ಗೆ ನನಗೆ ಯೋಚನೆಯಿಲ್ಲ. ಈ ಪೆಟ್ಟಿಗೇನ ನಾನು ಈವರೆಗೆ ತೆಗೆದು ನೋಡಿಲ್ಲ. ಹಾಗೆ ಮಾಡೊಲ್ಲಾಂತ ನಮ್ಮ ತಂದೆ ನನ್ನ ಹತ್ರ ಮಾತು ತಗೊಂಡಿದ್ದರು. ಆ ಮಾತನ್ನು ಉಳಿಸಿಕೊಂಡು ಬಂದಿದ್ದೀನಿ. ನೀನು ಹೇಳೋ ನಿಧಿಯ ವಿಷಯ ನನಗೆ ಗೊತ್ತಿಲ್ಲ"

"ನಾಟಕ ಆಡಬೇಡ ಶಾಮಣ್ಣ! ನಿನಗೆ ಎಲ್ಲಾ ಗೊತ್ತು!" ಜಗ್ಗು ಖಡಕ್ಕಾಗಿ ಹೇಳಿದ.

"ಏ..ಜಗ್ಗು ಟೈಮ್ ಬರ್ಬಾದ್ ಮತ್ ಕರೋ..ಪೇಠೀ ಉನ್ಕೋ ದೋ" ರತನ್ ಎಚ್ಚರಿಸಿದ.

ಬೆತ್ತದ ಪೆಟ್ಟಿಗೆಯನ್ನು ನೆಲದ ಮೇಲಿಟ್ಟು ಅದರ ಮುಚ್ಚಳ ತೆಗೆದ ಜಗ್ಗು.

ಶಾಮಣ್ಣ ಯಾವುದೇ ಪ್ರತಿಕ್ರಿಯೆ ತೋರದೆ ನಿಂತೇ ಇದ್ದರು. ಇವರ ಕೈಗೆ ಇದು ಹೇಗೆ ಬಂತು? ಮನೆಯವರನ್ನು ಹೆದರಿಸಿ ಇದನ್ನು ಪಡೆದರಾ? ಈ ಸಮಯಕ್ಕೆ ಅಲೋಕ ಊರಿಗೆ ಬಂದಿರುತ್ತಾನೆ. ಅವನಿಗೆ ಹೊಡೆದು ಬಡಿದು ಪೆಟ್ಟಿಗೆ ಪಡೆದಿದ್ದಾರಾ..? ಇಲ್ಲಾ ಕಳವು ಮಾಡಿದ್ದಾರಾ..?

"ಏನು ಯೋಚಿಸ್ತಿದ್ದೀಯ? ಜೀವ ಬೇಡಾನ್ನಿಸ್ತಾ ಇದೆಯಾ..?" ಜಗ್ಗು ಸೊಂಟಕ್ಕೆ ಸಿಕ್ಕಿಸಿಕೊಂಡಿದ್ದ ರಿವಾಲ್ವರ್ ತೆಗೆದ.

ಶಾಮಣ್ಣನ ಗುಂಡಿಗೆ ಹೊಡೆದುಕೊಂಡಿತು! ನಿಜಕ್ಕೂ ಇವನು ತನ್ನನ್ನು ಸಾಯಿಸುತ್ತಾನಾ..? ಮೆಲ್ಲನೆ ನೆಲದ ಮೇಲ್ಲಿದ್ದ ಆ ಪೆಟ್ಟಿಗೆಯ ಮುಂದೆ ಕೂತರು. ಕೂರುವಾಗ ಅಂತಾ ಸ್ಥಿತಿಯಲ್ಲಿ ವಾರ ಕಳೆದಿದ್ದರಿಂದ ಅವರ ಕೈಕಾಲುಗಳು ತಮ್ಮ ಸಹಜ ಚಲನೆಯನ್ನು ಕಳಿದುಕೊಂಡಿದ್ದವು. ಮೊಣಕಾಲಿನ ಅಸಾಧ್ಯ ನೋವಿಗೆ ನರಳಿದರು. ಕೂತು ಪೆಟ್ಟಿಗೆಯ ಒಳಗೆ ನೋಡಿದರು. ನಿಜ ಅದೇ ಪೆಟ್ಟಿಗೆ! ತನ್ನ ತಂದೆ ಅದರ ಬಗೆಗೆ ಹೇಳಿದ್ದರು! ಅದು ಯಾವ ಕಾರಣಕ್ಕೂ ಇತರರ ಕೈಗೆ ಸಿಗಬಾರದು ಎಂದಿದ್ದರು! ಆದರೆ ನಿಧಿ? ಅದನ್ನು ನಂಬಿರಲಿಲ್ಲ! ಅದೆಲ್ಲವೂ ಕಟ್ಟುಕತೆಯಂತಿತ್ತು! ಅದು ನಿಜವಾಗಿದ್ದಿದ್ದರೆ ಅದು ಈವರೆಗೆ ಗುಟ್ಟಾಗಿರುತ್ತಿರಲೇ ಇಲ್ಲ. ಅಜ್ಞಾತವಾಗಿ, ತಮ್ಮ ವಶದಲ್ಲಿದ್ದ ಪೆಟ್ಟಿಗೆಗೆ ಇಷ್ಟು ಬೆಲೆಯೇ? ಇದಕ್ಕೆ ಈಗ ಮಹತ್ವ ಬಂದಿದೆ! ಅದಕ್ಕಾಗಿ ತಮ್ಮ ಅಪಹರಣ! ಇನ್ನು ಜಾನಕಿ ಮತ್ತು ಅಲೋಕನ ಸ್ಥಿತಿ ಏನಾಗಿದೆಯೋ? ತಾನು ಕಾಣೆಯಾಗಿರುವುದು ಅಲೋಕನಿಗೆ ಗೊತ್ತಾಗಿರುತ್ತೆ! ಅವನು ಊರಿಗೆ ಬಂದಿರುತ್ತಾನೆ! ಆದರೆ ಈವರೆಗೆ ಏನು ಮಾಡುತ್ತಿದ್ದಾನೆ? ತನ್ನನ್ನು ಹುಡುಕುವ ಪ್ರಯತ್ನ ಮಾಡಿಲ್ಲವೇಕೆ?

ಅದರಲ್ಲಿದ್ದ ವಸ್ತುಗಳನ್ನು ಒಂದೊಂದಾಗಿ ಈಚೆ ತೆಗೆದು ನೋಡಿದರು ಶಾಮಣ್ಣ.

"ಹೇಳಿ ಬೇಗ..ಆ ನಿಧಿ ಎಲ್ಲಿದೆ?"

ಜಗ್ಗು ಅವಸರಿಸಿದ.

"ಹುಚ್ಚ! ಅಷ್ಟು ಬೇಗ ಅದು ಸಿಕ್ಕೋ ಹಾಗಿದ್ದರೆ ಈವರೆಗೆ ಅದಿಷ್ಟೊತ್ತಿಗೆ ಯಾರ ಸ್ವತ್ತೋ ಆಗಿರುತ್ತಿತ್ತು. ನಮ್ಮಪ್ಪ ಈ ನಿಧಿ ಕತೆ ಹೇಳಿದ್ದು ನಿಜ. ಆದರೆ ಅದು ಕತೆ! ನಿಜಕ್ಕೂ ನಿಧಿ ಎಲ್ಲೂ ಇಲ್ಲ! ಅದೆಲ್ಲಿದೆ ಅನ್ನೋದು ಈ ವಸ್ತುಗಳಿಂದ ಹೇಗೆ ತಿಳಿಯುತ್ತೆ? ಶಂಖ, ಗಂಟೆ, ಪುಡಿಗಳು, ಓಲೆಗರಿ!! ಇದ್ರಲ್ಲಿ ಬರೆದಿರೋದನ್ನ ಓದೋಕೆ ನನ್ನಿಂದಂತೂ ಸಾಧ್ಯವಿಲ್ಲ. ನನ್ನ ಕನ್ನಡಕವೂ ಇಲ್ಲ. ಜೊತೆಗೆ ಇದರಲ್ಲಿ ಬರೆದಿರೋದು ಹಳೆ ಕಾಲದ ಅಕ್ಷರಗಳು. ಯಾರಾದ್ರೂ ಹಳೆ ಕಾಲದ ಶಾಸನ ಓದುವವರನ್ನ ಹುಡುಕಿಸಿ ಅವರ ಕೈಯಲ್ಲಿ ಓದಿಸಬೇಕು"

"ಕ್ಯಾ ಬಾತ್ ಹೈ" ರತನ್ ಕೇಳಿದ.

"ಇದರಲ್ಲಿರೋದು ಓದೋಕೆ ಆಗೊಲ್ಲವಂತೆ. ಅಕ್ಷರ ಹಳೇಕಾಲದ್ದು. ಅದನ್ನು ಓದೋಕೆ ನುರಿತವರು ಬೇಕಂತೆ"

ಜಗ್ಗು ನಿರಾಸೆಯಿಂದ ರತನನಿಗೆ ಹಿಂದಿಯಲ್ಲಿ ಹೇಳಿದ.

"ಶಾಮಣ್ಣ, ಆಟ ಕಟ್ತಾ ಇಲ್ಲತಾನೆ?" ಜಗ್ಗು ರಿವಾಲ್ವರ್ ಗುರಿಯಿಟ್ಟು ಹೆದರಿಸಿದ.

"ಆಟ ಕಟ್ಟೋ ಹಾಗಿದ್ದರೆ ಇಷ್ಟು ವರ್ಷ ನನ್ನ ಮನೇಲೇ ಇದ್ದ ಇದನ್ನ ಉಪಯೋಗಿಸಿಕೊಂಡು ನಿಧಿ ನಾನೇ ತಗೋತಿರಲಿಲ್ಲವೆ? ನಿನ್ನ ತನಕ ಇದನ್ನ ನಾನು ಯಾಕಿಡಬೇಕಾಗಿತ್ತು? ಈ ನಿಧಿ ಆಸೆ ಬಿಟ್ಟು ಬೇರೆ ದುಡಿಮೆ ದಾರಿ ಹುಡುಕಿಕೋ"

"ಈ ನಿಧೀನ ಹುಡುಕಿ ಕೊಡದಿದ್ದರೆ ಇವನು ನನ್ನನ್ನ ಸಾಯಿಸಿಬಿಡ್ತಾರೆ ಶಾಮಣ್ಣ" ಜಗ್ಗನ ಮಾತು ಕೇಳಿ ಶಾಮಣ್ಣನವರಿಗೆ ಅಚ್ಚರಿಯಾಯಿತು! ಪಿಸ್ತೂಲು ಹಿಡಿದು ತನ್ನ ಮೇಲೆ ಗುಂಡು ಹಾರಿಸಿ ಸಾಯಿಸಲು ಸಿದ್ಧನಾಗಿದ್ದ ಜಗ್ಗು ತಾನೇ ಸತ್ತಂತೆ ನಿಂತಿದ್ದ!

"ಅಂತಾದ್ದೇನಾಯ್ತು?" ಶಾಮಣ್ಣ ಅಂತಾ ಸ್ಥಿತಿಯಲ್ಲೂ ಅವನಿಗೆ ಕನಿಕರಿಸಿದರು.

"ಏನು ಹೇಳಲಿ? ಬಾಂಬೆಗೆ ಹೋದ ಮೊದಲಿಗೆ ರೇಸು, ಬೆಟ್ಟಿಂಗಿನಲ್ಲಿ ಕೋಟಿಗಟ್ಟಲೆ ಹಣ ಸಂಪಾದನೆ ಮಾಡಿದೆ. ಕೆಟ್ಟ ಕಾ‾ ಬಂತು ಗಳಿಸಿದ್ದೆಲ್ಲಾ ಕಳ್ಕೊಂಡೆ! ನನ್ನ ಐಷಾರಾಮೀ ಜೀವನ ನೋಡಿ ಕೋಟಿಗಟ್ಟಲೆ ಸಾಲ ಕೊಟ್ಟಿದ್ದ ಈ ರತನ್! ಈಗ ಅದರ ವಸೂಲಿಗೆ ನಿಂತಿದ್ದಾನೆ. ಅದನ್ನ ತೀರಿಸ್ಕೋಳ್ಳೋಕೆ ನೆನಪಾಗಿದ್ದು ತಾತ ಹೇಳ್ತಿದ್ದ ಈ ನಿಧಿ"

ಜಗ್ಗು ನಿಜಕ್ಕೂ ಸೋತಿದ್ದ! ಆವನ ಸ್ಥಿತಿ ನೋಡಿ ಕೆಟ್ಟದೆನಿಸಿತು ಶಾಮಣ್ಣನಿಗೆ.

"ಈ ನಿಧಿ ಎಷ್ಟು ನಿಜವೋ ಗೊತ್ತಿಲ್ಲ ಜಗನ್ನಾಥ..ನಾನು ಸುಳ್ಳು ಹೇಳ್ತಿಲ್ಲ. ಶ್ರೀಕಂಠಶಾಸ್ತ್ರಿಗಳ ಮೇಲಿನ ಗೌರವಕ್ಕೆ ಹೇಳ್ತಿದ್ದೀನಿ. ಅಂತಾ ಆಸೆ ತಮಗೆ ಬರಬಾರದು ಅಂತಾನೇ ಈ ಪೆಟ್ಟಿಗೇನೆ ನಮ್ಮ ತಂದೆ ಹತ್ರ ಕೊಟ್ಟರು. ನಿಜವಾದ ಸಾತ್ವಿಕರು ಅವರು! ನಮ್ಮಪ್ಪನಿಗೂ ಅಂತಾ ಯಾವ ದುಷ್ಟ ಯೋಚನೆಯೂ ಬಂದಿರಲಿಲ್ಲ. ಈಗ ಪೆಟ್ಟಿಗೆ ನಿನ್ನ ಕೈಸೇರಿದೆ. ಇದು ನಿನ್ನ ಕೈಗೆ ಸೇರಿದ್ದಕ್ಕೆ ನನಗೇನೂ ಬೇಜಾರಿಲ್ಲ. ಇದರಲ್ಲಿ ನನಗೆ ಕಿಂಚಿತ್ತೂ ಆಸಕ್ತಿ ಇಲ್ಲ. ಕಷ್ಟಪಟ್ಟು ದುಡಿದದ್ದೇ ನಮಗೆ ದಕ್ಕೋದಿಲ್ಲ, ಇನ್ನು ಯಾರದ್ದೋ ನಿಧಿ ನಮಗೆ ಸಿಗುತ್ತೇನು? ನೀನು ವಾಮಮಾರ್ಗದಲ್ಲಿ ಕೋಟಿಗಟ್ಟಲೆ ದುಡಿದು ಈಗ ಖಾಲಿಯಾಗಿದ್ದೀಯ? ಇನ್ನು ಈ ರತನ್..? ಇವನ ಸ್ಥಿತೀನೂ ಇದೇನೇ! ನನ್ನ ಮಾತು ನಂಬು!"

"ಏ ಜಗ್ಗೂ ಟೈಮ್ ಬರಬಾದ್ ಮತ್ ಕರೋ..ರಾಸ್ತಾ ದೂಂಡೋ!" ರತನ್ ಅಸಹನೆಯಿಂದ್ ಕುದಿಯುತ್ತಿದ್ದ! .

"ಶಾಮಣ್ಣ ನಿನಗೆ ಕೈಮುಗಿದು ಬೇಡ್ಕೋತೀನಿ...ಈ ಸ್ಥಿತೀಲಿ ನನಗೆ ಈ ನಿಧಿ ಹುಡುಕದೆ ಬೇರೆ ದಾರಿ ಇಲ್ಲ..ನಿಮಗೆ ಗೊತ್ತಿರೋ ಹಾಗೆ ಈ ಓಲೆಗರಿಗಳನ್ನ ಯಾರು ಓದಬಹುದು ಹೇಳ್ತೀರಾ..?"

"ಇಲ್ಲ. ಅದನ್ನ ಹೇಳಿದ್ರೆ ನೀನು ಹೋಗಿ ಅವರಿಗೂ ತೊಂದ್ರೆ ಕೊಡ್ತೀಯ" ಶಾಮಣ್ಣ ಧೈರ್ಯ ತಂದುಕೊಂಡು ಹೇಳಿದರು.

"ಶಾಮಣ್ಣ, ಮಾಡಬಾರದ್ದು ಮಾಡಿ ಈ ಸ್ಥಿತೀತಿಗೆ ಬಂದಿರೋ ನಾನು ಕೊಲೆ ಮಾಡೋಕೂ ಹೇಸೊಲ್ಲ! ಒಂದೇ ಒಂದು ಗುಂಡು ಸಾಕು, ನಿನ್ನ ಜೀವ ತೆಗೆಯೋಕೆ. ಹೇಳು ಇದನ್ನ ಯಾರು ಓದಬಹುದು?" ಜಗ್ಗು ಶಾಮಣ್ಣನ ಹಣೆಯ ಮೇಲೆ ರಿವಾಲ್ವರಿನ ನಳಿಕೆ ಹಿಡಿದ.

ಶಾಮಣ್ಣನವರಿಗೆ ಗಾಬರಿಯಾಯಿತು. ಅವನು ತನ್ನನ್ನು ಸಾಯಿಸಲು ಹೇಸುವುದಿಲ್ಲ ಎನ್ನುವುದು ಖಾತ್ರಿಯಾಯಿತು. ಆದರೆ ತನಗೆ ಗೊತ್ತಿದ್ದವರನ್ನು ಕಷ್ಟಕ್ಕೆ ಸಿಕ್ಕಿಸಲು ಮನಸ್ಸು ಒಪ್ಪಲಿಲ್ಲ.

ಜಗ್ಗು ಟ್ರಿಗರ್ ಮೇಲೆ ತನ್ನ ಬೆರಳ ಹಿಡಿತವನ್ನು ಹೆಚ್ಚಿಸುತ್ತಾ ಹೋದ!

ಮೂರು ಸಲ ರಿವಾಲ್ವರ್ ಬೆಂಕಿಯೊಂದಿಗೆ ಗುಂಡುಗಳನ್ನು ಸಿಡಿಸಿತು!!

ಗುಂಡು ತಗುಲಿದವ ಮಾರಣಾಂತಿಕವಾಗಿ ಚೀರಿದ!! ದೊಪ್ಪನೆ ನೆಲಕ್ಕೆ ಬಿದ್ದ!!

ಆ ಹಳೆಮನೆಯಲ್ಲಿ ಗೂಡು ಕಟ್ಟಿಕೊಂಡಿದ್ದ ಹಕ್ಕಿಗಳು ಚೀರಾಡುತ್ತಾ, ಟಪಟಪನೆ ರೆಕ್ಕೆ ಬಡಿಯುತ್ತಾ ಹಲವು ದಿಕ್ಕುಗಳಿಗೆ ಹಾರಿದವು!!

***

ಅಲೋಕನ ವರ್ತನೆಗೆ ಭುವಿ ಚಿಂತಿತಳಾಗಿದ್ದಳು. ತಂದೆ, ಮನೆಯಿಂದ ಕಾಣೆಯಾದ ದಿವಸದಿಂದ ಅವನು ಸರಿಯಾಗಿ ಮಾತಾಡುತ್ತಿಲ್ಲ. ಅಲ್ಲಿ ಏನಾಗಿದೆ ಎಂದೇ ತಿಳಿಯುತ್ತಿರಲಿಲ್ಲ. ಹಾರಿಕೆಯ ಚುಟುಕು ಉತ್ತರಗಳನ್ನಷ್ಟೇ ನೀಡುತ್ತಿದ್ದ. ಯಾಕೋ ಅಲೋಕ ತನ್ನಿಂದ ದೂರವಾಗುತ್ತಿದ್ದಾನೆ ಎಂಬ ಭಾವನೆ ಕೊರೆಯಲಾರಂಭಿಸಿತ್ತು. ಮುಂದಿನ ತಿಂಗಳಷ್ಟೇ ಎಂಗೇಜ್ಮೆಂಟು! ಆದರೆ ಈಗಿನ ಪರಿಸ್ಥಿತಿಯಲ್ಲಿ ಅದು ನಡೆಯುವುದೋ ಇಲ್ಲವೋ ಎನ್ನುವುದು ಅನುಮಾನ! ಅವನ ತಂದೆ ತಾವೇ ಮನೆ ಬಿಟ್ಟು ಹೋಗಿರಬಹುದೆ? ಇಲ್ಲಾ ಯಾರಾದರೂ ಕಿಡ್ನ್ಯಾಪ್ಮಾಡಿರಬಹುದೆ? ಮನೆ ಬಿಟ್ಟು ಹೋಗುವುದಕ್ಕಾಗಲೀ ಇಲ್ಲಾ ಕಿಡ್ನ್ಯಾಪ್ಮಾಡುವುದಕ್ಕಾಗಲೀ ಬಲವಾದ ಕಾರಣ ಬೇಕಲ್ಲ? ಅದು ಜೀವನದ ಬಗೆಗೆ ಜಿಗುಪ್ಸೆ ಇರಬಹುದು, ಹಣ ಇರಬಹುದು, ಇಲ್ಲಾ ದ್ವೇಷ ಇರಬಹುದು. ಯಾವುದೂ ಇಲ್ಲದೆ ಯಾರೂ ಮನೆ ಬಿಟ್ಟು ಹೋಗೊಲ್ಲ ಇಲ್ಲಾ ಯಾರದರೂ ಕಿಡ್ನ್ಯಾಪ್ಮಾಡೋದಿಲ್ಲ.

ಆಫೀಸಿಗೆ ಅರ್ಧ ದಿನ ರಜ ಹಾಕಿ ಭುವಿ ಮನೆಗೆ ಮರಳಿದಳು. ಊಟ ಮುಗಿಸಿ ರೂಮು ಸೇರಿ ಅಲೋಕನಿಗೆ ಫೋನು ಮಾಡಿದಳು.

"ಹಲೋ ಭುವಿ ಹೇಗಿದ್ದೀಯಾ...?" ಕೆಲ ಕ್ಷಣಗಳ ನಂತರ ಅಲೋಕನ ದನಿ ಕೇಳಿ ಸಮಾಧಾನವಾಯಿತು ಭುವಿಗೆ. ಅವನ ಆಡಿದ ಮಾತಿನ ಧಾಟಿ ಕೇಳಿದರೆ ಅವನ ಬಳಿ ಮಾತಾಡಲು ಸಾಕಷ್ಟು ಸಮಯವಿದೆ ಎನಿಸಿತು.

"ಏನಾಗ್ತಿದೆ? ಎಲ್ಲಿದ್ದೀಯ?"

"ಸುಲಭದಲ್ಲಿ ಹೇಳೋಕಾಗೊಲ್ಲ. ನನ್ನ ಫೋನು ಯಾರೋ ಟ್ಯಾಪ್ ಮಾಡುತ್ತಿರೋ ಅನುಮಾನ"

"ಯಾರು? ಯಾಕೆ? ಡೋಂಟ್ ಬಿ ಸಿಲ್ಲಿ. ನಿನ್ನ ಫೋನು ಯಾರು ಟ್ಯಾಪ್ ಮಾಡ್ತಾರೆ...?"

"ಪರಿಸ್ಥಿತಿ ಹಾಗಿದೆ. ನಿನಗೆ ಅರ್ಥವಾಗೊಲ್ಲ"

"ಅಪ್ಪ?"

"ಇನ್ನೂ ಬಂದಿಲ್ಲ. ಅವರು...ಅಂದ್ರೆ ಗೊತ್ತಲ್ಲ? ಅವರು ಕೇಳಿದ್ದೆಲ್ಲಾ ಕೊಟ್ಟಿದ್ದೇನೆ"

"ನಿನೊಂದ್ಸಲ ಬೆಂಗ್ಳೂರಿಗೆ ಬಂದು ಅಪ್ಪನ ಹತ್ರ ಮಾತಾಡು ಅಂತ ಎಷ್ಟು ಸಲ ಹೇಳಿದ್ದೀನಿ. ಹೋಗಲಿ ನಾನೇ ಮಾತಾಡಲೇ?"

"ನಾನು ಬೆಂಗಳೂರಿಗೆ ಬಂದ್ರೆ ಇಲ್ಲಿ ಅಮ್ಮ? ಅಪ್ಪನ್ನ ಈಗಾಗ್ಲೇ ಕಳ್ಕೊಂಡಿದ್ದೀನಿ, ಇನ್ನು ಅಮ್ಮನೂ ಇಲ್ಲದ ಹಾಗೆ ಆದ್ರೆ..?"

"ಹಾಗೇನೂ ಆಗೊಲ್ಲ. ಧೈರ್ಯವಾಗಿರು. ಯಾವಾಗ ಬೆಂಗ್ಳೂರಿಗೆ ಬರ್ತೀಯ? ನಿನ್ನಕೆಲಸ...?"

"ರಜ ಮುಂದುವರಿಸಿದ್ದೀನಿ. ಸೂಕ್ಷ್ಮವಾಗಿ ಬಾಸಿಗೆ ವಿಷಯ ತಿಳಿಸಿದ್ದೀನಿ"

"ಈಗೆಲ್ಲಿದ್ದೀಯ? ಪೋಲೀಸಿನವರ ಕಡೆಯಿಂದ ಏನು ಪ್ರೊಗ್ರೆಸ್ಸು?"

"ಫೋನಲ್ಲಿ ಎಲ್ಲಾ ಹೇಳೋಕಾಗೊಲ್ಲ"

"ಮತ್ತೆ ಬಂದ್ಬಿಡು"

"ಅದೂ ಆಗೊಲ್ಲ"

"ಮತ್ತೇನು ಮಾಡ್ಬೇಕೂಂತಿದ್ದೀಯ?"

"ನನ್ನ ಪರಿಸ್ಥಿತಿ ಅರ್ಥ ಮಾಡ್ಕೋ!"

"ಓ.ಕೆ..ಕೂಲ್‌ಡೌನ್. ಒಂದ್ಮಾತು ನೆನಪಲ್ಲಿ ಇಟ್ಕೋ..ನಾನು ನಿನಗೋಸ್ಕರ ಕಾಯ್ತಾ ಇದ್ದೀನಿ. ಏನೇ ಬೆಳವಣಿಗೆಗಳಾದರೂ ನನಗೆ ಹೇಳಬೇಕು. ಓ. ಕೆ..?"

"ಸರಿ.."

ಭುವಿ ಫೋನು ಸ್ವಿಚ್ ಆಫ್ ಮಾಡಿ ಅಲೋಕನ ಬಗೆಗೆ ಯೋಚಿಸತೊಡಗಿದಳು. ಏನಾಗಿರಬಹುದು ಅಲ್ಲಿ? ಅಲೋಕನ ಫೋನನ್ನು ನಿಜವಾಗಿಯೂ ಯಾರಾದರೂ ಟ್ಯಾಪ್ ಮಾಡುತ್ತಿರಬಹುದೆ? ಆದರೆ ಯಾಕೆ? ಅವನ ಬಳಿ ಇರಬಹುದಾದ ರಹಸ್ಯವಾದರೂ ಏನು?

***

ರೋಹಿತನನ್ನು ಆದರದಿಂದ ಬರಮಾಡಿಕೊಂಡರು ಇನ್‌ಸ್ಪಕ್ಟರ್ ಸುಧಾಕರ್. ರೋಹಿತ್ ಮತ್ತು ಸುಧಾಕರ್ ಇಬ್ಬರೂ ಸಬ್ ಇನ್‌ಸ್ಪೆಕ್ಟರ್ ತರಬೇತಿ ಸಮಯದ ಸ್ನೇಹಿತರು. ರೋಹಿತ್ ಶ್ರೀರಂಗಪಟ್ಟಣದಲ್ಲಿ ಕಾರ್ಯನಿರ್ವಹಿಸುತ್ತಿದ್ದ. ಇಬ್ಬರಿಗೂ ಇದು ಮೊದಲ ವರ್ಷದ ಕೆಲಸ!

"ಇದೇನು ಅಚಾನಕ್ ಭೇಟಿ?" ಸುಧಾಕರ್ ಅಚ್ಚರಿಯಿಂದ ಕೇಳಿದ.

"ಡ್ಯೂಟಿ" ರೋಹಿತ್ ಟೀ ಗುಟುಕರಿಸುತ್ತಾ ಹೇಳಿದ.

"ಏನು ವಿಷಯ?"

"ಶ್ರೀರಂಗಪಟ್ಟಣದ ತೋಟದ ಮನೆಯೊಂದರಲ್ಲಿ ಕೊಲೆಯಾಗಿದೆ, ಗನ್‌ಷಟ್ನಿಂದ. ಅವನು ಈ ತಾಲ್ಲೋಕಿನ ತೊರವೆ ಗ್ರಾಮದವನು"

ರೋಹಿತನ ಮಾತಿಗೆ ಸುಧಾಕರ್ ಸಿಳ್ಳು ಹಾಕಿದ!

"ಯಾಕೆ?" ರೋಹಿತ್ ಅಚ್ಚರಿಗೊಂಡ.

"ತೊರವೆಯಲ್ಲಿ ನನ್ನದೂ ಒಂದು ಕೇಸಿದೆ. ಅದು ಕಿಡ್ನ್ಯಾಪ್ಕೇಸು. ಅದಕ್ಕೂ ಇದಕ್ಕೂ ಸಂಬಂಧ ಇರಬಹುದಾ..?"

"ನಡಿ, ಹೋಗಿ ವಿಚಾರಿಸೋಣ"

"ಓಕೆ. ಮೊದಲು ಟೀ ಮುಗಿಸು. ಊಟ ಮಾಡೋಣ ಆಮೇಲೆ ತೊರವೆ"

"ನೋ..ನೋ..ಮೊದಲು ಕೆಲಸ ಆಮೇಲೆ ಊಟ"

"ಆ ಮಾತು ನಿನ್ನ ಬಾಯಿಂದಲೇ ಬರಲಿ ಅಂತ ಕಾದಿದ್ದೆ! ಆಲ್ವೇಸ್ ಡ್ಯೂಟಿ ಫಸ್ಟ್!"

ಇಬ್ಬರೂ ನಗುತ್ತಾ ಸ್ಟೇಷನ್ನಿನ ಹೊರಗೆ ಬಂದು ಜೀಪು ಹತ್ತಿದರು. ಜೀಪು ತೊರವೆಯತ್ತ ಚಲಿಸಿತು.

"ಕೊಲೆಯಾದ ವ್ಯಕ್ತಿ ಐಡೆಂಟಿಫಿಕೇಶನ್ನು?"

"ಅವನ ಹತ್ರ ಇದ್ದ ಮೊಬೈಲ್‌ನಿಂದ ಹೆಸರು ಜಗನ್ನಾಥ್ ಜಯರಾಮಯ್ಯ ತೊರವೆ. ಹೆಸರೂ ಬಾಡಿ ಮ್ಯಾಚ್ ಮಾಡಿಲ್ಲ. ಬಾಡಿ ಒಬ್ಬರದು, ಮೊಬೈಲು ಇನ್ನೊಬ್ಬರದ್ದು ಇರಬಹುದು. ಅದನ್ನ ಕನ್¥sೆರ್ಮ್ ಮಾಡಿಲ್ಲ. ಅದಕ್ಕೇ ತೊರವೆಯ ಜನ ಬೇಕು. ಸರಿ ನಿನ್ನ ಕೇಸು?"ರೋಹಿತ್ ಸುಧಾಕರನತ್ತ ನೋಡಿದ.

"ತೊರವೆಯ ಶಾಮರಾವ್ ಅಂತ ಒಬ್ಬರು ರಿಟೈರ್ಡ್ ವ್ಯಕ್ತಿ ಕಿಡ್ನ್ಯಾಪ್‌ಆಗಿದಾರೆ. ಕಂಪ್ಲೈಂಟ್ ಕೊಟ್ಟಿರೋದು ಅವರ ಮಗ ಅಲೋಕ. ಬೆಂಗ್ಳೂರಲ್ಲಿ ಕೆಲಸ ಮಾಡ್ತಿದ್ದಾನೆ. ಶಾಮರಾವ್ ಬೆಂಗಳೂರಲ್ಲಿ ಕೆಲಸದಲ್ಲಿದ್ದು, ರಿಟೈರ್ ಆದ್ಮೇಲೆ ವಾಪಸ್ಸು ಊರಿಗೆ ಬಂದು ಈಗ ವ್ಯವಸಾಯ ಮಾಡ್ತಿದ್ದಾರೆ. ಯಾರೋ ಬಿಲ್ಡರ್ ಬಂದಿದ್ದನಂತೆ. ಆಮೇಲೆ ಅವರು ಕಿಡ್ನ್ಯಾಪ್‌ಆಗಿದ್ದಾರೆ. ಟ್ರೇಸ್ ಆಗಿಲ್ಲ. ಅವರ ಮನೇಲಿ ಒಂದು ಹಳೇಕಾಲದ ಪೆಟ್ಟಿಗೆ ಇತ್ತಂತೆ. ಅದನ್ನ ಡಿಮ್ಯಾಂಡ್ ಮಾಡಿ ಕಾಲ್ ಬಂದಿತ್ತಂತೆ. ಪೆಟ್ಟಿಗೇನೇನೋ ಕೊಟ್ಟುಬಿಟ್ಟಿದ್ದಾರೆ. ಆದ್ರೆ ತಂದೆ ವಾಪಸ್ಸಾಗಿಲ್ಲ"

"ಸೋ ಈಗ ತೊರವೆಯಿಂದ ಅಲೋಕನನ್ನು ಕರೆದುಕೊಂಡು ಬಂದು ಬಾಡಿ ಐಡೆಂಟಿಫಿಕೇಶನ್ನು ಮಾಡಿಸಬಹುದು"

"ಎಸ್..ಜೊತೆಗೆ ನನ್ನ ಕೇಸಿನಲ್ಲಿ ಏನಾದ್ರೂ ಡವಲಪ್ಮೆಂಟ್ ಇದೆಯಾಂತ ಅಲೋಕನನ್ನು ವಿಚಾರಿಸೋದು"

ಸ್ನೇಹಿತರು ಮಾತಾಡುತ್ತಲೇ ತೊರವೆ ಬಂದಿತ್ತು. ಅಲೋಕನ ಮನೆಯ ಮುಂದೆ ಜೀಪು ನಿಂತಿತು.

ಅಲೋಕ ಎಚ್ಚರಿಕೆಯಿಂದ ಬಾಗಿಲು ತೆಗೆದ. ಅವನಿಗೀಗ ಎಲ್ಲರಲ್ಲೂ, ಎಲ್ಲದರಲ್ಲೂ ಅನುಮಾನ! ತಂದೆ ಮನೆಗೆ ಬಂದಿಲ್ಲ! ಪೆಟ್ಟಿಗೆಯ ಹಸ್ತಾಂತರವಾಗಿದೆ. ಭುವಿಗೂ ತನ್ನ ಮೇಲೆ ಅನುಮಾನ! ಮುಂದೇನು ಮಾಡಬೇಕೆಂಬುದು ಹೊಳೆಯದೆ ಪೆಚ್ಚಾಗಿದ್ದ ಅಲೋಕನಿಗೆ ಬಾಗಿಲಾಚೆ ನಿಂತಿದ್ದ ಸುಧಾಕರ್ ಮತ್ತು ರೋಹಿತ್ ನೋಡಿ ಅಚ್ಚರಿಯಾಯಿತು.

"ನಮಸ್ಕಾರ ಸರ್" ಕೊಂಚ ವಿಚಲಿತನಾಗಿದ್ದ ಅಲೋಕ ನುಡಿದ.

"ನಮಸ್ಕಾರ. ಇವರು ನನ್ನ ಕಲೀಗ್ ರೋಹಿತ್. ನಿಮಗೆ ಜಗನ್ನಾಥ್ ಗೊತ್ತಾ..?" ಸುಧಾಕರ್ ಕೇಳಿದರು.

"ಜಗನ್ನಾಥ್?" ಅಲೋಕ ತನಗೆ ತಾನೇ ಕೇಳಿಕೊಂಡ. ಎಲ್ಲೋ ಆ ಹೆಸರು ಕೇಳಿದಂತಿತ್ತು! ತಕ್ಷಣ ನೆನಪಾಯಿತು. ಚಿಕ್ಕಂದಿನಲ್ಲಿ ರಜಾ ದಿನಗಳಲ್ಲಿ ತಾನು ತಾತನ ಮನೆಗೆ ಬಂದಾಗ ಊರಲ್ಲಿ ತನಗೆ ಜೊತೆಯಾಗುತ್ತಿದ್ದವನು ಜಗನ್ನಾಥ. ಶ್ಯಾನುಭೋಗ ಜಯರಾಮಯ್ಯನ ಮಗ ಜಗನ್ನಾಥ! ತನ್ನನ್ನು ಕಬ್ಬಿನ ಆಲೆ ಮನೆಗಳಿಗೆ ಕರೆದೊಯ್ಯುತ್ತಿದ್ದವನು! ಗೋಲಿ, ಬುಗರಿ ಆಡುತ್ತಿದ್ದ, ಬೀಡಿ ಸೇದುತ್ತಿದ್ದವನು! ತನಗೂ ಬೀಡಿ ಸೇದುವಂತೆ ಪುಸಲಾಯಿಸುತ್ತಿದ್ದವನು! ನಂಜನಗೂಡು ಜಾತ್ರೆಗೆ ಮನೆಯಲ್ಲಿ ಹೇಳದೆ ಕರೆದುಕೊಂಡು ಹೋಗಿದ್ದವನು! 'ಅವನು ಪೋಲಿ ಅವನ ಜೊತೆ ಸೇರಬೇಡ' ಎಂದು ತಾತ ಹೇಳುತ್ತಿದ್ದುದು

ನೆನಪಿಗೆ ಬಂತು!

"ಹಾ..ಗೊತ್ತು. ಆದ್ರೆ ಅವನನ್ನು ನೋಡಿದ್ದು ಬಹಳ ವರ್ಷಗಳ ಹಿಂದೆ. ಅವನು ಆಸ್ತಿ ಎಲ್ಲಾ ಮಾರಿ ಬಾಂಬೆಗೆ ಹೋಗಿದಾನೆ ಅಂತ ಊರವರು ಹೇಳ್ತಿದಾರೆ. ಅವನ ವಿಷಯ ಇಲ್ಲಿ? ನಮ್ಮ ತಂದೆ ಕಾಣೆಯಾಗಿರೋದಕ್ಕೂ ಅವನಿಗೂ ಸಂಬಂಧ ಇದೆಯೇ?"

"ಗೊತ್ತಿಲ್ಲ. ಶ್ರೀರಂಗಪಟ್ಟಣದ ತೋಟದ ಮನೆಯಲ್ಲಿ ಒಂದು ಬಾಡಿ ಸಿಕ್ಕಿದೆ. ಅದು ಜಗನ್ನಾಥನದು ಇರಬಹುದು ಅಂತ ಅನುಮಾನ. ನೀವು ಬಂದು ಗುರುತಿಸಬೇಕು" ಸುಧಾಕರ್ ಹೇಳಿದರು.

"ಬಾಂಬೆಗೆ ಹೋಗಿದ್ದ ಜಗನ್ನಾಥನ ಬಾಡಿ ಶ್ರೀರಂಗಪಟ್ಟಣದಲ್ಲೇ..? ಇದೇನೋ ವಿಚಿತ್ರ! ಅವನ ಬಾಡಿ ಐಡೆಂಟಿಫೈ ಮಾಡೋದು ನನಗೊಬ್ಬನಿಗೇ ಸಾಧ್ಯವಾಗುತ್ತೋ ಇಲ್ಲವೋ ಗೊತ್ತಿಲ್ಲ. ಇನ್ನೊಂದಿಬ್ರು ಊರಿನವರನ್ನೂ ಕರ್ಕೊಂಡು ಹೋದ್ರೆ ಅನುಕೂಲ"

ಅಲೋಕ ಅನುಮಾನಿಸುತ್ತಾ ಹೇಳಿದ.

"ಹಾಗೇ ಮಾಡಿ. ನಿಮಗೆ ಗೊತ್ತಿರೋ ಇನ್ನೊಬ್ಬರನ್ನು ಕರೀರಿ"

ಅಲೋಕ ಮನೆಯೊಳಗೆ ಹೋಗಿ ತಾಯಿಗೆ ಸೂಕ್ಷ್ಮವಾಗಿ ವಿಷಯ ತಿಳಿಸಿ ಜೀಪು ಹತ್ತಿದ.

***

"ಹೌದು, ಇದು ಜಗನ್ನಾಥನೇ"

ಹುಲಿವೆಂಕಟಪ್ಪ ಶ್ರೀರಂಗಪಟ್ಟಣದ ಆಸ್ಪತ್ರೆಯ ಶವಾಗಾರದಲ್ಲಿದ್ದ ಶವ ಗುರುತಿಸಿದರು.

"ಗ್ಯಾರಂಟೀನಾ..? ಕಳೆದ ಸಲ ಇವನನ್ನಎಲ್ಲಿ ನೋಡಿದ್ದು? ಯಾವಾಗ ನೋಡಿದ್ದು?"

ರೋಹಿತ್ ಅನುಮಾನಿಸಿದ.

"ಸಬ್ ರಿಜಿಸ್ಟ್ರಾರ್ ಆಫೀಸಲ್ಲಿ. ಅವನು ಜಮೀನೆಲ್ಲಾ ನನಗೆ ಮಾರಿ ರಿಜಿಸ್ಟರ್ ಮಾಡಿಕ್ಕೊಟ್ಟಿದ್ದೇ ಕೊನೆ. ಆಮೇಲೆ ಅವನನ್ನ ನಾನು ನೋಡಿದ್ದು ಈಗಲೇ"

"ಎಷ್ಟು ವರ್ಷದ ಹಿಂದೆ?"

"ಹತ್ತು ವರ್ಷದ ಹಿಂದೆ"

"ಇವನನ್ನ ಯಾರು ಕೊಲೆ ಮಾಡಿರಬಹುದು? ನಿಮಗೇನಾದರೂ ಅನುಮಾನ ಇದೆಯೇ ವೆಂಕಟಪ್ಪ?"

"ಇಲ್ಲಾ ಬುದ್ಧಿ. ನನ್ನ ವ್ಯವಹಾರ ಎಲ್ಲಾ ಎಲ್ಲಾ ನಮ್ಮೂರು ಮತ್ತು ನಂಜನಗೂಡಿನ ಮಧ್ಯೆ, ಹೆಚ್ಚಂದ್ರೆ ಮೈಸೂರು. ಇವನು

ಬೊಂಬಾಯಿಯಲ್ಲಿದ್ದವನು. ಹತ್ತು ವರ್ಷ ಊರಲ್ಲಿ ಇರಲಿಲ್ಲ. ಊರಲ್ಲಿ ಅವನಿಗೆ ಯಾರೂ ಶತೃಗಳು ಇರಲಿಲ್ಲ. ಅವನ ವ್ಯವಹಾರ ಎಲ್ಲಾ ಮೈಸೂರು, ಬೆಂಗ್ಳೂರು, ಬೊಂಬಾಯಿ ಇಂತಾ ಕಡೆ. ರೇಸು, ಇಸ್ಪೀಟು ಹುಚ್ಚು ಅವನಿಗೆ. ಯಾರು ಕೊಲೆ ಮಾಡಿದರೋ? ಯಾಕೆ ಮಾಡಿದರೋ ತಿಳೀತಿಲ್ಲ"

"ಅಲೋಕ ಈ ಬಾಡಿ ಜಗನ್ನಾಥನದು ಅಂತ ಕನ್ಫರ್ಮ್ ಮಾಡ್ತೀರಾ...?" ರೋಹಿತ್ ಕೇಳಿದರು.

"ಹೌದು ಸರ್. ಇದು ಜಗನ್ನಾಥನೇ.."

"ನಿಮ್ಮ ಪ್ರಕಾರ ಈ ಕೊಲೆ ಯಾರು ಮಾಡಿರಬಹುದು?" ಈ ಪ್ರಶ್ನೆ ಅಲೋಕನಿಗಾಗಿತ್ತು.

"ನಾನು ಓದಿದ್ದು ಮೈಸೂರಲ್ಲಿ. ರಜಾಕ್ಕೆ ತೊರವೆಗೆ ತಾತನ ಮನೆಗೆ ಬಂದಾಗ ಜಗನ್ನಾಥ ಬಾಲ್ಯದ ದಿನಗಳಲ್ಲಿ ನನ್ನ ಜೊತೆ ಆಡ್ತಿದ್ದ. ದೊಡ್ಡವರಾದ ಮೇಲೆ ನಾನು ಅವನ ಜೊತೆ ಸೇರ್ತಿರಲಿಲ್ಲ"

"ಕಾರಣ?"

"ಅವನ ಹವ್ಯಾಸ, ಅವನ ಸ್ನೇಹಿತರು ಸರಿ ಇರಲಿಲ್ಲ"

"ನಿಮ್ಮೂರಲ್ಲಿ ಅವನ ಸ್ನೇಹಿತರು ಯಾರಿದ್ದಾರೆ?"

"ನಮ್ಮೂರಲ್ಲಿ ಅವನಿಗೆ ಸ್ನೇಹಿತರು ಇರಲಿಲ್ಲ. ಸದಾ ಮೈಸೂರು ಇಲ್ಲಾ ಬೆಂಗ್ಳೂರಲ್ಲಿ ಇರ್ತಿದ್ದ. ರೇಸ್‌ಕೋರ್ಸುಗಳು ಎಲ್ಲೆಲ್ಲಿವೆಯೋ ಅಲ್ಲೆಲ್ಲಾ ಜಗನ್ನಾಥ ಇರ್ತಿದ್ದ. ರೇಸ್ ಆಡೋಕೆ ಬಾಂಬೆಗೂ ಹೋಗ್ತಿದ್ದ"

"ಓ.ಕೆ ಅಲೋಕ್. ಈ ಬಾಡಿ ಸಂಸ್ಕಾರಕ್ಕೆ ಅವನ ಕಡೆಯವರು ಯಾರಾದ್ರೂ ಇದ್ದಾರ?"

"ಗೊತ್ತಿಲ್ಲ ಸಾರ್"

"ವೆಂಕಟಪ್ಪನೋರೆ?"

"ಅವನ ತಂದೆ ತೀರ್ಕೊಂಡ ಮೇಲೆ, ತಾಯೀನ ಬೆಂಗ್ಳೂರಲ್ಲಿ ವೃದ್ಧಾಶ್ರಮಕ್ಕೆ ಸೇರಿಸಿದನಂತೆ. ಯಾವ ವೃದ್ಧಾಶ್ರಮ ಗೊತ್ತಿಲ್ಲ. ಅವರೀಗ ಬದ್ಕಿದಾರೋ ಇಲ್ಲವೋ ಅದೂ ಗೊತ್ತಿಲ್ಲ. ಅದು ಬಿಟ್ಟರೆ ನಮಗೆ ಹೆಚ್ಗೆ ಗೊತ್ತಿಲ್ಲ. ಅವನ ನೆಂಟರು ನಂಜನಗೂಡಲ್ಲಿ ಅಥವಾ ಮೈಸೂರಲ್ಲಿ ಇದ್ದರೂ ಇರಬಹುದು. ನನಗೆ ಗೊತ್ತಿಲ್ಲ"

ವೆಂಕಟಪ್ಪ ತಮಗೆ ಗೊತ್ತಿದ್ದಷ್ಟು ಹೇಳಿ ಸುಮ್ಮನಾದರು.

"ಅಲೋಕ್, ನಿಮ್ಮ ತಂದೆ ಕಿಡ್ನ್ಯಾಪಿಗೂ ಈ ಜಗನ್ನಾಥನಿಗೂ ಏನಾದ್ರೂ ಲಿಂಕ್ ಇರಬಹುದೆ?"

“ಜಗನ್ನಾಥನ ತಂದೆ ಜಯರಾಮಯ್ಯ ಬದುಕಿದ್ದಾಗ ನಮ್ಮ ಜೊತೆ ವಿಶ್ವಾಸದಿಂದ ಇದ್ದರು. ಜಗನ್ನಾಥನ ತಾಯಿಗೂ ನಮ್ಮ ತಾಯಿಗೂ ಸ್ನೇಹ ಇತ್ತು. ಆದ್ರೆ ನಮ್ಮ ತಂದೆ ಕಿಡ್ನಾ್ಯಪಿಗೂ ಈ ಕೊಲೆಗೂ ಏನು ಲಿಂಕ್ ಇದೆಯೋ ಗೊತ್ತಾಗ್ತಿಲ್ಲ. ಜಗನ್ನಾಥ ಬಾಂಬೆಯಲ್ಲಿದ್ದುದು”

“ಮತ್ತೆ ಇಲ್ಲಿ ಅವನ ಕೊಲೆ ಹೇಗಾಯ್ತು?”

“ಅದೇ ಅರ್ಥವಾಗ್ತಾ ಇಲ್ಲ”

ಸುಧಾಕರ್ ಮತ್ತು ರೋಹಿತ್ ಪರಸ್ಪರ ದೃಷ್ಟಿ ಬದಲಾಯಿಸಿಕೊಂಡರು. ಅಲೋಕನ ಮುಖವೇ ಪ್ರಶ್ನೆಯಾಗಿತ್ತು!!

***

“ಎಲ್ಲೋಗಿದ್ರಿ ಸಾರ್ ಇಷ್ಟು ದಿವಸ?”

ಹೋಟೆಲಿನವ ಕೇಳಿದ.

“ಬೆಂಗಳೂರಿಗೆ” ಅಲೋಕ ಚುಟುಕಾಗಿ ಹೇಳಿದ.

“ಅನ್ಯಾಯವಾಗಿ ಮೂರು ದಿವಸದ ಬಾಡಿಗೆ ಕೊಡಬೇಕಾಯಿತಲ್ಲ?”

“ಏನ್ಮಾಡೋದು ಪರಿಸ್ಥಿತಿ ಹಾಗಿತ್ತು”

“ಅಕೌಂಟ್ ಸೆಟ್ಲ್ ಮಾಡ್ಲಾ?”

“ಮಾಡಿ. ಲಾಕರಿನಲ್ಲಿ ನನ್ನ ಸಾಮಾನಿದೆ”

“ತಗೊಳ್ಳಿ”

ಹೋಟೆಲಿನ ರೂಮಿನ ಬಿಲ್ ಚುಕ್ತಾ ಮಾಡಿ, ಲಾಕರಿನಲ್ಲಿದ್ದ ಬ್ಯಾಗು ತೆಗೆದುಕೊಂಡು ಅಲೋಕ ರಸ್ತೆಗಿಳಿದ. ಅನ್ಯಾಯವಾಗಿ ಮೂರು ದಿನದ ಬಾಡಿಗೆ ಕೊಡಬೇಕಾಯಿತು ಎಂಬ ಬೇಸರ ಮನಸ್ಸಲ್ಲಿ ತುಂಬಿತು. ಯಾರಾದರೂ ತನ್ನನ್ನು ಹಿಂಬಾಲಿಸುತ್ತಿರುವರೆ ಎಂದು ಎಚ್ಚರಿಕೆಯಿಂದ ನೋಡುತ್ತಿದ್ದ. ಸ್ವಲ್ಪ ದೂರ ನಡೆದು, ಆಟೋ ಕರೆದು ಕುವೆಂಪು ನಗರದ ಕಡೆಗೆ ಪ್ರಯಾಣಿಸಿದ.

ಮೊಬೈಲು ರಿಂಗಾಯಿತು! ಯಾರಿರಬಹುದು? ಇನ್‌ಸ್‌ಪೆಕ್ಟರ್ ಸುಧಾಕರ್? ಕಿಡ್ನಾಪರ್ಸ್? ಯಾರು? ಕಿಡ್ನಾಪರ್ಸಿಗೆ ಈಗ ತಾನು ಕೊಟ್ಟಿದ್ದು ನಕಲಿ ಎಂದು ಗೊತ್ತಾಗಿರಬಹುದೆ? ಮೂಲ ದಾಖಲೆಗೆ ಬೇಡಿಕೆ ಸಲ್ಲಿಸಬಹುದೆ? ಅಧೀರನಾದ ಅಲೋಕ್. ಆದರೆ ಅದು ಭುವಿಯ ಫೋನ್!

ಹಲೋ ಎನ್ನುವ ಮುಂಚೆ ಭುವಿಯೇ ಮಾತಾಡಿದಳು.

“ಐದು ನಿಮಿಷದಲ್ಲಿ ಬಸ್ಸಿಂದ ಇಳಿತಿದ್ದೀನೆ”

“ಎಲ್ಲಿ?” ಅಲೋಕನಿಗೆ ಅಚ್ಚರಿ!

“ಮೈಸೂರಲ್ಲಿ”

“ಇಲ್ಲಿಗೆ ಯಾಕೆ ಬಂದೆ?”

"ನೀನು ಬೆಂಗ್ಳೂರಿಗೆ ಬರಲ್ಲಿಲ್ಲ ಅದಕ್ಕೆ ನಾನೇ ಮೈಸೂರಿಗೆ ಬಂದೆ"

"ಓ..ಗಾಡ್! ಬಂದ್ಮಾತು ಹೇಳಬಾರದಾಗಿತ್ತಾ?"

"ಹೇಳಿದ್ರೆ ಬೇಡ ಅಂತಿದ್ದೆ. ಸರಿ, ಎಲ್ಲಿದ್ದೀಯಾ? ಊರಲ್ಲೋ, ನಂಜನಗೂಡಲ್ಲೋ?"

"ಮೈಸೂರಲ್ಲೇ"

"ಸೂಪರ್! ನಾನೆಲ್ಲಿಗೆ ಬರಲಿ?"

"ನೀನೆಲ್ಲಿಗೂ ಬರೋದು ಬೇಡ. ಹತ್ನಿಮಿಷದಲ್ಲಿ ನಾನೇ ಬಸ್ಟಾ್ಯಂಡಿಗೆ ಬರ್ತೀನಿ"

"ಓ.ಕೆ ನಾನು ಕಾಯ್ತೀನಿ"

ಅಲೋಕ ಕೂತಿದ್ದ ಆಟೋ ಬಸ್ಟಾ್ಯಂಡಿನತ್ತ ತಿರುಗಿತು.

***

"ನಾನು ಬಂದಿದ್ದು ಬೇಜಾರಾಯ್ತಾ?"

ಆಟೋ ಹತ್ತಿ ಕೂತ ಭುವಿ ಕೇಳಿದಳು.

"ಬಂದಾಗಿದೆ. ಅದರ ವಿಷಯ ಬೇಡ. ಮನೇಲಿ ಹೇಳಿ ಬಂದಿದ್ದೀಯಾ?"

ಅಲೋಕ ತನ್ನ ಮನಸ್ಸಿನಲ್ಲಿದ್ದ ಬೇಸರವನ್ನು ಹತ್ತಿಕ್ಕಿಕ್ಕೊಳ್ಳುತ್ತಾ ಕೇಳಿದ.

"ಹೂ..ಎರಡು ದಿವಸ ಮೈಸೂರಿಗೆ ಅಂತ ಹೇಳಿದ್ದೀನಿ"

"ಯಾತಕ್ಕೇಂತ ಕೇಳಲಿಲ್ಲವಾ?"

"ಸ್ನೇಹಿತೆಯ ಮದುವೇಂತ ಹೇಳಿದ್ದೀನಿ"

"ಸರಿ, ಈಗ ನಾನು ತುಂಬಾ ಇಂಪಾರ್ಟೆಂಟು ಮತ್ತು ಅಪಾಯದ ಕೆಲಸಕ್ಕೆ ಹೊರಟಿದ್ದೀನಿ"

ದನಿ ತಗ್ಗಿಸಿ ಹೇಳಿದ ಅಲೋಕ. ಆಟೋದವ ತಮ್ಮ ಮಾತನ್ನು ಕೇಳಿಸಿಕ್ಕೊಳ್ಳದಿರಲಿ ಎನ್ನುವುದು ಮನಸ್ಸಿನಲ್ಲಿತ್ತು.

"ನಿನ್ನ ಕೆಲಸ, ನನ್ನ ಕೆಲಸ ಬೇರೆ ಅಲ್ಲ. ಯಾವ ಕೆಲಸಕ್ಕೆ ಹೊರಟಿದ್ದೀಯೋ ಅಲ್ಲಿಗೆ ನಾನೂ ಬರ್ತೀನಿ" ಭುವಿ ಹೇಳಿದಳು.

ಆಟೋ ಬದಲಾಯಿಸುವುದು ಸೂಕ್ತ ಎನಿಸಿತು ಅಲೋಕನಿಗೆ. ಈವರೆಗೆ ನಡೆದಿರುವುದೆಲ್ಲಾ ಭುವಿಗೆ ಹೇಳಬೇಕಿತ್ತು. ಆ ಆಟೋದವ ಏನಾದರೂ ಕೇಳಿಸಿಕೊಂಡು ಮತ್ತೇನಾದರೂ ಫಜೀತಿಯಾದೀತು ಎನಿಸಿತು. ಖದೀಮರ ಜಾಲದಲ್ಲಿ ಯಾರ್ಯಾರು ಎಲ್ಲಿರ್ತಾರೋ ಹೇಳೋಕಾಗೊಲ್ಲ ಎಂದುಕೊಂಡ ಅಲೋಕ.

ಆಟೋ ಇಳಿದ ಇಬ್ಬರೂ ಹೋಟೆಲೊಂದನ್ನು ಸೇರಿದರು. ಒಂದಿಷ್ಟು ಉಪಹಾರ, ಕಾಫಿ ಹೊಟ್ಟೆಗಿಳಿಸಿದರು. ಆ ಸಮಯದಲ್ಲಿ ಅಲೋಕ ಆವರೆಗೆ

ನಡೆದುದೆಲ್ಲ ಹೇಳಿದ.

"ಸಖತ್ತಾಗಿದೆ. ಒಳ್ಳೆ ಸಸ್ಪೆನ್ಸ್ ಸಿನಿಮಾ ಇದ್ದ ಹಾಗಿದೆ" ಎಂದಳು ಭುವಿ ಆಶ್ಚರ್ಯದಿಂದ.

"ಆದ್ರೆ ದುರಾದೃಷ್ಟ ಎಂದರೆ ಇದ್ರಲ್ಲಿ ಪಾತ್ರಧಾರಿಗಳು ನಾವೇ!!" ಅಲೋಕ ಆತಂಕದಿಂದ ಹೇಳಿದ.

"ಮುಂದೆ?"

"ಪ್ರೊಫೆಸರ್ ಹಿರಿಯಣ್ಣನವರ ಹತ್ರ ಹೋಗೋಣ"

"ಯಾರವರು?"

"ಇತಿಹಾಸ ಮತ್ತು ಭಾಷಾತಜ್ಞರು"

***

ಆ ತಾಳೆಗರಿಗಳ ಬಗೆಗೆ ಸ್ವಲ್ಪ ಹಿನ್ನೆಲೆ ತಿಳಿಸಿ ತಾನು ಉಳಿಸಿಕೊಂಡಿದ್ದ ಒರಿಜಿನಲ್ ತಾಳೆಗರಿಗಳನ್ನು ಹಿರಿಯಣ್ಣನವರಿಗೆ ನೀಡಿದ ಅಲೋಕ. ತಾಳೆಗರಿಗಳನ್ನು ಕುತೂಹಲದಿಂದ ನೋಡಿದರು ಹಿರಿಯಣ್ಣ.

"ಖಾಲಿ ಇದೆಯಲ್ಲ" ಅಚ್ಚರಿ ವ್ಯಕ್ತಪಡಿಸಿದರು.

"ಅಲ್ಲೇನಾದ್ರೂ ಇರಬಹುದು ಸಾರ್?"

"ಖಾಲಿಯಾಗಿರೋದು ಕಾಣಿಸ್ತಿದೆಯಲ್ಲ?" ಹಿರಿಯಣ್ಣ ನಸುನಕ್ಕರು.

"ಇಲ್ಲಾ ಸಾರ್. ಅಲ್ಲೇನೋ ಮಾಹಿತಿ ಇರಬೇಕು ಖಾಲಿ ಗರೀನ ನೂರಾರು ವರ್ಷದಿಂದ ಯಾವ ಕಾರಣಕ್ಕೆ ರಕ್ಷಣೆ ಮಾಡ್ಕೊಂಡು ಬಂದಿದಾರೆ? ಅದಕ್ಕೇನೋ ಕಾರಣ ಇರಲೇಬೇಕು? ಆ ಕಾರಣ ಏನಿರಬಹುದು?"

"ಅದನ್ನ ರಕ್ಷಣೆ ಮಾಡಿದವರನ್ನೇ ಕೇಳಬೇಕು" ಹಿರಿಯಣ್ಣ ನಕ್ಕರು!

"ಅವರ್ಯಾರೂ ಇಲ್ಲ ಸಾರ್? ಅದಕ್ಕೇ ತಮ್ಮ ಹತ್ರ ಬಂದಿದ್ದು"

ಒಂದು ನಿಮಿಷ ಅವರ ನಡುವೆ ಮೌನ ಆವರಿಸಿತು. ನಂತರ ಅವರು ಲೆನ್ಸ್ ಹಿಡಿದು ಪರೀಕ್ಷಿಸಿದರು.

"ಸಾರ್, ಹಿಂದಿನವರು ಮಾಹಿತಿಗಳನ್ನ ರಹಸ್ಯವಾಗಿಡೋಕೆ ಯಾವ ವಿಧಾನಗಳನ್ನು ಅನುಸರಿಸುತ್ತಿದ್ದರು?"

"ಹಲವಾರು ರೀತಿಗಳಿವೆ"

"ಈ ತಾಳೆಗರಿಯಲ್ಲಿ ಅಂತಾದ್ದೇನಾದ್ರೂ ಇರಬಹುದೆ?"

"ಇರಬಹುದು ಅಥವಾ ಇಲ್ಲದೆಯೂ ಇರಲು ಸಾಧ್ಯ"

"ಅದನ್ನು ತಿಳಿದುಕ್ಕೊಳ್ಳೋ ರೀತಿ?"

ಒಂದು ನಿಮಿಷ ಯೋಚಿಸಿದರು.

"ಪೊಟ್ಟಣಗಳೆಲ್ಲಾ ತಾಳೆಗರಿಗಳ ಜೊತೆಯಲ್ಲೇ ಇದ್ದವು ಎಂದೆಯಲ್ಲ?"

“ಹೌದು ಸಾರ್. ಇವೆಲ್ಲಾ ಒಟ್ಟಿಗೇ ಒಂದೇ ಪೆಟ್ಟಿಗೆಯಲ್ಲಿದ್ದವು”

“ಹೂಂ” ಎಂದು ನಿಟ್ಟುಸಿರಿಟ್ಟು ಹಿರಿಯಣ್ಣನವರು ಕಾರ್ಯಪ್ರವೃತ್ತರಾದರು. ತಾಳೆಗರಿಗಳನ್ನು ಒಂದು ಬಿಳಿಯ ಹಾಳೆಯ ಮೇಲೆ ಹರಡಿದರು. ನಂತರ ಅವುಗಳ ಮೇಲೆ ಪೊಟ್ಟಣದಲ್ಲಿದ್ದ ಕುಂಕುಮದಂತ ಪುಡಿಯನ್ನು ಹರಡಿದರು. ಯಾವುದೇ ಬದಲಾವಣೆ ಕಾಣಲಿಲ್ಲ.

ಭುವಿ ಮತ್ತು ಅಲೋಕ ಕುತೂಹಲದಿಂದ ನೋಡುತ್ತಿದ್ದರು.

ಹಿರಿಯಣ್ಣ ಪುಡಿಯನ್ನು ತೆಗೆದು, ಗರಿ ಒರೆಸಿ ಬಿಳಿ ಪೇಪರನ್ನು ಒದರಿ ಈಗ ಆ ಗರಿಗಳ ಮೇಲೆ ಭಸ್ಮ ಲೇಪಿಸಿದರು. ಆಗಲೂ ಏನೂ ಆಗಲಿಲ್ಲ!

“ಇದೂ ವರ್ಕ್ ಆಗಲಿಲ್ಲ. ಮುಂದಿನದು ನೋಡೋಣ”

ಅಲೋಕ ಮತ್ತು ಭುವಿ ಆಸಕ್ತಿಯಿಂದ ಹಿರಿಯಣ್ಣನವರ ಚಟುವಟಿಕೆಯನ್ನು ನೋಡುತ್ತಿದ್ದರು.

ಈ ಸಲ ಅವರು ಹರಳೆಣ್ಣೆಯ ಮಣ್ಣಿನ ದೀಪವೊಂದನ್ನು ಹಚ್ಚಿದರು. ಬಹಳ ಎಚ್ಚರಿಕೆಯಿಂದ ತಾಳೆಗರಿಯನ್ನು ಓರೆಯಾಗಿ ಹಿಡಿದರು. ಒಂದು ಸಣ್ಣ ಕೊಳವೆಯಿಂದ ದೀಪದ ಉರಿಯ ಮೇಲೆ ಬಾಯಿಯಿಂದ ಊದುತ್ತಾ, ಅದು ತಾಳೆಗರಿಯ ಎಲ್ಲ ಕಡೆಗೂ ಸಮನಾಗಿ ಶಾಖ ತಗುಲುವಂತೆ ಮಾಡಿಸಿದರು.

ಏನೊಂದು ಬದಲಾವಣೆಯೂ ಕಾಣಲಿಲ್ಲ. ಇನ್ನೂ ಸ್ವಲ್ಪ ಹೊತ್ತು ಪ್ರಯತ್ನಿಸಿದರು. ತಾಳೆ ಗರಿ ಸ್ವಲ್ಪ ಕಂದು ಬಣ್ಣಕ್ಕೆ ತಿರುಗತೊಡಗಿತು!

ದೀಪ, ಕೊಳವೆ, ತಾಳೆಗರಿ ಎಲ್ಲವನ್ನೂ ಕೆಳಗಿಟ್ಟು ಭುವಿ ಮತ್ತು ಅಲೋಕನ ಕಡೆ ತಿರುಗಿದರು ಹಿರಿಯಣ್ಣಯ್ಯ.

“ಇದು ಯಾರೋ ತಮಾಷೆಗೆ ಹೀಗೆ ಮಾಡಿರಬಹುದು! ಇದರಲ್ಲಂತೂ ಏನೂ ಇಲ್ಲ!” ಹಿರಿಯಣ್ಣಯ್ಯ ಉದ್ಗರಿಸಿದರು.

“ಇನ್ನೊಂದು ಗರಿ ಇದೆಯಲ್ಲ ಸಾರ್, ಅದನ್ನೂ ನೋಡಿಬಿಡಿ” ಅಲೋಕ ವಿನಂತಿಸಿಕೊಂಡ.

“ಇದು ಗಾಳಿಗೆ ಗುದ್ದಿ ಮೈನೋಯಿಸಿಕ್ಕೊಳ್ಳೋ ಪ್ರಸಂಗದಂತೆ ಕಾಣಿಸ್ತಾ ಇದೆ”

“ಇದೊಂದು ಪ್ರಯತ್ನ ಮಾಡಿಬಿಡಿ ಸಾರ್” ಭುವಿಯ ಮಾತಿಗೆ ಹಿರಿಯಣ್ಣಯ್ಯ ಎರಡನೆಯ ಗರಿಯನ್ನು ಮೇಲೂ ತಮ್ಮ ಪ್ರಯತ್ನ ಮುಂದುವರಿಸಿದರು.

ನಿಧಾನವಾಗಿ ಗರಿಯ ಮೇಲೆ ಏನೇನೋ ರೇಖೆಗಳು ಕಾಣಿಸಲು ಪ್ರಾರಂಭಿಸಿದವು!

ಅಲೋಕ, ಭುವಿ ಅಚ್ಚರಿಯಿಂದ ದೃಷ್ಟಿ ಬದಲಾಯಿಸಿಕೊಂಡರು! ನಿಧಾನಕ್ಕೆ ಎಚ್ಚರಿಕೆಯಿಂದ ತಾಳೆಗರಿಯನ್ನು ದೀಪದ ಶಾಖದಿಂದ ಹಿಂದಕ್ಕೆ ತೆಗೆದು ನೋಡಿದರು ಹಿರಿಯಣ್ಣ. ನಂತರ ಅದನ್ನು ಅಲೋಕ ಮತ್ತು ಭುವಿಯ ಎದುರು ಹಿಡಿದರು.

"ನೋಡಿ ಇದೇ ಇದರಲ್ಲಿ ಅಡಗಿರೋ ರಹಸ್ಯ"

ಕುತೂಹಲ, ಭಯ, ಅನುಮಾನಗಳಿಂದ ಭುವಿ ಮತ್ತು ಅಲೋಕ ತಾಳೆಗರಿಯನ್ನು ನೋಡಿದರು. ತಮ್ಮ ಕಣ್ಣುಗಳನ್ನು ತಾವೇ ನಂಬದಾದರು! ಅಲ್ಲಿ ಚಿತ್ರಗಳು ಮೂಡಿದ್ದವು! ತಾಳೆಗರಿಯಲ್ಲಿ ಗಣಪತಿ, ಹರಿಯುವ ನೀರು ಮತ್ತು ಮೆಟ್ಟಿಲುಗಳ ಚಿತ್ರಗಳು ಮೂಡಿದ್ದುವು!!

"ಇವು ಏನು ಹೇಳ್ತಿವೆ?"

ಭುವಿ ಕೇಳಿದಳು.

"ಈ ಎಲ್ಲ ಚಿನ್ಹೆಗಳೂ ತಾಳೆ ಆಗೋ ಅಂತ ಯಾವುದೋ ಒಂದು ಜಾಗ ಇದೆ. ಆ ಜಾಗದಲ್ಲಿ ಏನೋ ರಹಸ್ಯ ಅಡಗಿದೆ! ಅದನ್ನು ಸೂಚ್ಯವಾಗಿ ಹೇಳುತ್ತಿವೆ ಈ ಚಿತ್ರಗಳು"

ಹಿರಿಯಣ್ಣ ಹೇಳಿದರು.

"ಭಾರತದ ಉದ್ದಗಲಕ್ಕೂ ಸಾವಿರಾರು ಕಡೆ ಗಣಪತಿ ವಿಗ್ರಹಗಳಿವೆ. ಕೆಲವು ನದಿ ಇಲ್ಲವೇ ಕಲ್ಯಾಣಿಯ ಬಳಿ ಇರಬಹುದು! ಈ ಜಾಗ ಎಲ್ಲಿ ಹುಡುಕೋದು?"

ಅಲೋಕ ಚಿಂತೆಯಿಂದ ಹೇಳಿದ. ಮುಖದಲ್ಲಿ ನಿರಾಶೆ ಹೆಪ್ಪುಗಟ್ಟಿತ್ತು.

"ದೇಶಾನೆಲ್ಲಾ ಹುಡುಕಬೇಕಾಗಿಲ್ಲ. ನನ್ನ ಪ್ರಕಾರ ಇದು ಕರ್ನಾಟಕದಲ್ಲೇ ಇರೋ ಜಾಗ. ಅಷ್ಟೇ ಏಕೆ? ಇದು ನಂಜನಗೂಡಿನಲ್ಲಿತ್ತು, ಅಲ್ಲೇ ಇದನ್ನು ಜೋಪಾನ ಮಾಡಿದ್ದರು ಅಂದ್ರೆ, ಮೈಸೂರಿನ ಅಸುಪಾಸಿನಲ್ಲೇ ಈ ಜಾಗ ಇರಬೇಕು"

ಹಿರಿಯಣ್ಣ ಯೋಚಿಸುತ್ತಾ ಹೇಳಿ, ಚಿತ್ರಗಳನ್ನು ಪರಿಶೀಲಿಸುತ್ತಾ, ಗರಿಯನ್ನು ತಿರುವಿದರು. ಹಿಂದೆಯೂ ಏನೋ ಬರೆದಂತಿತ್ತು. ಆದರೆ ಅಸ್ಪಷ್ಟವಾಗಿತ್ತು.

"ಅಲ್ಲೂ ಏನೋ ಇರೋ ಹಾಗಿದೆ!" ಮುದುರಿ ಕೂತಿದ್ದ ಅಲೋಕನಲ್ಲಿ ಇದ್ದಕ್ಕಿದ್ದಂತೆ ವಿದ್ಯುತ್ ಸಂಚಾರವಾಗಿತ್ತು!

"ನೋಡೋಣ"

ಆ ಭಾಗವನ್ನೂ ಮತ್ತೆ ಹರಳೆಣ್ಣೆ ದೀಪದ ಶಾಖಕ್ಕೆ ಹಿಡಿದರು ಹಿರಿಯಣ್ಣ.

ಅಲೋಕ, ಭುವಿ ಉಸಿರು ಬಿಗಿಹಿಡಿದು ಕಾಯುತ್ತಿದ್ದರು. ನಿಧಾನಕ್ಕೆ ತಾಳೆಗರಿಯ ಮೇಲೆ ಅಕ್ಷರಗಳು ಮೂಡಿದುವು! ಓದಲು ಕ್ಲಿಷ್ಟವಾಗಿರುವಂತೆ

ಕಂಡವು ಅಕ್ಷರಗಳು. ಹಿರಿಯಣ್ಣ ಮತ್ತೆ ಲೆನ್ಸ್ ಹಿಡಿದು ಅದರಲ್ಲಿನ ಬರಹವನ್ನು ಓದಲು ಪ್ರಯತ್ನಿಸಿದರು. ತಿಣುಕಿ, ಕಣ್ಣುಗಳನ್ನು ಕಿರಿದು ಮಾಡಿ ಪ್ರಯತ್ನಿಸಿದರು.

"ಏನಾದ್ರೂ ಗೊತ್ತಾಗ್ತಿದೆಯೇ ಸಾರ್?" ಅಲೋಕ ಕಾತರದಿಂದ ಕೇಳಿದ.

"ಇದು ನಿಮಗೆಲ್ಲಿ ಸಿಕ್ಕಿದ್ದು?" ಹಿರಿಯಣ್ಣ ಕೇಳಿದರು.

"ನಮ್ಮ ತಾತ ಮೈಸೂರಸರ ಕಾಲದಲ್ಲಿ ಅರಮನೆಯಲ್ಲಿ ಪೌರೋಹಿತ್ಯ ಕೆಲಸ ಮಾಡುತ್ತಿದ್ದರು. ಅವರ ಸ್ನೇಹಿತರೊಬ್ಬರು ಇದನ್ನು ಅವರಿಗೆ ಕೊಟ್ಟು ಇದನ್ನು ತನ್ನ ಮಕ್ಕಳ ಕೈಗೆ ಸಿಗಬಾರದಂತೆ ನೋಡಿಕೋ ಎಂದಿದ್ದರಂತೆ"

"ನಿಮ್ಮ ತಾತನ ಸ್ನೇಹಿತರು ಕೂಡ ಅರಮನೆಯಲ್ಲೇ ಕೆಲಸ ಮಾಡುತ್ತಿದ್ದರಲ್ಲವೆ?"

"ಹೌದು. ಅವರು ಅಲ್ಲೊಂದು ದೇವಸ್ಥಾನದ ಅರ್ಚಕರಾಗಿದ್ದರು"

"ಗರಿಯ ಎಡ ತುದಿಯಲ್ಲಿ 'ಶಾಂತರಾಜು' ಅಂತ ಒಕ್ಕಣಿಸಿದೆ. ಒಂದಿಂಚು ಖಾಲಿ ಜಾಗವಿದೆ. ನಂತರ ಒಂದು ಬಾಣದ ಚಿನ್ಹೆಯಿದೆ. ಬಾಣದ ಕೆಳಗೆ 'ವಿಕ್ರಮ' ಅಂತಿದೆ. ಗರಿಯ ಮಧ್ಯದಲ್ಲಿ ನಾಣ್ಯದ ಚಿತ್ರ. ಅದರ ಮುಂದೆ 'ಐದು ಖಂಡುಗ' ಎಂಬ ಅಕ್ಷರಗಳು. ಇದೆಲ್ಲಾ ಏನು ಸೂಚಿಸುತ್ತದೆಯೋ ಗೊತ್ತಿಲ್ಲ. ಒಟ್ಟಿನಲ್ಲಿ ಯಾವುದೋ ಗುಪ್ತ ನಿಧಿಯ ಸಂಕೇತಗಳು ಇವು. ಅಂದಾಜು ಮಾಡಬಹುದಾದರೆ ಶಾಂತರಾಜು ಎನ್ನುವವರಿಂದ ವಿಕ್ರಮನಿಗೆ ನಿಧಿಯೋ ಇನ್ನ್ಯಾವುದೋ ಹಸ್ತಾಂತರವಗಿದೆ. ಅದು ಚಿನ್ನವೋ ಇಲ್ಲಾ ಬೆಳ್ಳಿಯದೋ ಇರಬಹುದು. ಖಂಡುಗ ಎನ್ನುವುದು ಹಿಂದೆ ಉಪಯೋಗಿಸುತ್ತಿದ್ದ ಒಂದು ಅಳತೆಯ ಸಾಧನ. ಈಗಿನ ಕ್ವಿಂಟಾಲ್ ಎನ್ನುವುದನ್ನು ಹಿಂದೆ ಖಂಡುಗ ಎಂದು ಕರೆಯುತ್ತಿದ್ದಿರಬೇಕು. ಒಂದು ನೂರು ಅಳತೆ ಎನ್ನಬಹುದು. ಇದು ಕೇವಲ ನನ್ನ ಊಹೆ ಅಷ್ಟೆ! ಬಹುಶಃ ಇವೆಲ್ಲಾ ಹುದಿಗಿಸಿಟ್ಟಿರುವ ನಿಧಿಯನ್ನು ಸೂಚಿಸುತ್ತಿವೆ. ಇದೆಲ್ಲ ಒಂದು ರೀತಿಯಲ್ಲಿ ಮೈಸೂರು ಅರಸರ ಕಾಲಕ್ಕೆ ಸಂಬಂಧಿಸಿವೆ. ವಿಕ್ರಮರಾಯ ಅಂತ ಒಬ್ಬ ದಳವಾಯಿ ಇದ್ದುದ್ದು ನಿಜ. ಆದರೆ ಈ ವಿಕ್ರಮ ಅವನೋ ಇಲ್ಲಾ ಬೇರೆಯೋ ಗೊತ್ತಿಲ್ಲ! ಆತ ರಣಧೀರ ಕಂಠೀರವ ನರಸರಾಜ ಒಡೆಯರು ಅಧಿಕಾರ ಸ್ವೀಕರಿಸುವ ಮುನ್ನ ದುಷ್ಟ ಕೂಟ ರಚಿಸಿಕೊಂಡು ಮೆರೆದ. ಆದರೆ 'ಶಾಂತರಾಜು' ಹೆಸರು ಚರಿತ್ರೆಯಲ್ಲಿ ಎಲ್ಲೂ ಉಲ್ಲೇಖವಾಗಿಲ್ಲ."

"ಮುಂದೆ ಏನು ಮಾಡಬಹುದು ಸಾರ್?" ಅಲೋಕ ಕೇಳಿದ.

"ಈ ರಹಸ್ಯ ಬಿಡಿಸುತ್ತೀನಿ ಅಂತ ಹೊರಟರೆ ಏನೇನು ಕಷ್ಟನಷ್ಟಗಳನ್ನು ಅನುಭವಿಸಬೇಕಾಗುತ್ತೋ ಗೊತ್ತಿಲ್ಲ. ಇದುವರೆಗೂ ಹೀಗೆ ನಿಧಿ ಹಿಂದೆ ಹೋದವರು ಯಾರೂ ಉದ್ಧಾರವಾಗಿಲ್ಲ; ತೊಂದರೆ ಅನುಭವಿಸಿರೋದೇ ಹೆಚ್ಚು.

ಆಲಿಬಾಬನ ಕತೆ ಗೊತ್ತಲ್ಲ? ಒಟ್ಟಿನಲ್ಲಿ ಇಂತಾ ಸಾಹಸಗಳು ದುಸ್ಸಾಹಸಗಳು"

ಅಲೋಕ ಭುವಿಯ ಕಡೆ ನೋಡಿದ. ಆಕೆಯ ಮುಖದಲ್ಲಿ ಚಿಂತೆ ದಟ್ಟವಾಗಿತ್ತು!

"ತಾಳೆಗರಿಯಲ್ಲಿ ಇನ್ನೇನಾದರೂ ಇದೆಯೆ? ಇನ್ನೊಂದ್ಸಲ ನೋಡ್ಬಿಡಿ ಸಾರ್"

ಅಲೋಕನ ಮಾತಿಗೆ ಪ್ರೊಫೆಸರ್ ಮತ್ತೊಮ್ಮೆ ತಾಳೆಗರಿಯನ್ನು ಪರೀಕ್ಷಿಸತೊಡಗಿದರು.

ಭುವಿ ಮತ್ತು ಅಲೋಕ ಕಣ್ಣುಗಳಲ್ಲೇ ಮಾತಾಡಿಕೊಂಡರು.

4

"ಯಾರಿವರು? ಇಲ್ಯಾಕೆ ಕೂತಿದ್ದಾರೆ? ಏನಾದ್ರೂ ಕೊಟ್ಟು ಕಳಿಸಬಾರದಿತ್ತಾ?"

ಶ್ರೀರಂಗಪಟ್ಟಣದ ಪೋಲೀಸ್ ಸ್ಟೇಷನ್ನನ್ನು ಪ್ರವೇಶಿಸುತ್ತಾ ಹೇಳಿದರು ಇನ್ಸ್ಪೆಕ್ಟರ್ ರೋಹಿತ್.

"ನಿಮ್ಮನ್ನೇ ನೋಡ್ಬೇಕೂಂತ ಕಾಯ್ತಿದ್ದಾರೆ ಸಾರ್. ಈತ ಭಿಕ್ಷುಕನಲ್ಲ" ಕಾನ್ಸ್ಟೇಬಲ್ ಹೇಳಿದ.

ಧೂಳು ಮೆತ್ತಿದ ಬಟ್ಟೆ, ಷೇವ್ ಮಾಡದ ಮುಖ, ಆತಂಕ ತುಂಬಿದ ಭಾವದ ಆತ ಭಿಕ್ಷುಕನಂತೆಯೇ ಕಾಣುತ್ತಿದ್ದ. ವಯಸ್ಸು ಸುಮಾರು ಅರವತ್ತನ್ನು ಮೀರಿತ್ತು. ಆತ ರೋಹಿತ್ ಕಂಡು ಕೈಜೋಡಿಸಿ ನಮಸ್ಕರಿಸಿದ.

"ಬನ್ನಿ ಒಳಗೆ" ರೋಹಿತ್ ಕರೆದ.

"ಯಾರು ನೀವು? ಏನಾಗಬೇಕಿತ್ತು?"

"ನನ್ನ ಹೆಸರು ಶಾಮಣ್ಣ ಅಂತ. ನಂಜನಗೂಡಿನ ಹತ್ರ ತೊರವೆ ಊರು"

ನಿತ್ರಾಣನಾಗಿದ್ದ ಆತನ ಮಾತು ಅಸ್ಪಷ್ಟವಾಗಿತ್ತು. ಆತ ತೊದಲುತ್ತಿದ್ದ.

"ಏನು? ತೊರವೆ?" ರೋಹಿತ್ ಮೈಯಲ್ಲಿ ವಿಧ್ಯುತ್ ಸಂಚಾರವಾಯಿತು! ಸೀಟಿನಲ್ಲಿ ನೆಟ್ಟಗೆ ಕೂತ! ತಕ್ಷಣವೇ ಅವನಿಗೆ ತೋಟದ ಮನೆಯಲಿ ಸಿಕ್ಕ ಹೆಣ ಅದನ್ನು ಗುರುತಿಸಲು ತೊರವೆಗೆ ಹೋಗಿದ್ದು, ಅಲ್ಲಿನ ಅಲೋಕ ಮತ್ತು ಗ್ರಾಮಸ್ಥರೊಬ್ಬರು ಬಂದು ಆ ಶವ ಜಗನ್ನಾಥನದು ಎಂದು ಗುರುತಿಸಿದ್ದು, ಅಲೋಕನ ತಂದೆಯ ಕಿಡ್ನ್ಯಾಪ್ಆಗಿರುವುದು ಎಲ್ಲಾ ಒಟ್ಟಿಗೇ ಕ್ಷಣಮಾತ್ರದಲ್ಲಿ ನೆನಪಾಯಿತು.

"ನಿಮ್ಮ ಮಗನ ಹೆಸರು ಅಲೋಕ"

"ಹೌದು, ನಿಮಗೆ ಹೇಗೆ?"

ಆ ವ್ಯಕ್ತಿ ಅಚ್ಚರಿಯಿಂದ ಕೇಳಿದ.

"ನಿಮ್ಮೂರಿನ ಜಗನ್ನಾಥ ಅನ್ನೋನು ನಿಮ್ಮನ್ನ ಕಿಡ್ನ್ಯಾಪ್ಮಾಡಿದ್ದ"

ಹೌದೌದು..ಅದು ಸರ್ ನಿಮಗೆ ಈ ವಿಷಯ?"

"ನೀವು ಕಿಡ್ನಾ್ಯಪರ್ಸಿನಿಂದ ತಪ್ಪಿಸಿಕೊಂಡು ಬಂದಿದ್ದೀರಿ.. ಅಲ್ಲವೆ..?"

ಶಾಮಣ್ಣ ಅಚ್ಚರಿಯಿಂದ ತಲೆಯಾಡಿಸಿದರು.

"ತುಂಬಾ ಹಸಿದಿರೋ ಹಾಗೆ ಕಾಣಿಸ್ತಿದ್ದೀರಿ. ಮೊದಲು ಏನಾದ್ರೂ ತಿನ್ನಿ ಆಮೇಲೆ ಹೇಳುವಿರಂತೆ"

"ಹೌದು ಸಾರ್, ತುಂಬಾ ಹಸಿವಾಗಿದೆ"

ಆತ ಸ್ವಾಭಿಮಾನ ತೊರೆದು ಹೇಳಿದಾಗ ರೋಹಿತ್‌ಗ ಕನಿಕರವಾಯಿತು.

"ಎಲ್ಲಾ ನಿಧಾನಕ್ಕೆ ಹೇಳುವಿರಂತೆ. ಮೊದಲು ಏನಾದರೂ ತಿನ್ನುವಿರಂತೆ"

ರೋಹಿತ್ ತನ್ನ ಸಹಾಯಕರನ್ನು ಕರೆದು ಹೋಟೆಲಿನಿಂದ ತಿಂಡಿ ತರುವಂತೆ ತಿಳಿಸಿದ. ನಂಜನಗೂಡಿನಲ್ಲಿ ಕಾರ್ಯ ನಿರ್ವಹಿಸುತ್ತಿದ್ದ ತನ್ನ ಸ್ನೇಹಿತ ಸುಧಾಕರ್‌ಗ ಫೋನು ಮಾಡಿದ

"ಶಾಮಣ್ಣ ಇಲ್ಲಿ ರಿಪೋರ್ಟ್ ಮಾಡ್ಕೊಂಡಿದ್ದಾರೆ!"

"ಶಾಮಣ್ಣ? ಯೂ ಮೀನ್ ಅಲೋಕನ ತಂದೆ? ತೊರವೆಯಿಂದ ಕಿಡ್ನ್ಯಾಪ್‌ಆಗಿದ್ದವರು?" ಸುಧಾಕರ್ ಕೇಸನ್ನು ನೆನಪು ಮಾಡಿಕ್ಕೊಳ್ಳುತ್ತಾ ಕೇಳಿದ.

"ಎಸ್. ಅದೇ ಶಾಮಣ್ಣ! ತೊರವೆಯವರು ಮರೆಯಬೇಕಾಗಿದ್ದ ಶಾಮಣ್ಣ" ತನ್ನ ಜೋಕಿಗೆ ತಾನೇ ನಕ್ಕ ರೋಹಿತ್.

"ತಪ್ಪಿಸಿಕೊಂಡರೆ? ಇನ್ನೇನು ಡೀಟೈಲ್ಸ್ ಹೇಳಿದರು?"

"ಫೋನಲ್ಲಿ ಹೇಳೋಕಾಗೊಲ್ಲ. ಸಂಜೆ ಮೈಸೂರಿಗೆ ಬಂದ್ಬಿಡು. ಶಾಮಣ್ಣನವರನ್ನ ಕರ್ಕೊಂಡು ಬರ್ತೀನಿ. ಎಲ್ಲಾದ್ರೂ ಒಳ್ಳೆ ಹೋಟೆಲಲ್ಲಿ ರಾತ್ರಿ ಊಟ ಮಾಡೋಣ"

"ಓ.ಕೆ. ಒಂದು ಮರ್ಡರ್ ಕೇಸ್ ಬಂದಿದೆ. ಸಂಜೆವರೆಗೂ ಬಿಜಿ. ಬೈ"

ಶಾಮಣ್ಣ ಹಸಿವು ಹಿಂಗುವವರೆಗೂ ಶಾಮಣ್ಣ ಅತ್ತಿತ್ತ ನೋಡಲಿಲ್ಲ. 'ಬಡತನಕ್ಕೆ ಉಂಬುವ ಚಿಂತೆ' ಎಂಬ ವಚನವೊಂದು ನೆನಪಾಯಿತು ರೋಹಿತ್‌ಗ. ಶಾಮಣ್ಣ ತೃಪ್ತಿಯಿಂದ ನೀರು ಕುಡಿದು ಒತ್ತರಿಸಿಬರುತ್ತಿದ್ದ ತೇಗನ್ನು ತಡೆದುಕೊಂಡು ರೋಹಿತನತ್ತ ನೋಡಿದರು.

"ಬನ್ನಿ, ಇಲ್ಲಿ ಕೂತ್ಕೊಳ್ಳಿ" ರೋಹಿತ್ ಕರೆದ.

ಅವರು ಕೂರುವವರೆಗೂ ಸುಮ್ಮನಿದ್ದು ಮಾತು ಶುರು ಮಾಡಿದ.

"ಇದೆಲ್ಲಾ ಹೇಗಾಯಿತು?"

"ನಾನು ಬೆಂಗ್ಳೂರಲ್ಲಿ ಕೆಲಸದಲ್ಲಿದ್ದೆ. ರಿಟೈರ್ ಆದ್ಮೇಲೆ ಪಿತ್ರಾರ್ಜಿತವಾಗಿ ಬಂದಿದ್ದ ಆಸ್ತಿಯನ್ನ ನೋಡ್ಕೊಳ್ಳೋಕೆ ತೊರವೆಗೆ ಬಂದೆ. ಅಲ್ಲಿ ತೋಟ ಮಾಡಿದ್ದೀನಿ. ಜಮೀನು ಮಾರೋ ವಿಚಾರಾನೂ ಇದೆ. ಅದನ್ನ ಕೊಳ್ಳೋಕೆ ಯಾರೋ ಬಂದಿದಾರೇಂತ ಜಮೀನಿನ ಹತ್ರ ಕರೆದರು. ಹೋಗಿ ನೋಡಿದರೆ ಅಲ್ಲಿ ಒಂದು ಕಾರು ನಿಂತಿತ್ತು. ನಾನು ಅಲ್ಲಿ ಹೋಗುತ್ತಲೇ ನನಗೆ ಪ್ರಜ್ಞೆ ತಪ್ಪಿಸಿ, ಕರ್ಕೊಂಡು ಬಂದು ಇಲ್ಲೊಂದು ತೋಟದ ಮನೆಯಲ್ಲಿ ಕೂಡಿಹಾಕಿದ್ದರು"

"ಕಾರಿನ ನಂಬರ್ ನೆನಪಿದೆಯೆ?"

"ಇಲ್ಲ, ಕಪ್ಪು ಬಣ್ಣದ ಕಾರು ಅಷ್ಟೆ ನೆನಪು. ಕಾರೊಳಗೆ ಇಬ್ಬರು ಇದ್ದರು. ಆಮೇಲೆ ನನಗೆ ಪ್ರಜ್ಞೆ ಪೂರಾ ಇರಲಿಲ್ಲ"

"ನಿಮ್ಮನ್ನ ಕಿಡ್ನ್ಯಾಪ್ ಮಾಡೋಕೆ ಕಾರಣ?"

"ನಮ್ಮ ಮನೇಲಿ ಒಂದು ಬೆತ್ತದ ಪೆಟ್ಟಿಗೆ ಇತ್ತು. ಅದನ್ನ ಶ್ರೀಕಂಠಶಾಸ್ತ್ರಿಗಳು ನಮ್ಮ ತಂದೆಗೆ ಕೊಟ್ಟಿದ್ದರಂತೆ. ಅದು ಬೇರೆ ಇನ್ಯಾರ ಕೈಗೂ-ಅದರಲ್ಲೂ ತಮ್ಮ ಮಕ್ಕಳ ಕೈಗೆ-ಕೊಡಬಾರದು ಎಂದು ಮೌಖಿಕ ಅದೇಶ ನೀಡಿದ್ದರು. ಅದು ನಮ್ಮ ಮನೆಯಲ್ಲಿ ಇತ್ತು. ಅದನ್ನ ಪಡೆಯೋಕೆ ನನ್ನನ್ನ ಅಪಹರಿಸಿದರು. ನನ್ನ ಮಗನ್ನ ಬ್ಲಾಕ್ ಮೈಲ್ ಮಾಡಿ ಆ ಪೆಟ್ಟಿಗೇನ ತಗೊಂಡಿದ್ದಾರೆ. ಆದ್ರೆ ಅದರಲ್ಲಿರೋದನ್ನ ಓದೋಕೆ ಅವರಿಗೆ ಸಾಧ್ಯವಾಗದೆ ನನ್ನನ್ನ ಓದು ಅಂತ ಬಲವಂತ ಮಾಡಿದರು"

"ಕಿಡ್ನಾಪಿನಂತಾ ಕೆಲಸಕ್ಕೆ ಕೈಹಾಕಬೇಕಾದರೆ ಆ ಬೆತ್ತದ ಪೆಟ್ಟಿಗೇಲಿ ಅಂತಾ ಮಹತ್ವವಾದದ್ದು ಏನಿತ್ತು?"

"ಯಾವುದೋ ನಿಧಿಯ ವಿವರ ಇದೇಂತ ಅವರ ನಂಬಿಕೆ. ಅದು ನಿಜವೋ ಸುಳ್ಳೋ ಗೊತ್ತಿಲ್ಲ"

"ನಿಮ್ಮನ್ನ ಕಿಡ್ನ್ಯಾಪ್ ಮಾಡಿದ ಜಗನ್ನಾಥ ಸತ್ತನಲ್ಲ?"

"ಹೌದು. ಅವನನ್ನ ಬ್ಲಾಕ್‌ಮೈಲ್ ಮಾಡ್ತಿದ್ದವನು ಬೊಂಬಾಯಿಯ ರತನ್ ಅಂತಾ ಬೊಂಬಾಯಿಯ ಹವಾಲಾ ಡೀಲರ್. ಜಗನ್ನಾಥನಿಗೆ ತುಂಬಾ ಸಾಲ ಕೊಟ್ಟಿದ್ದನಂತೆ ರತನ್. ಎಲ್ಲಾ ಕಳ್ಕೊಂಡ್ಬಿಟ್ಟಿದ್ದ ಜಗನ್ನಾಥನಿಗೆ ಅದನ್ನ ತೀರಿಸೋಕೆ ದಾರಿ ಇರಲಿಲ್ಲ. ನಮ್ಮ ಮನೇಲಿ ಅವರ ತಾತ ಇಟ್ಟಿದ್ದ ಬೆತ್ತದ ಪೆಟ್ಟಿಗೇಲಿ ನಿಧಿಯ ವಿವರ ಇದೆ ಅಂತ ಬಾಂಬೆಯಿಂದ ರತನ್ ಕರ್ಕೊಂಡು ಬಂದಿದ್ದ ಜಗನ್ನಾಥ. ಪೆಟ್ಟಿಗೆ ಕೈಗೆ ಸಿಕ್ಕ ಮೇಲೆ ಜಗನ್ನಾಥನ ಅವಶ್ಯಕತೆ ಇಲ್ಲ ಎನಿಸಿ ರತನ್ ಅವನನ್ನ ಮುಗಿಸಿರಬಹುದು. ಅವನೇ ಜಗನ್ನಾಥನ್ನ ಷೂಟ್ ಮಾಡಿದ್ದು. ಅದಕ್ಕೆ ನಾನೇ ಸಾಕ್ಷಿ"

"ನಿಜಕ್ಕೂ ನಿಧಿಯ ವಿವರ ಬೆತ್ತದ ಪೆಟ್ಟಿಗೇಲಿ ಇದೆಯೆ?"

"ಗೊತ್ತಿಲ್ಲ ಸರ್. ನಮ್ಮ ತಂದೆಗೆ ಅದರಲ್ಲಿ ಆಸಕ್ತಿ ಇರಲಿಲ್ಲ. ನನಗೂ ಸಹ ಅದರಲ್ಲಿ ಆಸೆ ಹುಟ್ಟಲಿಲ್ಲ. ನಿಧಿ ಇದೆಯೋ ಇಲ್ಲವೋ ಗೊತ್ತಿಲ್ಲ. ಒಂದಿಷ್ಟು ತಾಳೆ ಗರಿಗಳಿವೆ, ನಾರು,ಬೇರು,ಗಂಟೆ, ಶಂಖ ಮತ್ತು ನಾಲ್ಕೆ Êದು ಪುಡಿಗಳ ಪೊಟ್ಟಣಗಳಿವೆ. ತಾಳೆಗರಿಗಳಲ್ಲಿ ಮೋಡಿ ಅಕ್ಷರದ ಬರವಣಿಗೆ ಇವೆ"

"ಶಾಮಣ್ಣನವರೇ ಒಂದು ಸ್ಟೇಟ್ಮೆಂಟ್ ಕೊಡಿ. ಇಲ್ಲೀವರೆಗೆ ನಡೆದದ್ದನ್ನ ವಿವರವಾಗಿ ಬರೆದು ಕೊಡಿ" ಎಂದ ರೋಹಿತ್, ಅವರ ಮುಖ ನೋಡಿ "ತುಂಬಾ ಸುಸ್ತಾಗಿದ್ದೀರ. ನೀವು ಹೇಳ್ತಾ ಹೋಗಿ ನಾವೇ ರೆಕಾರ್ಡ್ ಮಾಡ್ತೀವೆ. ಆಮೇಲೆ ಒಂದು ಸೈನ್ ಹಾಕಿ" ಎಂದು ಕೇಳಿದ.

"ಆಗಲಿ. ನಿಮ್ಮಿಂದ ಒಂದು ಸಹಾಯ ಆಗಬೇಕು"

"ಏನು ಕೇಳಿ"

"ನನ್ನ ಮಗನಿಗೆ ಫೋನ್ ಮಾಡಿ, ನಾನಿಲ್ಲಿರೋದನ್ನ ತಿಳಿಸಬೇಕು. ಮತ್ತೆ ನನಗೆ ಊರಿಗೆ ಹೋಗೋಕೆ ಸ್ವಲ್ಪ ಹಣ ಬೇಕು"

ಶಾಮಣ್ಣ ಬೇಡಿದರು.

"ನಾನೇ ನಿಮ್ಮನ್ನ ಮೈಸೂರಿಗೆ ಕರ್ಕೊಂಡು ಹೋಗ್ತೀನಿ. ಅದೇ ಸೇಫ್. ಈಗ ತಾನೆ ನೀವು ರತನ್ ಕೈಯಿಂದ ತಪ್ಪಿಸ್ಕೊಂಡು ಬಂದಿದ್ದೀರಿ. ಮತ್ತೆ ಅವನು ನಿಮ್ಮ ಹಿಂದೆ ಬೀಳಬಹುದು. ನೀವು ಒಬ್ಬರೇ ಪಬ್ಲಿಕ್ ಟ್ರಾನ್ಸ್ಪೋರ್ಟಲ್ಲಿ ಹೋಗೋದು ಸೇಫ್ ಅಲ್ಲ. ನಿಮ್ಮ ಮಗನಿಗೆ ಈಗಲೇ ವಿಷಯ ತಿಳಿಸ್ತೀನಿ"

ರೋಹಿತ್ ಪೋನು ಕೈಗೆತ್ತಿಕೊಂಡರು.

***

ಸಂಜೆ ಆರು ಗಂಟೆ ಸಮಯ. ಅಲೋಕ ಮತ್ತು ಭುವಿ ಆತಂಕದಿಂದ ಕಾಯುತ್ತಿದ್ದರು. ಸುಧಾಕರ್ ಗಡಿಯಾರ ನೋಡಿಕ್ಕೊಳ್ಳುತ್ತಿದ್ದರು. ಅದು ಮೈಸೂರಿನ ಪ್ರತಿಷ್ಠಿತ ಡ್ರೈವ್ ಇನ್ ಹೋಟಲ್. ಹೋಟೆಲ್ಲಿನ ಮುಂಭಾಗದಲ್ಲಿ ಅವರೆಲ್ಲ ಕಾಯುತ್ತಿದ್ದರು. ಅಲೋಕ ಮತ್ತು ಭುವಿಗೆ ಒಂದೊಂದು ಕ್ಷಣವೂ ಒಂದೊಂದು ಗಂಟೆಯಂತೆ ಭಾಸವಾಗುತ್ತಿತ್ತು. ಅಲೋಕನಿಗಂತೂ ಎಲ್ಲಾ ಬಗೆಹರಿಯಿತಲ್ಲ ಎಂದು ಸಮಾಧಾನ ಒಂದೆಡೆ, ಮರುಕ್ಷಣವೇ ಮತ್ತೆ ದುಗುಡ. ಎಲ್ಲಾ ಇಷ್ಟಕ್ಕೇ ಮುಗಿಯಿತೆ? ಇಲ್ಲಾ ಬೇರಿನ್ಯಾವುದಾದರೂ ಹೊಸ ಸಮಸ್ಯೆ ಶುರುವಾಗುತ್ತದೆಯೋ?! ಎಲ್ಲದರ ನಡುವೆ ಮೈಸೂರಿಗೆ ಬಂದಿದ್ದ ಭುವಿ ಬೇರೆ!

ಪೋಲೀಸ್ ಜೀಪು ಬಂದು ಹೋಟೆಲಿನ ಪಾರ್ಕಿಂಗಿನಲ್ಲಿ ನಿಂತಿತು!

ಅಲೋಕನ ಎದೆ ಬಡಿತ ಹೆಚ್ಚಿತು! ಭಯ ಮತ್ತು ಕಾತುರದಿಂದ ಭುವಿ ಜೀಪಿನತ್ತ ನೋಡುತ್ತಿದ್ದಳು.

ಜೀಪಿನಿಂದ ಮೊದಲು ಇಳಿದವರು ರೋಹಿತ್, ಶ್ರೀರಂಗಪಟ್ಟಣದ ಎಸ್.ಐ. ಅಲೋಕನತ್ತ ನೋಡಿ ನಕ್ಕರು. ಅಲೋಕ ಕೈಮುಗಿದ. ಅವನ ಗಮನ ಜೀಪಿನ ಮೇಲಿತ್ತು. ತನ್ನ ತಂದೆ ಏಕೆ ಇನ್ನೂ ಕೆಳಗಿಳಿಯಲಿಲ್ಲ? ಸುಧಾಕರ್ ಮುಂದೆ ಹೋಗಿ ರೋಹಿತ್ ಕೈಕುಲಿಕಿದರು.

"ಅಲೋಕ್, ನಿಮ್ಮ ತಂದೆ ಜೀಪಿನಲ್ಲಿದ್ದಾರೆ. ಜೊತೆಯಲ್ಲಿ ಒಬ್ಬರು ಪಿಸಿ ಇದ್ದಾರೆ. ನೀನು ಹೋಗಿ ಅವರ ಜೊತೆ ಮಾತಾಡಿ ಬಾ. ಅವರು ಕೆಳಗಿಳಿಯುವುದು ಸೇಫ್ ಅಲ್ಲ! ಅವರನ್ನು ಕಿಡ್ನ್ಯಾಪ್ಮಾಡಿದವರಲ್ಲಿ ಜಗನ್ನಾಥ ಸತ್ತಿದ್ದರೂ ಅವನ ಹಿಂದೆ ಇದ್ದವರು ಇನ್ನೂ ಎಚ್ಚರದಿಂದಿದ್ದಾರೆ"

ರೋಹಿತ್ ಹೇಳಿದರು.

"ರೋಹಿತ್ ಹೇಳ್ತಿರೋದು ಸರಿ. ನೀನು ಹೋಗಿ ಮಾತಾಡಿ ಬಾ" ಸುಧಾಕರ್ ಹೇಳಿದರು.

ಅಲೋಕ ಜೀಪಿನತ್ತ ಹೆಜ್ಜೆ ಹಾಕಿದ. ಭುವಿ ಹಿಂಬಾಲಿಸಿದಳು.

ಜೀಪಿನ ಹಿಂಭಾಗದಲ್ಲಿ ಮುಚ್ಚಿದ್ದ ಟಾರ್ಪಲಿನ್ ತೆರೆ ಸರಿಸಿದಾಗ ಅಲ್ಲಿ ಶಾಮಣ್ಣ ಮತ್ತು ಎದಿರಿಗೊಬ್ಬರು ಪಿಸಿ ಕೂತಿದ್ದರು. ಶಾಮಣ್ಣನವರಿಗೆ ಮಗನನ್ನು ನೋಡುತ್ತಲೇ ಕಣ್ಣಲ್ಲಿ ನೀರು ತುಂಬಿತು.

"ಹೀಗೆಲ್ಲಾ ಅಗುತ್ತೇಂತ ನಾನು ನೆನಸಿರಲಿಲ್ಲ. ಏನೆಲ್ಲಾ ಆಗೋಯ್ತು? ನಿಮಗೇನೂ ತೊಂದರೆ ಆಗಲಿಲ್ಲವಲ್ಲ ಸಧ್ಯ"

ಅಲೋಕ ಗದ್ಗದಿಸಿದ.

"ಎಲ್ಲಾ ಆ ಜಗನ್ನಾಥನಿಂದ. ಹೋಗಲಿ ಬಿಡು ಅದು ದೊಡ್ಡ ಕತೆ. ಅದು ಆಮೇಲೆ ಮಾತಾಡೋಣ, ನಿಮ್ಮಮ್ಮ ಹೇಗಿದ್ದಾಳೆ?"

"ನಿಮ್ಮದೇ ಯೋಚನೆಲಿದ್ದಾಳೆ"

"ಇನ್‌ಸ್‌ಪಕ್ಟರು, ನೀವು ಊರಿಗೆ ಹೋಗೋದು ಬೇಡ ಅಂತಿದ್ದಾರೆ. ನಿಮ್ಮನ್ನ ಕಿಡ್ನ್ಯಾಪ್ಮಾಡಿದವರು ಮತ್ತೆ ಪ್ರಯತ್ನ ಮಾಡ್ತಾರೆ ಅಂತಿದ್ದಾರೆ"

"ಇಲ್ಲಪ್ಪ...ವಾಪಸ್ಸು ಊರಿಗೇ ಹೋಗೋಣ. ಅದೇ ನಮಗೆ ಸುರಕ್ಷಿತವಾದ ಜಾಗ. ಹೇಗೂ ಪೋಲೀಸು ರಕ್ಷಣೆ ಸಿಗುತ್ತೆ. ಊರವರ ಸಹಕಾರ ಇದ್ರೆ ಯಾರೂ ನಮಗೆ ತೊಂದ್ರೆ ಕೊಡೋದಕ್ಕೆ ಸಾಧ್ಯ ಇಲ್ಲ. ಆ ಬೆತ್ತದ ಪೆಟ್ಟಿಗೆಗಾಗೇ ಇಷ್ಟೆಲ್ಲಾ ನಡೆದದ್ದು. ಅದು ನಮ್ಮ ಹತ್ರ ಇಲ್ಲಾಂದ್ರೆ ನಮಗೆ ಯಾವ ತೊಂದರೇನೂ ಇಲ್ಲ"

ಭುವಿಗೆ ಅಲೋಕನ ಮಾತು ಸರಿ ಎನ್ನಿಸಿತು.

"ನಾನು ಇನ್‌ಸ್ಪೆಕ್ಟರ್ ಹತ್ರ ಮಾತಾಡಿ ಬರ್ತೀನಿ"

ಸುಧಾಕರ್ ಮತ್ತು ರೋಹಿತರ ಬಳಿ ಬಂದು ಕೇಳಿದ ಅಲೋಕ.

"ನಾವು ಊರಿಗೆ ಹೋಗಬಹುದೆ ಸಾರ್?"

"ಅದನ್ನೇ ನಾವು ಯೋಚಿಸ್ತಾ ಇದ್ವಿ. ಊರಿಗೆ ಹೋಗೋದ್ರಲ್ಲಿ ಸ್ವಲ್ಪ ಮಟ್ಟಿಗೆ ಅಪಾಯ ಇದೆ"

ಸುಧಾಕರ್ ಹೇಳಿದರು.

"ಆದ್ರೆ, ಊರೇ ನಮಗೆ ಸುರಕ್ಷಿತವಾದ ಜಾಗ. ಜೊತೆಗೆ ಅವರಿಗೆ ಬೇಕಾಗಿದ್ದ ಆ ಬೆತ್ತದ ಪೆಟ್ಟಿಗೇನ ಅವರಿಗೆ ಕೊಟ್ಬಿಟ್ಟೆದ್ದೀವಿ. ಇನ್ನು ಅವರು ನಮ್ಮ ಹಿಂದೆ ಬೀಳೊಲ್ಲ. ಊರಿನವರ ಸಹಕಾರದ ಜೊತೆಗೆ, ಸ್ವಲ್ಪ ದಿನ ಪೋಲೀಸ್ ಪ್ರೊಟೆಕ್ಷನ್ ಕೊಟ್ಟರೆ ಅಲ್ಲಿಗೆ ಈ ಕೇಸು ಮುಗಿಯುತ್ತೆ"

"ನಿಮ್ಮದೇನೋ ಮುಗಿಯುತ್ತೆ. ನಮ್ಮದು ಈಗ ಶುರುವಾಗಿದೆ. ಜಗನ್ನಾಥನ ಮರ್ಡರ್ ಆಗಿದೆ. ರತನ್ ಅರೆಸ್ಟ್ ಆಗೋವರೆಗೂ ಕೇಸು ಮುಗಿಯೊಲ್ಲ"

ರೋಹಿತ್ ವಿವರಿಸಿದರು.

"ಈಗ ಊರಿಗೆ ಹೋಗೋಕೆ ನಮಗೆ ಪರ್ಮಿಷನ್ ಕೊಡಿ ಸಾರ್"

ಅಲೋಕ ವಿನಂತಿಸಿದ.

"ಹೇಗೆ ಹೋಗ್ತೀರಾ?"

ಸುಧಾಕರ್ ಕೇಳಿದರು.

"ಟ್ಯಾಕ್ಸಿ ಮಾಡ್ಕೊಂಡು ಹೋಗ್ತೀವಿ"

"ನೋ..ಇವರು ಜೀಪಲ್ಲೇ ಹೋಗಲಿ"

ಅವರ ಮಾತಿಗೆ ಭುವಿಯ ಕಡೆ ನೋಡಿದ ಅಲೋಕ.

ಭುವಿಯನ್ನು ಎಲ್ಲಿ ಬಿಡಬೇಕು? ತಮ್ಮೊಂದಿಗೆ ಊರಿಗೆ ಕರೆದೊಯ್ಯುವುದೇ ಇಲ್ಲಾ ಅವಳನ್ನು ಬೆಂಗ್ಳೂರಿನ ಬಸ್ಸು ಹತ್ತಿಸುವುದೋ? ಸಮಯ ಆಗಲೇ ಏಳೂವರೆ. ಈಗ ಆಕೆ ಬಸ್ಸು ಹತ್ತಿದರೆ ಹನ್ನೊಂದರ ಸುಮಾರಿಗೆ ಬೆಂಗಳೂರು ತಲುಪುತ್ತಾಳೆ. ಆ ಸಮಯದಲ್ಲಿ ಬೆಂಗಳೂರು ಮಹಿಳೆಯರಿಗೆ ಸುರಕ್ಷಿತವಲ್ಲ!

ಭುವಿ ಅಲೋಕನ ಕೈಹಿಡಿದು ಅವನ ಕಣ್ಣುಗಳಿಗೆ ಕಣ್ಣು ಬೆಸೆದಳು.

***

ರತನ್ ಮೊಬೈಲು ರಿಂಗಾಯಿತು. ಐವತ್ತರ ಹರೆಯದ, ಸ್ಥೂಲಕಾಯದ ರತನ್ ಮೊಬೈಲು ಕಿವಿಗೆ ಹಿಡಿದ.

"ಬೋಲ್ರೇ.."

"ಬಾಸ್.."

ಅತ್ತಲಿಂದ ರತನ್ ಚೇಲಾ ಹೇಳಿದ.

"ಬೋಲ್ ಕ್ಯಾ ಬಾತ್?"

"ಜೀಪಲ್ಲಿ ಅಲೋಕ್ ಮತ್ತು ಒಬ್ಳು ಹೆಂಗಸು ಹೋಗ್ತಿದ್ದಾರೆ. ಪೋಲೀಸ್ ಇದಾರೆ. ಪೋಲೀಸ್ದೇ ಜೀಪು"

"ಇನ್ಯಾರಿದ್ದಾರೆ? ಆ ಬುಡ್ಡಾ ಇಲ್ಲವಾ?"

"ಇಲ್ಲಾ. ನನಗೆ ಇವರಿಬ್ರೇ ಕಾಣ್ತಿರೋದು"

"ಜಾನೇದೋ.." ರತನ್ ಉದಾಸೀನನಾಗಿ ನುಡಿದ. ಅವನ ಕೈಯಲ್ಲಿ ತಾಳೆಗರಿಯ ಕಟ್ಟು ಇತ್ತು. ಟೀಪಾಯ್ ಮೇಲೆ ಬೆತ್ತದ ಬುಟ್ಟಿ ಮತ್ತು ಇತರೆ ವಸ್ತುಗಳು ಹರಡಿದ್ದವು.

ಇದ್ರಲ್ಲೇನಿದೆ? ಇದನ್ನ ಹೇಗೆ ಪತ್ತೆ ಹಚ್ಚೋದು? ಆ ದರಿದ್ರದ ಜಗನ್ ನಂಗೆ ಲಕ್ಷಾಂತರ ರೂಪಾಯಿ ನಾಮ ಹಚ್ಚಿದ. ಕೋಟಿಗಟ್ಟಲೆ ನಿಧಿ ಕೊಡ್ತೀನೀಂತ ಬಾಂಬೆಯಿಂದ ಇಲ್ಲಿಗೆ ಕರ್ಕೊಂಡು ಬಂದ! ಇಲ್ಲಿ ಈ ಬೆತ್ತದ ಬುಟ್ಟಿ ನನಗೆ ಕೊಟ್ಟು ಸತ್ತ! ಇಲ್ಲ..ಅವನನ್ನ ನಾನೇ ಸಾಯಿಸಿದೆ.

ಜಗನ್ನಾಥನನ್ನು ಮುಗಿಸಿದ ನಂತರ ಮೈಸೂರಿನ ತನ್ನ ಸೋದರಳಿಯ ಮದನ್ ಮನೆಯಲ್ಲಿ ವಾಸ್ತವ್ಯ ಹೂಡಿದ್ದ ರತನ್. ಅಲೋಕನ ಚಲನವಲನಗಳ ಬಗೆಗೆ ನಿಗಾ ಇಟ್ಟಿರುವಂತೆ ತನ್ನ ಹವಾಲಾ ನೆಟ್‌ವರ್ಕ್ ಭಂಟರಿಗೆ ತಿಳಿಸಿದ್ದ.

"ಇದೆಲ್ಲಾ ಏನು ಮಾಮಾಜಿ"

ಸೋದರಳಿಯ ಮದನ್ ಮಾತಿಗೆ ನಿಟ್ಟುಸಿರಿಟ್ಟ ರತನ್.

"ಅದೆಲ್ಲಾ ಹೇಳೋಕೆ ಬಾಳಾ ಟೈಮ್ ಹಿಡೀತದೆ. ಮೊದ್ಲು ಇದ್ರಾಗಿರೋದು ಓದೋ ಜನ ಬೇಕಲ್ಲ?"

ರತನ್ ಚಿಂತಾಕ್ರಾಂತನಾಗಿ ತಾಳೆಗರಿ ಕಟ್ಟು ತೋರಿಸಿದ.

"ನಮ್ದು ದುಖಾನ್ಗೆ ಶುಕ್ರವಾರ ಪೂಜೆಗೆ ಒಬ್ರು ಶಾಸ್ತ್ರೀಜೀ ಬರ್ತಾರೆ. ಅವರು ಇದನ್ನ ಓದಬಹುದು ಅನ್ಸುತ್ತೆ"

ಮದನ್ ಯೋಚಿಸುತ್ತಾ ಹೇಳಿದ.

"ಅವರನ್ನ ಕರಸ್ತೀಯಾ..?"

ಮದನ್ ಫೋನು ಕೈಗೆತ್ತಿಕೊಂಡ.

***

"ಲಗ್ತಾಹೈ ವೋ ಆಗಯಾ"

ಮದನ್ ಎದ್ದು ಬಾಗಿಲ ಬಳಿ ಹೋದ.

"ಏನ್ ಸೇಟೂ ಅಂತಾ ಅರ್ಜೆಂಟು? ತಕ್ಷಣ ಬಂದ್ಬಿಡಿ ಅಂದ್ಯಲ್ಲ, ಮಾಡ್ತಿದ್ದ ಕೆಲ್ಸ ಎಲ್ಲಾ ಬಿಟ್ಟು ಬಂದಿದ್ದೀನಿ" ಶಾಸ್ತ್ರಿಗಳು ಬಾಗಿಲಾಚೆಯಿಂದಲೇ ಕೇಳಿದರು.

"ಒಳಗ್ಬನ್ನಿ ಹೇಳ್ತೀನಿ"

ಅವರನ್ನು ಒಳಗೆ ಕರ್ಕೊಂಡು ಬಂದು ಮಾಮನಿಗೆ ಪರಿಚಯಿಸಿದ.

"ದೇಖೋ ಶಾಸ್ತ್ರೀಜಿ ಈ ತಾಳೆಗರಿಗಳಲ್ಲಿ ಬರ್ದಿರೋದು ಓದ್ಬೇಕು. ಓದಿದ್ಮೇಲೆ ಮರ್ತುಬಿಡಬೇಕು. ಅದನ್ನ ಬೇರೆ ಇನ್ಯಾರತ್ರಾನೂ ಹೇಳ್ಬಾರ್ದು. ಹಂಗೇನಾದ್ರೂ ಹೇಳಿದ್ರೆ ನಿಮ್ಮ ಜೀವಕ್ಕೆ ಅಪಾಯ"

ರತನ್ ಖಡಕ್ಕಾಗಿ ಶಾಸ್ತ್ರಿಗಳಿಗೆ ಹೇಳಿದ.

ಶಾಸ್ತ್ರಿಗಳು ಅವನ ಮುಖ ನೋಡುತ್ತಲೇ ಹೆದರಿದ್ದರು. ಈಗವನ ಮಾತು ಕೇಳಿ ಮತ್ತಷ್ಟು ಹೆದರಿದರು. ಅಂತಾದ್ದೇನಿರಬಹುದು ಇದರಲ್ಲಿ ಎಂದು ಯೋಚಿಸಿದರು. ತಾಳೆಗರಿ ಕಟ್ಟು ಕೈಗೆತ್ತಿಕೊಂಡು ನೋಡಿ ತಲೆ ಅಲ್ಲಾಡಿಸಿದರು.

"ಯಾಕೆ ಏನಾಯ್ತು..?" ರತನ್ ಕೇಳಿದ.

"ಇದು ಹಳಗನ್ನಡ, ಮೋಡಿ ಅಕ್ಷರ. ತುಂಬಾ ಮಾಸಿದೆ. ಒಂದು ಲೆನ್ಸ್ ಬೇಕು. ಜೊತೆಗೆ ಒಂದು ಟೇಬಲ್ ಲ್ಯಾಂಪು ಬೇಕು"

ತಾಳೆಗರಿ ನೋಡಿ ಶಾಸ್ತ್ರಿಗಳು ಹೇಳಿದರು. ಅವರಿಗೀಗ ಧೈರ್ಯ ಬಂದಿತ್ತು. ಅದರಲ್ಲಿರುವುದು ಬೆಲೆಬಾಳುವಂತಾದ್ದೇ ಇರಬೇಕು. ಇಲ್ಲದಿದ್ದರೆ ತನ್ನನ್ನು ಬೆದರಿಸುತ್ತಿರಲಿಲ್ಲ!

ಹತ್ತು ನಿಮಿಷದಲ್ಲಿ ಮದನ್ ಅವರ ಕೋರಿಕೆ ಈಡೇರಿಸಿದ. ಟೇಬಲ್ ಲ್ಯಾಂಪಿನ ಬೆಳಕಿನಲ್ಲಿ ಲೆನ್ಸ್ ಹಿಡಿದು ಶಾಸ್ತ್ರಿಗಳು ಅದನ್ನು ಓದುವ ಪ್ರಯತ್ನ ಮಾಡಿದರು.

"ಇದು ಮೋಡಿ ಅಕ್ಷರ. ಸರಸ್ವತಿ ಸ್ತೋತ್ರ. ಈ ರೀತಿ ಬರವಣಿಗೆ ಹನ್ನೆರಡನೆ ಶತಮಾನದಿಂದ ಸುಮಾರು ಹದಿನಾರರವರೆಗೆ ಚಾಲ್ತಿಯಲ್ಲಿತ್ತು"

"ಪೂರಾ ಓದಿ ಶಾಸ್ತ್ರೀಜಿ. ಅಷ್ಟು ಗರಿಗಳಲ್ಲಿ ಎಲ್ಲಾದ್ರೂ ನಿಧಿ ವಿಷಯ ಇದೆಯಾ ಸರಿಯಾಗಿ ನೋಡಿ"

ಮದನ್ ಎಚ್ಚರತಪ್ಪಿ ಆಡಿದ ಮಾತಿಗೆ ರತನ್ ಗರಂ ಆಗಿ ಅವನನ್ನು ನುಂಗುವಂತೆ ನೋಡಿದ.

"ನಿಧಿ ವಿಷಯ ಅಲ್ಲ ಶಾಸ್ತ್ರೀಜಿ ಅದು ನಮ್ಮ ಪೂರ್ವಿಕರದ್ದು. ಇದ್ರಲ್ಲಿ ನಮ್ಮ ವಂಶದ್ದೇನೋ ಇದೆ, ಅದನ್ನ ಕಷ್ಟದ ಸಮಯ ಬಂದಾಗ ನೋಡ್ಬೇಕು ಅಂದಿದ್ರು ಅದಕ್ಕೇ ಇದೆಲ್ಲಾ.."

ಖದೀಮರು, ಇದರಲ್ಲೇನೋ ಗುಪ್ತ ನಿಧಿ ಬಗ್ಗೆ ಮಾಹಿತಿ ಇರಬೇಕು. ರಾಜಾಸ್ಥಾನದ ಇವರೆಲ್ಲಿ? ಹಳೆಗನ್ನಡದಲ್ಲಿ ಬರೆದ ಈ ತಾಳೆಗರಿ ಎಲ್ಲಿ? ಇವರ ಪೂರ್ವಿಕರು ಅದನ್ನ ಇಲ್ಲೆಲ್ಲೋ ಬಚ್ಚಿಡೋಕೆ ಸಾಧ್ಯವೆ? ಎಲ್ಲಿಂದೆಲ್ಲಿಗೆ ಸಂಬಂಧ? ಅಷ್ಟಿಲ್ಲದೆ ಇಷ್ಟೊತ್ನಲ್ಲಿ ಅರ್ಜೆಂಟಾಗಿ ನನ್ನನ್ನ ಕರೀತಿರಲಿಲ್ಲ ಎಂದು ಮನಸ್ಸಿನಲ್ಲೇ ಹೇಳಿಕೊಂಡರು ಶಾಸ್ತ್ರಿಗಳು.

"ನೀವು ದಕ್ಷಿಣಕ್ಕೆ ಬಂದು ಎಷ್ಟು ವರ್ಷ ಆಯ್ತೋ..?" ಶಾಸ್ತ್ರಿಗಳು ಕೇಳಿದರು.

ಅವರ ಮಾತಿನ ಅರ್ಥ ಗ್ರಹಿಸಿದ ಮಾಮ ಮತ್ತು ಅಳಿಯರಿಗೆ ತುಸು ಕಸಿವಿಸಿ.

"ಶಾಸ್ತ್ರೀಜಿ, ಅದೆಲ್ಲಾ ಬಿಡಿ. ನಿಂಗೆ ಇನಾಮ್ ಕೊಡ್ತೀವಿ. ಇದ್ರಲ್ಲಿ ಇರೋದು ಹೇಳಿ"

ರತನ್ ಸಾವರಿಸಿಕೊಂಡು ಹೇಳಿದ.

"ಎಷ್ಟು ಕೊಡ್ತೀರಿ..?" ಶಾಸ್ತ್ರಿಗಳ ಅಸೆ ಕೆದರಿತ್ತು.

"ಮೊದ್ಲು ಅದನ್ನ ನೋಡಿ ಹೇಳಿ..ಆಮೇಲೆ ಆ ಮಾತು"

ವ್ಯಾಪಾರ ಗಿಟ್ಟುವುದಿಲ್ಲ ಎನಿಸಿತು ಶಾಸ್ತ್ರಿಗಳಿಗೆ. ನೋಡೋಣ ಅಂತಾ ಮಹತ್ವದ ವಿಷಯ ಇದ್ರೆ ಅದನ್ನ ಹೇಳೋಕೆ ಮುಂಚೆ ಡೀಲ್ ಮಾಡೋಣ ಎನಿಸಿ ತಾಳೆ ಗರಿಗಳನ್ನು ಪರೀಕ್ಷಿಸತೊಡಗಿದರು. ಅಂತದ್ದೇನೂ ಮಹತ್ವದ ವಿಷಯ ಅವುಗಳಲ್ಲಿ ಕಾಣಲಿಲ್ಲ. ಎಷ್ಟು ಎಚ್ಚರಿಕೆಯಿಂದ ನೋಡಿದರೂ ಅಂತಾ ಯಾವುದೇ ಮಾಹಿತಿಯ ಸುಳಿವೂ ಸಿಗಲಿಲ್ಲ. ನಿಜಕ್ಕೂ ಅದು ದೇವರ ಸ್ತ್ರೋತವಾಗಿತ್ತು.

ತಮ್ಮ ಕುತೂಹಲ ಮರೆಮಾಡುತ್ತಾ ರತನ್ ಜೋಯಿಸರ ಮುಖದ ಚಹರೆಗಳನ್ನು ಎಚ್ಚರಿಕೆಯಿಂದ ಗಮನಿಸುತ್ತಿದ್ದ. ಒಂದು ವೇಳೆ ಅಂತಾ ಮಹತ್ವದ ವಿಷಯ ಅಲ್ಲಿದ್ದರೆ ಅದನ್ನು ಕಂಡಾಗ ಅವರ ಮುಖದ ಭಾವ ಬದಲಾಗುವುದು ಸಹಜ. ಅಂತಾ ಕ್ಷಣಕ್ಕಾಗಿ ರತನ್ ಕಾಯುತ್ತಿದ್ದ. ಜೋಯಿಸರ ಮುಖದಲ್ಲಿ ನಿರಾಸೆ ಕಾಣುತ್ತಿತ್ತು!

"ಏನೂ ಕಾಣಿಸ್ತಿಲ್ಲವಲ್ಲ ಸೇಠೂ" ಜೋಯಿಸರು ಗೊಣಗಿದರು.

"ಮತ್ತೇನು ಶಾಸ್ತ್ರಿ? ಅಲ್ಲಿರೋ ಖಾಲಿ ಗರೀಲಿ ಏನಿರೋದು?"

"ಖಾಲಿ ಅಷ್ಟೆ" ನಕ್ಕರು.

"ನಗ್ಬೇಡ ಶಾಸ್ತ್ರಿ. ನೋಡು ಇಲ್ಲಿರೋ ಪುಡಿಗಳನ್ನ ಅದ್ರ ಮೇಲೆ ಹಾಕಿ ನೋಡು"

ಆದನ್ನೂ ಮಾಡಿದರು ಜೋಯಿಸರು. ಯಾವುದೇ ಬದಲಾವಣೆ ಕಾಣಲಿಲ್ಲ!

"ಏನೂ ಇಲ್ಲ! ಇದ್ನ ನಿಮ್ಗೆ ಯಾರು ಕೊಟ್ರು? ಏನಂತಾ ಹೇಳಿದ್ರು..?"

ಜೋಯಿಸರ ಮಾತಿಗೆ ಯಾವುದೇ ಪ್ರತಿಕ್ರಿಯೆ ಕೊಡುವ ಮನಸ್ಸು ರತನ್‌ಗ ಇರಲಿಲ್ಲ. ಜಗ್ಗು ತನ್ನನ್ನು ಏಮಾರಿಸಿಬಿಟ್ಟ ಎಂದು ಕೋಪ ಉಕ್ಕಿತು. 'ಅದಕ್ಕೆ ಪ್ರತಿಯಾಗಿ ಅವನ ಜೀವ ತೆಗೆದೆಯಲ್ಲ? ಆ ಪ್ರತೀಕಾರ ಸಾಲದೆ?' ಮನಸ್ಸು ಹೇಳಿತು. ಆದ್ರೆ ಕಳ್ಕೊಂಡ ಕೋಟಿಗೂ ಮಿಗಿಲಾದ ಹಣ ಜಗ್ಗುಜೊತೆಗೇ ಹೆಣವಾಗಿಬಿಟ್ಟಿತಲ್ಲ? ರತನ್ ಕೊರಗಿದ.

"ನಿಜವಾಗ್ಲೂ ಅದ್ರಲ್ಲಿ ಏನೂ ಇಲ್ವಾ ಶಾಸ್ತ್ರೀಜಿ?"

ರತನ್ ಮಾತಿನಲ್ಲಿ ಈಗ ಧೈನ್ಯವಿತ್ತು.

"ಸುಳ್ಳು ನಾನು ಯಾಕೆ ಹೇಳ್ಲಿ ಸೇಠೂ? ಅದ್ರಿಂದ ನಂಗೆ ಸಿಗೋದಾದ್ರೂ ಏನು? ನಿಜವಾಗ್ಲೂ ಇದ್ರಲ್ಲಿ ಏನಾದ್ರೂ ಇದ್ದಿದ್ರೆ ನಂಗೊಂದಿಷ್ಟು ಹಣನಾದ್ರೂ ಸಿಗೋದು"

ಮಾವ ಮತ್ತು ಅಳಿಯ ಮುಖಮುಖ ನೋಡಿಕೊಂಡರು! ಶಾಸ್ತ್ರಿಗಳ ಮಾತಿನಲ್ಲಿ ಸತ್ಯವಿದೆ ಎನ್ನಿಸಿತು.

"ಇನ್ನು ನನಗೇನು ಕೆಲಸ? ನಾನು ಹೊರಡ್ತೀನಿ" ಶಾಸ್ತ್ರಿಗಳು ಎದ್ದರು!

"ಠೀಕ್"

"ನನಗೆ ಕೊಡಬೇಕಾದ್ದು ಕೊಡಿ" ಶಾಸ್ತ್ರಿ ಕೇಳಿದರು.

"ನಂಗೆ ಇಲ್ಲಿ ಯಾರೋ ನಾಮ ಹಾಕಿದ್ದಾರೆ! ನಿಂಗೂ ನಾಮ ಹಾಕಲೇ..?"

ರತನ್ ಕೋಪದಿಂದ ಉರಿದ.

"ಬೇಚಾರ, ಅವರ್ಮೇಲೆ ಯಾಕೆ ಸಿಟ್ಟು? ತಗೊಳ್ಳಿ.." ಮದನ್ ಐನೂರರ ಒಂದು ನೋಟು ಅವರ ಕೈಗಿಟ್ಟ.

"ಹಣೇಬರ..ಯಾರೂ ತಪ್ಪಿಸೋಕೆ ಆಗೊಲ್ಲ" ಗೊಣಗುತ್ತಾ ಶಾಸ್ತ್ರಿಗಳು ನೋಟು ಜೇಬಿಗಿಳಿಸಿ ಹೊರಟರು.

"ಜಗ್ಗೂ, ಮುಜೆ ಉಲ್ಲೂ ಬನಾದಿಯಾ" ರತನ್ ಹಲ್ಲು ಮಸೆದ.

"ಮಾಮಾಜೀ..ಇದು ನಕಲಿ ಇರಬಹುದಾ..?" ಮದನ್ ಯೋಚಿಸುತ್ತಾ ಹೇಳಿದ.

"ಅಂದ್ರೆ..?"

"ಇದನ್ನ ನಿಮಗೆ ಕೊಟ್ಟಿರೋರು ಅಸಲಿ ಇಟ್ಕೊಂಡು ಅದೇ ತರದ್ದು ನಕಲಿ ಕೊಟ್ಟಿರಬಹುದಾ..?"

"ಅರೆ..ಕ್ಯಾ ಬೋಲ್ತೇಹೋ..?"

ಒಂದು ಕ್ಷಣ ರತನ್ ಯೋಚಿಸಿದ. ಅರೆ..ಹೌದಲ್ಲ? ಇದು ನಕಲಿ ಇರಬಹುದು! ಅದಕ್ಕೇ ಇದ್ರಲ್ಲಿ ಏನೂ ಇಲ್ಲ! ಹಾಗಾದ್ರೆ ಒರಿಜಿನಲ್ ಎಲ್ಲಿ? ಅದು ಯಾರ ಹತ್ರ ಇದೆ..? ತಕ್ಷಣ ಅವನ ಮನಸ್ಸಿನಲ್ಲಿ ಜಗನ್ನಾxನ ಊರು, ಅಲ್ಲಿಂದ ಕಿಡ್ನ್ಯಾಪ್ಮಾಡಿದ ಮುದುಕ, ಶ್ರೀರಂಗಪಟ್ಟಣದ ತೋಟದ ಮನೆ, ಜಗನ್ನಾಥನನ್ನು ಷೂಟ್ ಮಾಡಿದ್ದೆಲ್ಲಾ ನೆನಪಾಯಿತು. ಆ ಮುದುಕನ ಮನೆಯಲ್ಲಿ ಆ ಪೆಟ್ಟಿಗೆ ಇತ್ತು. ಅದನ್ನು ತಂದುಕೊಟ್ಟವನು ಆ ಮುದುಕನ ಮಗ! ಅವನೇ ಏಮಾರಿಸಿದ್ದಾನೆ!! ಒರಿಜಿನಲ್ ಅವನ ಬಳಿ ಇದೆ. ಅದರಲ್ಲಿನ ರಹಸ್ಯಗಳನ್ನು ಅವನು ತಿಳಿದುಕೊಂಡಿರುತ್ತಾನೆ! ಆ ನಿಧಿಯನ್ನು ವಶಪಡಿಸಿಕ್ಕೊಳ್ಳೋಕೆ ಅವನು ಖಂಡಿತಾ ಮುಂದುವರಿಯುತ್ತಾನೆ!!

ಹೌದು ನಿಧಿ ಯಾರಿಗೆ ಬೇಡ!!?

"ಹಾ..ಮಾಮಾಜೀ.. ಇದು ನಕಲಿ! ಅಸಲಿ ಎಲ್ಲೋ ಇದೆ! ಇದನ್ನು ಯಾರು ಕೊಟ್ಟರೋ ಅವರ ಹತ್ರಾನೇ ಅಸಲಿ ಇದೆ!"

ಮದನ್ ಮಾತಿಗೆ ರತನ್ ತಲೆದೂಗಿದ. ಅಳಿಯನ ಮಾತು ನಿಜ ಎನ್ನಿಸಿತು. ಚುರುಕಾಗಿದ್ದಾನೆ. ಮದನ್! ಆದ್ರೆ ತನ್ನ ಹವಾಲಾ ನೆಟ್‌ವರ್ಕಿಗೆ ಸೇರಲಿಲ್ಲ! ಸೇರಿದ್ದರೆ ಅವನೂ ಕೋಟ್ಯಾಂತರ ಸಂಪಾದಿಸಬಹುದಿತ್ತು! ಎಲ್ಲಾ ಬಿಟ್ಟು ಇಲ್ಲಿ ಬಂದು ಸೇರ್ಕೊಂಡಿದ್ದಾನೆ. ರತನ್ ತಲೆಯಲ್ಲಿ ಮುಂದಿನ ಆಕ್ಷನ್ ಪ್ಲಾನ್ ತಯಾರಾಗುತ್ತಿತ್ತು! ಇಷ್ಟಕ್ಕೇ ಇದನ್ನು ಬಿಡೋದಿಲ್ಲ! ಆ ನಿಧಿ ತನಗೆ ದಕ್ಕಲೇಬೇಕು! ಏನಾದರೂ ಸರಿಯೇ!!

***

"ಉದ್ದ ಮುಖ, ಉದ್ದ ಮೂಗು, ಸೀಳು ತುಟಿ, ಸಣ್ಣ ಕಣ್ಣುಗಳು, ಹಣೆಯ ಮೇಲೆ ಗಂಧ, ಅರೆ ನೆರೆತ ಮೀಸೆ, ಕಿವಿಗಳಲ್ಲಿ ಉತ್ತರ ಭಾರತದ ಗಂಡಸರು ಹಾಕುವಂತ ಓಲೆ.."

ಶಾಮಣ್ಣ ಹೇಳುತ್ತಿರುವಾಗ ಕಲಾವಿದ ಚಿತ್ರ ರಚಿಸುತ್ತಿದ್ದ. ವಿವರಣೆ ಮುಗಿಯುತ್ತಿದ್ದಂತೆ ಚಿತ್ರ ಮುಗಿದಿತ್ತು. ಅದನ್ನು ಒಂದಿಷ್ಟು ತಿದ್ದಿಸಿದರು ಶಾಮಣ್ಣ. ಕೇವಲ ವಿವರಣೆಯಿಂದ ಕಲಾವಿದನ ಕಲ್ಪನೆಯಿಂದ ರತನ್ ರೂಪುತಳೆದಿದ್ದ!!

"ನೋಡಿ, ಇವನೇ ರತನ್, ಬೊಂಬಾಯಿಯವನು. ಜಗನ್ನಾಥನಿಗೆ ಸಾಲ ಕೊಟ್ಟಿದ್ದ. ಜಗನ್ನಾಥ ಪಾಪರ್ ಆಗಿ, ಅವನ ಹಣ ತೀರಿಸೋಕೆ ಯಾವುದೋ ನಿಧಿಯ ಆಸೆ ಹುಟ್ಟಿಸಿ ಮೈಸೂರಿಗೆ ಕರ್ಕೊಂಡು ಬಂದ. ಆ ನಿಧಿ ಬಗ್ಗೆ ಮಾಹಿತಿ ನಮ್ಮ ಮನೇಲಿದ್ದ ಪೆಟ್ಟಿಗೇಲಿದೇಂತ ಜಗನ್ನಾಥನ ಮನೆಯವರು ಯಾವಗಲೋ ಬಾಯಿ ಬಿಟ್ಟಿರಬೇಕು. ಪೆಟ್ಟಿಗೆ ನಮ್ಮ ಮನೇಲಿರೋದು ಜಗನ್ನಾಥನಿಗೆ ಗೊತ್ತಾಗಿತ್ತು. ಅದನ್ನು ಪಡೆಯೋಕೆ ಅವನು ಅನುಸರಿಸಿದ ಮಾರ್ಗ ನನ್ನ ಕಿಡ್ನಾ್ಯಪ್! ಆಮೇಲೆ ಶ್ರೀರಂಗಪಟ್ಟಣದ ಆ ತೋಟದ ಮನೆಯಲ್ಲಿ ನನ್ನ ಕೂಡಿ ಹಾಕಿ, ನನ್ನ ಮಗನ ಕಡೆಯಿಂದ ಪೆಟ್ಟಿಗೆ ಪಡೆದ. ಅದು ಕೈಗೆ ಸೇರಿದ ತಕ್ಷಣ ಜಗನ್ನಾಥನನ್ನು ಷೂಟ್ ಮಾಡಿದ ರತನ್. ನಾನು ಅಲ್ಲಿಂದ ತಪ್ಪಿಸಿಕೂಂಡು ಬಂದೆ. ಇದಿಷ್ಟು ನನಗೆ ಗೊತ್ತಿರೋ ವಿಷಯ. ಆ ರತನ್ ಏನಾದ, ಎಲ್ಲಿದ್ದಾನೆ ನನಗೆ ಗೊತ್ತಿಲ್ಲ. ಅವರ ಮಾತಿನಿಂದ ನಾನು ಇಷ್ಟು ವಿಷಯ ತಿಳಿದುಕೊಂಡೆ"

ಶಾಮಣ್ಣನ ಮಾತು ಕೇಳುತ್ತಾ ಸುಧಾಕರ್ ಟೇಬಲ್ ಮೇಲಿದ್ದ ಪೇಪರ್ ವೈಯಿಟನ್ನು ತಿರುಗಿಸುತ್ತಿದ್ದರು.

"ನಿಮಗೇನೆನ್ನಿಸುತ್ತೆ? ರತನ್ ವಾಪಸ್ಸು ಬೊಂಬಾಯಿಗೆ ಹೋಗಿದ್ದಾನೋ..? ಇಲ್ಲಾ ಆ ನಿಧಿಯ ಶೋಧನೆಯಲ್ಲಿ ತೊಡಗಿದ್ದಾನೋ..?"

ಸುಧಾಕರ್ ಕೇಳಿದರು.

"ಸಾರ್, ಈ ನಿಧಿ ಹುಚ್ಚು ಮನುಷ್ಯರನ್ನ ಶತಮಾನಗಳಿಂದ ಕಾಡ್ತಾ ಇದೆ. ಅದಕ್ಕಾಗಿ ಮಾಡಬಾರದ್ದೆಲ್ಲಾ ಮಾಡಿದ್ದಾರೆ. ಮಂತ್ರ-ತಂತ್ರ, ಪೂಜೆ, ಪ್ರಾಣಿಬಲಿ, ನರಬಲಿ-ಇಂತಾವೆಲ್ಲಾ ನಡೆದಿವೆ. ನಿಧಿ ಸಿಕ್ಕಿದ್ದು ಮಾತ್ರ ನಾನೆಲ್ಲೂ ಕೇಳಿಲ್ಲ. ಆದ್ರೆ ಅದನ್ನ ಹುಡುಕೋ ಪ್ರಯತ್ನ ಜನ ಬಿಟ್ಟಿಲ್ಲ. ನಿಧಿ ಪಡೆಯೋದಕ್ಕೆ ರತನ್ ಪ್ರಯತ್ನ ಪಟ್ಟೇ ಪಡ್ತಾನೆ"

ಶಾಮಣ್ಣ ತಮ್ಮ ಅನುಭವದಿಂದ ಹೇಳಿದರು.

"ಹೋಗ್ಲೀ..ಆ ನಿಧಿ ಎಲ್ಲಿದೇಂತ..?"

"ಅದು ಆ ಪೆಟ್ಟಿಗೇಲಿದ್ದ ತಾಳೆಗರಿಯಲ್ಲಿದೇಂತ ನನ್ನ ನಂಬಿಕೆ. ಅದನ್ನ ನಾವ್ಯಾರೂ ತೆಗೆದು ನೋಡಿಲ್ಲ. ನೋಡೋ ಪ್ರಯತ್ನಾನೂ ಮಾಡ್ಲಿಲ್ಲ. ನಮ್ಮ ತಂದೆ ಅದೆಲ್ಲಾ ಸುಳ್ಳು, ಅಂತಾದ್ದು ಏನೂ ಇಲ್ಲ ಅಂತ ಹೇಳ್ತಿದ್ದರು. ನಾನೂ ಅದನ್ನ ಬಲವಾಗಿ ನಂಬಿದ್ದೀನಿ. ನನ್ನ ಮಗನೂ ಅದನ್ನ ನಂಬಿದ್ದಾನೆ"

ಶಾಮಣ್ಣ ಅಲೋಕನ ಮುಖ ನೋಡಿದರು. ಅಲೋಕ ನಿರ್ಲಿಪ್ತನಾಗಿದ್ದ.

"ಸರಿ, ಈ ಚಿತ್ರ ಎಲ್ಲಾ ಸ್ಟೇಷನ್ನಿಗೂ ಕಳಿಸ್ತೀನಿ. ರತನ್ ಹಿಡಿಯೋದಕ್ಕೆ ಬಲೆ ಬೀಸ್ತೀವಿ. ಮುಂದೆ ನೋಡೋಣ. ನೀವು ಹುಷಾರಾಗಿರಿ. ಮತ್ತೆ ಅವರು ಕಿಡ್ನಾ್ಯಪಿಗೆ ಪ್ರಯತ್ನಿಸಬಹುದು. ಏನಂತೀರಿ ಅಲೋಕ್..?"

"ಹೌದು ಸಾರ್. ನಿಮ್ಮ ಮಾತು ನಿಜ"

"ಅಂದ ಹಾಗೆ ನಿಮ್ಮ ಫಿಯಾನ್ಸಿ ಎಲ್ಲಿ.."

"ಅವಳು ವಾಪಸ್ಸು ಬೆಂಗಳೂರಿಗೆ ಹೋದಳು"

"ಅವರಿಗೂ ಹುಷಾರಾಗಿರೋಕೆ ಹೇಳಿ. ನಿಮ್ಮಿಂದ ಏನಾದ್ರೂ ಮಾಡಿಸೋಕೆ ಆಕೇನ ಕಿಡ್ನ್ಯಾಪ್ಮಾಡಿದರೂ ಮಾಡಬಹುದು. ಒಟ್ನಲ್ಲಿ ಎಲ್ಲರೂ ಹುಷಾರ್ಗಿರಬೇಕು. ಊರು ಬಿಟ್ಟು ಹೆಚ್ಚು ಓಡಾಡಬೇಡಿ. ನನ್ನ ನಂಬರಿಗೆ ಒಂದು ಮಿಸ್ ಕಾಲ್ ಕೊಟ್ಟರೂ ನಾನು ತಕ್ಷಣ ಆಕ್ಷನ್ ತಗೋತೀನಿ"

ಸುಧಾಕರ್ ಮಾತಿಗೆ ತಂದೆ-ಮಗ ಇಬ್ಬರೂ ತಲೆಯಾಡಿಸಿ ಸ್ಟೇಷನ್ನಿನಿಂದ ಈಚೆ ಬಂದರು.

ಊರಿನ ದಾರಿಯಲ್ಲಿ ಅಲೋಕನ ಬೈಕು ಸಾಗುವಾಗ ತಂದೆ-ಮಗನ ನಡುವೆ ಮೌನ ಹೆಪ್ಪುಗಟ್ಟಿತ್ತು. ತಲೆ ತುಂಬಾ ಆ ಪೆಟ್ಟಿಗೆಯಿಂದ ತಮ್ಮ ಸಂಸಾರಕ್ಕಾದ ಅನಾಹುತದ ಚಿತ್ರವೇ ಪುನರಾವರ್ತನೆಯಾಗುತ್ತಿತ್ತು. ಶಾಮಾಣ್ಣನವರಿಗಂತೂ ಆ ತೋಟದ ಮನೆಯ ಕ್ಷಣಗಳು ಕೆಟ್ಟ ಕನಸಿನಂತೆ ಕಾಡುತ್ತಿದ್ದವು. ಸ್ನಾನವಿಲ್ಲದೆ, ಹೊಲಸು ಬಟ್ಟೆಯಲ್ಲಿ, ತುತ್ತು ಅನ್ನಕ್ಕಾಗಿ ತಾನು ಎಂತ ದಯನೀಯ ಸ್ಥಿತಿಯಲ್ಲಿದ್ದೆ

ಎನ್ನುವುದು ನೆನಪಾದಾಗ ಅವರಿಗೆ ಆ ಪೆಟ್ಟಿಗೆಯ ಮೇಲೆ ತಿರಸ್ಕಾರ ಮೂಡುತ್ತಿತ್ತು. ಛೆ..ಜನ ಎಂತಾ ಹೀನ ಕೃತ್ಯಕ್ಕೂ ಇಳಿಯುತ್ತಾರಲ್ಲ? ಹಣಕ್ಕಾಗಿ! ಆ ನಿಧಿಯ ಹೆಸರು ಕೇಳಿಯೇ ಕೊಲೆ-ಸುಲಿಗೆ ಎಲ್ಲವನ್ನೂ ಮಾಡಿಬಿಡುತ್ತಾರೆ! ಅಸಲಿಗೆ.. ನಿಧಿ ಎನ್ನುವುದು ಇದೆಯೋ ಇಲ್ಲವೋ? ಅದರ ಹೆಸರಿಗೇ ಇಷ್ಟೊಂದು ಅನಹುತ ನಡೆಯಿತ್ತಿದೆ. ಇನ್ನು ನಿಜಕ್ಕೂ ನಿಧಿ ಸಿಕ್ಕಾಗ ಇವರೆಲ್ಲ ಏನು ಮಾಡಬಹುದು?

ಆ ಪೆಟ್ಟಿಗೆ ವಿಷಯ ಈಗ ಊರಿಗೆಲ್ಲಾ ತಿಳಿದಿತ್ತು! ಶಾಮಣ್ಣನವರ ಅಪಹರಣ..ಜಗನ್ನಾಥನ ಕೊಲೆ ಎಲ್ಲ ಊರಿನ ಜನರ ಬಾಯಲ್ಲಿದ್ದವು!

ಅಲೋಕನ ಬೈಕು ಊರಿನ ತಿರುವಿನಲ್ಲಿ ಕಂಡಾಗ ಪೆಟ್ಟಿಗೆ ಅಂಗಡಿ ಮಹೇಶ ಕೂಗಿದ.

ಅಲೋಕ ಬೈಕು ನಿಲ್ಲಿಸಿ ಅಂಗಡಿ ಸಮೀಪಿಸಿದ.

"ಅಣ್ಣಾ ನಿಂಗೊಂದು ಪೋಸ್ಟಿದೆ. ತಗೋ ಪೋಸ್ಟ್ಮನ್ ಇಲ್ಲೇ ಕೊಟ್ಟ"

ಮಹೇಶ ಒಂದು ಕವರನ್ನು ಅಲೋಕನ ಕೈಗೆ ಕೊಟ್ಟ. ಮನೆಗೆ ಹೋಗಿ ನೋಡಿದರಾಯಿತು ಎಂದು ಉದಾಸೀನದಿಂದ ಅಲೋಕ ತಂದೆಯ ಜೊತೆ ಮನೆಗೆ ಮರಳಿದ.

ಮನೆಯಲ್ಲಿ ಕವರು ತೆಗೆದು ನೋಡಿದಾಗ ಅಲೋಕನಿಗೆ ಅಘಾತವಾಗುವ ಸುದ್ದಿ ಅಲ್ಲಿತ್ತು. ಧೀರ್ಘ ಕಾಲದ ಗೈರನ್ನು ಪರಿಗಣಿಸಿ ಕಂಪೆನಿ ಅಲೋಕನನ್ನು ಕೆಲಸದಿಂದ ನಿವೃತ್ತಿಗೊಳಿಸಿರುವ ಬಗೆಗೆ ಉಲ್ಲೇಖವಿತ್ತು!

"ಏನದು? ಯಾಕೆ ಸಪ್ಪಗಾದೆ?"

ಅಲೋಕನ ಕಪ್ಪಿಟ್ಟ ಮುಖ ನೋಡಿದ ಶಾಮಣ್ಣ ಕೇಳಿದರು.

"ನನ್ನ ಕೆಲಸ ಹೋಯ್ತು!"

ಸುದ್ದಿಯನ್ನು ಮುಚ್ಚಿಟ್ಟುಕೊಳ್ಳಬೇಕೆಂದು ಒಂದು ಕ್ಷಣ ಅನಿಸಿದರೂ, ಅನಗತ್ಯವಾಗಿ ಸತ್ಯವನ್ನೇಕೆ ಮುಚ್ಚಿಡಬೇಕೆನಿಸಿತು.

"ಏನು..? ಕೆಲಸ ಹೋಯ್ತು..? ಮುಂದೇನಪ್ಪಾ ಗತಿ?"

ಜಾನಕಮ್ಮ ಗಾಬರಿಯಿಂದ ಅಡಿಗೆ ಮನೆಯಿಂದ ಈಚೆ ಬಂದರು.

"ಛೆ..ಆ ಪೆಟ್ಟಿಗೆಯಿಂದ ನಮಗಾಗಿರೋ ತೊಂದರೆ ಒಂದಲ್ಲ..ಎರಡಲ್ಲ.."

ಶಾಮಣ್ಣ ಬೆತ್ತದ ಪೆಟ್ಟಿಗೆಯನ್ನು ಹಳಿದರು.

"ಯೋಚ್ನೆ ಮಾಡ್ಬೇಡಿ. ಕೆಲಸ ಮಾಡೋಕೆ ಈ ಕಂಪೆನೀನೇ ಆಗಬೇಕೆ..? ಬೆಂಗ್ಳೂರಲ್ಲಿ ಸಾವಿರಾರು ಕಂಪೆನಿಗಳಿವೆ. ಯಾವುದರಲ್ಲಾದರೂ ಕೆಲಸ ಸಿಕ್ಕೇ ಸಿಗುತ್ತೆ"

"ನಮ್ಮ ಪಾಡಿಗೆ ನಾವಿದ್ದೋ, ಇದೆಂತಾ ಪರಿಸ್ಥಿತಿ? ನಾವು ಯಾರಿಗೂ ಅನ್ಯಾಯ ಮಾಡಿಲ್ಲ. ಹಾಗಿದ್ರೂ ಈ ಕಷ್ಟ ನಮಗೇಕೆ..? ನಂಜುಂಡೇಶ್ವರ ನಮ್ಮನ್ನ ಕಾಪಾಡಪ್ಪಾ.." ಜಾನಕಮ್ಮ ದೇವರಿಗೆ ಮೊರೆಯಿಟ್ಟರು.

"ಮತ್ತೆ ನೀನು ಬೆಂಗ್ಳೂರಿಗೆ ಯಾವಾಗ ಹೋಗಬೇಕು..?" ಶಾಮಣ್ಣ ಕೇಳಿದರು.

"ನಾಳೆ ಹೋಗ್ತೀನಿ"

"ಸರಿ ಯಾವುದಕ್ಕೂ ಹುಷಾರಾಗಿರು. ಇನ್‌ಸ್‌ಪಕ್ಟರ್ಗೂ ಒಂದ್ಮಾತು ಹೇಳೋದು ಮರೀಬೇಡ"

ಕೊನೆಯ ಮಾತಾಗಿ ಶಾಮಣ್ಣ ಎಚ್ಚರಿಸಿದರು.

5

ಮೈಸೂರಿನ ಹೊರವಲಯದ ಒಂದು ರೆಸ್ಟುರಾಂಟಿನಲ್ಲಿ ಇಬ್ಬರು ಎಸ್ಸೈಗಳು ಟೀ ಗುಟುಕರಿಸುತ್ತಿದ್ದರು. ರೋಹಿತ್ ಸಿಗರೇಟು ಸೇದುತ್ತಿದ್ದ, ಸುಧಾಕರ್ ಯೋಚಿಸುತ್ತಿದ್ದ.

"ಸೋ..ನಿನ್ನ ಪ್ರಕಾರ ಇದು ಮಹತ್ವದ ಕೇಸು" ಆಷ್ಟ್ರೇಯಲ್ಲಿ ಸಿಗರೇಟಿನ ಬೂದಿ ಕೊಡವುತ್ತಾ ಹೇಳಿದ ರೋಹಿತ್.

"ಎಸ್. ನಮ್ಮ ಕೆರೀರ್ ಈಗತಾನೆ ಶುರುವಾಗಿದೆ. ಇಲಾಖೆಯ ಗಮನಕ್ಕೆ ನಾವು ಬರಬೇಕೂಂತಿದ್ದರೆ ಏನಾದರೂ ಮಹತ್ವದ್ದು ಸಾಧಿಸಬೇಕು. ಆಗ ಪ್ರಮೋಷನ್ನು, ಪ್ರತಿಷ್ಠೆ ಜೊತೆಗೆ ಹಣ ಕೂಡ ಬರುತ್ತೆ"

ಸುಧಾಕರ್ ಉತ್ಸಾಹದಿಂದ ಹೇಳಿದ.

"ಅದಕ್ಕೇ ಈ ಕೇಸನ್ನು ನಾವು ಸಾಲ್ವ್ ಮಾಡಲೇಬೇಕು"

"ಜೊತೆಗೆ, ಈ ನಿಧಿ ಏನಾದರೂ ನಿಜವಾಗಿದ್ದರೆ, ಅದನ್ನ ಸರ್ಕಾರದ ವಶಕ್ಕೆ ಕೊಟ್ಟರೆ, ನಮ್ಮ ಹೆಸರು ಇಲಾಖೆಯಲ್ಲಿ ಶಾಶ್ವತವಾಗಿ ಉಳಿಯುತ್ತೆ. ಈ ನಿಧಿಯ ಪ್ರಮಾಣ ಊಹಿಸೋಕೂ ಸಾಧ್ಯವಿಲ್ಲ!"

"ಅದು ಅಷ್ಟೊಂದು ಬೆಲೆ ಬಾಳೋದು ಅಂತಾ ಹೇಗೆ ಹೇಳ್ತೀಯಾ..?"

"ಇವತ್ತು ಚಿನ್ನದ ಬೆಲೆ ಎಷ್ಟು? ಗ್ರಾಮು ತೂಕದಲ್ಲಿ ನಾವು ಲೆಕ್ಕ ಹಾಕ್ತಿದ್ದೀವಿ!! ಕೃಷ್ಣದೇವರಾಯನ ಕಾಲದಲ್ಲಿ ಅದನ್ನ ಸೇರಿನಲ್ಲಿ ಅಳೀತಿದ್ರಂತೆ! ಅಂತಾದ್ದು ಚಿನ್ನ, ರತ್ನ, ವಜ್ರ ಇವೆಲ್ಲಾ ಒಂದು ಬೊಗಸೆಯಷ್ಟು ಸಿಕ್ಕರೂ ಇವತ್ತಿನ ಬೆಲೆ ಎಷ್ಟು..?"

ರೋಹಿತ್ ಶಿಳ್ಳು ಹಾಕಿದ.

"ರೋಹಿತ್, ನಮ್ಮ ಕೈಗೆ ಸಿಕ್ಕಿರೋ ಕೇಸು ಸಾಮಾನ್ಯದ್ದಲ್ಲ.."

"ಓಕೆ. ಇದು ಅಸಾಮಾನ್ಯವಾದದ್ದು! ಸಾಲ್ವ್ ಮಾಡಿದ್ರೆ ನಮಗೆ ಪ್ರಮೋಷನ್ನು, ಪ್ರತಿಷ್ಠೆ, ಹಣ ಎಲ್ಲಾ ಸಿಗುತ್ತೆ. ಒಪ್ಕೊಂಡೆ..ಈಗ ಎಲ್ಲಿಂದ ಶುರು ಮಾಡೋಣ..?"

"ರತನ್ ಲೊಕೇಟ್ ಮಾಡಿ, ಅವನನ್ನು ಫಾಲೋ ಮಾಡಿ, ಅವನ ಹಿಂದೆಯೇ ಬೀಳಬೇಕು. ಕೊನೆಯಲ್ಲಿ ಅವನು ನಿಧಿಯ ಹತ್ತಿರ ಹೋದಾಗ ಅವನನ್ನ ಅರೆಸ್ಟ್ ಮಾಡಿ ನಿಧಿ ಸರ್ಕಾರಕ್ಕೆ ಸೇರಿಸಬೇಕು! ಅತಿ ಹೆಚ್ಚಿನ ಪಬ್ಲಿಸಿಟಿಗೆ ಪ್ರಯತ್ನಿಸಬೇಕು. ಆಗಲೇ ನಾವು ರಾಜ್ಯ ಮಟ್ಟದಲ್ಲಿ, ಅಷ್ಟೇ ಏಕೆ ರಾಷ್ಟ್ರಮಟ್ಟದಲ್ಲಿ ಹೀರೋಗಳಾಗ್ತೀವಿ"

"ಒಪ್ಪಿದೆ. ಈಗ ಈ ರತನ್ ಎಲ್ಲಿದ್ದಾನೆ? ಅವನನ್ನ ಹೇಗೆ ಲೊಕೇಟ್ ಮಾಡೋದು?"

"ಅವನು ಮುಂಬೈಯವನು. ಮುಂಬೈ ಪೋಲೀಸ್ ಇಲಾಖೆ ಸಂಪರ್ಕಿಸಿ ಅವನ ಬಗ್ಗೆ ವಿವರ ತಿಳ್ಕೋಬೇಕು. ಅವನಿಗೆ ಇಲ್ಲಿ ಕಾಂಟ್ಯಾಕ್ಟ್ಸ್ ಯಾರಿದ್ದಾರೆ? ಅವರ ಡೀಟೈಲ್ಸ್ ಏನು? ಈ ಮಾಹಿತಿ ಸಿಕ್ಕರೆ ರತನ್ ಸಿಕ್ಕ ಹಾಗೇನೆ.."

"ಇನ್ನೂ ಮುಖ್ಯವಾದದ್ದು ಇದೆ. ನಾವು ಯಾರನ್ನೂ ನಂಬಬಾರದು. ಅಲೋಕ್ ಮೇಲೂ ಒಂದು ಕಣ್ಣಿಡಬೇಕು! ಅವನ ಚಲನವಲನವನ್ನೂ ಎಚ್ಚರಿಕೆಯಿಂದ ಗಮನಿಸಬೇಕು! ಅವನಿನ್ನೂ ಬಿಸಿರಕ್ತದ ಯುವಕ. ಯಾರಿಗೆ ಗೊತ್ತು ಅವನೂ ಆ ನಿಧಿಯ ಶೋಧನೆಗೆ ತೊಡಗಬಹುದು! ನಿಧಿಯ ಮಾಹಿತಿಯನ್ನ ರತನ್ಗೆ ಕೊಡೋಕೆ ಮುಂಚೆ ಅದರ ನಕಲು ಮಾಡಿಕೊಂಡಿರಬಹುದು! ಇಲ್ಲಾ ನಕಲಿ ಮಾಹಿತಿಯನ್ನೇ ರತನ್ಗೆ ಕೊಟ್ಟಿರಬಹುದು!"

ಶ್ರೀರಂಗಪಟ್ಟಣದ ಎಸ್ಸೈ ರೋಹಿತ್ ತನ್ನ ಯೋಚನೆಯನ್ನು ಮುಂದಿಟ್ಟ.

"ಆ ಆಂಗಲ್ ಕೂಡ ಮುಖ್ಯ! ರತನ್ ಮತ್ತು ಅಲೋಕ್ ಇಬ್ಬರನ್ನೂ ಫಾಲೋ ಮಾಡಬೇಕು. ಅವರು ನಮ್ಮನ್ನ ನಿಧಿಯವರೆಗೆ ಕರ್ಕೊಂಡು ಹೋಗೇಹೋಗ್ತಾರೆ! ರತನ್ ಸಿಕ್ಕಿದರೆ ಜಗನ್ನಾಥನ ಕೊಲೆಗಾರ ಸಿಕ್ಕಿಂತಾಗಿ ಆ ಕೇಸು ಮುಗಿಯುತ್ತೆ. ರತನ್ ಸಿಕ್ಕರೆ ಶಾಮಣ್ಣನ ಕಿಡ್ನ್ಯಾಪ್ಕೇಸೂ ಸಾಲ್ವ್! ಪುರಾತನ ರಹಸ್ಯ ಬಯಲಿಗೆ! ಬೆಲೆಬಾಳುವ ನಿಧಿ ಸರ್ಕಾರಕ್ಕೆ..! ಇನ್ನೇನು ಬೇಕು..ನಮ್ಮ ಪದೋನ್ನತಿಗೆ..?"

ಸುಧಾಕರ್ ಉತ್ಸಾಹದಿಂದ ನುಡಿದರು.

"ಬಟ್, ಸುಧಾಕರ್, ಈ ಕೇಸು ಸಾಲ್ವ್ ಮಾಡಿದ ಕ್ರೆಡಿಟ್ಟಿನಲ್ಲಿ ಇಬ್ಬರೂ ಸಮಭಾಗಿಗಳಾಗಬೇಕು! ಸ್ವಾರ್ಥಕ್ಕೆ ಒಬ್ಬರನ್ನೊಬ್ಬರು ವಂಚಿಸಬಾರದು"

ರೋಹಿತ್ ಎಚ್ಚರಿಸಿದ.

"ಛೆ..ಛೆ..ಹಾಗೋಕೆ ಸಾಧ್ಯವೇ ಇಲ್ಲ! ನ್ಯಾಯದ ತಕ್ಕಡಿ ಹಿಡಿದಿರೋರು ನಾವು ಹಾಗೆಲ್ಲಾ ಮಾಡೋಕೆ ಸಾಧ್ಯವೇ ಇಲ್ಲ" ಸುಧಾಕರ್ ಗೆಳೆಯನಿಗೆ ಆಶ್ವಾಸನೆ ನೀಡಿದ.

"ಸಮಯ ಸಂದರ್ಭ, ಹಣ, ಹೆಣ್ಣು, ಮಣ್ಣು-ಇವೆಲ್ಲಾ ಎಂತಾ ಸ್ಥಿತಪ್ರಜ್ಞರನ್ನೂ ದಾರಿ ತಪ್ಪಿಸಿವೆ. ಮಾಡಬಾರದ್ದನ್ನ ಮಾಡಿಸಿವೆ! ಈ ನಿಧಿ ವಿಷಯವನ್ನೇ ತಗೋ..ಯಾರೋ ಯಾರದೋ ಸ್ವತ್ತನ್ನ ಎಲ್ಲೋ ಸಾಗಿಸಿ ಗುಪ್ತವಾಗಿಟ್ಟಿದ್ದಾರೆ! ಅಂದರೆ ಯಾರ್ಯಾರೋ ಯಾರ್ಯಾರಿಗೋ ದ್ರೋಹ ಮಾಡಿದ್ದಾರೆ. ಎಲ್ಲಿ ಏನೇನು ಆಗಿದೆಯೋ..? ಎಷ್ಟು ಜನ ಇದರಲ್ಲಿ ಈಗಾಗಲೇ ಮಾನ, ಪ್ರಾಣ ಕಳೆದುಕೊಂಡಿದ್ದಾರೋ ಗೊತ್ತಿಲ್ಲ"

ರೋಹಿತ್ ತತ್ವಜ್ಞಾನಿಯಂತೆ ಮಾತಾಡತೊಡಗಿದ.

"ಹಲೋ..ಹೋಲ್ಡಾನ್..ಫಿಲಾಸಫರ್! ನಾವು ಸಾದಾ ಸೀದಾ ಎಸ್ಸೈಗಳು, ಮನುಷ್ಯರಾಗೋಣ.."

"ಸಾರಿ ಮಾತು ಎಲ್ಲೆಲ್ಲಿಗೋ ಹೋಗಿಬಿಡ್ತು. ಈ ಕೇಸಿನಲ್ಲಿ ಇಬ್ಬರೂ ಸಮಭಾಗಿಗಳಾಗೋಣ"

"ಶೂರ್. ಇದರಲ್ಲಿ ಎರಡನೇ ಮಾತೇ ಇಲ್ಲ"

"ನೌ ಲೆಟ್ ಅಸ್ ಸ್ಟಾರ್ಟ್. ನಾನು ವಾಪಸ್ಸು ಹೋದ ತಕ್ಷಣ ಕಮಿಷನರ್ ಆಫೀಸಿನ ಮೂಲಕ ಮುಂಬೈ ಪೋಲೀಸ್ ಇಲಾಖೆಯಿಂದ ಮಾಹಿತಿ ತರಿಸ್ಕೋತೀನಿ.." ರೋಹಿತ್ ಹೇಳಿದ.

"ನಾನು ಅಲೋಕನ್ನ ಫಾಲೋ ಮಾಡಿಸ್ತೀನಿ. ರತನ್ ಸುಳಿವು ಸಿಕ್ಕ ತಕ್ಷಣ ಅವನ ಹಿಂದೆ ನಮ್ಮ ಜನರನ್ನ ಬಿಡ್ತೀನಿ.."

"ಲೆಟ್ ಅಸ್ ಹೋಪ್ ಫಾರ್ ದಿ ಬೆಸ್ಟ್"

"ಹಾ..ಒಂದು ವಿಷಯ. ಶಾಮಣ್ಣ ಹೇಗೆ?" ರೋಹಿತ್ ಕೇಳಿದ.

"ರಿಟೈರ್ಡ್ ಮನುಷ್ಯ. ಶಾಂತ ಸ್ವಭಾವದವರು. ಯಾಕೆ ಕೇಳಿದೆ?"

"ಒಂದು ವೇಳೆ ಈ ನಿಧಿಯ ಬಗ್ಗೆ ಆತನಿಗೇನಾದರೂ ಆಸಕ್ತಿ ಇದೆಯೇ..?"

"ಹಾಗಿದ್ದರೆ ಇಷ್ಟು ವರ್ಷ ತನ್ನದೇ ಮನೆಯಲ್ಲಿದ್ದ ಪೆಟ್ಟಿಗೆಯ ಬಗೆಗೆ ಆಸಕ್ತಿವಹಿಸುತ್ತಿರಲಿಲ್ಲವೇ?"

ಸುಧಾಕರ ಯೋಚಿಸಿ ಹೇಳಿದ.

"ಓ.ಕೆ. ಲೆಟ್ ಅಸ್ ಗೆಟ್ ಗೋಯಿಂಗ್"

ಇಬ್ಬರೂ ಪರಸ್ಪರ ಹಸ್ತ ಲಾಘವ ಮಾಡಿದರು! ಇಬ್ಬರ ಕಣ್ಣುಗಳಲ್ಲೂ ಏನನ್ನೋ ಸಾಧಿಸಿದ ತೃಪ್ತಿ!

***

ಬೆಂಗಳೂರಿಗೆಂದು ಅಪ್ಪ-ಅಮ್ಮನಿಗೆ ಹೇಳಿ ಹೊರಟ ಅಲೋಕ ಇಳಿದದ್ದು ಮೈಸೂರಿನ ಬಸ್‌ಸ್ಟಾಂಡಿನಲ್ಲಿ! ಇಳಿದವನು ಆಟೋ ಹಿಡಿದು ರೈಲ್ವೇಸ್ಟೇಷನ್ನಿಗೆ ಬಂದ. ಬಸ್ ಸ್ಟ್ಯಾಂಡಿನಿಂದ ರೈಲ್ವೇ ಸ್ಟೇಷನ್ನಿಗೆ ಒಂದೂವರೆ

ಕಿಲೋ ಮೀಟರು ದೂರ. ಆಟೋದವನಿಗೆ ಮಿನಿಮಮ್ ಹಣ ತೆತ್ತು ರೈಲ್ವೇ ನಿಲ್ದಾಣ ಪ್ರವೇಶಿಸಿದ.

ಆಗ ತಾನೆ ಬೆಂಗಳೂರಿನಿಂದ ರೈಲು ಬಂದು ನಿಂತಿತ್ತು. ಅದು ಬೆಂಗಳೂರಿನಿಂದ ಬಂದ ಮೊದಲನೆಯ ಟ್ರೈನ್. ಬಹಳ ಜನ ಉದ್ಯೋಗಸ್ಥರು ಬೆಂಗಳೂರು ಮೈಸೂರಿನ ನಡುವೆ ಪ್ರತಿದಿನ ಓಡಾಡುತ್ತಾರೆ. ಅವರೆಲ್ಲಾ ಆತುರದಿಂದ ರೈಲಿನಿಂದ ಇಳಿಯುತ್ತಿದ್ದರು.

ಅಲೋಕ ರೈಲಿನುದ್ದಕ್ಕೂ ಕಣ್ಣು ಹಾಯಿಸಿದ. ಭುವಿ ಕಾಣಿಸಲಿಲ್ಲ.

ಜನಜಂಗುಳಿ ಕಡಿಮೆಯಾಗುತ್ತಾ ಭುವಿ ಕಂಡಳು. ಅವಳು ಬಂದಿದ್ದು ಅಲೋಕನಿಗೆ ನೆಮ್ಮದಿಯಾಯಿತು.

ಗುಲಾಬಿ ಬಣ್ಣದ ಸಲ್ವಾರಿನಲ್ಲಿ ಭುವಿ ಸುಂದರವಾಗಿ ಕಂಡಳು.

"ಏನು ಹಾಗೆ ನೋಡ್ತಿದ್ದೆ...? ಇವತ್ತೇ ಮೊದಲನೆ ಸಲ ನನ್ನನ್ನ ನೋಡ್ತಿರೋ ಹಾಗೆ?"

ಭುವಿ ತಮಾಷೆ ಮಾಡಿದಳು.

"ಹೌದು. ಇವತ್ತು ಮೊದಲನೆ ಸಲ ನಿನ್ನನ್ನ ನೋಡ್ತಿರೋದು. ನೋಡಿ ಕಣ್ಣಲ್ಲಿ ತುಂಬ್ಕೋತಿದೀನಿ"

"ಓಹೋ.. ರಾಯರು ಕವಿಯಾಗ್ತಿರೋ ಹಾಗ್ತಿದೆ..?"

"ಆಗಿಬಿಟ್ಟಿದ್ದೀನಿ.."

"ಸರಿ, ಕವನ ಆಮೇಲೆ ರಚಿಸುವಿರಂತೆ..ಈಗ ಮುಂದಿಂದು ನೋಡೋಣ"

"ನಡಿ, ಮೊದಲು ನೀನು ಬ್ರೇಕ್‌ಫಾಸ್ಟ್ ಮಾಡುವಿಯಂತೆ"

"ಹೌದು. ಹೊಟ್ಟೆ ತಾಳ ಹಾಕ್ತಿದೆ"

ರೈಲ್ವೇ ಸ್ಟೇಷನ್ನಿನ ಮುಂದಿದ್ದ ಹೋಟೆಲಿನಲ್ಲಿ ತಿಂಡಿಗೆ ಆರ್ಡರ್ ಮಾಡಿ ಭುವಿಯ ಕಡೆ ತಿರುಗಿ ಕೇಳಿದ ಅಲೋಕ.

"ಮನೇಲಿ ಏನು ಹೇಳಿ ಬಂದಿದ್ದೀಯ..?"

"ಕೆಲಸಕ್ಕೆ ಅಂತ ಹೇಳಿದ್ದೀನಿ. ರಾತ್ರಿ ಏಳರ ಸಮಂiiಕ್ಕೆ ಮನೆಯಲ್ಲಿರಬೇಕು"

ಭುವಿ ನೀರು ಕುಡಿದು ಹೇಳಿದಳು.

"ನೋಡೋಣ.."

"ಇದನ್ನ ನೋಡು" ಭುವಿ ತನ್ನ ಬ್ಯಾಕ್‌ಪಾಪ್‌ಯಕಿನಿಂದ ಒಂದು ಫೈಲು ತೆಗೆದಳು. ಅದರಿಂದ ಐದಾರು ಹಾಳೆಗಳನ್ನು ತೆಗೆದು ಮೇಜಿನ ಮೇಲೆ ಹರಡಿದಳು. ಅವೆಲ್ಲಾ ಬಣ್ಣ ತುಂಬಿದ ಚಿತ್ರಗಳಾಗಿದ್ದವು.

"ಏನಿವೆಲ್ಲಾ..?"

"ನೋಡು, ನಿನಗೇ ಗೊತ್ತಾಗುತ್ತೆ"

ಆ ಹಾಳೆಗಳಲ್ಲಿ ಚಿತ್ರಗಳಿದ್ದವು. ಅವನ್ನು ಒಂದೊಂದಾಗಿ ನೋಡಿ ಅಲೋಕ ಬೆರಗಾದ!

"ಸೂಪರ್ ಭುವಿ. ಯೂ ಅರ್ ಎ ಜೀನಿಯಸ್" ಅಲೋಕ ಉದ್ಗರಿಸಿದ.

"ತಮಾಷೆ ಮಾಡ್ತಿದ್ದೀಯ?"

"ಖಂಡಿತಾ ಇಲ್ಲ. ತುಂಬಾ ಚೆನ್ನಾಗಿವೆ. ಇಷ್ಟು ಸೊಗಸಾಗಿ ನೀನು ಚಿತ್ರ ರಚಿಸಬಹುದೂಂತ ನಾನು ಊಹಿಸಿರಲಿಲ್ಲ"

ಅಲೋಕ ಮೆಚ್ಚುಗೆಯ ಮಾತಾಡಿದ.

"ನೋಡು, ಈಗ ಯಾರಿಗೂ ಮಾತಲ್ಲಿ ಎಲ್ಲಾ ವಿವರಿಸಬೇಕಾಗಿಲ್ಲ. ಇಂತಾ ಸ್ಥಳ ಎಲ್ಲಿದೆ ಎಂದು ಕೇಳಿದರೆ ಸಾಕು" ಭುವಿ ಹಿರಿಯಣ್ಣನವರ ಮನೆಯಲ್ಲಿ ತಾಳೆಗರಿಯ ಚಿತ್ರದಲ್ಲಿ ಸೂಚ್ಯವಾಗಿ ಕಂಡ ಗಣಪತಿ, ಕಟ್ಟೆ, ಹೊಳೆ, ಹೊಳೆಯ ಮೆಟ್ಟಿಲುಗಳು ಮುಂತಾದ ಎಲ್ಲವನ್ನೂ ಸೊಗಸಾಗಿ ಚಿತ್ರಿಸಿ ಅವುಗಳಿಗೆ ಸಹಜ ಬಣ್ಣಗಳನ್ನು ತುಂಬಿದ್ದಳು. ವಿವಿಧ ಪ್ರಮಾಣ ಮತ್ತು ಆಯತಗಳಲ್ಲಿ ನಾಲ್ಕು ಚಿತ್ರಗಳನ್ನು ರಚಿಸಿದ್ದಳು. ಚಿತ್ರ ನೋಡಿದವರಿಗೆ, ಆ ಜಾಗದ ಪರಿಚಯವಿದ್ದರೆ ಅದನ್ನು ನೆನಪು ಮಾಡಿ ಹೇಳುವಷ್ಟು ಸ್ಪಷ್ಟವಾಗಿತ್ತು.

ವೈಟರ್ ಒಬ್ಬರಿಗೆ ತಿಂಡಿ ತಂದಿಟ್ಟ.

"ನೀನು..?" ಭುವಿ ಕೇಳಿದಳು.

"ಏನೂ ತಿನ್ನದೆ ಮನೆಯಿಂದ ಆಚೆ ಹೋಗೋಕೆ ಅಮ್ಮ ಬಿಡೋದಿಲ್ಲ"

"ಸರಿ, ಈಗ ಎಲ್ಲಿಂದ ಶುರು ಮಾಡೋದು? ಯಾರನ್ನು ಕೇಳೋದು..?" ಭುವಿ ಆತಂಕದಿಂದ ಹೇಳಿದಳು.

"ಯೋಚಿಸಬೇಡ. ನನ್ನ ಫ್ರೆಂಡ್ ಚಾರಣಪ್ರಿಯ ನಂದೀಶ ಇದಕ್ಕೆ ಸಹಾಯ ಮಾಡ್ತಾನೆ. ಅವನು ನೋಡದೆ ಇರೋ ಜಾಗ ಈ ದೇಶದಲ್ಲೇ ಇಲ್ಲ. ಅವನಿಗೆ ಈ ಚಿತ್ರ ತೋರಿಸಿದರೆ ಸಾಕು"

"ಎಲ್ಲಿದ್ದಾನೆ ನಿನ್ನ ಸ್ನೇಹಿತ"

"ಇಲ್ಲೇ ಮಹರಾಜ ಕಾಲೇಜಿನಲ್ಲಿ ಅಧ್ಯಾಪಕ. ನೀನು ತಿಂಡಿ ಮುಗಿಸಿದ ತಕ್ಷಣ ಹೊರಡೋಣ"

ಮಾತು ಬೇರೆ ವಿಷಯಗಳತ್ತ ಹೊರಳಿತು. ಭುವಿ ಆ ಚಿತ್ರಗಳನ್ನು ಫೈಲಿನಲ್ಲಿ ಜೋಡಿಸಿಕೊಂಡು ಬೆನ್ನಿಗೆ ಹಾಕಿಕ್ಕೊಳ್ಳುವ ಚೀಲದಲ್ಲಿಕೊಂಡಳು. ಭುವಿಯ ತಿಂಡಿ ಮುಗಿಯುತ್ತಲೇ ಇಬ್ಬರೂ ಕಾಫಿ ಕುಡಿದು ಹೋಟೆಲಿನಿಂದ ಹೊರಬಿದ್ದರು.

ಆಟೋ ಅವರನ್ನು ಕಾಲೇಜಿನ ಮುಂದೆ ಇಳಿಸಿತು. ಕಾಲೇಜಿನತ್ತ ಇಬ್ಬರೂ ಹೆಜ್ಜೆ ಹಾಕಿದರು.

ಸ್ಟಾ್ಯಫ್ ರೂಮಿನಲ್ಲಿ ನಂದೀಶ್ ಇರಲಿಲ್ಲ. ವಿಚಾರಿಸಿದಾಗ ಕ್ಲಾಸಿಗೆ ಹೋಗಿರಬಹುದೆಂದು ಸಹ ಅಧ್ಯಾಪಕರೊಬ್ಬರು ತಿಳಿಸಿದರು.

ಏನು ಮಾಡಬೇಕೆಂದು ತೋಚದೆ ಭುವಿ ಅಲೋಕ, ಅತ್ತಿತ್ತ ನೋಡಿದರು.

"ಇನ್ನೇನು ಪೀರಿಯಡ್ ಮುಗಿಯೋ ಟೈಮು. ಇನ್ನೊಂದು ಕಾಲು ಗಂಟೇಲಿ ಬರ್ತಾರೆ..ಕೂರ್ತ್ಕೊಳ್ಳಿ" ನಂದೀಶನ ಸಹಾಧ್ಯಾಪಕರು ಹೇಳಿದರು.

ಇಬ್ಬರೂ ಗೆಸ್ಟ್ ಚೇರುಗಳಲ್ಲಿ ಕುಳಿತು ನಂದೀಶನಿಗೆ ಕಾಯತೊಡಗಿದರು.

"ನಿನ್ನ ಚಿತ್ರಗಳನ್ನ ಕೊಡು, ಇನ್ನೊಂದ್ಸಲ ನೋಡ್ತೀನಿ"

ಭುವಿ ಬ್ಯಾಗಿನಿಂದ ಚಿತ್ರಗಳನ್ನು ತೆಗೆದು ಅಲೋಕನ ಕೈಗಿತ್ತಳು. ಅಲೋಕ ಚಿತ್ರಗಳನ್ನು ನೋಡುತ್ತಾ ಕೂತ. ಭುವಿ ತನ್ನ ಮೊಬೈಲು ನೋಡತೊಡಗಿದಳು.

ಹತ್ತು ನಿಮಿಷಗಳಲ್ಲಿ ನಂದೀಶ್ ಬಂದು ಅಲೋಕನ ಕೈಕುಲುಕಿದ.

"ಮದುವೆಗೆ ಇನ್ವಿಟೇಶನ್ ಕೊಡೋಕೆ ಇಬ್ಬರೂ ಬಂದ್ಬಿಟ್ಟಿದ್ದೀರಿ?" ತಮಾಷೆ ಮಾಡಿದ.

"ಅದಕ್ಕಿನ್ನೂ ಟೈಮಿದೆ ಮಹರಾಯ. ನಾವು ಬಂದಿರೋದು ಬೇರೆ ವಿಷಯಕ್ಕೆ"

"ಹೇಳು. ಅದೇನು..?"

ಅಲೋಕ ಭುವಿಯನ್ನು ಪರಿಚಯಿಸಿ ಸುತ್ತ ನೋಡಿದ. ಅದು ದೊಡ್ಡ ಹಾಲ್; ಕಾಮನ್ ಸ್ಟಾ್ಯಫ್ ರೂಮು. ಅಲ್ಲಿ ಕನಿಷ್ಟ ಹತ್ತು ಟೇಬಲ್ಲುಗಳಿದ್ದವು. ಕೆಲವು ಟೇಬಲ್ಲುಗಳ ಹಿಂದೆ ಅಧ್ಯಾಪಕರಿದ್ದರು.

"ಆಚೆ ಹೋಗೋಣ ನಡಿ.." ಅವನ ಯೋಚನೆ ಗ್ರಹಿಸಿ ನಂದೀಶ್ ಹೇಳಿದ.

ಮೂವರೂ ಸ್ಟಾ್ಯಫ್ ರೂಮಿನಿಂದೀಚೆ ಬಂದರು.

"ಟೀ ಕುಡಿಯೋಣವಾ...?" ನಂದೀಶ್ ಕೇಳಿದ.

"ಈಗ ತಾನೆ ಕಾಫಿಯಾಗಿದೆ"

"ಓಕೆ..ಏನು ವಿಷಯ?"

ಅವರು ಮರವೊಂದರ ನೆರಳಲ್ಲಿ ನಿಂತಿದ್ದರು.

ಅಲೋಕ ಚಿತ್ರಗಳನ್ನು ನಂದೀಶನ ಕೈಗಿತ್ತ.

"ಏನಿದು..?"

"ಮೈಸೂರಿನ ಸುತ್ತ ಮುತ್ತ ಇಂತಾ ಜಾಗಗಳು ಎಲ್ಲಿವೆ?"

ನಂದೀಶ್ ಚಿತ್ರಗಳನ್ನು ಒಂದೊಂದಾಗಿ ಪರೀಕ್ಷಿಸಿದ. ಒಂದು ಚಿತ್ರವನ್ನು ಮಾತ್ರ ಬೇರೆ ಮಾಡಿ ಅಲೋಕನಿಗೆ ತೋರಿಸಿದ.

"ಇದು ಬಲಮುರಿ! ಕಾವೇರಿ ನದಿ ಹರಿಯೋ ಜಾಗ! ಇದು ಗೊತ್ತಿಲ್ಲವಾ ನಿನಗೆ?"

"ನಾನು ನಿನ್ನ ಹಾಗೆ ಚಾರಣಪ್ರಿಯನಲ್ಲ. ಆ ಜಾಗ ನಾನು ನೋಡಿಲ್ಲ"

"ಇದು ಬಲಮುರಿ! ಇದು ಕಾವೇರಿ ನದಿ. ಈ ಮೆಟ್ಟಿಲುಗಳು ಹತ್ತಿದರೆ ಕಟ್ಟೆ, ಅದರ ಮೇಲಿರೋ ವಿಗ್ರಹ ನಾನು ಗಮನಿಸಿಲ್ಲ. ಬಹುಶಃ ಇದರಲ್ಲಿರೋ ಹಾಗೆ ಗಣಪತಿಯೇ ಇರಬಹುದು. ಆದರೆ ಇದರಲ್ಲಿ ಸೊಂಡಿಲು ಎಡಕ್ಕಿದೆ. ಆ ಜಾಗದ ಹೆಸರೇ ಬಲಮುರಿ. ಅಂದರೆ ಗಣಪನ ಸೊಂಡಿಲು ಬಲಕ್ಕೆ ತಿರುಗಿಕೊಂಡಿರಬೇಕು"

"ಗ್ಯಾರಂಟೀನಾ..?"

"ಬೇಕಾದ್ರೆ ಬೆಟ್ಸ್ ತಗೋತೀನಿ.."

ನಂದೀಶ್ ಖಚಿತವಾಗಿ ಹೇಳಿದ. ಅವನ ಮಾತಿನಲ್ಲಿದ್ದ ವಿಶ್ವಾಸಕ್ಕೆ ಅಲೋಕ ಮತ್ತು ಭುವಿಗೆ ನಂಬಿಕೆ ಬಂತು, ಆ ಜಾಗ ನಿಜಕ್ಕೂ ಬಲಮುರಿಯೇ ಇರಬೇಕು ಎಂದು.

"ಅದಿರ್ಲಿ..ಈ ಚಿತ್ರ ಬಿಡಿಸಿದೋರು ಜಾಗ ನೋಡಿಲ್ಲವಾ..?

"ಇಲ್ಲ.."

"ಮತ್ತೆ ಚಿತ್ರ ಹೇಗೆ ಬಿಡಿಸಿದರು?"

"ಅದು ಹೇಳೋದು ಕಷ್ಟ. ಇದು ಭುವಿ ಬಿಡಿಸಿರೋದು. ಇದು ಅವಳು ಕನಸಿನಲ್ಲಿ ಕಂಡಿದ್ದು. ಈ ದೇವರಿಗೆ ಹೋಗಿ ಪೂಜೆ ಮಾಡಿಸಬೇಕೂಂತ ಇದ್ದೀವಿ. ಅದಕ್ಕೇ ಈ ಜಾಗ ಕೇಳಿದ್ದು. ಭುವಿಗೆ ದೇವರಲ್ಲಿ ತುಂಬಾ ನಂಬಿಕೆ. ಅದ್ರಲ್ಲೂ ಗಣೇಶ ಅವಳ ಆರಾಧ್ಯ ದೈವ"

ಅಲೋಕ ಸಮಯಕ್ಕೆ ತೋಚಿದ್ದು ಹೇಳಿದ.

"ಹೌದು. ಅದಕ್ಕೇ ಅಲ್ಲಿಗೆ ಹೋಗಬೇಕು. ಆದ್ರೆ ಜಾಗ ಎಲ್ಲಿದೇಂತ ಗೊತ್ತಿರಲಿಲ್ಲ..." ಭುವಿ ಹುಂಬ ನಗೆ ನಕ್ಕು ಅಲೋಕನ ಮಾತನ್ನು ಸಮರ್ಥಿಸಿದಳು.

"ಮನೆಗೆ ಬರೋದು ಬಿಟ್ಟು ಕಾಲೇಜಿಗೆ ಬಂದಿದೀರಲ್ಲ? ಸಂಜೆ ಮನೆಗೆ ಬನ್ನಿ ಟೀಗೆ"

ನಂದೀಶ್ ಆಹ್ವಾನಿಸಿದ.

"ಅಯ್ಯೋ ಇಲ್ಲಮಹರಾಯ. ಈ ದೇವರಿಗೆ ಪೂಜೆ ಮುಗಿಸಿ ಇವಳು ಇವತ್ತೇ ಬೆಂಗ್ಳೂರಿಗೆ ಹೋಗ್ಬೇಕು"

ಅಲೋಕ ನಯವಾಗಿ ಅವನ ಆಹ್ವಾನ ಒಪ್ಪಲಿಲ್ಲ.

"ಓ.ಕೆ..ಮತ್ತೆ ಇನ್ನ್ಯಾವಗಲಾದರೂ ಬನ್ನಿ"

"ಶೂರ್..ನಾವಿನ್ನು ಹೊರಡ್ತೀವಿ"

"ಬಲಮುರಿಗೆ ಹೇಗೆ ಹೋಗ್ತೀರ...? ಅಲ್ಲಿಗೆ ಬಸ್ಸುಗಿಸ್ಸೂ ಹೋಗೋಲ್ಲ. ನೀನು ಬೈಕಲ್ಲಿ ಬಂದಿದ್ದೀಯಾ...?"

ನಂದೀಶ್ ಕೇಳಿದ.

"ಬೆಂಗ್ಳೂರಿಗೆ ಹೋಗ್ಬೇಕಲ್ಲಾ..ಅದಕ್ಕೇ ಗಾಡಿ ಊರಲ್ಲೇ ಬಿಟ್ಟಿದೀನಿ"

"ಒಂದ್ಕೆಲ್ಸ ಮಾಡು, ನನಗೆ ಹೇಗೂ ಸಂಜೆ ತನಕ ಬೈಕು ಬೇಡ. ನೀನು ತಗೊಂಡು ಹೋಗು"

"ಅಲ್ಲಪ್ಪಾ..ನಾನು ಬರೋದು ಲೇಟಾದ್ರೆ..?"

"ಚಿಂತೆಯಿಲ್ಲ ಒಂದು ರಿಂಗ್ ಕೊಡು. ನನ್ನ ಕಲೀಗ್ಸ್ ಹತ್ರ ಡ್ರಾಪ್ ತಗೋತೀನಿ"

"ನಿನಗೆ ತೊಂದ್ರೆಯಾಗೊಲ್ಲವೇನೋ..?"

"ಇದೇನು ಹೊಸದಾಗಿ ಕೇಳ್ತೀಯ? ಮೊದಲು ಜಗಳ ಆಡಿ ಗಾಡಿ ಕೇಳ್ತಿದ್ದೆ...? ಈಗ ಸಂಭಾವಿತನಾಗಿದ್ದೀಯ?"

ನಂದೀಶ್ ತಮಾಷೆ ಮಾಡಿದ.

"ಆಗ ನಾವಿಬ್ಬರೂ ಕಾಲೇಜು ಓದ್ತಿದ್ದವರು.."

"ಈಗೇನಾಗಿದೆ...? ಈಗ ಓದು ಮುಗಿಸಿ ಉದ್ಯೋಗದಲ್ಲಿರೋರು ಅಷ್ಟೆ ವ್ಯತ್ಯಾಸ. ತಗೋ ಕೀ. ಅಲ್ಲಿದೆ ನೋಡು ನನ್ನ ಬೈಕು. ಬದಲಾಯ್ಸಿದ್ದೀನಿ. ಆ ಪಲ್ಸರ್ ಬೈಕು"

ಸ್ನೇಹಿತನ ಆಗ್ರಹಕ್ಕೆ ಮಣಿದು ಬೈಕಿನ ಕೀ ಪಡೆದ ಅಲೋಕ. ನಂದೀಶ್ ಸ್ಟಾ್ಯಫ್ ರೂಮಿನತ್ತ ಹೊರಟ.

ಭುವಿ ಮತ್ತು ಅಲೋಕ ಬೈಕಿನಲ್ಲಿ ಬಲಮುರಿ ಕಡೆ ಹೊರಟರು.

ಅಲೋಕ ನಂಜನಗೂಡಿನಲ್ಲಿ ಬಸ್ಸು ಹತ್ತಿದಾಗ ಹೋಂಡಾ ಮೋಟಾರಬೈಕಿನಲ್ಲಿ ಕೂತು ಸುತ್ತ ನೋಡುತ್ತಿದ್ದ ಒಬ್ಬ ಕಪ್ಪು ಕನ್ನಡಕ, ಕ್ಯಾಪ್ ಹಾಕಿದ್ದ ವ್ಯಕ್ತಿ ಅಲ್ಲೇ ನಿಂತಿದ್ದ! ಆ ವ್ಯಕ್ತಿ ಬೈಕಿನಲ್ಲಿ ಬಸ್ಸಿನ ಹಿಂದೆ ಬರುತ್ತಿದ್ದುದನ್ನು ಅಲೋಕ ಗಮನಿಸಿರಲಿಲ್ಲ. ಆ ವ್ಯಕ್ತಿ ಮೈಸೂರಿನ ಬಸ್‌ನಿಲ್ದಾಣದಲ್ಲಿ ಅಲೋಕ ಇಳಿದುದ್ದನ್ನು ನೋಡಿದ್ದ. ನಂತರ ಅವನ ಆಟೋ ಹಿಂದೆಯೇ ರೈಲ್ವೆಸ್ಟೇಷನ್ನಿಗೂ ಬಂದಿದ್ದ. ಹೋಟೆಲಿನಲ್ಲೂ ಅಲೋಕನನ್ನು ಗಮನಿಸುತ್ತಿದ್ದ. ಕಾಲೇಜಿಗೂ ಫಾಲೋ ಮಾಡಿ ಇದೀಗ ಅಲೋಕನ ಬಲಮುರಿಯ ಪ್ರಯಾಣಕ್ಕೂ ನಾಯಿಬಾಲದಂತೆ ಹಿಂಬಾಲಿಸುತ್ತಿದ್ದ! ಇದು ಭುವಿಗಾಗಲೀ ಅಲೋಕನಿಗಾಗಲೀ ಅರಿವಾಗಿರಲೇ

ಇಲ್ಲ!

6

“ನಿನ್ನನ್ನೇ ಕಾಯ್ತಿದ್ದೆ” ಸುಧಾಕರ್ ತನ್ನ ಸಹೋದ್ಯೋಗಿ, ನಿಧಿಯ ಕೇಸಿನ ಸಹಭಾಗಿ ರೋಹಿತನನ್ನು ಸ್ವಾಗತಿಸಿದ.

“ಲೇಟಾಯ್ತಾ..?” ತನ್ನ ಕ್ಯಾಪು ತೆಗೆದು ಮೇಜಿನ ಮೇಲಿಡುತ್ತಾ ಕೇಳಿದ ರೋಹಿತ್.

“ಫಾರ್ಮಾಲಿಟೀಸ್ ಬೇಡ. ಏನು ಡವಲಪ್ಮೆಂಟು..?”

“ಮುಂಬೈಯಿಂದ ಇನ್ಫರ್ಮೇಶನ್ ಬಂದಿದೆ..ರತನ್ ಮುಂಬೈಲಿ ಇಲ್ಲ!”

“ಅಂದ್ರೆ..?”

“ಇಲ್ಲೇ ಇರ್ಬೇಕು! ಮೈಸೂರಲ್ಲಿ ಅವನ ಸೋದರಳಿಯ ಇದ್ದಾನಂತೆ. ಮದನ್ ಅಂತ. ಅವನದೊಂದು ಪಾನ್ ಷಾಪ್ ಇದೆಯಂತೆ. ಅವನ ಮೇಲೇನೂ ಕ್ರಿಮಿನಲ್ ರೆಕರ್ಡ್ ಇಲ್ಲ. ರತನ್ ಬಹುಶಃ ಅಳಿಯನ ಮನೇಲೇ ಇರಬೇಕು”

“ರೈಡ್ ಮಾಡಿ ಅರೆಸ್ಟ್ ಮಾಡಿಬಿಡಬೇಕಿತ್ತು!”

“ಅಷ್ಟು ಆತುರ ಬೇಡ. ಅವನನ್ನ ಅರೆಸ್ಟ್ ಮಾಡಿಬಿಟ್ರೆ ನಿಧಿ ಕೇಸು ನಿಂತೋಗುತ್ತೆ! ಜಗನ್ನಾಥನ ಮರ್ಡರ್, ಶಾಮಣ್ಣನ ಕಿಡ್ನ್ಯಾಪ್ಮತ್ತು ನಿಧಿ ವಿಷಯ ಎಲ್ಲಾ ಒಟ್ಟಿಗೇ ಸಾಲ್ವ್ ಆಗಬೇಕು...ಅದಕ್ಕೇ ಅವನನ್ನ ಈಗ ಅರೆಸ್ಟ್ ಮಾಡಬಾರದು. ನಾವು ಅವನನ್ನ ಫಾಲೋ ಮಾಡ್ತಿದ್ದೀವಿ ಅನ್ನೋ ಯಾವ ಅನುಮಾನವೂ ಅವನಿಗೆ ಬರಬಾರದು. ಅವನು ನಿಧಿಯನ್ನ ಹುಡುಕೋಕೆ ಎಲ್ಲಾ ಪ್ರಯತ್ನಾನೂ ಮಾಡ್ತಾನೆ. ನಾವು ಎಚ್ಚರಿಕೆಯಿಂದ ಅವನನ್ನ ಫಾಲೋ ಮಾಡಬೇಕು”

ಸುಧಾಕರ್ ಟೇಬಲ್ ಮೇಲೆ ಲಘುವಾಗಿ ಬೆರಳಿಂದ ಬಡಿಯುತ್ತಾ ರೋಹಿತ್ ಮಾತನ್ನು ಮನಸ್ಸಿನಲ್ಲಿ ಮಥಿಸಿ ಹೇಳಿದ.

“ಯೂ ಆರ್ ರೈಟ್. ನಾವು ಯಾವುದಕ್ಕೂ ಆತುರ ಪಡಬಾರದು. ಆದರೆ ಹಕ್ಕಿ ಹಾರಿಹೋಗದ ಹಾಗೆ ಸುತ್ತ ಬಲೆ ಹರಡಿಕೊಂಡಿರಬೇಕು”

“ಸರಿ, ನಿನ್ನ ಕಡೆ ಏನು ಪ್ರೋಗ್ರೆಸ್?”

“ಅಲೋಕ ಬೆಂಗ್ಳೂರಿಗೇಂತ ಹೊರಟಿದ್ದಾನೆ. ಆದ್ರೆ ಬೆಂಗ್ಳೂರಿಗೆ ಹೋಗದೆ ಮೈಸೂರಲ್ಲಿದ್ದಾನೆ! ಅವನ ಫಿಯಾನ್ಸಿ ಬೆಂಗ್ಳೂರಿಂದ ಬಂದು ಅವನನ್ನ ಸೇರಿಕೊಂಡಿದ್ದಾಳೆ. ನಂತರ ಅವರು ಮಹರಾಜ ಕಾಲೇಜಿನಲ್ಲಿ ನಂದೀಶ್ ಅನ್ನೋ ಅಧ್ಯಾಪಕನನ್ನ ಭೇಟಿ ಮಾಡಿದ್ದಾರೆ. ಅವನ ಬೈಕ್ ತಗೊಂಡು ಶ್ರೀರಂಗಪಟ್ಟಣದ ಕಡೆ ಹೊರಟಿದ್ದಾರೆ. ಇದೆಲ್ಲಾ ನೋಡಿದರೆ ಅವರ ಮೇಲೆ ಅನುಮಾನ ಬರುತ್ತೆ!”

“ಯೂ ಆರ್ ರಾಂಗ್. ಯೂ ವೇಸ್ಟಿಂಗ್ ಟೈಮ್. ಅವರಿಬ್ಬರೂ ಮದುವೆಯಾಗಬೇಕಾಗಿರೋ ಜೋಡಿ. ಎಲ್ಲೆಲ್ಲೋ ಸುತ್ತುತ್ತಾರೆ. ಅದು ಮುಖ್ಯ ಅಲ್ಲ”

ರೋಹಿತ್ ಮಾತಿನಲ್ಲಿ ಆಕ್ಷೇಪವಿತ್ತು.

“ಮೈಡಿಯರ್ ಫ್ರೆಂಡ್, ಈ ಕೇಸಲ್ಲಿ ಯಾವುದು ಮುಖ್ಯ ಯಾವುದು ಮುಖ್ಯ ಅಲ್ಲ ಅಂತ ಬೇರೆಬೇರೆ ಮಾಡೋಕಾಗೊಲ್ಲ. ಎಲ್ಲಾನೂ ಇಲ್ಲಿ ಮುಖ್ಯ. ಅಲೋಕ ಮತ್ತು ಭುವಿ ಈ ನಿಧಿ ಹಿಂದೆ ಬಿದ್ದಿಲ್ಲ ಅಂತ ಹೇಗೆ ಹೇಳ್ತೀಯಾ..?” ಸುಧಾಕರ್ ಸಮಜಾಯಿಸಿ ನೀಡಿದ.

“ಓಕೆ. ಹಾಗಾದ್ರೆ ಶಾಮಣ್ಣ ಕೂಡ ಇದರ ಹಿಂದೆ ಇರಬಹುದ...?”

“ಇಲ್ಲ. ಅವರಿಗೆ ಇದ್ರಲ್ಲಿ ಆಸಕ್ತಿ ಇಲ್ಲ. ಅವರು ಊರು ಬಿಟ್ಟು ಕದಲಿಲ್ಲ”

“ಗುಡ್..ಐ ಥಿಂಕ್ ವಿ ಆರ್ ಗೋಯಿಂಗ್ ಇನ್ ದ ರೈಟ್ ಡೈರೆಕ್ಷನ್..”

ಟೀ ಬಂತು. ಇಬ್ಬರೂ ಟೀ ಗುಟುಕರಿಸತೊಡಗಿದರು.

“ವಾಟ್ ನೆಕ್ಸ್ಟ್?”

ಇಬ್ಬರೂ ಯೋಚಿಸತೊಡಗಿದರು.

***

“ಎಷ್ಟು ಚೆನ್ನಾಗಿದೆ ಈ ಜಾಗ!? ಇಲ್ಲಿಗೆ ಒಂದ್ಸಲಾನೂ ನೀನು ಕರ್ಕೊಂಡು ಬಂದಿಲ್ಲ!”

ಬಲಮುರಿಯ ಮೆಟ್ಟಿಲುಗಳ ಮೇಲೆ ನಿಂತು, ಜುಳುಜುಳು ಹರಿಯುವ ಕಾವೇರಿ ನದಿಯನ್ನು ನೋಡುತ್ತಾ ಭುವಿ ಆಕ್ಷೇಪಿಸಿದಳು.

“ಇಬ್ರೂ ಒಟ್ಟಿಗೆ ಮೈಸೂರಿನ ತನಕ ಬಂದೇ ಇಲ್ಲವಲ್ಲ?! ಬಂದಿದ್ರೆ ಖಂಡಿತಾ ತೋರಿಸ್ತಿದ್ದೆ”

ಮುಂಗಾರು ಮಳೆ ಚೆನ್ನಾಗಿ ಆಗಿತ್ತು. ಕಾವೇರಿ ಮೈದುಂಬಿ ಹರಿಯುತ್ತಿದ್ದಳು. ನದಿಯ ಪಾತ್ರವೂ ದೊಡ್ಡದಾಗಿತ್ತು. ನೋಡಲು ಅಹ್ಲಾದಕರವಾಗಿತ್ತು.

“ಮೈಸೂರೇ ಚಂದ! ಇಂತಾ ಜಾಗ ಎಷ್ಟೊಂದು ಇದಾವೆ!”

“ಯಾಕೆ ಬೆಂಗ್ಳೂರಲ್ಲಿ ಏನೂ ಇಲ್ಲವಾ..?” ಅಲೋಕ ಭುವಿಯನ್ನು ರೇಗಿಸಿದ.

"ಏನಿದೆ ಬೆಂಗ್ಳೂರಲ್ಲಿ? ಬರೀ ರೋಡುಗಳು, ಬಿಲ್ಡಿಂಗುಗಳು, ಟ್ರಾಫಿಕ್ಕು, ಪಲ್ಯೂಶನ್, ಜನ-ಇಷ್ಟೇ!" ಭುವಿ ಬೆಂಗಳೂರಿಗೆ ಬೇಸತ್ತಂತೆ ಮಾತಾಡಿದಳು.

"ಸರಿ, ಅದೆಲ್ಲಾ ಬಿಡು ಈಗ. ಆ ತಾಳೆಗರಿಯಲ್ಲಿರೋ ಮಾಹಿತಿ ಪ್ರಕಾರ ಇಲ್ಲಿ ಒಂದು ಕಟ್ಟೆ, ಅದರ ಮೇಲೆ ಗಣಪತಿಯ ವಿಗ್ರಹ. ಅದರ ಸೊಂಡಿಲು ಬಲಕ್ಕೆ ತಿರುಗಿರಬೇಕು. ಅದು ಮೆಟ್ಟಿಲುಗಳ ಮೇಲೆ ಇರಬೇಕು ಅವನ್ನ ಹುಡುಕೋಣ

ಅಲೋಕ ಸುತ್ತ ನೋಡುತ್ತಾ ಹೇಳಿದ.

"ಹೂ..ಬಂದಿರೋದೇ ಅದಕ್ಕಲ್ವಾ. ಅದಕ್ಕೆ ಮುಂಚೆ ಮುಖ ತೊಳೆದು ಬರ್ತೀನಿ. ನದಿ ನೋಡಿದ್ರೆ ನೀರು ಮುಟ್ಟಬೇಕು, ಅದರಲ್ಲಿ ಕಾಲು ಬಿಟ್ಕೊಂಡು ಸ್ವಲ್ಪ ಹೊತ್ತು ಕೂತಿರ್ಬೇಕು ಅನ್ನಿಸ್ತಾ ಇದೆ"

ಭುವಿ ಚಿಕ್ಕ ಹುಡುಗಿಯಂತೆ ಮಾತಾಡಿದಳು.

"ಸರಿ ನಡಿ, ಆದ್ರೆ ಹುಷಾರು. ಮೆಟ್ಟಿಲುಗಳು ಮೇಲೆ ಪಾಚಿ ಕಟ್ಟಿರುತ್ತೆ. ಜಾರಿದರೆ ನದಿ ಪಾಲಾಗ್ತೀಯ. ನನಗೆ ಈಜು ಬರೊಲ್ಲ"

ಅಲೋಕ ಎಚ್ಚರಿಸಿದ.

"ಬರೀ ಹೆದರಿಸೋದೇ ನಿನ್ನ ಕೆಲಸ" ಹುಸಿಮುನಿಸು ತೋರಿದಳು ಭುವಿ.

"ಹೆದರಿಸಲಿಲ್ಲ, ಎಚ್ಚರಿಸಿದೆ ಅಷ್ಟೆ... ಭುವಿ, ಒಂದ್ನಿಮಿಷ ನಿಂತ್ಕೋ..ನಾನು ಮೋಟರ್‌ಬೈಕ್ ಕೀ ಮರೆತು ಬಂದಿದೀನಿ. ಒಂದ್ನಿಮಿಷ ಹೋಗಿ ತರ್ತೀನಿ. ನಾನು ಬರೋವರೆಗೂ ನೀರಲ್ಲಿ ಇಳೀಬೇಡ" ಎಚ್ಚರಿಸಿ ಅಲೋಕ ಬೈಕು ನಿಲ್ಲಿಸಿದ್ದ ಕಡೆಗೆ ನಡೆದ.

ದೇವಸ್ಥಾನಕ್ಕೆ ಮೂವತ್ತು ಅಡಿಗೂ ಹಿಂದೆಯೇ ಬೈಕು ಬಿಟ್ಟಿದ್ದ. ಹತ್ತಿರ ಹೋದಾಗ ಅವನ ಊಹೆ ನಿಜವಾಗಿತ್ತು. ಕೀ ಬೈಕಿನಲ್ಲೇ ಇತ್ತು! ಅದನ್ನು ಕೈಗೆತ್ತಿಕೊಂಡಾಗ ಸುಮಾರು ಇನ್ನೂರು ದೂರದಲ್ಲಿ ಇನ್ನೊಂದು ಬೈಕು ನಿಂತಿರುವುದು ಗೋಚರಿಸಿತು. ಇಲ್ಲಿಗೆ ಬಂದಾಗ ಅದು ಇರಲಿಲ್ಲ! ತಾವು ಬಂದ ಕೆಲವೇ ನಿಮಿಷಗಳಲ್ಲಿ ಆ ಬೈಕಿನವ ಬಂದಿರಬೇಕು! ಆದರೆ ಆತ ಎಲ್ಲಿ..? ಅಲೋಕ ಸುತ್ತ ನೋಡಿದ. ಆ ಬೈಕಿನ ಹತ್ತಿರದಲ್ಲೇ ಇದ್ದ ಮರದ ಹಿಂದೆ ಯಾರೋ ನಿಂತಿರುವಂತೆ ಗೋಚರಿಸಿತು. ತಾವು ಬಂದಾಗ ಆ ಬೈಕಿನ ಸುಳಿವೇ ಇರಲಿಲ್ಲ! ಈಗ ಇದೆ. ಜಾಗ ನಿರ್ಜನವಾಗಿದೆ! ಆ ಬೈಕಿನವ ಎಲ್ಲಿ...? ಅಂದರೆ...ತಮ್ಮನ್ನು ಯಾರೋ ಫಾಲೋ ಮಾಡ್ತಿದ್ದಾರೆ! ಅವರು ರತನ್ ಕಡೆಯವರೇ ಇರಬೇಕು! ಅರೆ..ಅದು ತನಗೆ ಈವರೆಗೆ ಗೊತ್ತಾಗಲೇ ಇಲ್ಲವಲ್ಲ?

ತಾನು ಕೊಟ್ಟ ದಾಖಲೆಗಳು ನಕಲಿ ಎಂದು ಅವರಿಗೆ ಗೊತ್ತಾಗಿದೆ! ಪೋಲೀಸ್ ರಕ್ಷಣೆ ತಮಗಿರೋದು ಅವರಿಗೆ ತಿಳಿದಿದೆ. ಅದಕ್ಕೇ ಮತ್ತೆ ಕಿಡ್ನಾಪ್‌ಯಪಿನಂತ

ಕೆಲಸಕ್ಕೆ ಕೈಹಾಕದೆ ತನ್ನನ್ನು ಫಾಲೋ ಮಾಡಿದರೆ ನಿಧಿಯ ಜಾಗ ಸಿಗುತ್ತೆ ಎಂದು ಲೆಕ್ಕಾಚಾರ ಹಾಕಿದ್ದರೆ!. ತಮ್ಮ ಮೇಲೆ ಇನ್ಯಾವುದೇ ಕ್ರಿಮಿನಲ್ ಕೆಲಸವನ್ನೂ ಮಾಡುವಂತಿರಲಿಲ್ಲ! ಮಾಡಿದರೆ ತಕ್ಷಣ ಸಿಕ್ಕಿಕ್ಕೊಳ್ಳುತ್ತಾರೆ! ಅದಕ್ಕೇ ಈ ಕೆಲಸ. ಈಗ ತಾನು ಆ ಗಣಪತಿಯ ಕಟ್ಟೆಯನ್ನು ಹುಡುಕಿದರೆ ನಿಧಿಯ ಬಗೆಗೆ ಮಾಹಿತಿ ಕೊಟ್ಟಂತಾಗುತ್ತದೆ! ಕೆಲಸ ಕೆಟ್ಟು ಹೋಗುತ್ತೆ! ಅಷ್ಟೇ ಅಲ್ಲ..ಈಗ ತಮ್ಮನ್ನು ಫಾಲೋ ಮಾಡುತ್ತಿರುವವನು ಅಪಾಯಕಾರಿಯೂ ಇರಬಹುದು! ಈಗವನಿಗೆ ಯಾವುದೇ ಮಾಹಿತಿಯೂ ಸಿಗಬಾರದು! ತಾವು ಇಲ್ಲಿಗೆ ಬಂದಿರುವುದು ಪಿಕ್‌ನಿಕ್ ತರಾ ಕಾಣಿಸಬೇಕು.

ಅವನ ಕಡೆ ನೋಡಿಯೂ ನೋಡದಂತೆ ಅಲೋಕ ಹಿಂದಿರುಗಿದ. ಬಹುಶಃ ತಾನು ಬೈಕಿನತ್ತ ಬರುವಾಗ ಅವನು ಮರದ ಹಿಂದೆ ಹೋಗಿ ಅವತುಕೊಂಡಿರಬೇಕೆಂದು ಯೋಚಿಸಿದ ಅಲೋಕ.

“ಯಾಕೆ ಇಷ್ಟು ಸೀರಿಯಸ್ಸಾಗಿದೀಯ?”

ಗಂಭೀರ ಮುಖ ಹೊತ್ತು ಹಿಂದಿರುಗಿದ ಅಲೋಕನನ್ನು ಕೇಳಿದಳು ಭುವಿ.

“ನಮ್ಮನ್ನ ಯಾರೋ ಫಾಲೋ ಮಾಡ್ತಿದ್ದಾರೆ ಭುವಿ” ಅಲೋಕ ಮೆಲುದನಿಯಲ್ಲಿ ಹೇಳಿದ.

“ಯಾರು? ಯಾಕೆ?”

“ಇನ್ಯಾರು..? ಅದೇ ರತನ್ ಕಡೆಯವರು! ಯಾಕೆ? ಉತ್ತರ ಸ್ಪಷ್ಟ! ನಿಧಿಗಾಗಿ”

“ಮತ್ತೆ ಇಲ್ಲೀವರೆಗೂ ಬಂದಿದ್ದು.. ವೇಸ್ಟಾಯಿತಲ್ಲ..?” ಭುವಿಗೆ ನಿರಾಶೆಯಾಗಿತ್ತು.

“ನೋಡು, ನಾವು ನಿಧಿಗಾಗಿ ಬಂದಿಲ್ಲ. ಬರೀ ಪಿಕ್ನಿಕ್‌ಗಾಗಿ ಬಂದಿರೋದು ಅಂತ ಅವನಿಗೆ ಅನ್ನಿಸಬೇಕು ಹಾಗೆ ವರ್ತಿಸಬೇಕು”

“ಓ.ಕೆ. ಬಾ ಹಾಗಾದ್ರೆ ಮೆಟ್ಟಿಲ ಮೇಲೆ ಕೂತು ನೀರಲ್ಲಿ ಕಾಲು ಬಿಟ್ಕೊಂಡು ಮಾತಾಡೋಣ”

“ಬರೀ ಅಷ್ಟೇ ಅಲ್ಲ..” ಅಲೋಕನ ಮಾತಿನಲ್ಲಿ ತುಂಟತನವಿತ್ತು.

“ಮತ್ತಿನ್ನೇನು...?”

“ಪ್ರೀತೀನೂ ಮಾಡಬಹುದು..” ನಸುನಗೆಯೊಂದಿಗೆ ಹೇಳಿದ.

“ಗಂಡಸರಿಗೆ ಬೇರೆ ಯೋಚನೆಯೇ ಇರೊಲ್ಲವಾ..?” ಭುವಿ ಹುಸಿ ಕೋಪ ತೋರಿಸಿದಳು.

ಇಬ್ಬರೂ ಮೆಟ್ಟಿಲುಗಳ ಮೇಲೆ ಕುಳಿತರು. ಅವರಿಬ್ಬರ ಮನಸ್ಸು ಮಾತ್ರ ಹಿಂದೆ ತಮ್ಮನ್ನು ಗಮನಿಸುತ್ತಿರುವವನ ಮೇಲಿತ್ತು. ಆತ ಬರೀ ತಮ್ಮನ್ನು ಗಮನಿಸಲು ಬಂದಿರುವನೋ ಇಲ್ಲಾ ಇನ್ನೇನಾದರೂ ಉದ್ದೇಶವಿರಬಹುದೆ? ಅವನು ಒಬ್ಬನೋ? ಇಲ್ಲಾ ಇನ್ನೊಬ್ಬ ಇದ್ದಾನೋ..? ಇದ್ದರೆ ಎಲ್ಲಿ? ಮರದ ಹಿಂದೆ? ಅವರ ಮುಂದಿನ ಯೋಜನೆ ಏನಿರಬಹುದು? ಅಪಾಯವೇನಾದರೂ ಇರಬಹುದೆ? ನಿಧಿಯ ಮೂಲ ದಾಖಲೆ ತನ್ನ ಬಳಿ ಇದೆ ಎನ್ನುವುದು ಅವರಿಗೆ ತಿಳಿದಿದೆಯೆ? ತಮಗೆ ಸಿಕ್ಕಿರುವುದು ನಕಲಿ ಎಂದು ಗೊತ್ತಾಗಿದೆಯೇ? ಅಲೋಕನ ಮನಸ್ಸು ಹಲವು ರೀತಿಯಲ್ಲಿ ಯೋಚಿಸುತ್ತಿತ್ತು.

"ಭುವಿ, ಇಲ್ಲಿ ಬಹಳ ಹೊತ್ತು ಕೂರೋದೂ ಅಪಾಯ! ವಾಪಸ್ಸು ಹೋಗಿಬಿಡೋಣ"

ಸ್ವಲ್ಪ ಯೋಚಿಸಿ ಅಲೋಕ ಹೇಳಿದ.

"ನಾವು ಪಿಕ್ನಿಕ್ಕಿಗೆ ಬಂದಿಲ್ಲ ಅಂತ ಅವನಿಗೆ ಅನುಮಾನ ಬರೊಲ್ಲ ವೆ?"

"ಬರಬಹುದು. ಆದರೆ ಅವನ ಜೊತೆಗೆ ಇನ್ನೂ ಕೆಲವರಿದ್ದರೆ..? ನಮ್ಮ ಮೇಲೆ ಅಟ್ಯಾಕ್ ಮಾಡಬಹುದು. ಅದರಿಂದ ತಪ್ಪಿಸಿಕ್ಕೊಳ್ಳಬೇಕೆಂದರೆ ಈ ಜಾಗ ಖಾಲಿ ಮಾಡಬೇಕು"

"ಮತ್ತೆ.. ನಿಧಿ ಹುಡುಕೋ ಕೆಲಸಕ್ಕೆ ಎಳ್ಳು ನೀರು ಬಿಡೋದಾ..?" ಭುವಿ ನಿರಾಶೆಯಿಂದ ಕೇಳಿದಳು.

"ಇಲ್ಲ. ಇಲ್ಲಿ ಏನೂ ಇಲ್ಲ ಎನ್ನುವುದನ್ನು ಅವರು ನಂಬುವಂತೆ ಮಾಡಬೇಕು. ಆಮೇಲೆ ಅವರಿಗೆ ನಮ್ಮ ಮೇಲೆ ಅನುಮಾನ ಹೋದ ಮೇಲೆ ಮತ್ತೆ ಬಂದು ಇಲ್ಲಿ ಹುಡುಕಬೇಕು" ಅಲೋಕ ವಿವರಿಸಿದ.

"ಹೂಂ.." ಭುವಿ ನಿರಾಶೆಯಿಂದ ಒಪ್ಪಿದಳು.

***

"ಅವರು ಅಲ್ಲಿ ಏನೂ ಮಾಡಲಿಲ್ಲವಾ..?"

ರತನ್ ಆಚ್ಚರಿಯಿಂದ ಕೇಳಿದ.

"ಇಲ್ಲ ಬಾಸ್, ನಂಜನಗೂಡಿಂದಾನೂ ಫಾಲೋ ಮಾಡ್ಕೊಂಡು ಬರ್ತಿದ್ದೀನಿ. ಇದುವರೆಗೂ ಅವರು ಅನುಮಾನ ಬರೋ ಹಾಗೆ ಏನನ್ನೂ ಮಾಡಿಲ್ಲ. ಆದ್ರೆ ಅವರು ಅಲ್ಲಿ ಹೆಚ್ಚು ಹೊತ್ತು ಇರಲೂ ಇಲ್ಲ. ಸ್ವಲ್ಪ ಹೊತ್ತು ಮೆಟ್ಟಿಲುಗಳ ಮೇಲೆ ಕೂತು ಮಾತಾಡ್ತಿದ್ದರು ಅಷ್ಟೆ"

ಬಲಮುರಿಯಲ್ಲಿ ಅಲೋಕ ಮತ್ತು ಭುವಿಯನ್ನು ಫಾಲೋ ಮಾಡುತ್ತಿದ್ದ ರತನ್ ಬಂಟ ಫೋನಿನಲ್ಲಿ ಹೇಳಿದ.

"ಅಲ್ಲಿ ಅವರನ್ನ ಹುಡುಕಿಕೊಂಡು ಯಾರೂ ಬರಲಿಲ್ಲವಾ..?"

"ಇಲ್ಲ..ಇಲ್ಲಿ ಜನವೇ ಇಲ್ಲ.."

"ನೀನು ಹೇಳಿದ್ದೆಲ್ಲಾ ನಿಜ ತಾನೆ..?"

"ಸತ್ಯ ಬಾಸ್. ಸುಳ್ಳೂ ಯಾಕೆ ಹೇಳಲಿ? ಈಗೇನು ಮತ್ತೆ ಅವರನ್ನ ಫಾಲೋ ಮಾಡಲೋ ಹೇಗೆ? ಈಗ ಅವರು ಹೊರಡ್ತಿದ್ದಾರೆ.."

"ಏನು ಪ್ರಯೋಜನ..? ಸರಿ, ವಾಪಸ್ಸು ಅವರು ಮೈಸೂರಿಗೆ ಬರೋತನಕ ಫಾಲೋ ಮಾಡು, ಆಮೇಲೆ ಫೋನು ಮಾಡು"

"ಓ.ಕೆ ಬಾಸ್.."

ಫೋನ್ ಸಂಪರ್ಕ ಕಟ್ ಮಾಡಿದ ರತನ್ ಭಂಟ ಅಲೋಕ ಮತ್ತು ಭುವಿಯನ್ನು ಫಾಲೋ ಮಾಡಲು ಸಿದ್ಧನಾದ.

***

ಮಧ್ಯಾನ್ಹ ಊಟಕ್ಕೆ ಎರಡು ಗಂಟೆಗೆ ಬರುತ್ತಿದ್ದ ಸೋದರಳಿಯ ಹನ್ನೆರಡೂವರೆಗೇ ಮನೆಗೆ ಬಂದಾಗ ರತನ್ಗೆ ಅಚ್ಚರಿ.

"ಮಾಮಾಜೀ, ನೀವು ತಕ್ಷಣ ಜಾಗ ಬದಲಿಸಬೇಕು"

"ಯಾಕೆ ಏನಾಯ್ತು..?" ರತನ್ ಅಚ್ಚರಿಯಿಂದ ಕೇಳಿದ.

"ದುಖಾನ್ಗೆ ಪೋಲೀಸ್ ಬಂದಿತ್ತು! ನಿಮ್ದು ಸ್ಕೆಚ್ಚು ತೋರಿಸಿ ಇವರು ಇದ್ದಾರಾಂತ ಕೇಳಿದ್ರು. ನೀವು ಇಲ್ಲಿರೋದು ಅವ್ರಿಗೆ ಅನುಮಾನ ಬಂದೈತಿ"

"ಯಾಕೇಂತ ಕೇಳ್ಬೇಕಿತ್ತು"

"ಕೇಳ್ದೆ. ಮರ್ಡರ್ ಕೇಸು, ಕಿಡ್ನ್ಯಾಪ್ಕೇಸಲ್ಲಿ ಬೇಕಾಗಿದ್ದಾರೆ ಅಂತ ಹೇಳಿದ್ರು"

"ನಾನು ನಿನಗೆ ಸಂಬಂಧಿ ಅಂತ ಹೇಳಿದೆಯಾ..?"

"ಅದೇನೂ ಅವರು ಕೇಳ್ಲಿಲ್ಲ"

"ಸರಿ, ನಾನು ಹೊರಡ್ತೀನಿ. ಪೋಲೀಸ್ ಬಂದ್ರೆ ಇಲ್ಲಿಗೆ ಬಂದೇ ಇಲ್ಲಾಂತ ಹೇಳು. ಹಾ..ನನ್ನ ಬಟ್ಟೆ-ಬರೆ ಎಲ್ಲಾ ನಮ್ಹುಡ್ಗ ಬರ್ತಾನೆ ಅವನ ಕೈಲಿ ಕೊಟ್ಬಿಡು"

"ಸರಿ ಮಾಮಾಜಿ"

"ಹುಷಾರ್, ಏನೇನೋ ಹೇಳಿ ಬರಬಾದ್ ಮಾಡ್ಬೇಡ. ಎಲ್ಲಾದಕ್ಕೂ ನಂಗೆ ಗೊತ್ತಿಲ್ಲ. ಅವರಿಲ್ಲಿಗೆ ಬಂದೇ ಇಲ್ಲಾಂತ ಹೇಳು. ಅವರನ್ನ ನೋಡಿ ಸುಮಾರು ವರ್ಷ ಆಯ್ತೂಂತ ಹೇಳು"

ಅಳಿಯ ಹೂಗುಟ್ಟಿದ.

ಹತ್ತೇ ನಿಮಿಷದಲ್ಲಿ ಗಡ್ಡ-ಮೀಸೆ ಅಂಟಿಸಿಕೊಂಡು ಪೇಟ ಕಟ್ಟಿಕೊಂಡು, ಸರ್ದಾರನ ವೇಷದಲ್ಲಿ ಅಳಿಯನ ಮನೆಯಿಂದ ಹೊರಬಿದ್ದ ರತನ್.

***

ನಡುರಾತ್ರಿ ಕಳೆದಿತ್ತು! ಮೈಸೂರು ಅಕ್ಷರಶಃ ನಿರ್ಜನವಾಗಿತ್ತು. ಬೀದಿ ದೀಪಗಳು ಬೆಳಗುತ್ತಿದ್ದವು. ಅಲ್ಲೊಂದು ಇಲ್ಲೊಂದು ನಾಯಿಗಳು ಆಗಾಗ್ಗೆ ಬೊಗಳುತ್ತಿದ್ದವು.

"ಇನ್ನೊಂದ್ಸಲ ಹೇಳ್ತಿದ್ದೀನಿ. ಹೆದ್ರಿಕೆಯಾಗೋ ಹಾಗಿದ್ರೆ ಇಲ್ಲೇ ಇದ್ಬಿಡು. ನಾನೊಬ್ಬನೇ ಹೋಗಿ ಬರ್ತೀನಿ"

ಅಲೋಕ ಬೈಕ್ ಸ್ಟಾರ್ಟ್ ಮಾಡುವ ಮುನ್ನ ಭುವಿಯನ್ನು ಮತ್ತೊಮ್ಮೆ ಕೇಳಿದ.

"ಇಲ್ಲ, ಇಲ್ಲ. ಹೆದ್ರಿಕೆ ಏನೂ ಇಲ್ಲ. ಜೊತೆಗೆ ನೀನು ಇರ್ತೀಯಲ್ಲ"

ಭುವಿ ಹೆದರಿದ್ದರೂ ಮುಚ್ಚಿಟ್ಟುಕೊಳ್ಳುವ ಪ್ರಯತ್ನ ಮಾಡಿದಳು.

"ಗುಡ್, ಲೆಟ್ ಅಸ್ ಗೋ.."

ಸೆಪ್ಟಂಬರ್ ತಿಂಗಳ ಮೊದಲ ವಾರ. ಚಳಿಯಿನ್ನೂ ಶುರುವಾಗಿರಲಿಲ್ಲ. ನಡುರಾತ್ರಿ ಕಳೆದಿದ್ದು ಬೆಳಗಿನತ್ತ ಜಾರುತ್ತಿದ್ದ ಸಮಯ. ಮಾಮೂಲಿಗಿಂತ ಕಡಿಮೆ ಉಷ್ಣಾಂಶವಿತ್ತು. ಅಲೋಕ ಬಲವಂತದಿಂದ ತನ್ನ ಜರ್ಕಿನ್ನನ್ನು ಭುವಿಗೆ ತೊಡಿಸಿದ್ದ.

ಬೆಳಿಗ್ಗೆ ಮಾಡಲು ಸಾಧ್ಯವಾಗದಿದ್ದ ಕೆಲಸವನ್ನು ಮಾಡಲು ನಡುರಾತ್ರಿ ಮೀರಿದ ಹೊತ್ತಿನಲ್ಲಿ ಹೊರಟಿದ್ದರು-ಬಲಮುರಿಗೆ!

ಅಲೋಕನ ಬೈಕು ಬಲಮುರಿಯ ಮಾರ್ಗ ಹಿಡಿಯಿತು.

ಮೈಸೂರು ಬೆಂಗಳೂರು ರಸ್ತೆಯಲ್ಲಿ ಕ್ಷೀಣವಾದ ವಾಹನ ಸಂಚಾರವಿತ್ತು. ಪ್ರಯಾಣ ಹಿತಕರವಾಗಿತ್ತು. ಪಶ್ಚಿಮವಾಹಿನಿಯ ಬಳಿ ಒಂದು ಎಡ ತಿರುವು. ನಂತರ ಮುಂದೊಂದು ಹಳ್ಳಿ. ಆ ಹಳ್ಳಿಯ ನಾಯಿಗಳೆಲ್ಲಾ ಮೋಟಾರ್ ಬೈಕ್ ಸದ್ದಿಗೆ ಒಮ್ಮೆಲೇ ಎಚ್ಚೆತ್ತು ಆಕಾಶ ಕಳಚಿಬಿದ್ದಿದೆಯೋ ಎನ್ನುವಂತೆ ಬೊಗಳುತ್ತಾ ಅಲೋಕನ ಬೈಕಿಗೆ ಮುಗಿಬಿದ್ದವು. ಅಲೋಕ ತನ್ನ ಬಲಗಾಲು ಮುಂದೆ ಚಾಚಿ ಅವುಗಳನ್ನು ಹೆದರಿಸುವ ಪ್ರಯತ್ನ ಮಾಡಿದ. ರಸ್ತೆ ಬದಿಯಲ್ಲಿನ ಮನೆಯವರೊಬ್ಬರು ಒಳಗಿನಿಂದಲೇ "ಹಚಾ...ಹಚಾ.." ಎಂದು ನಾಯಿಗಳನ್ನು ಸುಮ್ಮನಾಗಿಸುವ ಪ್ರಯತ್ನ ಮಾಡಿದರು.

ಭುವಿ ನಾಯಿಗಳ ಆ ರುದ್ರ ಬೊಗಳುವಿಕೆಗೆ ಹೆದರಿ, ಅಲೋಕನ ಭುಜವನ್ನು ಗಟ್ಟಿಯಾಗಿ ಹಿಡಿದುಕೊಂಡಳು.

ಅಲೋಕ ಮೊದಲಿಗಿಂತ ವೇಗವಾಗಿ ಬೈಕ್ ಓಡಿಸಿದ. ಸುಮಾರು ದೂರ ನಾಯಿಗಳು ಅಟ್ಟಿಸಿಕೊಂಡು ಬಂದವು. ಅವು ಕಾಣದದ ಮೇಲೆ ಭುವಿ ನಿಟ್ಟುಸಿರಿಟ್ಟು ಅಲೋಕನ ಭುಜದ ಮೇಲಿನ ಹಿಡಿತ ಸಡಿಲಿಸಿದಳು.

ಹಳ್ಳಿ ದಾಟುತ್ತಲೇ ಕತ್ತಲು ಹೆಚ್ಚಾಯಿತು. ಅಲ್ಲಿಯವರೆಗೆ ವಿರಳವಾಗಿದ್ದ ಬೀದಿ ದೀಪಗಳು ಮುಂದೆ ಇರಲಿಲ್ಲ. ರಸ್ತೆ ಕೂಡ ಚೆನ್ನಾಗಿರಲಿಲ್ಲ. ಬೆಳಗ್ಗೆ ಬರುವಾಗ ಬೆಳಕಿದ್ದುದರಿಂದ ಬೈಕ್ ಓಡಿಸುವುದು ಕಷ್ಟವಾಗಿರಲಿಲ್ಲ. ಆಗೀಗ ಬೈಕು ಗುಂಡಿಯಳಲ್ಲಿ ಇಳಿದೇಳುತ್ತಿತ್ತು.

ಬೈಕು ಹಳ್ಳ ಇಳಿದಾಗಲೆಲ್ಲಾ ಅಲೋಕ "ಸಾರಿ" ಎನ್ನುತ್ತಿದ್ದ. ಇದು ಅನೇಕ ಸಲ ನಡೆದ ಮೇಲೆ ಭುವಿ ಹೇಳಿದಳು "ಇನ್ನು ಸಾರಿ ಹೇಳೋದು ನಿಲ್ಲಿಸು. ಅದೆಷ್ಟು ಸಲ ಹೇಳ್ತೀಯ..ಆಕಾಶದ ನಕ್ಷತ್ರಗಳಷ್ಟು ಪ್ರಮಾಣದ ಗುಂಡಿಗಳಿವೆ.."

ಅಲೋಕ ನಕ್ಕು ಕತ್ತು ಹಿಂದೆ ಚಾಚಿದ. ಭುವಿ ಅವನ ಕುತ್ತಿಗೆಗೆ ಮುತ್ತಿಕ್ಕಿದಳು.

"ಥ್ಯಾಂಕ್ಯೂ" ಎಂದ ಅಲೋಕ.

"ಈ ಪಾಟಿ ಸಂಭಾವಿತತನ ಬೇಡ..ಪ್ರೀತಿ ಪ್ರೇಮದಲ್ಲಿ ಇವೆಲ್ಲಾ ಬೇಕಾಗಿಲ್ಲ"

ಭುವಿ ಅಣಕಿಸಿದಳು.

ಅಲೋಕ ನಕ್ಕು ಸುಮ್ಮನಾದ.

ದೇವಸ್ಥಾನದ ಹತ್ತಿರ ಚಳಿ ಹೆಚ್ಚಾಗಿದ್ದಂತೆ ತೋರಿತು. ನದಿಯ ನೀರಿನ ಉಷ್ಣತೆ ಕೂಡ ಕನಿಷ್ಟ ಪ್ರಮಾಣದಲ್ಲಿದ್ದುದು ಚಳಿಯನ್ನು ಹೆಚ್ಚಿಸಿತ್ತು. ಅಲೋಕ ಆ ಚಳಿಗೆ ಒಮ್ಮೆ ನಡುಗಿದ.

ದೇವಸ್ಥಾನದ ಮುಂದೆ ಮತ್ತು ಹಿಂಬದಿಯಲ್ಲಿ ಒಂದು ಲೈಟು ಬಿಟ್ಟರೆ ಉಳಿದಂತೆ ಎಲ್ಲೆಡೆ ಕತ್ತಲು. ಅಲೋಕ ಬೈಕನ್ನು ತುಂಬಾ ಹಿಂದೆಯೇ ನಿಲ್ಲಿಸಿದ್ದ. ಒಂದು ವೇಳೆ ದೇವಸ್ಥಾನಕ್ಕೆ ವಾಚ್ಮನ್ ಇದ್ದರೆ ಎಂದು ಆ ಮುಂಜಾಗ್ರತೆ ವಹಿಸಿದ್ದ.

ಆ ಸಮಯದಲ್ಲಿ ಯಾರೂ ಇರುವುದಿಲ್ಲ ಎಂಬ ನಂಬಿಕೆಯಿತ್ತು. ಊರಿಂದ ದೂರದಲ್ಲಿದ್ದ ದೇವಸ್ಥಾನ ಅದು. ಬೆಳಗಿನ ಝಾವ ಪೂಜೆಗೆ ಅರ್ಚಕರು ಬರಬಹುದು. ನದಿಯಲ್ಲಿ ಸ್ನಾನ ಮಾಡಲು, ಬಟ್ಟೆ ಒಗೆಯಲು ಮುಂತಾದ ಕೆಲಸಗಳಿಗೆ ಜನ ಬರುವುದು ಏಳೆಂಟು ಗಂಟೆಯ ಮೇಲೆಯೇ. ಬೆಳಕಾಗುವುದರಲ್ಲಿ ಕೆಲಸ ಮುಗಿಸಿದರೆ ಯಾವುದೇ ತೊಂದರೆ ಇರದು ಎನ್ನುವುದು ಅಲೋಕ ಮತ್ತು ಭುವಿಯರ ಲೆಕ್ಕಾಚಾರ.

ಹೆಜ್ಜೆಯ ಶಬ್ದ ಕೂಡ ಬಾರದಂತೆ ಇಬ್ಬರೂ ಎಚ್ಚರಿಕೆಯಿಂದ ಬೆಕ್ಕಿನ ಹೆಜ್ಜೆಗಳಿಡುತ್ತಾ ದೇವಸ್ಥಾನದತ್ತ ನಡೆದರು. ಅಲ್ಲಿ ಯಾರೂ ಕಾಣಲಿಲ್ಲ. ತಮ್ಮ ಕೆಲಸ ಸುಲಭವಾಯಿತು ಎಂದುಕೊಂಡರು.

ತನ್ನ ಜೊತೆಯಲ್ಲಿ ತಂದಿದ್ದ ಪೆನ್ ಟಾರ್ಚನ್ನು ಅಗತ್ಯ ಬಿದ್ದರೆ ಮಾತ್ರ ಉಪಯೋಗಿಸಬೇಕೆಂದು ನಿಶ್ಚಯಿಸಿದ್ದ ಅಲೋಕ. ಇಬ್ಬರೂ ಕತ್ತಲಲ್ಲಿಯೇ ಅವರು ದೇವಸ್ಥಾನದ ಬಲ ಪಾರ್ಶ್ವಕ್ಕೆ, ನದಿಯ ಕಡೆಗೆ ಬಂದರು. ಬೆಳಿಗ್ಗೆ ನೋಡಿದ

ಗಣಪತಿಯ ವಿಗ್ರಹ ಇರಬಹುದಾದ ಕಟ್ಟೆಯ ಬಳಿ ಬಂದರು. ಅಲೋಕ ಪೆನ್ ಟಾರ್ಚಿನ ಬೆಳಕು ಅದರ ಮೇಲೆ ಚೆಲ್ಲಿದ. ಅಚ್ಚರಿ ಕಾದಿತ್ತು! ತಾಳೆ ಗರಿಯಲ್ಲಿದ್ದ ನಕ್ಷೆಗೂ ಅಲ್ಲಿದ್ದುದ್ದಕ್ಕೂ ನೂರಕ್ಕೆ ನೂರು ಪಾಲು ತಾಳೆಯಾಯಿತು!! ಹರಿವ ನದಿ, ಮೆಟ್ಟಿಲುಗಳು, ಕಟ್ಟೆ! ಎಲ್ಲಾ ಸರಿಯಾಗಿತ್ತು!!

"ಇದೆಲ್ಲಾ ಕರೆಕ್ಟಾಗಿದೆ. ಇಲ್ಲೇನಿದೆ..?" ಭುವಿ ಪಿಸುಗುಟ್ಟಿದಳು.

"ಗೊತ್ತಿಲ್ಲ? ಸರಿಯಾದ ಜಾಗಕ್ಕೇನೋ ಬಂದಿದ್ದೀವಿ!"

ಕೆಲವು ಕ್ಷಣ ಏನೂ ತೋಚದೆ ಆ ಕಟ್ಟೆ ಮತ್ತು ಗಣಪತಿಯ ವಿಗ್ರವನ್ನು ಪೆನ್ ಟಾರ್ಚಿನ ಬೆಳಕಿನಲ್ಲಿ ನೋಡಿದರು. ನಂತರ ಕಟ್ಟೆಯನ್ನು ಒಂದು ಸುತ್ತು ಹಾಕಿದರು. ಅದು ನಾಲ್ಕಡಿ ಅಗಲ, ಐದಡಿ ಉದ್ದ ಮತ್ತು ಸೊಂಟದ ಮಟ್ಟದ ಎತ್ತರಕ್ಕಿದ್ದ ಕಟ್ಟೆ. ಮೇಲಿನಿಂದ ಒಂದಡಿ ಕೆಳಗೆ, ಕಟ್ಟೆಯ ಮಧ್ಯ ಭಾಗದಲ್ಲಿ ಎರಡಡಿ ಚೌಕದ ಗಣಪತಿಯ ಕಲ್ಲಿನಲ್ಲಿ ಕೆತ್ತಿದ ಮೂರ್ತಿಯನ್ನು ಹುದುಗಿಸಿದ್ದರು.

"ಈ ಕಟ್ಟೆಯ ಒಳಗೆ ಏನಾದ್ರೂ ಇರಬಹುದಾ..?" ಭುವಿಯ ಪ್ರಶ್ನಿಸಿದಳು.

"ಅಂದ್ರೆ ಕಟ್ಟೆ ಒಡೀಬೇಕಾಗುತ್ತಾ..? ಇದರೊಳಗೆ ನಿಧಿ ಇರಬಹುದಾ..?" ಅಲೋಕ ಭುವಿಯತ್ತ ನೋಡಿ ಕೇಳಿದ.

"ಇರಬಹುದು"

"ಸಾಧ್ಯವೆ..? ಈ ಸಣ್ಣ ಕಟ್ಟೆಯಲ್ಲಿ ಅದೆಷ್ಟು ನಿಧಿ ಇಡೋಕೆ ಸಾಧ್ಯ?"

"ಹೌದು. ಇಷ್ಟು ಸಣ್ಣ ಕಟ್ಟೆಯಲ್ಲಿ ಅಪಾರ ನಿಧಿ ಇಡೋಕೆ ಸಾಧ್ಯವೇ ಇಲ್ಲ.."

"ಮತ್ತೆ..? ಆ ನಕ್ಷೆ ಸುಳ್ಳೆ..?"

"ಯಾರೋ ಕೀಟಲೆಗೆ ಆ ನಕ್ಷೆ ರಚಿಸಿರಬಹುದೆ..?"

"ನಮ್ಮ ತಾತ ಹೇಳ್ತಿದ್ದರು. ನಿಧಿ ವಿಷಯ ಬರೀ ಸುಳ್ಳು. ಚೆನ್ನಾಗಿ ಸಂಪಾದನೆ ಮಡಿದರೆ ಮಾತ್ರ ನಿಧಿ, ಇಲ್ಲದಿದ್ದರೆ ಅದು ವಿಧಿ ಅಂತ"

"ಸುಮ್ನೆ ಟೈಮು, ಈ ರಿಸ್ಕು ಎಲ್ಲಾ ವೇಸ್ಟಾಯಿತಾ..?" ಭುವಿ ನಿರಾಶೆಯಿಂದ ನುಡಿದಳು.

ಏನೋ ಹೊಳೆದಂತೆ ಅಲೋಕ ಆ ಕಟ್ಟೆಯನ್ನು ಇನ್ನೊಂದು ಸಲ ಸುತ್ತಿದ. ನಂತರ ಬೆರಳಿನಿಂದ ಅದನ್ನು ಬಡಿಯತೊಡಗಿದ. ಆ ಸದ್ದನ್ನು ಎಚ್ಚರಿಕೆಯಿಂದ ಆಲಿಸಿದ.

"ಏನ್ಮಾಡ್ತಿದ್ದೀಯ?" ಭುವಿ ಚಕಿತಳಾಗಿದ್ದಳು.

"ಶ್... ಇದರೊಳಗೆ ಏನಾದರೂ ಇದ್ದರೆ..ಟೊಳ್ಳು ಭಾಗ ಇರಬೇಕು. ಅದಕ್ಕೇ ಟ್ಯಾಪ್ ಮಾಡ್ತಾ ಶಬ್ದ ಆಲಿಸ್ತಿದ್ದೀನಿ. ಆದ್ರೆ ಇದು ಗಾರೆ ಕಟ್ಟಡ. ಶಬ್ದ ಸಲೀಸಾಗಿ ಬರ್ತಿಲ್ಲ. ಒಂದು ಕಲ್ಲಿದ್ದಿದ್ರೆ..?"

"ತಂದ್ಕೊಡ್ಲಾ..?"

"ಹೂ..ಆದ್ರೆ ಹುಷಾರು.." ಅಲೋಕ ಭುವಿ ಕೈಗೆ ಟಾರ್ಚು ನೀಡಿದ.

ಭುವಿ ಕಲ್ಲು ಹಾಸಿದ ನೆಲದಿಂದ ದೂರ ಹೋಗಿ ಹುಡುಕಿ ಒಂದು ಕಲ್ಲು ಕೈಗೆತ್ತಿಕೊಂಡಳು. ಆಕೆಯ ಕಣ್ಣಿಗೆ ದೂರದ ಪೊದೆಯಲ್ಲಿ ಏನೋ ಸರಿದಂತೆ ಕೇಳಿಸಿತು. ಒಳಗೊಳಗೇ ಹೆದರುತ್ತಾ ನೋಡಿದರೂ ನೋಡದಂತೆ..ಅಲೋಕನ ಬಳಿ ಬಂದು ಕಲ್ಲು ಕೊಟ್ಟಳು.

"ಇಲ್ಲಿ ನಾವಿಬ್ಬರೇ ಇಲ್ಲ..." ಎಂದು ಪಿಸು ನುಡಿದಳು.

"ಏನು..?"

"ಅಲ್ಲಿ ಆ ಪೊದೆಯ ಹಿಂದೆ ಯಾರೋ ಇರಬೇಕು..? ಇಲ್ಲಾಂದ್ರೆ ಯಾವುದಾದ್ರೂ ಪ್ರಾಣಿ ಇರಬೇಕು..ಇಲ್ಲಿ ಹುಲಿ ಚಿರತೆಗಳು ಇಲ್ಲ ತಾನೆ..?"

"ಗೊತ್ತಿಲ್ಲ. ನಾನು ಈ ಕಲ್ಲನ್ನ ಉಪಯೋಗಿಸ್ತೀನಿ. ಹೇಗೂ ಇಲ್ಲಿ ಕತ್ತಲು. ಆ ಪೊದೆ ಕಡೆ ಎಚ್ಚರಿಕೆಯಿಂದ ನೋಡ್ತಿರು. ಏನು ಕಾಣ್ಸುತ್ತೋ ಹೇಳು. ಮತ್ತೆ ಈ ಜಾಗಕ್ಕೆ ಬರೋಕಾಗೊಲ್ಲ. ಏನು ಮಾಡೋದಿದ್ರೂ ಈಗಲೇ ಮಾಡ್ಬೇಕು..ರಿಸ್ಕ್ ತಗೊಳ್ಳೋಣ"

ಕಲ್ಲನ್ನು ಕಟ್ಟೆಯ ವಿವಿಧ ಜಾಗಗಳಲ್ಲಿ ಕುಟ್ಟಿ ಅದರ ಶಬ್ದ ಆಲಿಸಿದ ಅಲೋಕ. ಸರಿಯಾಗಿ ಮಂಟಪದ ಹಿಂದೆ, ಗಣೇಶ ಮೂರ್ತಿಯ ಹಿಂಭಾಗ ಟೊಳ್ಳಾಗಿರುವಂತೆ ಭಾಸವಾಯಿತು!

"ಅಲೋಕ್, ಅಲ್ಲಿ ಪೊದೆ ಹಿಂದೆ ಯಾರೋ ಇದ್ದಾರೆ! ಒಂದು ತಲೆ ಕಂಡಿತು. ಒಬ್ಬನೇ ಇದ್ದಾನೋ ಇಲ್ಲಾ ಇನ್ಯಾರಾದರೂ ಇದ್ದಾರೋ ಗೊತ್ತಾಗ್ತಿಲ್ಲ"

"ಹಾಗೇ ನೋಡ್ತಾ ಇರು. ದೃಷ್ಟಿ ಕದಲಿಸಬೇಡ. ನಾನು ಸ್ವಲ್ಪ ಈ ಜಾಗ ಪರೀಕ್ಷೆ ಮಾಡ್ತೀನಿ"

ಅಲೋಕ ತನ್ನ ಅನುಮಾನವನ್ನು ಪರಿಹರಿಸಿಕ್ಕೊಳ್ಳಲು ಮತ್ತೆ ಕಲ್ಲಿನಿಂದ ಬಡಿದು ಶಬ್ದ ಆಲಿಸಿದ. ಈಗವನಿಗೆ ಖಾತ್ರಿಯಾಯಿತು. ಅಲ್ಲಿ ಟೊಳ್ಳಾದ ಭಾಗ ಇದೆ. ಅಲ್ಲೇನೋ ಇರಲೇಬೇಕು! ಇಲ್ಲದಿದ್ದರೆ ಆ ನಕ್ಷೆಯನ್ನು ಬರೆದು, ಅದು ಯಾರ ಕೈಗೂ ಬೀಳದಂತೆ ಜೋಪಾನ ಮಾಡುವ ಅವಶ್ಯಕತೆ ಇರಲಿಲ್ಲ. ಆದರೆ ಇಲ್ಲೇ ನಿಧಿ ಇದೆ ಎನ್ನುವುದು ಅನುಮಾನ! ಇಷ್ಟು ಸಣ್ಣ ಜಾಗದಲ್ಲಿ ಏನಿಡಲು ಸಾಧ್ಯ..? ಹೆಚ್ಚೆಂದರೆ ಕೆಲವು ಚಿನ್ನದ ನಾಣ್ಯಗಳು? ಎಷ್ಟಿರಬಹುದು? ನೂರು? ಅದೂ ಸಾಧ್ಯವಿಲ್ಲ! ಅವುಗಳ ಬೆಲೆ ಕೆಲವು ಲಕ್ಷಗಳಾದೀತು. ಆದರೆ ಕೋಟಿಗಳಂತೂ ಆಗಲು ಸಾಧ್ಯವಿಲ್ಲ? ಅದು ನಿಧಿಯೆನಿಸಲಾರದು. ಹಲವು ಕೋಟಿಗಳಿಗಿಂತಲೂ ಮಿಗಿಲಾದ ಬೆಲೆಯಿದ್ದರೆ ಅದು ನಿಧಿಯಾಗಬಹುದು. ಸರಿ, ಇಲ್ಲಿಯವರೆಗಂತೂ

ಬಂದಾಗಿದೆ. ಇನ್ನು ಸುಮ್ಮನೆ ಯೋಚಿಸಿ ಪ್ರಯೋಜನವಿಲ್ಲ. ಏನಾದರೂ ಕಾರ್ಯಗತಗೊಳಿಸಬೇಕು. ಅಲೋಕನ ಮನಸ್ಸಿನಲ್ಲಿಯೇ ಸಂಭಾಷಣೆ ನಡೆಯಿತು.

"ಏನಾಯಿತು ನಿನ್ನ ಪರೀಕ್ಷೆ ರಿಸಲ್ಟ್?"

ಪೊದೆಯತ್ತಲೇ ನೋಡುತ್ತಿದ್ದ ಭುವಿ ಕೇಳಿದಳು.

"ಕಟ್ಟೆಯ ಹಿಂಬದಿ ಟೊಳ್ಳಾಗಿದೆ. ಅಲ್ಲಿ ಏನನ್ನಾದರೂ ಹುದುಗಿಸಿಟ್ಟಿರಬಹುದು. ಆದರೆ ಅದನ್ನು ತೆಗೆಯೋದು ಹೇಗೆ? ಈ ಕಟ್ಟೆಯನ್ನ ಒಡೆಯಬೇಕಾಗುತ್ತೆ..? ಅದಕ್ಕೆ ಸುತ್ತಿಗೆ ಬೇಕು! ಬಡಿದರೆ ಶಬ್ದವಾಗುತ್ತೆ! ಸರಿ, ಅಲ್ಲೇನಾಗ್ತಿದೆ..?"

"ಒಂದು ತಲೆ ಕಾಣ್ತಿದೆ"

"ನಾನು ಸ್ವಲ್ಪ ಬೈಕಿನ ಹತ್ರ ಹೋಗಿ ಬರ್ತೀನಿ.."

"ಯಾಕೆ...?"

"ಟೂಲ್ ಸೆಟ್ಟಿನಲ್ಲಿರೋದು ಏನಾದ್ರೂ ಉಪಯೋಗಕ್ಕೆ ಬರುತ್ತಾ ನೋಡ್ಬೇಕು"

"ಅವನು ನಿನ್ನ ಮೇಲೆ ಅಟ್ಯಾಕ್ ಮಾಡಿದರೆ..?"

ಭುವಿ ಹೆದರಿದಳು.

"ಹಾಗಾಗಲಾರದು. ಅವರಿಗೂ ಹೆದರಿಕೆ ಇರುತ್ತಲ್ವಾ..?"

ಅಲೋಕ ಆ ಪೊದೆಯತ್ತ ನೋಡಿಯೂ ನೋಡದಂತೆ ಬೈಕಿನ ಬಳಿ ಹೋಗಿ ಟೂಲ್ಸ್ ತಂದ. ಅದರಲ್ಲಿನ ದೊಡ್ಡ ಒಂದು ಸ್ಕ್ರೂಡ್ರೈವರು ಕೆಲಸಕ್ಕೆ ಬರಬಹುದೆನ್ನಿಸಿತು. ಆ ಸ್ಕ್ರೂಡ್ರೈವರನ್ನೇ ಸುತ್ತಿಗೆಯಂತೆ ಹಿಡಿದು ಕಲ್ಲಿನಿಂದ ಹೆಚ್ಚು ಶಬ್ದ ಬಾರದಂತೆ ಆ ಕಟ್ಟೆಯ ಹಿಂಬದಿಯನ್ನು ಕೆತ್ತುವ ಪ್ರಯತ್ನ ಮಾಡಿದ. ಗಾರೆ ತುಂಬಾ ಶಿಥಿಲವಾಗಿದ್ದು ಬೇಗನೆ ಮರದ ಚಕ್ಕೆಯಂತೆ ಬಿಟ್ಟುಕೊಂಡಿತು. ಅವನು ಊಹಿಸಿದಕ್ಕಿಂತಲೂ ಕೆಲಸ ಸುಲಭವಾಗಿತ್ತು. ಗಾರೆ ಬಿಟ್ಟುಕ್ಕೊಳ್ಳುತ್ತಲೇ ಇಟ್ಟಿಗೆ ಕಾಣಿಸಿದವು. ಮೆಲ್ಲನೆ ಒಂದೊಂದಾಗಿ ಇಟ್ಟಿಗೆಯನ್ನು ಸ್ಕ್ರೂಡ್ರೈವರಿನಿಂದ ಕೆರೆದು ಸಡಿಲ ಮಾಡಿ ಎರಡು ಇಟ್ಟಿಗೆಗಳನ್ನು ಈಚೆ ತೆಗೆದು ಒಳಗೆ ಕೈತೂರಿಸಿದ. ಬಟ್ಟೆಯ ಗಂಟು ಮುಟ್ಟಿದ ಅನುಭವ. ಸ್ವಲ್ಪ ಪ್ರಯತ್ನಿಸಿದ್ದಕೆ ಅದು ಹಿಡಿತಕ್ಕೆ ಸಿಕ್ಕಿತು. ಮೆಲ್ಲನೆ ಅದನ್ನು ಈಚೆ ತೆಗೆದ. ಕೈಯೆಲ್ಲಾ ಮಣ್ಣು, ಗಾರೆಯಿಂದ ಧೂಳಾಗಿತ್ತು, ಜೊತೆಗೆ ಕೈ ತರಚಿದ ಉರಿಯ ಅನುಭವವಾಯಿತು. ಅದೊಂದು ಬಟ್ಟೆ ಸುತ್ತಿದ ಗಂಟು! ನಿಧಿಯಂತೂ ಆಗಿರಲು ಸಾಧ್ಯವಿರಲಿಲ್ಲ! ತೆಂಗಿನ ಕಾಯಿ ಗಾತ್ರದ ಆ ಗಂಟಿನಲ್ಲಿ ಇನ್ನೆಂತಾ ನಿಧಿಯಿರಲು ಸಾಧ್ಯ? ಅಲೋಕನಿಗೆ ನಿರಾಶೆಯಾಯಿತು! ಚಿಕ್ಕಂದಿನಲ್ಲಿ ದೀಪಾವಳಿ ಹಬ್ಬದಲ್ಲಿ ಆಟಂ ಬಾಂಬ್ ಪಠಾಕಿ

ಹಚ್ಚಿ ಅದು ಟುಸ್ಸೆಂದಾಗ ಆದ ಅನುಭವವೇ ಆಯಿತು.

"ಇಷ್ಟೇನೆ...? ಇದೇ ನಿಧೀನಾ...?" ಭುವಿ ಲೊಚಗುಟ್ಟಿದಳು.

"ಇಷ್ಟೇ..ಇದಕ್ಕೆ ಏನೆಲ್ಲಾ ನಡೆದುಹೋಯಿತು! ಅಪ್ಪನ ಕಿಡ್ನಾ್ಯಪ್, ಜಗ್ಗನ ಸಾವು..ಈ ಗಂಟೆಗೆ"

"ಅದರೊಳಗೆ ಏನಿದೆ ನೋಡು.."

"ಬೇಡ. ಅಲ್ಲಿರೋರು ನೋಡ್ತಿದ್ದಾರೆ. ನಾವು ಬೇಗ ಇಲ್ಲಿಂದ ಅವರ ಕೈಗೆ ಸಿಗದಂತೆ ಎಸ್ಕೇಪ್ ಆಗ್ಬೇಕು"

ಅಲೋಕ್ ಅತುರಪಡಿಸಿದ.

"ಒಳಗೆ ಇನ್ನೂ ಏನಾದರೂ ಇರಬಹುದಾ ನೋಡು" ಭುವಿಗೆ ನಿರಾಸೆಯಾಗಿದ್ದರೂ ಕುತೂಹಲ ತಣಿದಿರಲಿಲ್ಲ.

ಅಲೋಕ ಮತ್ತೆ ಕೈತೂರಿಸಿದ. ಹೆಚ್ಚೆಂದರೆ ಒಂದು ಇಟ್ಟಿಗೆಯಷ್ಟೇ ಉದ್ದ ಮತ್ತು ಆಳದ ಖಾಲಿ ಜಾಗವಿತ್ತು. ಅಲ್ಲಿ ಇನ್ನೂ ಒಂದು ಗಂಟು ಸಿಕ್ಕಿತು. ಅದು ಮೊದಲಿನ ಗಂಟಿನಷ್ಟೇ ದಪ್ಪಗಿತ್ತು. ಅದು ಬಿಟ್ಟು ಇನ್ನೇನೂ ಅಲ್ಲಿರಲಿಲ್ಲ .

"ಇನ್ನೇನೂ ಇಲ್ಲ. ಈ ಎರಡು ಬಟ್ಟೆ ಗಂಟುಗಳು ಅಷ್ಟೆ"

"ಆ ಗಂಟುಗಳಲ್ಲೇನಿದೆ ನೋಡೋಣ!" ಭುವಿ ಆಸಕ್ತಿಯಿಂದ ಹೇಳಿದಳು.

"ಒಂದ್ವೇಳೆ ನಾನು ಹೋಗೋವಾಗ ಅವರು ಅಡ್ಡ ಹಾಕಿ ಇದನ್ನ ನಮ್ಕೆ Êಯಿಂದ ಕಿತ್ಕೋಬಹುದು...ಅದಕ್ಕೇ ಏನಿದೆ ಒಳಗೆ ನೋಡಿಬಿಡೋಣ.."

ಅಲೋಕ ಬಟ್ಟೆಯ ಗಂಟು ಬಿಚ್ಚಿದ. ಬಟ್ಟೆ ಶಿಥಿಲವಾಗಿತ್ತು, ಬಿಡಿಸುವಾಗಲೇ ಬಟ್ಟೆ ಹರಿಯತೊಡಗಿತು. ಒಂದು ಗಂಟಿನೊಳಗೆ ಕಂಡಿದ್ದು ಶಂಖ! ಇನ್ನೊಂದು ಗಂಟಿನೊಳಗೆ ಒಂದು ಗಂಟೆ!

"ನೋಡು ಭುವಿ. ಇದೇ ನಿಧಿ! ಇದಕ್ಕಾಗಿ ಇಷ್ಟೆಲ್ಲಾ...ಯಾತನೆಪಟ್ಟೆವಲ್ಲ..?"

"ಛೆ..ಮೋಸ..ಯಾರೋ ತಮಾಷೆಗೆ ಮಾಡಿರಬೇಕು!"

"ಇವನ್ನೇನು ಮಾಡೋದು..? ನಡಿ ಹೇಗೂ ಇದಕ್ಕೋಸ್ಕರ ಇಷ್ಟೊಂದು ಕಷ್ಟಪಟ್ಟಿದ್ದೀವಿ..ತಗೊಂಡು ಹೋಗೋಣ. ಲೆಟ್ ಅಸ್ ಗೋ..ಅಲ್ಲಿ ನಮ್ಮನ್ನ ಯಾರಾದ್ರೂ ಅಟ್ಯಾಕ್ ಮಾಡಿದ್ರೆ ಅವರ ಕೈಗೆ ಕೊಟ್ಟು 'ಶಂಖ ಊದಿ, ಗಂಟೆ ಬಾರಿಸಿ' ಅಂತ ಹೇಳಿ ಹೋಗೋಣ" ಅಲೋಕ ನಕ್ಕ.

ನಿಧಿಗೂ ನಗು ಬಂತು. ಅಲೋಕ ಕಟ್ಟೆಯಿಂದ ತಾನು ತೆಗೆದಿದ್ದ ಇಟ್ಟಿಗೆಗಳನ್ನು ಮತ್ತೆ ಸ್ವಸ್ಥಾನದಲ್ಲಿ ಜೋಡಿಸಿದ. ಅದೆಷ್ಟಿ ನಾಜೂಕಾಗಿ ಜೋಡಿಸಿದನೆಂದರೆ ಗಾರೆ ತಂತಾನೇ ಬಿದ್ದಿರುವಂತೆ ಭಾಸವಾಗುತ್ತಿತ್ತು. ಬಹುಶಃ ಹಳೆಯದಾಗಿ ಗಾರೆ ಬಿಟ್ಟುಕೊಂಡಿರಬಹುದು ಎಂದು ಜನ ತಿಳಿಯುವರು ಎನ್ನಿಸಿತು. ಇಟ್ಟಿಗೆಯಾಚೆ

ಖಾಲಿ ಜಾಗ ಇದೆ ಎಂದು ಯಾರಿಗೂ ಅನುಮಾನ ಬರುವಂತಿರಲಿಲ್ಲ.

ಎಚ್ಚರಿಕೆಯಿಂದ, ಮೈಯೆಲ್ಲಾ ಕಣ್ಣಾಗಿ ಮೆಲ್ಲನೆ ಬೈಕಿನ ಹತ್ತಿರ ಬಂದರು. ಯಾರು, ಯಾವ ಕ್ಷಣದಲ್ಲಿ ತಮ್ಮ ಮೇಲೆ ಆಕ್ರಮಣ ಮಾಡುತ್ತಾರೋ ಎಂಬ ಭೀತಿ ಕಾಡುತ್ತಿತ್ತು. ಇಬ್ಬರೂ ಹೆದರಿದ್ದರು. ಭುವಿಯಂತೂ ಹೆದರಿಕೆಗೆ ಜೋರಾಗಿ ಉಸಿರಾಡುತ್ತಿದ್ದಳು.

ಅಲೋಕ ತನ್ನ ಬ್ಯಾಕ್‌ಪ್ಯಾಕಿಗೆ ಹಳೆಯ ಬಟ್ಟೆಯ ಗಂಟಿನ ಸಮೇತ ಶಂಖ, ಮತ್ತು ಗಂಟೆಯನ್ನು ಸೇರಿಸಿದ. ಧೂಳು ತುಂಬಿದ ಬಟ್ಟೆಯನ್ನು ಬ್ಯಾಕ್‌ಪ್ಯಾಕಿಗೆ ಸೇರಿಸುವಾಗ ಅಸಹ್ಯವಾಯಿತು.

ಬೈಕ್ ಸ್ಟಾರ್ಟ್ ಮಾಡಿ ಹೊರಟರು. ಯಾರೂ ಎದುರಾಗಲಿಲ್ಲ! ಭುವಿ ತೋರಿಸಿದ ಪೊದೆಯ ಬಳಿ ಯಾವ ಚಲನೆಯೂ ಕಾಣಲಿಲ್ಲ! ಬಹುಶಃ ಭುವಿ ನೋಡಿದ್ದು ಭ್ರಮೆಯಾಗಿರಬಹುದೆನ್ನಿಸಿತು ಅಲೋಕನಿಗೆ.

ಬೈಕು ಮೈಸೂರಿನ ಹಾದಿ ಹಿಡಿಯಿತು. ಭುವಿ ಚಳಿಗೋ ಅಲ್ಲಿ ನಡೆದದ್ದಕ್ಕೋ ಹೆದರಿ ಅಲೋಕನನ್ನು ಬಿಗಿಯಾಗಿ ಅಪ್ಪಿಕೊಂಡಳು. ಅಲೋಕನಿಗೂ ಅದು ಹಿತವೆನಿಸಿತು.

"ಯಾಕೆ ಅವರನ್ನ ಹಾಗೇ ಬಿಟ್ಟಿದ್ದು..?"

ಪೊದೆಯ ಹಿಂದಿದ್ದವನು ಅಸಹನೆ ವ್ಯಕ್ತಪಡಿಸಿದ್ದ.

"ಅಲ್ಲಿ ಸಿಕ್ಕಿದ್ದುಖಂಡಿತಾ ನಿಧಿಯಲ್ಲ. ಇನ್ನೊಂದು ಕ್ಲೂ ಅಷ್ಟೆ. ಅದರಿಂದ ನಮಗೇನೂ ಪ್ರಯೋಜನ ಇಲ್ಲ. ಅದರ ರಹಸ್ಯ ಬಿಡಿಸೋಕಂತೂ ಸಾಧ್ಯವಿಲ್ಲ. ಇವರನ್ನ ಹೀಗೇ ಫಾಲೋ ಮಾಡ್ತಾ ಇದ್ದರೆ ನಿಧಿಯ ಹತ್ರ ಕರ್ಕೊಂಡು ಹೋಗೇ ಹೋಗ್ತಾರೆ! ಆಗ ನಾವು ಅವರನ್ನ ಅಟ್ಯಾಕ್ ಮಾಡ್ಬೇಕು. ಆದ್ರೆ ಯಾವುದೇ ಕಾರಣಕ್ಕೂ ಅವರು ಕಣ್ಣಿಂದ ಮರೆಯಾಗದ ಹಾಗೆ ನೋಡ್ಕೋಬೇಕು"

ಇನ್ನೊಬ್ಬ ಹೇಳಿದ.

"ನೀನು ಹೇಳೋದು ಸರಿ"

"ನಡಿ, ಆ ಕಟ್ಟೆ ಹತ್ರ. ಅಲ್ಲಿ ಏನೇನು ಮಾಡಿದಾರೆ ನೋಡೋಣ"

ಕತ್ತಲಿಂದ ಈಚೆ ಬಂದ ಸುಧಾಕರ್ ಮತ್ತು ರೋಹಿತ್ ಗಣಪತಿ ವಿಗ್ರವಿದ್ದ ಕಟ್ಟೆಯ ಕಡೆಗೆ ಆತುರದಿಂದ ನಡೆದರು.

ಕತ್ತಲು ಇಂಚಿಂಚೇ ಕರಗುತ್ತಾ ಬೆಳಕಿಗೆ ದಾರಿ ಮಾಡಿಕೊಡುತ್ತಿತ್ತು.

***

ಕಾಲಿಂಗ್ ಬೆಲ್ ಶಬ್ದಕ್ಕೆ ನಂದೀಶನಿಗೆ ಎಚ್ಚರವಾಯಿತು. ಗಡಿಯಾರ ನೋಡಿಕೊಂಡ ನಾಲ್ಕೂವರೆ! ಇಷ್ಟು ಬೇಗ ಬೆಳಿಗ್ಗೆ ಯಾರು ಬಂದ್ರಪ್ಪ? ಇತ್ತೀಚೆಗೆ ಮೈಸೂರಿನಲ್ಲಿ ದರೋಡೆಗಳು ಹೆಚ್ಚಾಗಿವೆ! ಅಂತದ್ದೇ ಏನಾದ್ರೂ ಇದ್ದೀತಾ..?

ಹುಷಾರಾಗಿರಬೇಕೆಂದುಕೊಂಡು ನಂದೀಶ ಮಹಡಿಯ ಮೆಟ್ಟಿಲುಗಳನ್ನಿಳಿದು ಮುಂದಿನ ಬಾಗಿಲಿಗೆ ಬಂದ. ಬಾಗಿಲ ಪಕ್ಕದ ಕಿಟಕಿಯನ್ನು ಸ್ವಲ್ಪ ಮಾತ್ರವೇ ತೆರೆದು ಆಚೆ ನೋಡಿದ.

ಆಚೆ ಇಬ್ಬರು ನಿಂತಿದ್ದರು. ಕತ್ತಲಲ್ಲಿ ಅವರ ಗುರುತು ಸಿಗಲಿಲ್ಲ. ಆಚೆಯ ಲೈಟ್ ಹಾಕಿದ.

"ಅರೆ..ಅಲೋಕ್..? ಇದೇನೋ ಇಷ್ಹೊತ್ತಲ್ಲಿ..?"

ನಂದೀಶ ಅಚ್ಚರಿಯಿಂದ ಕೇಳಿದ.

"ಬಾಗಿಲು ತೆಗಿತೀಯೋ ಇಲ್ಲಾ ಅಲ್ಲಿಂದಲೇ ಮಾತಾಡ್ತಾ ಇರ್ತೀಯೋ..?"

"ಐ ಯಾಮ್ ಸಾರಿ"

ಬಾಗಿಲು ತೆರೆಯಿತು.

"ನೀನು ಕೇಳೋಕೆ ಮುಂಚೆ ನಾನೇ ಹೇಳ್ತೀನಿ. ಇಷ್ಹೊತ್ನಲ್ಲಿ ಡಿಸ್ಟರ್ಬ್ ಮಾಡಿದ್ದಕ್ಕೆ ಸಾರಿ. ಇದಕ್ಕೆ ಕಾರಣ ಇದೆ. ಭುವಿ ಅಜ್ಜಿಗೆ ಸೀರಿಯಸ್ಸಂತೆ. ಅವಳು ಅರ್ಜೆಂಟಾಗಿ ಬೆಂಗ್ಳೂರಿಗೆ ಹೋಗಬೇಕು. ಅದಕ್ಕೆ ಊರಿಂದ ಎದ್ದಿದ್ದ ಹಾಗೇ ಕರ್ಕೊಂಡು ಬಂದೆ. ಈಗ ಅವಳನ್ನ ಬಸ್ಸಿಗೆ ಹತ್ತಿಸಿ ಬರ್ತೀನಿ. ಅದಕ್ಕೆ ಮುಂಚೆ ಅವಳು ಸ್ನಾನ ಮಾಡಿ ರೆಡಿಯಾಗಬೇಕು"

ಅಲೋಕ ಹಾಲಿನ ಸೋಫಾದಲ್ಲಿ ಕುಳಿತ ಮೇಲೆ ಹೇಳಿದ.

"ಓ..ಶೂರ್..ಅಮ್ಮನ್ನ ಎಬ್ಬಿಸಲಾ..?"

"ಏ...ಬೇಡಿ..ಪಾಪ ವಯಸ್ಸಾದವರನ್ನ ಯಾಕೆ ಎಬ್ಬಿಸ್ತೀರಾ.."

ಭುವಿ ಹೇಳಿದಳು.

"ಕೆಳಗೇ ಬಾತ್ರೂಮ್ ಇದೆ.. ಈ ಕಡೆ ಹೋಗಿ. ಒಳಗೆ ಸೋಲಾರ್ ನಲ್ಲಿ ಎಡಗಡೇದು. ಅಲ್ಲೇ ಕನ್ನಡಿ ಇದೆ. ನೀವು ರೆಡಿಯಾಗಿ ಬರಬಹುದು"

ಭುವಿ ತನ್ನ ಬ್ಯಾಕ್‌ಪ್ಯಾಕ್ ಜೊತೆಗೆ ಬಾತ್ರೂಮ್ ಕಡೆ ಹೊರಟಳು.

"ಇಷ್ಹೊಂದು ಯಾಕೆ ರಿಸ್ಕ್ ತಗೋತಿದ್ದೀಯೋ..? ಬೆಳಗಿನ ಝಾವ ನಂಜನಗೂಡಿನ ಕಡೆಯಿಂದ ಬರೋ ತಮಿಳುನಾಡು ಲಾರಿಗಳು ವಿಪರೀತ ಡೇಂಜರಸ್! ಜೊತೆಗೆ ಕುಡಿದು ಬೇರೆ ಡ್ರೈವ್ ಮಾಡ್ತಾರ್..ಅಂತಾದ್ದೇನು ಅರ್ಜೆಂಟಿತ್ತು..?"

ನಂದೀಶ ಆಕ್ಷೇಪಿಸಿದ.

"ಭುವಿ ಅಜ್ಜಿಗೆ ಸೀರಿಯಸ್ಸಂತೆ. ನೆನ್ನೆ ರಾತ್ರಿ ಒಂದು ಗಂಟೇಲಿ ಫೋನ್ ಮಾಡಿದ್ದರು. ಇದು ಬಿಟ್ಟು ಬೇರೆ ದಾರಿ ಇರಲಿಲ್ಲ. ಅಪ್ಪ-ಅಮ್ಮಂಗೂ ಹೇಳದೆ ಇವಳನ್ನ ಕರ್ಕೊಂಡು ಬಂದಿದ್ದೀನಿ"

ಅಲೋಕ್ ಸುಳ್ಳು ಹೇಳಬೇಕಾದದ್ದು ಅನಿವಾರ್ಯವಾಗಿತ್ತು.

"ಸರಿ, ಕಾಫಿ ಕುಡೀತೀಯ..?"

"ಏನೂ ಬೇಡ. ಮೊದಲು ಭುವೀನಾ ಬಸ್ಸಿಗೆ ಹತ್ತಿಸಿದರೆ ಸಾಕು"

"ನಾನು ಒಂದೈದ್ನಿಮಿಷ ಮೇಲೆ ಹೋಗಿ ಬರ್ತೀನಿ..."

ನಂದೀಶ ಎದ್ದು ಮಹಡಿ ಮೆಟ್ಟಿಲಕಡೆ ನಡೆದ. ಅಲೋಕ ಟೀಪಾಯ್ ಮೇಲಿದ್ದ ಮ್ಯಾಗಜೀನು ತಿರುವುತ್ತ ಭುವಿಯ ದಾರಿ ಕಾಯತೊಡಗಿದ.

ಹತ್ತು ನಿಮಿಷಗಳಲ್ಲೇ ಭುವಿ ಬಂದಳು.

"ಹೋಗು, ನೀನು ಹೋಗಿ ರೆಡಿಯಾಗಿ ಬಾ"

ಅಲೋಕ ಸಿದ್ಧನಾಗಿ ಬಂದೊಡನೆ "ಹೋಗೋಣ?" ಎಂದಳು ಭುವಿ.

"ನಂದೀಶ ಕೆಳಗೆ ಬರ್ಲಿ, ಹೇಳಿ ಹೋಗೋಣ"

"ನೆಕ್ಸ್‌ಟ..?" ಭುವಿ ಅಲೋಕನ ಕಡೆ ನೋಡಿದಳು.

ಮೆಟ್ಟಿಲ ಬಳಿ ಶಬ್ದವಾಯಿತು. ಅಲೋಕ ತುಟಿಯ ಮೇಲೆ ಬೆರಳಿಟ್ಟು ಸುಮ್ಮನಿರು ಎಂದು ಸನ್ನೆ ಮಾಡಿದ.

"ಸಾರಿ ನಂದಿ, ನಿನಗೆ ತೊಂದ್ರೆ ಕೊಟ್ಟೊ..ತಗೊ ನಿನ್ನ ಬೈಕ್ ಕೀ..ಪೆಟ್ರೋಲು ಖಾಲಿಯಾಗಿರಬಹುದು. ಹಾಕಿಸ್ಕೋ..ಸಾರಿ"

"ಅದೆಷ್ಟು ಸಲ ಸಾರಿ ಹೇಳ್ತೀಯ..? ನಿಮಗೆ ಒಂದು ಲೋಟ ಕಾಫಿ ಕೂಡ ಕೊಡಲಿಲ್ಲ"

"ಇನ್ನೊಂದ್ಸಲ ಊಟಕ್ಕೇ ಬರ್ತೀವಿ..ಆಯ್ತಾ..?"

"ತುಂಬಾ ಥ್ಯಾಂಕ್ಸ್"

ಭುವಿ ಸಂಕೋಚದಿಂದ ಹೇಳಿದಳು.

"ನೋಡಿ ಮೇಡಂ. ನಾನೂ ಅಲೋಕ ಪ್ರೈಮರಿಯಿಂದ ಕಾಲೇಜು ತನಕ ಒಟ್ಟಿಗೆ ಓದಿದವರು. ಅವನು ಎಂ.ಬಿ.ಎಗೆ ಹೋದ ನಾನು ಎಂ.ಏಗೆ ಹೋದೆ"

"ಓಕೆ..ನಂದಿ..ಮತ್ತೆ ಭೇಟಿಯಾಗೊಣ.."

"ಅಲ್ಲೋ..ಗಾಡೀನೂ ಬಿಟ್ಟು ಹೋಗ್ತಿದ್ದೀಯ..ಹೇಗೆ ಹೋಗ್ತೀಯಾ..?"

"ಆಟೋ ಸಿಗುತ್ತೆ..."

ಇಬ್ಬರೂ ಮನೆಯಿಂದಾಚೆ ಬಂದರು. ರೋಡಿಗಿಳಿಯುತ್ತಲೇ ಬೀದಿಯ ಕೊನೆಯಲ್ಲೊಂದು ಆಟೋ ನಿಂತಿರುವುದು ಕಂಡಿತು.

"ಬಸ್ ಸ್ಟಾ‌ಯಂಡು?" ಅಲೋಕ ಹೇಳಿದ.

"ಹತ್ಕೊಳ್ಳಿ. ಒಂದೂವರೆ ಚಾರ್ಜು. ಆಮೇಲೆ ತಕರಾರು ಮಾಡ್ಕೂಡದು" ಆಟೋದವ ಖಡಕ್ಕಾಗಿ ಹೇಳಿದ.

"ಆಯ್ತು" ಅಲೋಕ ಒಪ್ಪಿದ.

ಇಬ್ಬರೂ ಆಟೋ ಹತ್ತಿದರು. ಆಟೋ ಹೊರಟಿತು.

ಸ್ವಲ್ಪ ದೂರ ಕ್ರಮಿಸುತ್ತಲೇ ಒಂದು ಸ್ಕಾರ್ಪಿಯೋ ವ್ಯಾನು ನೇರ ಆಟೋ ಎದುರಿಗೆ ಬಂದು ನಿಂತಿತು! ಅದು ಈ ಆಟೋವನ್ನೇ ಗುರಿಯಾಗಿಟ್ಟುಕೊಂಡು ಬಂದಂತಿತ್ತು! ಆಟೋದವ ಬ್ರೇಕ್ ಹಾಕಿ ನಿಲ್ಲಿಸಿದ.

"ಇಳೀರಿ..ಆ ವ್ಯಾನು ಹತ್ತಿ" ಆಟೋದವ ಹಿಂದೆ ತಿರುಗಿ ಹೇಳಿದ.

"ಏನು..?" ಅಲೋಕ ತನ್ನ ಕಿವಿಯನ್ನು ನಂಬದೆ ಕೇಳಿದ.

"ಕೇಳಿಸ್ಲಿಲ್ವಾ..? ಹೆಚ್ಗೆ ಮಾತಾಡದೆ ಇಳಿದು ಆ ವ್ಯಾನು ಹತ್ತಿ"

"ಯಾರೋ ನೀನು..?" ಅಲೋಕ ಗಟ್ಟಿ ದನಿಯಲ್ಲಿ ಕೇಳಿದ.

ಅಷ್ಟೊತ್ತಿಗೆ ವ್ಯಾನಿಂದ ಮೂವರು ಇಳಿದರು. ಒಬ್ಬನ ಕೈಲಿ ರಿವಾಲ್ವರ್! ಉಳಿದಿಬ್ಬರು ಮುಷ್ಠಿ ಬಿಗಿ ಹಿಡಿದಿದ್ದರು!

ತಾವು ದುಷ್ಟರ ಕೈಗೆ ಸಿಕ್ಕಿಹಾಕಿಕೊಂಡಿದ್ದು ಅರಿವಾಯಿತು ಅಲೋಕ ಮತ್ತು ಭುವಿಗೆ!

ಭುವಿ ಬೆದರಿದ ಹರಿಣಿಯಾಗಿದ್ದಳು! ಸಣ್ಣ ಚೀತ್ಕಾರವೊಂದು ಬಾಯಿಂದ ಈಚೆ ಬಂತು.

"ಹುಷಾರ್! ಕೂಗಿದ್ರೆ ಪ್ರಾಣ ಕಳ್ಕೋತೀರಿ" ಆಟೋದವ ಹೆದರಿಸಿದ.

ವ್ಯಾನಿನಿಂದ ಕೆಳಗಿಳಿದವರು ಆಟೋ ಹತ್ತಿರ ಬರತೊಡಗಿದರು.

ಅಲೋಕ ಯೋಚಿಸಿದ. ಇವರಿಂದ ತಪ್ಪಿಸಿಕೊಂಡು ಓಡಲು ಸಾಧ್ಯವೆ..? ತಾನೇನೋ ಸರಿ..ಆದರೆ ಭುವಿ? ಇವರಿಂದ ಹೇಗೆ ಪಾರಾಗುವುದು? ಕೂಗಿಕೊಂಡರೆ ಅಕ್ಕ-ಪಕ್ಕದ ಮನೆಯವರು ಯಾರೂ ಈ ಸಮಯದಲ್ಲಿ ಬರಲಾರರು! ಬಂದರೂ ಅವರೇನೂ ಮಾಡಲಾರರು!!

"ಏನು ಮಾಡೋದು..?" ಭುವಿ ಅಲೋಕನ ಭುಜ ಗಟ್ಟಿಯಾಗಿ ಹಿಡಿದಳು.

"ಬೇರೆ ದಾರಿ ಕಾಣಿಸ್ತಿಲ್ಲ. ಇಳಿ..ದೇವರ ಮೇಲೆ ಭಾರ ಹಾಕೋಣ. ಏನಾಗುತ್ತೋ ಆಗಲಿ.."

ಅಲೋಕ ಕೆಳಗಿಳಿದ. ಭುವಿ ಅನುಸರಿಸಿದಳು.

ರಿವಾಲ್ವರ್ ಹಿಡಿದವನ ಮುಖ ನೋಡಿದ ಅಲೋಕ್. ಎಲ್ಲೋ ನೋಡಿದ ನೆನಪು..ಎಲ್ಲಿ..? ಹಾ.. ಸ್ಕೆಚ್..ಹೌದು ಪೋಲೀಸ್ ಸ್ಟೇಷನ್ನಿನಲ್ಲಿ ಅಪ್ಪ ಹೇಳಿದ ವಿವರಕ್ಕೆ ಕಲಾವಿದ ಬಿಡಿಸಿದ್ದ ಚಿತ್ರ. ಅವನು..ರತನ್!

"ರತನ್..?" ಅಲೋಕ ಉದ್ಗರಿಸಿದ.

"ಓ..ನನ್ನ ಹೆಸರೂ ನಿಂಗೆ ಗೊತ್ತು..? ನೋಡ್ರೋ..ನಾನೆಷ್ಟು ಫೇಮಸ್.." ಅವನು ನಕ್ಕ.

"ನಮ್ಮ ಹತ್ರ ಏನೂ ಇಲ್ಲ. ನಮ್ಮನ್ನ ಯಾಕೆ ಹಿಡಿದೆ..?"

ಅಲೋಕ ಧೈರ್ಯ ಮಾಡಿ ಕೇಳಿದ.

"ಇಲ್ಲಿ ಬೀದೀಲಿ ಮಾತಾಡೋಕಾಗೊಲ್ಲ. ಹತ್ತಿ ವ್ಯಾನು"

ರಿವಾಲ್ವರಿನಿಂದ ಸನ್ನೆ ಮಾಡಿದ. ಅವರೆಲ್ಲ ಅಲೋಕ ಮತ್ತು ಭುವಿಯ ಹಿಂದೆ ನಿಂತರು. ಅನಿವಾರ್ಯವಾಗಿ ಅಲೋಕ ಮತ್ತು ಭುವಿ ವ್ಯಾನು ಹತ್ತಿದರು.

ರತನ್ ಮುಂದಿನ ಸೀಟಿನಲ್ಲಿ ಕೂತ. ಅವನ ಚೇಲಾಗಳು ಹಿಂದಿನ ಸೀಟಿಗೆ ಹೋದರು. ಭುವಿ ಮತ್ತು ಅಲೋಕ ಮಧ್ಯದ ಸೀಟಿನಲ್ಲಿ ಕೂತಿದ್ದರು. ಆಟೋದವ ರತನ್ ಮುಂದೆ ಕೈಯೊಡ್ಡಿದ. ಕೆಲವು ನೋಟುಗಳನ್ನು ಅವನ ಕೈಗಿತ್ತ ರತನ್.

"ಯಾರ್ಗಾದ್ರೂ ಹೇಳಿದ್ರೆ ಪ್ರಾಣ ಕಳ್ಕೋತೀಯ" ರತನ್ ಎಚ್ಚರಿಸಿದ. ಆಟೋದವ ತಲೆಯಾಡಿಸಿದ.

ವ್ಯಾನು ಹೊರಟಿತು.

"ಎಲ್ಲಿಗೆ ಕರ್ಕೊಂಡು ಹೋಗ್ತಿದ್ದೀಯ..?"

"ಅರೇ ಬೇಟಾ..ಅದ್ನೆಲ್ಲಾ ಹೇಳಿದ್ರೆ ನಮಗೆ ಮರ್ಯಾದೆ ಬರುತ್ತಾ..? ಸುಮ್ಗೆ ನೋಡ್ತಾ ಇರು..ಅಷ್ಟೆ"

ಸ್ವಲ್ಪ ದೂರ ಕ್ರಮಿಸಿದ ವ್ಯಾನು ಸ್ಪೋರ್ಟ್ಸ್ ಪೆವಿಲಿಯನ್ ಪಕ್ಕಕ್ಕೆ ಹೋಗಿ ನಿಂತಿತು.

"ನಿಮ್ಮ ಹತ್ರ ಇರೋದೆಲ್ಲಾ ಕೊಟ್ಟಿಡಿ.." ರತನ್ ಏರಿದ ದನಿಯಲ್ಲಿ ಹೇಳಿದ.

"ನಮ್ಮ ಹತ್ರ ಇರೋದೆಲ್ಲಾ ಪರ್ಸನಲ್ ಥಿಂಗ್ಸ್.." ಭುವಿ ಆಕ್ಷೇಪದ ದನಿ ಹೊರಡಿಸಿದಳು.

"ಏ..ಚೋಕ್ರೀ..ಹೇಳಿದಷ್ಟು ಮಾಡು. ನಾವು ಒಳ್ಳೇ ಜನ ಅಲ್ಲ! ಅಷ್ಟು ತಿಳ್ಕೋ..ಹೆಚ್ಗೆ ಮಾತಾಡಿದ್ರೆ, ತೊಂದ್ರೆ ಮಾಡೋಕೆ ಹೋದ್ರೆ ನಿಮ್ಮ ಪ್ರಾಣ ಹೋಗುತ್ತೆ. ಪ್ರಾಣ ತೆಗೆಯೋದು ನಮಗೇನೂ ಕಷ್ಟದ ಕೆಲಸ ಅಲ್ಲ..."

"ಎಲ್ಲಾ ಕೊಟ್ಬಿಡು ಭುವಿ. ಇವರ ಹತ್ರ ಮಾತು ವ್ಯರ್ಥ"

"ಗುಡ್..ನಿಂಗೆ ಬುದ್ಧಿ ಬಂದ್ಬಿಟ್ಟಿದೆ."

ಇಬ್ಬರೂ ತಮ್ಮ ಬಳಿ ಇದ್ದ ಬ್ಯಾಕ್‌ಪ್ಯಾಕುಗಳನ್ನು ಅವರ ಕೈಗಿತ್ತರು.

ಪೆವಿಲಿಯನ್ ಒಳಗೆ ಒಂದಷ್ಟು ಜನ ಆಟೋಟಗಳಲ್ಲಿ ತಲ್ಲೀನರಾಗಿದ್ದರೂ ರಸ್ತೆಯಿಂದ ಅವರು ತುಂಬಾ ದೂರವಿದ್ದರು. ಕೂಗಿದರೂ ಅವರಿಗೆ ಕೇಳಿಸಲಾರದು ಎನ್ನಿಸಿತು ಅಲೋಕನಿಗೆ. ಒಂದು ವೇಳೆ ಕೂಗಿದರೂ, ಅವರಿಲ್ಲಿಗೆ ಬರುವ ವೇಳೆಗೆ

ತಮ್ಮನ್ನು ಇವರು ಕೊಂದು ಕೆಳಗೆ ತಳ್ಳಿ ಹೋಗಬಹುದು. ಅದೆಲ್ಲಾ ವ್ಯರ್ಥ ಮತ್ತು ಅಪಾಯದ ಕೆಲಸ ಎನ್ನಿಸಿತು.

ಭುವಿ ಹೆದರಿದ್ದಳು! ಬಲಮುರಿಯಲ್ಲಿ ಸಿಕ್ಕ ಶಂಖ ಮತ್ತು ಗಂಟೆ ಬಹಳ ಮಹತ್ವದ್ದಿರಬಹುದು! ಅವು ನಿಧಿಗೆ ಇನ್ನೊಂದು ಕ್ಲೂ. ಅವು ಅಲೋಕನ ಬ್ಯಾಕ್‌ಪ್ಯಾಕಿನಲ್ಲಿದ್ದವು. ಅವು ಇವರ ಕೈಗೆ ಸಿಕ್ಕರೆ ತಮ್ಮೆಲ್ಲಾ ಪ್ರಯತ್ನವೂ ವ್ಯರ್ಥ! ಭುವಿ ಆತಂಕದಿಂದ ಅಲೋಕನ ಮುಖ ನೋಡಿದಳು. ಅವನ ಮುಖದಲ್ಲಿ ಹೆದರಿಕೆಯಿದ್ದರೂ ಯಾವುದೇ ಗಲಿಬಿಲಿಯಿರಲಿಲ್ಲ. ಅವಳಿಗೆ ಅಚ್ಚರಿಯಾಯಿತು. ಇವರಿಗೆ ಯೋಚನೆಯಿಲ್ಲವೆ..? ಆ ಶಂಖ, ಗಂಟೆ ಕೈಬಿಟ್ಟುಹೋಗುತ್ತದೆ ಎಂಬ ಚಿಂತೆ ಕಿಂಚಿತ್ತೂ ಇಲ್ಲವಲ್ಲ?!

ರತನ್ ಅವರಿಬ್ಬರ ಬ್ಯಾಗುಗಳನ್ನೂ ಅಮೂಲಾಗ್ರವಾಗಿ ಹುಡುಕಿದ. ಏನೂ ಸಿಗಲಿಲ್ಲ!ಭುವಿಯ ಬ್ಯಾಗಿನಲ್ಲಿ ಒಂದು ಜೊತೆ ಬಟ್ಟೆ ಬಿಟ್ಟರೆ ಉಳಿದವೆಲ್ಲಾ ಅವಳ ಅಲಂಕಾರದ ಸಾಮಾನುಗಳು. ಇನ್ನು ಅಲೋಕನ ಬ್ಯಾಗಿನಲ್ಲಿ ವಾಟರ್ ಬಾಟಲು, ಟಿಫನ್ ತಂದಿದ್ದ ಡಬ್ಬಿ, ಒಂದು ಸಣ್ಣ ಟವೆಲ್, ಒಂದೆರಡು ಪುಸ್ತಕಗಳು ಅಷ್ಟೆ!

"ಏ..ಅಲ್ಲಿ ಸಿಕ್ಕಿದ್ದು ಎಲ್ಲಿ..?"

ರತನ್ ಖುದ್ರನಾಗಿ ಕೇಳಿದ.

"ಎಲ್ಲಿ?"

"ಮಸ್ಕಿರಿ ಬ್ಯಾಡ. ಬಲ್ಮುರೀಲಿ ಆ ಕಟ್ಟೆ ಹತ್ರ ತಡಕಾಡ್ತಿದ್ದೆಯಲ್ಲ ಅದು..?"

"ಅಲ್ಲೇನೂ ಇರಲಿಲ್ಲ. ಬರೀ ಕೈ ತರಚಿ ಗಾಯ ಆಗಿ ರಕ್ತ ಬಂತು. ಇಲ್ಲಿ ನೋಡಿ.."

ರತನ್ ಅವನ ಕೈ ನೋಡಿದ. ಬಲ ಮುಂಗೈ ತರಚಿತ್ತು! ತಾನು ತಪ್ಪು ಮಾಡಿದೆ ಎಂದು ರತನ್ ಯೋಚಿಸಿದ. ಇವರನ್ನು ಹಿಡಿಯದಿದ್ದರೇ ಒಳ್ಳೆಯದಿತ್ತು. ಇವರನ್ನು ಹಿಂಬಾಲಿಸುತ್ತಿದ್ದರೆ ನಿಧಿ ಇರುವ ಜಾಗಕ್ಕೆ ಖಂಡಿತಾ ಕರೆದುಕೊಂಡು ಹೋಗುತ್ತಾರೆ. ತಾನು ಆತುರಬಿದ್ದೆ. ಖಂಡಿತಾ ಇವರಿಗೆ ಅಲ್ಲೇನೋ ಸಿಕ್ಕಿದೆ. ಅದನ್ನು ಎಲ್ಲೋ ಬಚ್ಚಿಟ್ಟಿರಬಹುದು! ಈಗ ಬಂದ ಮನೆಯಲ್ಲಿರಬಹುದೆ..? ಇಲ್ಲ, ಇಂತಾ ವಿಷಯದಲ್ಲಿ ಯಾರು ಯಾರನ್ನೂ ನಂಬುವುದಿಲ್ಲ. ಬಹುಶಃ ಬಂದ ದಾರಿಯಲ್ಲೇ ಎಲ್ಲಾದರೂ ಅದನ್ನು ಅಡಗಿಸಿರಬಹುದು. ಆದರೆ ಆ ವಸ್ತು ಏನು? ಅದೇನು ಎಂದು ಗೊತ್ತಾದರೆ ಹುಡುಕಬಹುದು. ಈಗ ಏನು ಮಾಡಲಿ..? ಇವರನ್ನು ತನ್ನ ವಶದಲ್ಲಿಟ್ಟುಕೊಂಡರೆ ಮುಂದಿನ ಅನ್ವೇಷಣೆ ನಿಂತು ಹೋಗುತ್ತದೆ. ಇವರನ್ನು ಇಲ್ಲಿಯೇ ಬಿಟ್ಟುಬಿಟ್ಟರೆ ಮುಂದೆ ಒಂದು ದಿನ ನಿಧಿಯ ಬಳಿಗೆ ಕರೆದೊಯ್ಯುತ್ತಾರೆ!

"ಜೇಬಲ್ಲಿ ಏನಿದೆ..?" ರತನ್ ಕೆಕ್ಕರಿಸಿ ಕೇಳಿದ.

"ಪರ್ಸು, ಒಂದಿಷ್ಟು ದುಡ್ಡು.."

"ಚೋಕ್ರೀ..ನಿನ್ನತ್ರ ಏನೈತೆ..?"

"ಸ್ವಲ್ಪ ಹಣ.."

"ನೋಡೋ ಹುಡ್ಗಾ..ಈಗ ನಿನ್ನಿಂದ ಏನೂ ಪ್ರಯೋಜ್ನ ಇಲ್ಲ. ಹೋಗು, ಬದುಕಿಕೊಂಡೆ..ಆದ್ರೆ..ನನ್ನ ವಿಷಯ ಯಾರಿಗಾದ್ರೂ ಬಾಯಿಬಿಟ್ರೆ..ಸೀದಾ ಸ್ವರ್ಗ ಕಾಣಿಸಿಬಿಡ್ತೀನಿ..ಪೋಲೀಸ್ ಗೀಲೀಸ್ ಅಂತಾ ಹೋಗ್ಬಾರ್ದು"

"ಇಲ್ಲ, ಹೋಗೊಲ್ಲ..ಪ್ರಾಮಿಸ್.."

"ಏ..ಪ್ರಾಮಿಸ್ ಎಲ್ಲಾ ಬ್ಯಾಡ..ಮಾತು ಉಳಿಸ್ಕೋ ಸಾಕು..ಇಳೀ ಕೆಳಕ್ಕೆ.."

ಅವರು ಕೆಳಗಿಳಿದ ನಂತರ ಇಬ್ಬರ ಬ್ಯಾಗುಗಳನ್ನೂ ರಸ್ತೆಗೆ ಎಸೆದ ರತನ್. ವ್ಯಾನು ವೇಗವಾಗಿ ಯೂನಿವರ್ಸಿಟಿ ಕಡೆಗೆ ಧಾವಿಸಿತು. ಅಲೋಕ ನಂಬರ್ ಓದಿ ನೆನಪು ಮಾಡಿಕ್ಕೊಳ್ಳಲು ಪ್ರಯತ್ನಿಸಿದ.

"ಅಬ್ಬಾ...ಇಷ್ಟು ಸುಲಭದಲ್ಲಿ ನಮ್ಮನ್ನ ಬಿಟ್ಟಿಡ್ತಾರೇಂತ ನಾನಂದ್ಕೊಂಡಿರಲಿಲ್ಲ" ಭುವಿ ಉದ್ಗರಿಸಿದಳು.

"ನಮ್ಮ ಹತ್ರ ಏನೂ ಸಿಗಲಿಲ್ಲಾಂತ ಬಿಟ್ಟ! ನಾವು ಅವನ ವಶದಲ್ಲಿದ್ದರೆ ನಿಧಿ ಹುಡುಕೋದು ನಿಂತೇ ಹೋಗ್ತಿತ್ತು. ಅವನಿಗೆ ಎಲ್ಲಿಗೆ ಹೋಗ್ಬೇಕೂಂತ ಗೊತ್ತಿಲ್ಲ. ನಾವು ನಿಧಿಯ ಹತ್ರ ಹೋಗೇಹೋಗ್ತೀವೀಂತ ಅವನಿಗೆ ನಂಬಿಕೆ. ಅಲ್ಲೀವರೆಗೂ ಅವನು ನಮ್ಮನ್ನ ಫಾಲೋ ಮಾಡ್ತಾನೆ. ನಾವು ನಿಧಿಗೆ ಕೈಯಿಡೋ ಸಮಯದಲ್ಲಿ ನಮ್ಮನ್ನ ಮುಗಿಸಿ ನಿಧಿ ವಶ ಮಾಡ್ಕೋತಾನೆ.. ಅವರು ನಮ್ಮ ಹಿಂದೆ ಬೀಳದ ಹಾಗೆ ಅವರ ಕಣ್ಣು ತಪ್ಪಿಸಬೇಕು"

ಅಲೋಕ ವಿವರಿಸಿದ.

"ಏ..ಆ ಶಂಖ, ಗಂಟೆ ನಿನ್ನ ಬ್ಯಾಗ್ನಲ್ಲಿ ಇರ್ಲಿಲ್ಲವಲ್ಲ? ಏನು ಮಾಡಿದೆ..?" ಭುವಿ ಕುತೂಹಲದಿಂದ ಕೇಳಿದಳು.

"ಒಂಚೂರು ಬುದ್ಧಿ ಉಪಯೋಗಿಸಿದೆ. ಬಲಮುರೀಲಿ ಪೊದೆ ಹತ್ರ ಯಾರೋ ಇದಾರೇಂತ ಹೇಳಿದೆಯಲ್ಲ..? ಅದಕ್ಕೇ ಅವನ್ನ ನಂದೀಶನ ಬೈಕಿನ ಬಾಕ್ಸಿನಲ್ಲಿ ಹಾಕಿಬಿಟ್ಟೆ"

"ವಾವ್..ನಾನು ನಿನ್ನ ಏನೋ ಅಂತಿದ್ದೆ.."

"ಹೂ..ಈಗ ಗೊತ್ತಾಯ್ತಲ್ಲ..?" ಅಲೋಕ ಕಾಲರ್ ಎತ್ತರಿಸಿಕೊಂಡ.

"ಸ್ಕೋಪ್ ತಗೋಬೇಡ..ವಾಟ್ ನೆಕ್ಸ್ಟ"

"ಹುಲಿ ಬಾಯಿಂದ ತಪ್ಪಿಸ್ಕೊಂಡಿದ್ದೀವಿ. ಈಗ ನಮ್ಮ ಬಾಯಿಗೆ ಒಂದಿಷ್ಟು ಆಹಾರ ಹಾಕ್ಕೊಳ್ಳೋಣ. ಆಮೇಲೆ ನೀನು ಬೆಂಗ್ಳೂರು ಬಸ್ಸು ಹತ್ತು. ನಿಮ್ಮ ಅಪ್ಪ-

ಅಮ್ಮ ಏನಂದ್ಕೋತಾರೋ..?"

"ಏನಾದ್ರೂ ಹೇಳಿ ಕನ್ವಿನ್ಸ್ ಮಾಡ್ತೀನಿ..ನಡಿ ಮೊದಲು.."

"ಆಟೋ.." ಅಲೋಕ ಕರೆದ.

"ಇವನೂ ನಮಗೆ ಮೋಸ ಮಾಡೊಲ್ಲ ತಾನೆ..?"

"ಯಾರಿಗೆ ಗೊತ್ತು. ಲೆಟ್ ಅಸ್ ಟ್ರೈ" ಅಲೋಕ ನಕ್ಕ. ಆಟೋ ಅವರ ಪಕ್ಕಕ್ಕೆ ಬಂದು ನಿಂತಿತು.

7

“ಸುಧಾಕರ್, ನಾವು ತಪ್ಪು ಮಾಡ್ತಿದ್ದೀವಿ” ರೋಹಿತ್ ಕೇಳಿದ.

“ಯಾಕೆ ಹಾಗೆ ಹೇಳ್ತಿದ್ದೀಯ?”

“ಅಲೋಕನ್ನೂ ಫ್ರೀಯಾಗಿ ಬಿಟ್ಟಿದ್ದೀವಿ. ಆ ರತನ್ ಕಣ್ಣಿಗೆ ಕಾಣಿಸಿದರೂ ಅವನನ್ನ ಅರೆಸ್ಟ್ ಮಾಡಿಲ್ಲ...”

“ಅದು ಮಾಡಿಬಿಟ್ಟರೆ ಆ ನಿಧಿ ವಿಷಯ ಇಲ್ಲಿಗೇ ಮುಗಿದ ಹಾಗೆ” ಸುಧಾಕರ್ ಹೇಳಿದ.

ಸ್ಪೋರ್ಟ್ಸ್ ಪೆವಿಲಿಯನ್ ಹಿಂದಿನ ಸರ್ಕಲ್ಲಿನಲ್ಲಿ ಪೋಲೀಸ್ ಜೀಪು ನಿಂತಿತ್ತು. ಜೀಪಿನಲ್ಲಿ ಕೂತು ಅದುವರೆಗೆ ನಡೆದ ಎಲ್ಲ ವಿದ್ಯಮಾನಗಳನ್ನೂ ನೋಡಿತ್ತಿದ್ದ ಸುಧಾಕರ್ ಮತ್ತು ರೋಹಿತ್ ತಮ್ಮಲ್ಲೇ ಮಾತಿಗೆ ತೊಡಗಿದ್ದರು.

“ಸುಮ್ಮನೆ ಅವರ ಹಿಂದೆ ತಿರುಗಾಡಿಕೊಂಡೇ ಇರೋಣವಾ..?” ರೋಹಿತ್ ಆಕ್ಷೇಪಣೆ ಎತ್ತಿದ.

“ಹೆಚ್ಚು ಕಾಲ ಬೇಕಿಲ್ಲ..ಐ ಥಿಂಕ್ ಕ್ಲೈಮ್ಯಾಕ್ಸ್ ಹತ್ರ ಬರ್ತಿರೋ ಹಾಗಿದೆ. ಜಗನ್ನಾಥನ ಮರ್ಡರ್, ಶಾಮಣ್ಣನ ಕಿಡ್ನ್ಯಾಪ್ಪ್ ಮತ್ತೆ ಹಳೇ ಕಾಲದ ಈ ನಿಧಿ..ಎಲ್ಲಾ ಒಟ್ಟಿಗೆ ಸಾಲ್ವ್ ಆಗೋ ಕಾಲ ಬಂದಿದೆ” ಸುಧಾಕರ್ ಮಾತಿನಲ್ಲಿ ಅತೀವ ಆತ್ಮವಿಶ್ವಾಸವಿತ್ತು.

“ಬಲಮುರೀಲಿ ಅಲೋಕನಿಗೆ ಏನಾದರೂ ಸಿಕ್ಕಿದೆ ಅಂತ ಅನ್ನಿಸುತ್ತಾ..?”

“ಖಂಡಿತಾ ಸಿಕ್ಕಿದೆ. ಅದೇನು ಗೊತ್ತಿಲ್ಲ. ಅದು ನಿಧಿಯಂತೂ ಅಲ್ಲ! ಅದು ನಿಧಿಯಾಗಿದ್ದಿದ್ದರೆ ಅಲೋಕ ಮತ್ತು ಭುವಿ ಈ ಸಮಯಕ್ಕೆ ನೆಮ್ಮದಿಯಿಂದ ಬೆಂಗಳೂರು ತಲುಪುತ್ತಿದ್ದರು. ಹೆಚ್ಚೆಂದರೆ ಅಲ್ಲಿ ಬಹುಶಃ ಇನ್ನೊಂದು ಕ್ಲೂ ಸಿಕ್ಕಿರಬೇಕು. ಆ ಜಾಗ ನೋಡಿದೆಯಲ್ಲ? ಅದರಲ್ಲಿ ನಿಧಿಯಂತೂ ಇರೋಕೆ ಸಾಧ್ಯವಿಲ್ಲ. ಸಿಕ್ಕಿದ್ದರೆ ಇನ್ನೊಂದು ಕ್ಲೂ ಅಷ್ಟೆ! ಅದು ಖಂಡಿತಾ ಸಿಕ್ಕಿದೆ. ಈಗ ಅಲೋಕನ ಬಳಿ ಇದ್ದ ಆ ಕ್ಲೂ ಕಿತ್ಕೊಂಡು ಕಳಿಸಿರಬೇಕು ರತನ್.”

"ಅಥವಾ..ಆ ಕ್ಲೂ ರತನನಿಗೆ ಸಿಗದ ಹಾಗೆ ಅಲೋಕ ಏನಾದರೂ ಟ್ರಿಕ್ ಮಾಡಿರಬಹುದಾ..?" ರೋಹಿತ್ ಅನುಮಾನಿಸಿದ.

"ಸಾಧ್ಯವಿದೆ. ಹಾಗಾಗೋಕೂ ಸಾಧ್ಯವಿದೆ. ಆದ್ರೆ ರತನ್ ಅವರನ್ನ ಯಾಕೆ ಬಿಟ್ಟ..?"

"ಅವರನ್ನ ಇಂಟರ್ಸೆಪ್ಟ್ ಮಾಡಿದರೆ ಗೊತ್ತಾಗುತ್ತೆ..!" ರೋಹಿತ್ ಮಾತಿನಲ್ಲಿ ಆತುರವಿತ್ತು. ಭುವಿ ಮತ್ತು ಅಲೋಕರನ್ನು ತಡೆದು ಅವರನ್ನು ವಿಚಾರಿಸಬೇಕೆಂಬ ಮನಸ್ಸಿತ್ತು.

"ನೋ..ಕೆಲಸ ಕೆಟ್ಟು ಹೋಗುತ್ತೆ. ಅಲೋಕನ ಹಿಂದೆ ರತನ್ ಬಿದ್ದಿದಾನೆ. ಅವರಿಬ್ಬರಿಗೂ ತಿಳಿಯದ ಹಾಗೆ ನಾವು ಅವರಿಬ್ಬರನ್ನೂ ಫಾಲೋ ಮಾಡ್ಬೇಕು. ಕ್ಲೈಮ್ಯಾಕ್ಸ್ನಲ್ಲಿ ನಮ್ಮ ಕೈ ಮೇಲಾಗಬೇಕು.." ಸುಧಾಕರ್ ಮನಸ್ಸಿನಲ್ಲಿ ಆಗಲೇ ಕ್ಲೈಮ್ಯಾಕ್ಸ್ ದೃಷ್ಯ ಕಾಣುತ್ತಿದ್ದ.

"ಇಡೀ ರಾತ್ರಿ ಕಣ್ಣಿಗೆ ಎಣ್ಣೆ ಬಿಟ್ಕೊಂಡು ಅವರನ್ನ ಫಾಲೋ ಮಾಡಿದ್ದೇ ಆಯ್ತು! ಈ ಅಲೋಕ ಕಿಲಾಡಿ. ಆ ರತನನಿಗೆ ಹೇಗೆ ಟೋಪಿ ಹಾಕಿದ ನೋಡು. ಬೆಳಿಗ್ಗೆ ಹೋದಾಗ ಏನೂ ಮಾಡದೆ ಸುಮ್ಮನೆ ಬಂದ. ರಾತ್ರಿ ಮತ್ತೆ ಹೋಗಿ ಅಲ್ಲಿ ಕಾರ್ಯಾಚರಣೆ ನಡೆಸಿದ"

"ರತನ್ ಏನು ಕಮ್ಮೀನಾ..? ಅಲೋಕ ಬಂದೇ ಬರ್ತಾನೆ ಅಂತ ಗೊತ್ತಿದ್ದು. ಅಲ್ಲಿ ಅವರು ಹೋಗೋಕೆ ಮುಂಚೇನೇ ಅಲ್ಲಿ ಹೋಗಿ ಬಚ್ಚಿಟ್ಟುಕೊಂಡಿದ್ದ. ಯಾರುಗೂ ಅನುಮನ ಬರದೆ ಇರಲೀಂತ ತಾನು ಬಂದಿದ್ದ ಆ ಸ್ಕಾರ್ಪಿಯೋ ಗಾಡಿ ಕೂಡ ವಾಪಸ್ಸು ಕಳಿಸಿಬಿಟ್ಟಿದ್ದ. ಅದು ಮೂರು ಕಿಲೋಮೀಟರು ದೂರದ ಹಳ್ಳಿಯಲ್ಲಿ ನಿಂತಿತ್ತು! ಅದನ್ನ ನಾವು ಗುರುತು ಹಿಡಿದಿಲ್ಲ ಅಂತ ಅವನು ಅಂದ್ಕೊಂಡಿದ್ದಾನೆ!"

"ನಿಧಿಗೆ ಸಂಬಂಧಪಟ್ಟ ಎಲ್ಲಾ ಮಾಹಿತಿ ರತನ್ ಕೈಸೇರಿಲ್ಲ. ಸೇರಿದ್ದರೂ ಅದು ನಕಲಿ. ಅಸಲಿಯೆಲ್ಲಾ ಅಲೋಕನ ಹತ್ರ ಇದೆ. ಅದಕ್ಕೇ ಅವನು ಹೀಗೆ ಓಡಾಡ್ತಿರೋದು.."

"ಸೋ..ಇಡೀ ಕೇಸಲ್ಲಿ ಅಲೋಕನೇ ಇಂಪಾರ್ಟೆಂಟು. ಕ್ರಿಮಿನಲ್‌ಗಳು ಅವನ ಹಿಂದೆ ಬಿದ್ದಿದಾರೆ. ಯಾವ ಕ್ಷಣದಲ್ಲಿ ಏನಾಗುತ್ತೋ ಗೊತ್ತಿಲ್ಲ"

"ನಡೀ ಮೊದಲು ಸ್ನಾನ ಮಾಡಿ ಹೊಟ್ಟೆ ಪೂಜೆ ಮಾಡೋಣ.."

"ಸೋ..ನಾವು ಮೈಸೂರಲ್ಲೇ ಇರಬೇಕಾದದ್ದು ಅನಿವಾರ್ಯವಾಗಿದೆ. ಇದನ್ನ ಮೇಲಿನವರಿಗೆ ತಿಳಿಸಬೇಕು"

"ಓಕೆ..ನಾನೂ ಅದೇ ಕೆಲಸ ಮಾಡಬೇಕು. ಜೊತೆಗೆ ಈ ಕೇಸಿನ ಪ್ರಾಮುಖ್ಯತೆ ಏನು ಅನ್ನೋದು ಮೇಲಿನವರಿಗೆ ತಿಳಿಸಬೇಕು"

"ಈಗ ಅಲೋಕನನ್ನ ಫಾಲೋ ಮಾಡೋಕೆ ಯಾರಿಗಾದರೂ ಹೇಳ್ಬೇಕಲ್ಲ..?"

"ಆ ಕೆಲಸ ನಾನು ಮಾಡ್ತೀನಿ.." ರೋಹಿತ್ ಮೊಬೈಲ್ ಕೈಗೆತ್ತಿಕೊಂಡ.

ಇಬ್ಬರು ಎಸ್‌ಐಗಳಿದ್ದ ಆ ಜೀಪು ಸರ್ಕಲ್ ಬಿಟ್ಟಿತು.

***

ಅಲೋಕ ಮತ್ತು ಭುವಿ ಬೆಂಗಳೂರು ಬಸ್ಸು ಹತ್ತಿದ್ದರು. ಬಸ್ಸು ಟೋಲ್‌ಗೇಟ್ ಬಳಿ ಬರುತ್ತಿರುವಾಗ ಅಲೋಕನ ಮೊಬೈಲು ರಿಂಗಾಯಿತು.

"ಎಲ್ಲಿದ್ದೀಯೋ...? ಏನು ನಿನ್ನ ಕತೆ...?" ನಂದೀಶ ಫೋನಿನಲ್ಲಿ ಕೇಳಿದ.

"ಯಾಕೆ ಏನಾಯ್ತು...?" ಅವನು ಯಾವುದರ ಬಗೆಗೆ ಮಾತಾಡುತ್ತಿದ್ದಾನೆಂದು ಅಲೋಕನಿಗೆ ತಿಳಿದಿತ್ತು.

"ಅದೇನು..? ಬೈಕ್ ಬಾಕ್ಸಲ್ಲಿ..?"

"ಓ..ಅದಾ..ಅದಲ್ಲೇ ಇರಲಿ. ಕಾಲೇಜಿಗೆ ಬಂದು ನಾನದನ್ನ ತಗೋತೀನಿ.." ಅಲೋಕ ಪಿಸುದನಿಯಲ್ಲಿ ನುಡಿದ.

"ಏನೋ ಅದು..? ಯಾಕೋ ನಿನ್ನ ಚಟುವಟಿಕೆಗಳು ಅನುಮಾನ ಬರೋಹಾಗಿವೆ.."

"ಅನುಮಾನ ಬರೋ ಅಂತಾದ್ದು ಏನೂ ಇಲ್ಲ. ಅವು ಶಂಖ ಮತ್ತು ಗಂಟೆ ಅಷ್ಟೆ. ಅದು ನಮ್ಮ ತಾತನ ಕಾಲದ್ದು ಅವನ್ನ ಒಂದು ದೇವಸ್ಥಾನಕ್ಕೆ ಕೊಡ್ಬೇಕು"

ಅಲೋಕ ಒಂದಿಷ್ಟು ಸುಳ್ಳು ಪೋಣಿಸಿದ.

"ಅಷ್ಟು ಧೂಳಾಗಿರೋ ಬಟ್ಟೇಲಿ ಯಾಕೆ ಸುತ್ತಿದೀಯ..?"

"ಅದು ಹೇಳೋದು ಕಷ್ಟ. ಕಾಲೇಜಿಗೆ ಬಂದಾಗ ಎಲ್ಲಾ ಹೇಳ್ತೀನಿ.." ಎಂದು ಹೇಳಿ ಫೋನ್ ಕಟ್ ಮಾಡಿದ.

"ಯಾರು..?" ಪಕ್ಕದಲ್ಲಿದ್ದ ಭುವಿ ಕೇಳಿದಳು.

"ನಂದೀಶ. ಈಗ ನಮನ್ನ ಯಾರೂ ಫಾಲೋ ಮಾಡ್ತಿಲ್ಲ ತಾನೆ..?"

"ಇಲ್ಲಾನ್ನಿಸುತ್ತೆ.. ಏನು ಕೇಳಿದರು..?"

"ಅದೇ..ಬೈಕಿನ ಬಾಕ್ಸಲ್ಲಿ ಆ ಗಂಟುಗಳು ಏನೂಂತ"

ಭುವಿ ತನ್ನ ತಾಯಿಗೆ ಫೋನು ಮಾಡಿ ಇನ್ನೂ ಎರಡು ದಿನ ಮೈಸೂರಲ್ಲೇ ಇರಬೇಕಾಗಿ ಬಂದಿದೆ. ಏನೂ ಯೋಚನೆ ಇಲ್ಲ. ಎರಡು ದಿನ ಬಿಟ್ಟು ಬರ್ತೀನೀಂತ ಹೇಳಿದಳು.

ಇಬ್ಬರೂ ನಿದ್ರೆಯಿಂದ ವಂಚಿತರಾಗಿದ್ದರು. ಕಣ್ಣು ಮುಚ್ಚಿ ಬಸ್ಸಿನಲ್ಲೇ ನಿದ್ರಿಸತೊಡಗಿದರು. ದಣಿದಿದ್ದ ದೇಹಗಳು ನಿದ್ರೆಗೆ ಬೇಗನೆ ಶರಣಾದವು.

ಮಂಡ್ಯ ಬರುತ್ತಲೇ ಅಲೋಕನಿಗೆ ಎಚ್ಚರವಾಯಿತು. ಭುವಿಯನ್ನು ಎಬ್ಬಿಸಿದ. ತಮ್ಮ ಹಿಂದೆ ಖಂಡಿತಾ ರತನ್ ಚೇಲಾಗಳಿರುತ್ತಾರೆ. ಮೈಸೂರಿನಲ್ಲಿದ್ದರೆ ಅವರು ಬೆನ್ನು ಬೀಳುತ್ತಾರೆ. ತಾವು ಬೆಂಗಳೂರು ಬಸ್ಸು ಹತ್ತಿದರೆ ಬಹುಶಃ ಬೆಂಗಳೂರಿನಲ್ಲಿ ತನ್ನ ಚೇಲಾಗಳಿಗೆ ಸುದ್ದಿ ಕೊಟ್ಟಿರುತ್ತಾರೆ. ಅಲ್ಲಿ ತಮ್ಮನ್ನು ಹುಡುಕುತ್ತಾರೆ. ಮೈಸೂರಲ್ಲಿ ತಮ್ಮ ಮೇಲೆ ಗಮನವಿರುವುದಿಲ್ಲ. ಹೀಗೆ ಮಾಡಿ ಅವರನ್ನು ದಿಕ್ಕು ತಪ್ಪಿಸಬೇಕೆಂದು ಅಲೋಕ ಮತ್ತು ಭುವಿ ಮೊದಲೇ ನಿಶ್ಚಯಿಸಿದ್ದರು.

ಮಂಡ್ಯದಲ್ಲಿ ಬಸ್ಸಿಳಿದು ಬಟ್ಟೆಯಂಗಡಿಯೊಂದರ ಬಳಿ ತೆರಳಿದರು. ಆಗಷ್ಟೇ ಆ ಅಂಗಡಿ ತೆರೆಯುತ್ತಿತ್ತು. ಪಕ್ಕದಲ್ಲೇ ಹೋಟೆಲಿತ್ತು. ಅಲ್ಲಿ ಕಾಫಿ ಕುಡಿದರು. ಸ್ವಲ್ಪ ಹೊತ್ತಿನ ನಂತರ ಅಂಗಡಿಯಲ್ಲಿ ಬಟ್ಟೆಗಳನ್ನು ಖರೀದಿಸಿದರು.

ಸೀದಾ ರೈಲ್ವೇಸ್ಟೇಷನ್ನಿಗೆ ಬಂದು, ವೈಯಿಟಿಂಗ್ ರೂಮಿಗೆ ಹೋಗಿ ಅಂಗಡಿಯಲ್ಲಿ ಖರೀದಿಸಿದ ಬಟ್ಟೆ ಧರಿಸಿದರು. ಅವರಿಬ್ಬರ ಉಡುಪು ಈಗ ತೀರಾ ಭಿನ್ನವಾಗಿತ್ತು! ಭುವಿ, ಸ್ಕರ್ಟ್ ಧಾರಿಣಿಯಾಗಿದ್ದಳು. ತಲೆಯ ಮೇಲೆ ಸ್ಕಾರ್ಫ್ ಇತ್ತು. ಕಣ್ಣಿಗೆ ಕಪ್ಪು ಕನ್ನಡಕ, ತುಟಿಗೆ ಲಿಪ್‌ಸ್ಟಿಕ್ಕು! ನೋಡಲು ಬೇರೆಯಾಗಿಯೇ ಕಾಣುತ್ತಿದ್ದಳು. ಇನ್ನು ಅಲೋಕ ಜೀನ್ಸ್, ಟೀಷರ್ಟ್, ಜರ್ಕಿನ್ನಿನಲ್ಲಿದ್ದ. ತಲೆ ಮತ್ತು ಅರ್ಧ ಹಣೆಯನ್ನು ಮುಚ್ಚುವ ಕ್ಯಾಪು ಧರಿಸಿದ್ದ. ಕಣ್ಣನ್ನು ಕಪ್ಪು ಕನ್ನಡಕ ಮುಚ್ಚಿತ್ತು! ನೋಡಿದವರಿಗೆ ಅವರು ಭುವಿ ಮತ್ತು ಅಲೋಕ ಎಂದು ತಕ್ಷಣಕ್ಕೆ ಗುರುತಿಸಲಾಗುತ್ತಿರಲಿಲ್ಲ!

ಆ ವೇಷದಲ್ಲಿ ಅವರು ಮೈಸೂರಿನ ಟ್ರೆ Êನು ಹತ್ತಿ ಕೂತರು!!

***

ರತನನಿಗೆ ಸುದ್ದಿ ಬಂತು-ಅಲೋಕ, ಭುವಿ ಬೆಂಗಳೂರು ಬಸ್ಸು ಹತ್ತಿದ್ದು! ಬಸ್ಸಿನ ನಂಬರು ಮತ್ತು ಹೊರಟ ಸಮಯ ಎರಡೂ ಮಾಹಿತಿ ಸಿಕ್ಕಿತ್ತು. ರತನ್ ತನ್ನ ಬೆಂಗಳೂರಿನ ಜಾಲ ಸಂಪರ್ಕಿಸಿದ. ಭುವಿ,ಅಲೋಕರ ಚಹರೆ, ಬಸ್ಸಿನ ನಂಬರು, ಹೊರಟ ಸಮಯ ಎಲ್ಲ ತಿಳಿಸಿ ಅವರ ಬೆನ್ನು ಹತ್ತಬೇಕೆಂದು ತಿಳಿಸಿದ. ಎಂತ ಸಂದರ್ಭದಲ್ಲೂ ಅವರು ಕಣ್ಣಿಂದ ತಪ್ಪಿಸಿಕ್ಕೊಳ್ಳಬಾರದು ಎಂದು ಎಚ್ಚರಿಸಿದ.

“ಅರೆ..ಇವರು ಬೆಂಗ್ಳೂರಿಗೆ ಯಾಕೆ ಹೋಗ್ತಿದ್ದಾರೆ..? ಲೊಕೇಶನ್ನು ಬದಲಾಯಿಸೋಕೆ ಕಾರಣ..? ಹಾಗಾದರೆ ನಿಧಿ ಬೆಂಗಳೂರಲ್ಲಿದೆಯೆ? ಹಾಗಿದ್ದರೆ ತಾನೂ ಬೆಂಗಳೂರಿಗೆ ಹೋಗೋದು ಒಳ್ಳೇದಲ್ಲವೆ..?” ರತನ್ ಯೋಚಿಸಿದ. ತನ್ನ

ಯೋಚನೆ ಸರಿ ಎನ್ನಿಸಿತು. ಡ್ರೈವರ್ಗೆ ಫೋನು ಮಾಡಿ ಕಾರಿನ ಬಳಿ ಬರಲು ಹೇಳಿ ತಾನು ಸಿದ್ಧನಾದ.

ಕಾರಿನ ಬಳಿ ಬಂದಾಗ ಡ್ರೈವರ್ ಒಳಗೆ ಕುಳಿತಿರುವುದು ಕಾಣಿಸಿತು.

"ಚಲೋ..ಬೆಂಗ್ಳೂರ್ ಜಾಯೆಂಗೆ.." ರತನ್ ಆಜ್ಞೆ ಮಾಡಿದ.

ಕಾರು ಚಲಿಸಿತು. ರತನ್ ಕಾರು ಹತ್ತಿ ಮೈಸೂರು ಮತ್ತು ಬೆಂಗಳೂರಿನ ತನ್ನ ಸಂಪರ್ಕ ಜಾಲಗಳಿಗೆ ಸೂಚನೆಗಳನ್ನು ನೀಡತೊಡಗಿದ.

***

ಭುವಿ-ಅಲೋಕ ಬೆಂಗಳೂರು ಬಸ್ಸು ಹತ್ತಿರೋ ಸುದ್ದಿ ರೋಹಿತನಿಗೂ ಬಂತು. ಅದು ಅವನನ್ನು ಗೊಂದಲದಲ್ಲಿ ಸಿಕ್ಕಿಸಿತು.

"ಇದೇನೋ ವಿಚಿತ್ರವಾಗಿದೆ! ಅಲೋಕ ಮತ್ತು ಭುವಿ ಬೆಂಗಳೂರಿನ ಬಸ್ಸು ಹತ್ತಿದರಂತೆ..? ಯಾಕೆ..?" ರೋಹಿತ್ ಪ್ರಶ್ನೆಗೆ ಸುಧಾಕರ ಕೂಡ ಯೋಚಿಸುವಂತಾಯಿತು.

"ನಿಧಿಯ ವಿಷಯಕ್ಕೆ ಅವರು ಎಳ್ಳು-ನೀರು ಬಿಟ್ಟಿರಬೇಕು! ಈ ನಿಧಿ ಎಲ್ಲಾ ಬೋಗಸ್ ಅನ್ನಿಸಿರಬೇಕು. ಇಲ್ಲಾ ರತನ್ ಬಲಮುರೀಲಿ ಸಿಕ್ಕಿರೋ ಎಲ್ಲಾ ಮಾಹಿತೀನು ಅವರಿಂದ ಕಿತ್ಕೊಂಡಿರಬೇಕು. ಇನ್ನು ತಮಗೇನೂ ಉಳಿದಿಲ್ಲ ಅನ್ನೋದು ಗ್ಯಾರಂಟಿಯಾಗಿ ಇಬ್ಬರೂ ಬೆಂಗಳೂರಿನ ಬಸ್ಸು ಹತ್ತಿರಬೇಕು"

ಸುಧಾಕರ್ ಪರಿಸ್ಥಿತಿಯನ್ನು ವಿಶ್ಲೇಷಿಸುತ್ತಾ ಹೇಳಿದ.

"ಅಷ್ಟೊಂದು ಶ್ರಮ ತೆಗೆದುಕೊಂಡೋರು ಈಗ ಇದ್ದಕ್ಕಿದ್ದ ಹಾಗೆ ಕೈತೊಳಕೊಂಡ್ರು ಅಂದ್ರೆ ನಂಬೋದು ಕಷ್ಟ"

ರೋಹಿತ್‌ಗ ತನ್ನ ಸಹೋದ್ಯೋಗಿಯ ಮಾತನ್ನು ನಂಬಲಾಗಲಿಲ್ಲ.

"ಅದಕ್ಕೆ ರತನ್ ಕಾರಣ ಇರಬಹುದು. ಅವರ ಹತ್ರ ಇರೋದನ್ನ ಕಿತ್ಕೊಂಡು ಜೀವ ಬೆದರಿಕೆ ಹಾಕಿರಬಹುದು..ಇನ್ನು ಇದರ ವಿಷಯವಾಗಿ ಯೋಚಿಸೋದು ಜೀವಕ್ಕೇ ಅಪಾಯ ಎನ್ನಿಸಿರಬೇಕು ಅವರಿಗೆ"

"ಏನೇ ಅದರೂ ಅವರನ್ನ ಫಾಲೋ ಮಾಡಬೇಕು. ಇಷ್ಟು ಸುಲಭದಲ್ಲಿ ಅವರು ನಿಧಿಯ ಪ್ರಯತ್ನ ಕೈಬಿಡಲಾರರು"

"ಓಕೆ..ನಾವೂ ಬೆಂಗಳೂರಿಗೆ ಹೋಗೋದು ಒಳ್ಳೇದಲ್ವಾ..? ಆದ್ರೆ ರತನ್..? ಅವನು ಇಲ್ಲಿ ನಿಧಿ ಶೋಧನೆ ಶುರು ಮಾಡಿದರೆ ಕೇಸು ನಮ್ಮ ಕೈತಪ್ಪಿ ಹೋಗುತ್ತೆ.."

ರೋಹಿತ್ ಫೋನು ರಿಂಗಾಯಿತು.

"ಸರ್..?"

"ಹಾ..ರೋಹಿತ್ ಸ್ಪೀಕಿಂಗ್"

"ರತನ್ ಹೋಟೆಲಿಂದ ಈಚೆ ಬಂದು ಕಾರಲ್ಲಿ ಹೊರಟ. ಕಾರು ಟೋಲ್ ಗೇಟು ಬಿಟ್ಟು ಬೆಂಗಳೂರು ರೋಡಲ್ಲಿ ಹೋಗ್ತಿದೆ.."

"ಗುಡ್..ತ್ಯಾಂಕ್ಯು..ಕಾರಿನ ನಂಬರ್ ಮೆಸೇಜ್ ಮಾಡಿ"

"ಏನಂತೆ?" ಸುಧಾಕರ್ ಕುತೂಹಲದಿಂದ ಕೇಳಿದ.

"ರತನ್ ಬೆಂಗಳೂರಿಗೆ ಹೋಗ್ತಿದ್ದಾನೆ.."

"ಸೋ..ಫುಲ್ ಆಕ್ಷನ್ ಬೆಂಗಳೂರಿಗೆ ಶಿಫ್ಟ್!." ಸುಧಾಕರ್ ಉದ್ಗರಿಸಿದ.

"ನಾವೂ ಈಗ ಬೆಂಗಳೂರಿಗೆ ಹೋಗಲೇಬೇಕು..ಅಲ್ಲೇ ಉಳಿದಿದ್ದೆಲ್ಲಾ.."

"ತೆವಳ್ತಾ ಇದ್ದ ಕೇಸು ಈಗ ಫುಲ್ ಓಡ್ತಾ ಇದೆ.."

"ರತನ್ ಕಾರನ್ನ ಎಲ್ಲಾ ಸ್ಟೇಷನ್ನಲ್ಲೂ ಗಮನಿಸಿ ರೆಕಾರ್ಡ್ ಮಾಡಿ ಇನ್ಫರ್ಮೇಶನ್ ಕೊಡ್ತಿರೋ ವ್ಯವಸ್ಥೆ ಮಾಡ್ತೀನಿ.." ರೋಹಿತ್ ಮೊಬೈಲಿನಲ್ಲಿ ನಂಬರುಗಳನ್ನು ಹುಡುಕಿ ಮಾತಾಡತೊಡಗಿದ.

"ಆ ನಿಧಿಯ ಕತೆ ಶುರುವಾಗಿರೋದು ಮೈಸೂರಿಂದ. ಇದರ ವಾರಸುದಾರರು ಅದನ್ನ ಎಲ್ಲೋ ಸಾಗಿಸಬೇಕಾಗಿತ್ತು. ಅಷ್ಟರಲ್ಲಿ ಬೇರೇನೋ ಬೆಳವಣಿಗೆಯಾಗಿದೆ. ನಿಧಿ ಎಲ್ಲೋ ಸಾಗಿಸಬೇಕಾಗಿದ್ದು ಎಲ್ಲೋ ಹೋಗಿದೆ. ಕೈಗಳೂ ಬದಲಾಗಿವೆ. ಕೊನೆಗದರ ಮಾಹಿತಿ ಶಾಮಣ್ಣನ ಮನೆ ಸೇರಿದೆ. ನಿಧಿ ಬೆಂಗಳೂರಿಗೆ ಹೋಗಿರುವ ಸಾಧ್ಯತೆಯಿದೆಯೆ..? ನಾವು ಬಲಮುರಿಯಲ್ಲಿ ಅಲೋಕ್-ಭುವಿ ಮತ್ತು ರತನ್ ಗ್ಯಾಂಗನ್ನ ಹಿಡಿದಿದ್ದರೆ ಒಳಿತಾಗುತ್ತಿತ್ತೆ...?" ಸುಧಾಕರ್ ಗೊಂದಲದಲ್ಲಿ ಬಿದ್ದ.

"ಆಗಿಹೋಗಿರೋದರ ಬಗ್ಗೆ ಮಾತಾಡೋದು ಬೇಡ. ಲೆಟ್ ಅಸ್ ಗೋ. ರತನ್ ಮತ್ತು ಅಲೋಕ್ ಬೆಂಗಳೂರು ತಲುಪುವುದರೊಳಗೆ ನಾವೂ ತಲುಪಬೇಕು! ಐ ಥಿಂಕ್ ನಾವು ಕೇಸಿನ ಕೊನೆಯ ಹಂತಕ್ಕೆ ಬರ್ತಿದ್ದೀವಿ. ನಿಧಿಯ ಹತ್ತಿರ ಇಲ್ಲ ವಿಧಿಯ ಹತ್ತಿರ.." ತನ್ನ ಬಾಯಿಂದ ಬಂದ ಪ್ರಾಸಕ್ಕೆ ರೋಹಿತ್ ನಕ್ಕ.

"ಏನೋ..ಒಂದು ಆಗುತ್ತೆ. ನಿನಗೆ ಜಗನ್ನಾಥನ ಕೊಲೆಗಾರ ಸಿಗ್ತಾನೆ. ನನಗೆ ಶಾಮಣ್ಣನ ಕಿಡ್ನ್ಯಾಪರ್ಸ್ ಸಿಗ್ತಾರೆ.." ಸುಧಾಕರ್ ಹೇಳಿದ.

"ಲೆಟ್ ಅಸ್ ಗೋ..ಟಾರ್ಗೆಟ್ ಬೆಂಗಳೂರು" ಸುಧಾಕರ್ ಸಿಳ್ಳು ಹಾಕಿದ.

***

ರೈಲು ಮೈಸೂರು ತಲುಪಿದಾಗ ಗಂಟೆ ಹತ್ತಾಗಿತ್ತು. ಯಾರೂ ತಮ್ಮನ್ನು ಫಾಲೋ ಮಾಡುತ್ತಿಲ್ಲ ಎನ್ನುವುದನ್ನು ಖಾತ್ರಿಪಡಿಸಿಕೊಂಡ ಅಲೋಕ. ಸ್ಟೇಷನ್ನಿನ ಹೊರಗಿದ್ದ ಹೋಟೆಲಿನಲ್ಲಿ ಇಬ್ಬರೂ ಉಪಹಾರ ಮುಗಿಸಿದರು.

"ಭುವಿ, ನಾನು ಕಾಲೇಜಿಗೆ ಹೋಗಿ ಬಟ್ಟೆ ಗಂಟುಗಳನ್ನು ತರಬೇಕು. ನೀನಲ್ಲಿಗೆ ಬರೋದು ಬೇಡ. ನೀನು ಬೆಂಗಳೂರಿಗೆ ಹೋಗ್ತಿದ್ದೀಯ ಅಂತ ನಂದೀಶನಿಗೆ

ಹೇಳಿದ್ದೆ. ಮತ್ತೆ ನಿನ್ನನ್ನ ನೋಡಿದರೆ ಅವನಿಗೆ ಪೂರಾ ಅನುಮಾನ ಬರುತ್ತೆ. ಈಗಾಗಿರೋದಕ್ಕೇ ಅವನ ತಲೇಲಿ ಹುಳ ಬಿಟ್ಟ ಹಾಗೆ ಹಾಗಿರುತ್ತೆ"

"ನೀನು ಬರೋವರೆಗೂ ನಾನೆಲ್ಲಿರಲಿ..?"

"ಇಲ್ಲೇ ಹತ್ರ ಪಬ್ಲಿಕ್ ಲೈಬ್ರರಿ ಇದೆ, ಅಲ್ಲಿರು. ನಾನಲ್ಲಿಗೇ ಬರ್ತೀನಿ. ಆದ್ರೆ ಹುಷಾರು. ರತನ್ ಕಡೆಯವರು ಫಾಲೋ ಮಾಡಬಹುದು. ನಾವೀಗಾಗ್ಲೇ ಅವರನ್ನ ದಿಕ್ಕು ತಪ್ಪಿಸಿದ್ದೀವಿ. ನಮ್ಮ ಗೆಟಪ್ಪೂ ಬದಲಾಗಿದೆ. ಜೊತೆಗೆ ನಾವು ಬೆಂಗ್ಳೂರಿಗೆ ಹೋಗಿದ್ದೀವಿ ಅಂತ ತಿಳ್ಕೊಂಡಿರ್ತಾರೆ. ಏನೇ ಆದ್ರೂ ನಮ್ಮ ಹುಷಾರಿಯಲ್ಲಿ ನಾವಿರಬೇಕು"

"ಸರಿ. ಬೇಗ ಬಾ.."

ಇಬ್ಬರೂ ಬೇರೆಬೇರೆ ಆಟೋದಲ್ಲಿ ಹೊರಟರು.

ಕಾಲೇಜಿನಲ್ಲಿ ಅನುಮಾನದಿಂದ ಅಲೋಕನನ್ನು ನೋಡಿದ ನಂದೀಶ. ಅವನ ತೀಕ್ಷ್ಣ ನೋಟ ಅಲೋಕನನ್ನು ಗಲಿಬಿಲಿಗೊಳಿಸಿತು.

"ಇದೇನೋ ನಿನ್ನ ಅವತಾರ..? ಯಾವತ್ತೂ ಈ ತರಾ ಡ್ರೆಸ್ ಮಾಡ್ಕೋತಿರಲಿಲ್ಲ! ಪಡ್ಡೆ ಹುಡುಗನ ಗೆಟಪ್ಪು?"

ಅಲೋಕ ಜೀನ್ಸ್, ಟೀಷರ್ಟ್, ಜರ್ಕಿನ್ನಿನಲ್ಲಿದ್ದ ತಲೆ ಮತ್ತು ಅರ್ಧ ಹಣೆ ಮುಚ್ಚುವ ಕ್ಯಾಪಿತ್ತು. ಕಣ್ಣನ್ನು ಕಪ್ಪು ಕನ್ನಡಕ ಮುಚ್ಚಿತ್ತು!

"ಫಾರ್ ಎ ಚೇಂಜ್ ಹೀಗೆ ಡ್ರೆಸ್ ಮಾಡ್ಕೊಂಡಿದ್ದೀನಿ. ಹೇಗೆ ಕಾಣಿಸ್ತಿದ್ದೀನಿ...?" ಅಲೋಕ ಸುಳ್ಳು ನಗೆ ನಗುತ್ತಾ ಕೇಳಿದ.

"ಅದಿರಲಿ, ನಿಜ ಹೇಳು, ಆ ಶಂಖ, ಗಂಟೆ ಕತೆ ಏನು..?" ನಂದೀಶ್ ಅವನ ಮಾತನ್ನು ನಂಬಿರಲಿಲ್ಲ!

"ಆಗಲೇ ಫೋನಲ್ಲಿ ಹೇಳಿದೆನಲ್ಲ..? ಅದನ್ನ ಒಂದು ದೇವಸ್ಥಾನಕ್ಕೆ ಕೊಡಬೇಕು. ಅದು ನಮ್ಮ ತಾತನ ಆಸೆ"

"ಅದು ನಿಜ ಅಂತಿಟ್ಕೊಂಡ್ರೂ ಆ ಧೂಳು ತುಂಬಿದ ಬಟ್ಟೇಲಿ ಅದನ್ನ ಯಾಕೆ ಸುತ್ತಿರೋದು..?"

"ನಿನಗೆ ಅದರ ಬಗ್ಗೆ ತುಂಬಾ ತಿಳ್ಕೋಬೇಕಾ..? ಹೇಳ್ತೀನಿ..ಅದೊಂದು ದೊಡ್ಡ ಕತೆ. ಈಗ ಅದ್ನೆಲ್ಲಾ ಹೇಳೋಕಾಗೊಲ್ಲ. ಇನ್ನೊಂದು ದಿನ ಹೇಳ್ತೀನಿ...ಈಗ ಸಮಾಧಾನವಾಯ್ತಾ..? ಈಗವನ್ನ ತಗೊಂಡೋಗ್ಲಾ?"

"ಓ.ಕೆ.. ಅದು ಬೈಕಿನಲ್ಲೇ ಇದೆ. ಬಾಕ್ಸಿಗೆ ಬೀಗ ಹಾಕಿಲ್ಲ ತಗೊಂಡು ಹೋಗು"

ನಂದೀಶನಿಗೆ ಸಮಾಧಾನವಾಗಿತ್ತು!

"ಇನ್ನೊಂದು ಹೆಲ್ಪ್ ಬೇಕಾಗಿತ್ತು ನಂದಿ.."

"ಏನು..? ಮೋಟರ್ಬೈಕ್ ಬೇಕಾ..? ತಗೋ ಕೀ.."

"ಸಾರಿ ಕಣೋ..ನಿನಗೆ ತೊಂದ್ರೆ ಕೊಡ್ತಿದ್ದೀನಿ"

"ಪರ್ವಾಗಿಲ್ಲ. ಆದ್ರೆ ಆ ಗಂಟುಗಳ ಕತೆ ಮತ್ತೆ ಸಿಕ್ಕಾಗ ಹೇಳ್ಲೇಬೇಕು"

"ಆಯ್ತು. ಖಂಡಿತಾ ಹೇಳ್ತೀನಿ"

ಬೀಸೋ ದೊಣ್ಣೆ ತಪ್ಪಿದರೆ ಸಾವಿರ ವರ್ಷ ಆಯುಸ್ಸು ಎಂದುಕೊಂಡ ಅಲೋಕ ಬೈಕಿನೊಂದಿಗೆ ಲೈಬ್ರರಿಗೆ ಬಂದ.

ಭುವಿ ಅವನ ದಾರಿ ಕಾಯುತ್ತಿದ್ದಳು. ಅವನ ಕೈಯಲ್ಲಿ ಹೆಲ್ಮೆಟ್ ಕಂಡು ಅಚ್ಚರಿ ವ್ಯಕ್ತಪಡಿಸಿದಳು. ಅಲೋಕ ಬಾಗಿಲಿಂದಲೇ ಬಾ ಹೋಗೋಣ ಎನ್ನುವಂತೆ ಸನ್ನೆ ಮಾಡಿದ.

"ಮತ್ತೆ ಬೈಕು? ಅವರಿಗೆ ಅನುಮಾನ ಬರೊಲ್ಲವೆ..?"

ಅಲೋಕನ ಹತ್ತಿರ ಬಂದ ಭುವಿ ಕೇಳಿದಳು.

"ಬಂದಾಗಿದೆ. ಅದನ್ನ ಆಮೇಲೆ ಪರಿಹಾರ ಮಾಡೋಣ..ಈಗ ನಾವು ಬೇಗನೆ ಎಲ್ಲಾ ಮಾಡಿ ಮುಗಿಸಬೇಕು"

ಇಬ್ಬರೂ ಬೈಕ್ ಹತ್ತಿರ ಬಂದಿದ್ದರು.

"ಎಲ್ಲಾ ಅಂದ್ರೆ..ಏನು?" ಭುವಿ ಕೇಳಿದಳು.

"ನೋಡು, ಇನ್ನು ಕೆಲವು ಗಂಟೆಗಳ ಸಮಯ ನಮ್ಮ ಹಿಂದೆ ಯಾರೂ ಇರೊಲ್ಲ. ರತನ್ ಗ್ಯಾಂಗು ನಾವು ಬೆಂಗ್ಳೂರಿಗೆ ಹೋಗಿದ್ದೀವೀಂತ ಅಲ್ಲಿ ಕಾಯ್ತಿರ್ತಾರೆ. ಅಲ್ಲಿಗೆ ನಾವು ಹೋಗಿಲ್ಲ ಅನ್ನೋದು ಗೊತ್ತಾದ ಕೂಡಲೇ ಇಲ್ಲಿ ನಮ್ಮನ್ನ ಹುಡುಕಿ ಫಾಲೋ ಮಾಡ್ತಾರೆ. ಅಷ್ಟರೊಳಗೆ ನಾವು ಎಲ್ಲಾ ಮುಗಿಸಬೇಕು.."

"ಎಲ್ಲಾ ಅಂದ್ರೆ ? ಆ ಶಂಖ, ಗಂಟೆ ತಗೊಂಡು ಏನು ಮಾಡ್ಬೇಕು..?"

"ಇನ್ನೊಂದ್ಸಲ ತಾಳೆ ಗರೀನ ನೋಡ್ಬೇಕು. ಅಲ್ಲಿ ಈ ಶಂಖ ಮತ್ತು ಗಂಟೆ ಮಾಹಿತಿ ಇದೆಯಾ ಹುಡುಕಬೇಕು. ಇಲ್ಲೀವರೆಗೂ ತಾಳೆ ಗರಿoiiಲ್ಲಿರೋದೆಲ್ಲಾ ನಿಜ ಆಗಿದೆ. ಅಂದ್ರೆ ಈ ಶಂಖ, ಗಂಟೆ ಕೂಡ ನಮ್ಮನ್ನ ಮುಂದಿನ ಹಂತಕ್ಕೆ ಕರ್ಕೊಂಡು ಹೋಗುತ್ತೆ. ಅದೇ ಕೊನೇನಾ? ಇಲ್ಲಾ ಇನ್ನೂ ಒಂದು ಕ್ಲೂ ಇದೆಯೋ ಗೊತ್ತಿಲ್ಲ. ಸಧ್ಯಕ್ಕಂತೂ ನಾವು ಮಾಡಾಬೇಕಾಗಿರೋ ಕೆಲ್ಸ ಇದು"

"ತಾಳೆಗರಿಗಳು ಎಲ್ಲಿವೆ..?"

"ಅವೆಲ್ಲಿವೆಯೋ ಅಲ್ಲಿಗೇ ಕರ್ಕೊಂಡು ಹೋಗ್ತೀನಿ"

ಅಲೋಕ ಬೈಕ್ ಸ್ಟಾರ್ಟ್ ಮಾಡಿದ. ಭುವಿ ಹಿಂದೆ ಕೂತಳು.

***

ಇದ್ದಕ್ಕಿದ್ದಂತೆ ಮನೆಗೆ ಬಂದ ಅಲೋಕ ಮತ್ತು ಭುವಿಯನ್ನು ಮತ್ತವರ ವೇಷ-ಭೂಷಣ ಕಂಡು ಶಾಮಣ್ಣ ಮತ್ತು ಜಾನಕಮ್ಮನಿಗೆ ಅಚ್ಚರಿ! ಅಚ್ಚರಿಯಿಂದ ಇಬ್ಬರನ್ನೂ ನೋಡಿದರು. ಸಾವರಿಸಿಕೊಂಡು ಕೇಳಿದರು ಶಾಮಣ್ಣ.

"ಯಾವಾಗ್ಬಂದ್ರಿ ಬೆಂಗ್ಳೂರಿಂದ..? ಯಾಕೆ ಈ ಅವತಾರ?" ಶಾಮಣ್ಣ ಪ್ರಶ್ನಿಸಿದರು.

"ಅಲ್ಲಾ, ಮದುವೆಗೆ ಮುಂಚೆ ಹುಡಗೀನ ಹೀಗೆ ಮನೆಗೆ ಕರ್ಕೊಂಡು ಬರ್ಬಾರದು ಅಂತ ಗೊತ್ತಿಲ್ಲವೇನೋ ನಿಂಗೆ..?"

ಜಾನಕಮ್ಮ ಆತಂಕದಿಂದ ಕೇಳಿದರು.

"ಸಾರಿ, ಅಮ್ಮ. ಅದು ಏನಾಯ್ತೂಂದ್ರೆ ಭುವಿ ಅಪ್ಪ ಅಮ್ಮನ ಜೊತೆ ಕಾರಲ್ಲಿ ನಂಜನಗೂಡಿನ ದೇವಸ್ಥಾನಕ್ಕೆ ಬಂದರು. ಹೇಗೂ ಕಾರು ಬರ್ತಿದೆಯಲ್ಲಾಂತ ನಾನೂ ಬಂದೆ. ಇಷ್ಟು ಹತ್ರ ಬಂದಿದ್ದೀವಿ ನಿಮ್ಮ ಮನೆ, ತೋಟ ತೋರಿಸಿ ಅಂತ ಭುವಿ ಕೇಳಿದಳು ಅದಕ್ಕೇ ಕರ್ಕೊಂಡು ಬಂದೆ. ತಪ್ಪಾಯ್ತೇನಮ್ಮ..?"

"ಇದ್ರಲ್ಲಿ ಇವರ ತಪ್ಪೇನಿಲ್ಲ. ನಾನೇ ಹಾಗೆ ಹೇಳಿದ್ದು. ಸಾರಿ ಗೊತ್ತಾಗ್ಲಿಲ್ಲ"

ಜಾನಕಮ್ಮ ಮಾತಾಡುವ ಮುಂಚೆ ಭುವಿ ಕ್ಷಮೆ ಕೋರಿದಳು.

"ಅದ್ಸರಿಯಮ್ಮ, ನಿನಗೇನೋ ಗೊತ್ತಾಗ್ಲಿಲ್ಲ ನಿಮ್ಮಮ್ಮ ಇದ್ನೆಲ್ಲಾ ಹೇಳ್ಬಾರ್ದಿತ್ತಾ..?"

ಜಾನಕಮ್ಮನ ಆತಂಕಕ್ಕೆ ಸಮಾಧಾನ ಸಿಕ್ಕಿರಲಿಲ್ಲ.

"ತಪ್ಪಾಗಿದೇಂತ ಅವರಿಗೆ ಗೊತ್ತಾಗಿದೆಯಲ್ಲ..? ಇನ್ನ್ಯಾಕೆ ಮಾತು? ಊಟಕ್ಕೆ ರೆಡಿ ಮಾಡು" ಶಾಮಣ್ಣ ಪತ್ನಿಯನ್ನು ಸಮಾಧಾನ ಮಾಡಿದರು.

"ಅದೆಲ್ಲಾ ಏನೂ ಬೇಡಮ್ಮಾ. ವಾಪಸ್ಸು ಹೋಗಬೇಕು ಅವರಪ್ಪ-ಅಮ್ಮ ಕಾಯ್ತಿರ್ತಾರೆ"

"ಊರು, ತೋಟ ಎಲ್ಲಾ ತೋರಿಸಿದೆಯಾ..?" ಶಾಮಣ್ಣ ಕೇಳಿದರು.

"ಹೂ..ಎಲ್ಲಾ ತೋರಿಸಿಕೊಂಡು ಬಂದೆ. ಅಪ್ಪಾ ಒಂದು ರಿಜಿಸ್ಟರ್ಡ್ ಪೋಸ್ಟು ಬಂದಿರಬೇಕಲ್ಲ..?"

ಅಲೋಕ ತಂದೆಯನ್ನು ಕೇಳಿದ.

"ಹೂ..ಬಂದಿದೆ..ಅಲ್ಲಿದೆ ನೋಡು.. ಏನದು..?"

"ನಾನು ಕೆಲ್ಸ ಮಾಡ್ತಿದ್ದ ಕಂಪೆನೀದು. ನನ್ನ ಸಂಬಳದ ಬಾಕಿ ಲೆಕ್ಕಾಚಾರ" ಅಲೋಕ ಮತ್ತೊಂದು ಸುಳ್ಳು ಹೇಳಿದ. ಛೆ...ಈ ನಿಧಿ ವಿಷಯ ಶುರುವಾದಾಗಿನಿಂದ ಅದೆಷ್ಟು ಸುಳ್ಳುಗಳು ತನ್ನ ಬಾಯಿಂದ ಬಂದಿವೆಯೋ ಎಂದು ಬೇಸರಪಟ್ಟುಕೊಂಡ.

"ಕಾಫಿನಾದ್ರೂ ಕೊಡ್ಲಾ..?" ಜಾನಕಮ್ಮ ಕೇಳಿದರು.

"ಬೇಡಮ್ಮ, ನಾವು ಹೊರಟುಬಿಡ್ತೀವಿ.. ಅವರು ಕಾಯ್ತಿರ್ತಾರೆ.."

"ನೀನೂ ಹೋಗ್ತಿದ್ದೀಯ? ಒಂದೆರಡು ದಿನ ಇರ್ತೀಯಾಂತಿದ್ದೆ.." ಜಾನಕಮ್ಮ ವ್ಯಾಕುಲಗೊಂಡರು.

"ಅಪ್ಪಾ, ಇಲ್ಲೇನೂ ತೊಂದ್ರೆ ಇಲ್ಲ ತಾನೆ..?"

ಅಲೋಕ ಕೇಳಿದ.

"ಅಂತಾದ್ದೇನೂ ಇಲ್ಲ. ಇನ್‌ಸ್ಪೆಕ್ಟರ್ ಸುಧಾಕರ್ ಮಾತ್ರ ಒಂದೆರಡು ಸಲ ಫೋನು ಮಾಡಿದ್ದರು. ನೀನು ಎಲ್ಲಿದ್ದೀಯಾಂತ ವಿಚಾರಿಸಿದರು. ಬೆಂಗ್ಳೂರಲ್ಲಿದ್ದಾನೆ ಅಂತ ಹೇಳಿದೆ. ನಿನಗೇನೂ ತೊಂದ್ರೆ ಇಲ್ಲ ತಾನೆ...?"

"ಇಲ್ಲಪ್ಪಾ, ಬಹುಶಃ ಎಲ್ಲಾ ಮುಗೀತೂಂತ ಕಾಣ್ಸುತ್ತೆ. ಜಗನ್ನಾಥನ ಸಾವಿನ ಜೊತೆ ಆ ನಿಧಿ ವಿಷಯಾನೂ ಸತ್ತೋಯ್ತೂಂತ ಕಾಣ್ಸುತ್ತೆ"

"ಒಳ್ಳೇದಾಯ್ತು. ನೆಮ್ಮದಿಯಾಗಿರಬಹುದು ಇನ್ಮೇಲೆ"

"ಸರಿ, ನಾವಿನ್ನು ಬರ್ತೀವಿ"

ಜಾನಕ್ಕಮ್ಮ ಭುವಿಗೆ ಕುಂಕುಮ ಕೊಟ್ಟರು. ಭುವಿ ಅವರಿಬ್ಬರ ಕಾಲಿಗೆ ನಮಸ್ಕಾರ ಮಾಡಿದಳು.

***

"ತಾಳೆಗರಿ ಎಲ್ಲಿವೆ ಅಂತ ಕೇಳಿದ್ದಕ್ಕೆ ಅವಿರೋ ಜಾಗಕ್ಕೇ ಕರ್ಕೊಂಡು ಹೋಗ್ತೀನೀಂತ ನಿಮ್ಮ ಮನೆಗೆ ಕರ್ಕೊಂಡು ಹೋದೆಯಲ್ಲ? ಎಲ್ಲಿವೆ ತಾಳೆಗರಿ..?"

ಭುವಿ ಮೈಸೂರು ದಾರಿಯಲ್ಲಿ ಕೇಳಿದಳು.

"ಹೌದು. ಅಲ್ಲಿಗೇ ಕರ್ಕೊಂಡು ಹೋಗಿದ್ದೆ"

"ಅಂದ್ರೆ ನಿಮ್ಮ ಮನೇಗೆ..? ಮತ್ತೆ ಎಲ್ಲಿವೆ ತಾಳೆಗರಿ..?"

"ನಾನು ಅಪ್ಪನ ಹತ್ರ ಕಲೆಕ್ಟ್ ಮಾಡ್ಕೊಂಡ್ನಲ್ಲ..ಆ ರಿಜಿಸ್ಟರ್ಡ್ ಪೋಸ್ಟ್? ಅದೇ ಕವರಿನಲ್ಲಿದೆ. ಅದನ್ನ ಹೇಗೆ ರಕ್ಷಣೆ ಮಾಡೋದು ಅಂತಾ ಯೋಚನೆಯಾಗಿತ್ತು. ಕೊನೆಗೆ ಒಂದು ಕವರಲ್ಲಿ ಹಾಕಿ ನನ್ನ ಅಡ್ರೆಸ್ಸಿಗೆ ನಾನೇ ಪೋಸ್ಟ್ ಮಾಡಿ, ಅದು ಯಾರ ಕೈಗೂ ಸಿಗದ ಹಾಗೆ ಮಾಡಿದೆ"

"ವ್ಹಾ..! ಸೂಪರ್ ಐಡಿಯಾ...ಇವೆಲ್ಲಾ ನಿಂಗೆ ಹೇಗೆ ಹೊಳೆಯುತ್ತೆ..?"

"ಗೊತ್ತಿಲ್ಲ. ಮನಸ್ಸಿಗೆ ಬಂತು ಮಾಡಿದೆ. ಈಗದು ಸೇಫಾಗಿ ನನ್ನ ಕೈಗೆ ಬಂತು. ಈಗ ಮೊದಲು ಅದನ್ನ ಸ್ಟಡಿ ಮಾಡಿ, ಶಂಖದ ಬಗ್ಗೆ ಅಲ್ಲೇನಾದ್ರೂ ಮಾಹಿತಿ ಇದೆಯಾ ನೋಡಬೇಕು.."

"ಎಷ್ಟೊಂದು ಸುಳ್ಳು ಹೇಳಬೇಕಾಯಿತಲ್ಲ? ಹೀಗೆ ಮಾಡೋಕೆ ನನಗೂ ಇಷ್ಟ ಇರಲಿಲ್ಲ. ಆದ್ರೇನು ಮಾಡೋದು..? ಈ ನಿಧಿ ಸಿಕ್ಕರೆ ನಮಗೆ ಬದುಕು ಸಿಕ್ಕ ಹಾಗೆ.

ನಿನಗೆ ಕೆಲಸ ಹೋಯಿತು, ನನ್ನ ಕೆಲಸವೂ ಹೋಯಿತು..ಈಗ ಇದೇ ನಮಗೆ ಕೊನೆಯ ದಾರಿ..” ಭುವಿ ತನಗೆ ತಾನೇ ಎಂಬಂತೆ ಹೇಳಿಕೊಂಡಳು.

ಭುವಿಯ ಮಾತನ್ನು ಅಲೋಕ ಕೇಳಿಸಿಕೊಂಡು ಮನಸ್ಸಿನಲ್ಲೇ ಮಥಿಸಿದ. ಹೌದು, ಈಗ ಇದೇ ಮುಖ್ಯವಾದ ದಾರಿಯಾಗಿದೆ. ಅಪ್ಪನ ಕಿಡ್ನ್ಯಾಪ್‌ಆಗುವತನಕ ಇಂತಾ ಯಾವುದೇ ಆಲೋಚನೆ ಇರಲಿಲ್ಲ. ಈಗ ಇದೇ ಉಳಿದಿರುವ ದಾರಿಯಾಗಿದೆ. ಆ ನಿಧಿಯನ್ನ ಶತಾಯುಗತಾಯು ದಕ್ಕಿಸಿಕ್ಕೊಳ್ಳಲೇಬೇಕು.

ತಾಳೆಗರಿಯಲ್ಲಿನ ಮಾಹಿತಿಗಾಗಿ ಮತ್ತೆ ಪ್ರೊಫೆಸರ್ ಹಿರಿಯಣ್ಣನವರ ಬಳಿ ಹೋಗಬೇಕಾ ಎಂಬ ವಿಷಯದಲ್ಲಿ ಅಲೋಕನಲ್ಲಿ ಗೊಂದಲ ಶುರುವಾಗಿತ್ತು. ಯೋಚಿಸುತ್ತಾ ಕೊನೆಗೆ ಒಂದು ಉಪಾಯ ಹೊಳೆಯಿತು. ಆವರೆಗೆ ಸಿಕ್ಕ ಎಲ್ಲ ಮಾಹಿತಿ ಚಿತ್ರದ ರೂಪದಲ್ಲಿತ್ತು. ಬರಹದಲ್ಲಿ ಹೆಚ್ಚೇನೂ ಇರಲಿಲ್ಲ. ಹಾಗಿದ್ದರೆ ಇನ್ನು ಈ ಶಂಖದ ವಿಷಯ ಕೂಡ ಚಿತ್ರದ ರೂಪದಲ್ಲೇ ಇರುತ್ತದೆ. ಅದು ತಾಳೆಗರಿಯಲ್ಲಿ ಅಡಗಿದೆ! ಅದರ ಅನಾವರಣ ಮಾಡಬೇಕು! ಮತ್ತೆ ಹಿರಿಯಣ್ಣನವರ ಬಳಿ ಹೊದರೆ ತಾವು ನಿಧಿಯ ಹಿಂದೆ ಬಿದ್ದಿರುವುದು ಗೊತ್ತಾಗುತ್ತದೆ. ಅಲ್ಲಿಗೆ ವಿಷಯದ ಗೋಪ್ಯತೆ ಮುಗಿಯುತ್ತದೆ. ಮುಂದೇನಾಗುತ್ತದೆಯೋ..? ಅದರ ಬದಲು ತಾಳೆಗರಿಯಲ್ಲಿನ ಮಾಹಿತಿಯನ್ನು ತಿಳಿದುಕ್ಕೊಳ್ಳಲು ನಾವೇ ಪ್ರಯತ್ನ ಮಾಡಬೇಕು. ಅಕಸ್ಮಾತ್ ಅದು ಯಶಸ್ವಿಯಾಗದಿದ್ದರೆ ಹಿರಿಯಣ್ಣನವರ ಬಳಿಗೆ ಹೋದರೆ ಉತ್ತಮ ಎನಿಸಿತು ಅಲೋಕನಿಗೆ. ಭುವಿಯ ಜೊತೆ ಮಾತಾಡಿದ. ಅವಳ ಅಭಿಪ್ರಾಯ ಕೂಡ ಅದೇ ಆಗಿತ್ತು. ಮೈಸೂರಲ್ಲಿ ಏಕಾಂತಕ್ಕೆ ಜಾಗ ಹುಡುಕುವುದು ಕಷ್ಟ! ಮೈಸೂರು ತಲುಪುವ ಮುಂಚೆಯೇ ರಸ್ತೆಯ ಪಕ್ಕದಲ್ಲೆಲ್ಲಾದರೂ ಜನರಿಗೆ ಕಾಣಸದಂತ ಜಾಗ ಸಿಕ್ಕರೆ ಅಲ್ಲಿ ತಾಳೆಗರಿಯನ್ನು ಪರಿಶೀಲಿಸುವುದು ಉತ್ತಮ ಎನಿಸಿತು.

ರಸ್ತೆ ಬದಿ ಒಂದು ನಿರ್ಜನವಾಗಿದ್ದ ಪ್ರಯಾಣಿಕರ ತಂಗುದಾಣ ಕಂಡಿತು. ಅಲ್ಲಿ ಬೈಕ್ ನಿಲ್ಲಿಸಿದ ಅಲೋಕ. ನಿಲ್ದಾಣದ ಹಿಂದೆ ಜಾಗ ಆರಿಸಿಕೊಂಡು ಅಲ್ಲಿ ಕವರಿನಲ್ಲಿದ್ದ ತಾಳೆಗರಿಗಳನ್ನು ಜೋಪಾನವಾಗಿ ಈಚೆ ತೆಗೆದ. ಹಿಂದಿನ ಅನುಭವ ಅವನಿಗೆ ಕೆಲವು ಪಾಠಗಳನ್ನು ಕಲಿಸಿತ್ತು. ಅದಕ್ಕೆ ಈ ಸಲ ಎಲ್ಲಕ್ಕೂ ಸಿದ್ಧನಾಗಿ ಬಂದಿದ್ದ. ಲೆನ್ಸು, ಕ್ಯಾಂಡಲ್ ಮತ್ತು ಮ್ಯಾಚ್‌ಬಾಕ್ಸ್ ಬ್ಯಾಗಿನಿಂದ ತೆಗೆದ. ಕಪ್ಪಾಗಿದ್ದ ತಾಳೆಗರಿಯನ್ನು ಬೇರೆ ಮಾಡಿದ. ಅದನ್ನು ಪ್ರೊಫೆಸರ್ ಪರಿಶೀಲಿಸಲಾಗಿರಲಿಲ್ಲ ಕಾರಣ ಅದು ಶಾಖ ಕೊಡುವಾಗ ಕಪ್ಪಾಗತೊಡಗಿತ್ತು! ಅದು ಅಲೋಕನ ನೆನಪಿನಲ್ಲಿತ್ತು. ಶಂಖ ಮತ್ತು ಗಂಟೆಯ ಬಗ್ಗೆ ಮಾಹಿತಿ ಇದ್ದರೆ ಅದರಲ್ಲೇ ಇರಬೇಕು ಎಂಬ ಅಂದಾಜು ಇತ್ತು.

ಭುವಿ ಉತ್ಸಾಹದಿಂದ ಅವನ ಕೆಲಸವನ್ನು ಗಮನಿಸುತ್ತಿದ್ದಳು. ಹಿಂದೆ ಹಿರಿಯಣ್ಣನವರು ಹರಳೆಣ್ಣೆ ದೀಪಕ್ಕೆ ತಾಳೆಗರಿ ಹಿಡಿದಿದ್ದರು. ಅದು ಶಾಖಕ್ಕೆ ಕಪ್ಪಾಗಿತ್ತು. ಅಲೋಕ ಆ ಮಸಿಯನ್ನು ತೊಳೆಯಲು ತಾಳೆಗರಿ ಮೇಲೆ ಮೆಲ್ಲನೆ ಹನಿಹನಿಯಾಗಿ ನೀರು ಸುರಿದು ಬೆರಳಿನಿಂದ ಮೆಲ್ಲಗೆ ಒರೆಸಿದ. ಆಗ ಅಲ್ಲಿ ಅಧ್ಭುತವೊಂದು ನಡೆಯಿತು! ನಿಧಾನವಾಗಿ ತಾಳೆ ಗರಿಯ ಮೇಲೆ ಚಿತ್ರಗಳು ಮೂಡಿದವು!! ತಮ್ಮ ಕಣ್ಣನ್ನು ತಾವೇ ನಂಬದೆ ಎಚ್ಚರಿಕೆಯಿಂದ, ಮೈಯೆಲ್ಲಾ ಕಣ್ಣಾಗಿ ಆ ಚಿತ್ರವನ್ನು ಪರಿಶೀಲಿಸಿದರು ಭುವಿ ಮತ್ತು ಅಲೋಕ. ಗೋಪುರ ಮುರಿದ ದೇವಸ್ಥಾನದ ಚಿತ್ರ ಕಂಡಿತು. ಇನ್ನೂ ಎಚ್ಚರಿಕೆಯಿಂದ ನೋಡಿದರೆ ದೇವಸ್ಥಾನದ ಒಳ ಭಾಗದಲ್ಲಿ ಕಮಾನಿನಂತ ಭಾಗ ಕಾಣಿಸಿತು! ಅದರ ಹಿಂದೆ ಒಂದು ಬೆಟ್ಟ! ದೇವಸ್ಥಾನ ಬೆಟ್ಟದ ಮೇಲೆ ಅದಕ್ಕೆ ಅಂಟಿಕೊಂಡಂತೆ ತೋರುತ್ತಿತ್ತು! ಆದರೆ ಶಂಖವಾಗಲೀ ಗಂಟೆಯ ಉಲ್ಲೇಖವಾಗಲೀ ಇರಲಿಲ್ಲ! ಅಂದರೇನು? ಲೆನ್ಸ್ ಅದರ ಮೇಲೆ ಹಿಡಿದು ನೋಡಿದ. ಅಲ್ಲಿ ಶಬ್ಧದ ಕಂಪನಗಳ ಚಿನ್ಹೆ ಕಂಡಿತು!! ಅಂದರೆ..?

“ಇದೆಂತಾ ವಿಸ್ಮಯ!! ಹೀಗೆಲ್ಲಾ ಮಾಡೋಕೆ ಸಾಧ್ಯವೆ..? ನಂಬೋಕೇ ಆಗ್ತಿಲ್ಲ!!” ಅಲೋಕ ಉದ್ಗರಿಸಿದ!

“ಅದು ಶಂಖ ಮತ್ತು ಗಂಟೆಯಿಂದ ಬರುವ ಶಬ್ದದ ಚಿನ್ಹೆ ಇರಬಹುದಾ....?”

ಭುವಿ ಕೇಳಿದಳು.

“ಇರಬಹುದು..ಆದರೆ ಈ ಬೆಟ್ಟ, ಈ ದೇವಸ್ಥಾನ ಎಲ್ಲಿ ಹುಡುಕೋದು..? ಇದು ಯಾವೂರಿನ ಬೆಟ್ಟ..? ಇದಕ್ಕೊಂದು ಸ್ಪಷ್ಟ ಆಕಾರವೇ ಇಲ್ಲ”

ಅಲೋಕ ಚಿಂತೆಯಿಂದ ಹೇಳಿದ.

ಅವನ ಕೈಯಲ್ಲಿದ್ದ ಲೆನ್ಸ್ ಭುವಿ ತೆಗೆದುಕೊಂಡು ತಾನೊಮ್ಮೆ ಪರೀಕ್ಷಿಸಿದಳು. ಒಮ್ಮೆಲೇ ಏನೋ ಕಂಡು ಅಚ್ಚರಿಯಿಂದ ಹೇಳಿದಳು.

“ನೋಡಿಲ್ಲಿ, ಇದು ಮೊದಲು ನಿನಗೆ ಕಂಡಿತ್ತಾ...?”

ಅಲೋಕ ಲೆನ್ಸಿನ ಮೂಲಕ ನೋಡಿದರೆ ಅಲ್ಲಿ ಬೆಟ್ಟದ ಹಿನ್ನೆಲೆಯಲ್ಲಿ ಒಂದು ಅಸ್ಪಷ್ಟವಾದ ಕೋಣದ ಆಕೃತಿ ಕಂಡಿತು. ಅದೆಷ್ಟು ಅಸ್ಪಷ್ಟವಾಗಿತ್ತೆಂದರೆ ಮೊದಲ ನೋಟಕ್ಕೆ ಅದು ಕಾಣುತ್ತಲೇ ಇರಲಿಲ್ಲ. ಜೊತೆಗೆ ಅಲ್ಲಿನ ಗೆರೆಗಳನ್ನು ಮಸಿಯಿಂದ ಮೂಡಿಸಿರಲಿಲ್ಲ. ಬದಲಿಗೆ ಯಾವುದೋ ರಾಸಾಯನಿಕ ವಸ್ತುವಿನಿಂದ ರಚಿಸಿರುವಂತಿತ್ತು. ಅದು ಒಣಗಿದಾಗ ಪಾರದರ್ಶಕವಾಗಿದ್ದು, ನೀರಿನಲ್ಲಿ ನೆನಸಿದರೆ ಮಾತ್ರ ಚಿತ್ರ ಮೂಡುವಂತ ತಂತ್ರವನ್ನು ಉಪಯೋಗಿಸಲಾಗಿತ್ತು. ಮತ್ತೆ ಒಣಗುತ್ತಲೇ ಅಲ್ಲಿನ ಗೆರೆಗಳೆಲ್ಲಾ ಮಾಯವಾಗಿ ಖಾಲಿ ತಾಳೆಗರಿಯ ಹಾಳೆ

ಉಳಿಯುತ್ತಿತ್ತು.

"ನಮಗೆ ನಿಧಿ ಸಿಕ್ಕಿತ್ತೋ ಇಲ್ಲವೋ..ಆದರೆ ಇದಂತೂ ಅದ್ಭುತವಾದ ತಂತ್ರಜ್ಞಾನ!" ಉದ್ಗರಿಸಿದ ಅಲೋಕ.

"ಈ ಔಟ್‌ಲೈನ್ ನೋಡಿದರೆ ಏನಾದರೂ ಗೊತ್ತಾಗುತ್ತಾ..?" ಭುವಿ ಕೇಳಿದಳು.

ಅಲೋಕ ಆ ರಹಸ್ಯ ರಚನೆಯನ್ನು ಮೆಚ್ಚಿಕೊಂಡ ಆನಂದದಲ್ಲಿದ್ದ. ಭುವಿ ಹೇಳಿದ್ದರತ್ತ ಗಮನ ಇರಲಿಲ್ಲ!

"ಹಲೋ...? ಎಲ್ಲಿದ್ದೀಯ ಅಲೋಕ್..ನಾನು ಕೇಳಿದ್ದು ಈ ಚಿತ್ರಗಳು, ಗೆರೆಗಳನ್ನ ನೋಡಿದ್ರೆ ಅದು ಯಾವ ಜಾಗ ಅಂತ ಗೊತ್ತಾಗುತ್ತಾ..?" ಭುವಿ ಸ್ವಲ್ಪ ಜೋರಾಗಿ ಕೇಳಿದಳು.

"ಭುವಿ, ನಮಗೆ ಶುಕ್ರದೆಸೆ ಇದೆ ಅನ್ನಿಸುತ್ತೆ, ಯುರೇಕಾ..ಯುರೇಕಾ.." ಅಲೋಕ ಉದ್ಗರಿಸಿದ.

"ಏನಾಯ್ತು ನಿನಗೆ..? ಆರ್ಕಿಮಿಡೀಸ್ ನೆನಸ್ಕೊಂಡೆಯಾ..?" ಅಲೋಕನ ಅತಿರೇಕಕ್ಕೆ ಭುವಿ ಆಶ್ಚರ್ಯಪಟ್ಟಳು.

"ಭುವಿ, ಈ ಜಾಗ ಯಾವ್ದೂಂತ ಗೊತ್ತಾಗೋಯ್ತು" ಅಲೋಕ ಕುಣಿಯುವುದಷ್ಟೆ ಬಾಕಿಯಿತ್ತು!

"ಯಾವುದು ಹೇಳು ನಾನೂ ತಿಳ್ಕೋತೀನಿ"

"ಕೋಣಕ್ಕೆ ಮಹಿಷಿ ಅನ್ನೋದು ಇನ್ನೊಂದು ಹೆಸರು. ಹಿಂದೆ ಮೈಸೂರಿಗೆ ಮಹೀಷೂರು ಅನ್ನೋ ಹೆಸರಿತ್ತಂತೆ! ಹಿನ್ನೆಲೆಯಲ್ಲಿ ಮಹಿಷಿ ಇರೋದ್ರಿಂದ ಇದು ಮೈಸೂರು"

"ಮೈಸೂರಲ್ಲಿ ಇರೋದು ಒಂದೇ ಬೆಟ್ಟ. ಅದು ಚಾಮುಂಡೇಶ್ವರಿ ಬೆಟ್ಟ!" ಈಗ ಉದ್ವೇಗಗೊಳ್ಳುವ ಪಾಲು ಭುವಿಯದಾಗಿತ್ತು! ಆ ಯೋಚನೆಗೆ ಅವಳು ಕಂಪಿಸಿದಳು.

"ಯೂ ಆರ್ ರೈಟ್! ಇದು ಚಾಮುಂಡಿ ಬೆಟ್ಟದಲ್ಲಿದೆ.." ಅಲೋಕ ಖುಷಿಯಿಂದ ಭುವಿಯನ್ನು ಅನಾಮತ್ತಾಗಿ ಎತ್ತಿಕೊಂಡು ಕುಣಿಯತೊಡಗಿದ.

"ಏ...ಮೊದಲು ಕೆಳಗಿಳಿಸು. ಯಾರಾದ್ರೂ ನೋಡಿದ್ರೆ ಏನಂದ್ಕೋತಾರೆ..?" ಭುವಿ ಹುಸಿ ಮುನಿಸು ತೋರಿಸಿದಳು.

ಆ ಖುಷಿ ಕರಗಿ ಸಮಾಧಾನವಾದಾಗ ಭುವಿ ಮತ್ತೆ ಕೇಳಿದಳು.

"ಅಲ್ಲಾ ಚಾಮುಂಡಿ ಬೆಟ್ಟದ ವಿಸ್ತಾರ ಅಷ್ಟು ದೊಡ್ಡದು. ಈ ಗುಡಿ ಎಲ್ಲಿದೇಂತ ಹುಡುಕೋದು...?"

"ಅದಕ್ಕೂ ಒಂದು ಉಪಾಯ ಇದೆ ಭುವಿ. ಬೆಟ್ಟದಲ್ಲಿ ನಮ್ಮ ಪರಿಚಯದ ಒಬ್ಬರು ಅರ್ಚಕರಿದ್ದಾರೆ. ಅವರು ಹುಟ್ಟಿ ಬೆಳದಿದ್ದೆಲ್ಲಾ ಬೆಟ್ಟದಲ್ಲಿ. ಅವರ ವಾಸ ಕೂಡ ಅಲ್ಲೇ. ಅವರನ್ನ ಕೇಳಿದರೆ ಇದು ಗೊತ್ತಾಗುತ್ತೆ"

"ಆದ್ರೆ..?" ಭುವಿ ಮಾತು ಎಳೆದಳು.

"ಏನು..ಆದ್ರೆ..?"

"ಹೀಗೆ ಈ ವಿಷಯ ಎಲ್ಲರಿಗೂ ಗೊತ್ತಾಗ್ತಾ ಹೋದ್ರೆ ನಿಧಿ ನಮಗೆ ಸಿಗುತ್ತಾ..?"

"ಅದಕ್ಕೇನಾದ್ರೂ ಉಪಾಯ ಮಾಡೋಣ...ನಡಿ ಹೋಗ್ತಾ ಹೇಳ್ತೀನಿ"

ಅಲೋಕ ಬೈಕಿನತ್ತ ಹೊರಟ. ಭುವಿ ಹಿಂಭಾಲಿಸಿದಳು.

8

ಬಿಡದಿ ಬ್ರಿಡ್ಜ್ ಮೇಲೆ ಕಾರು ಹೋಗುತ್ತಿದ್ದಾಗ ರತನ್ ಮೊಬೈಲು ರಿಂಗಾಯಿತು. ರತನ್ ಕ್ರಿಮಿನಲ್ ಜಾಲದವನೊಬ್ಬ ಫೋನು ಮಾಡಿದ್ದ.

"ಹಾ..ಬೋಲೋ.." ರತನ್ ತನ್ನ ಗಡುಸು ದನಿಯಲ್ಲಿ ಹೇಳಿದ.

"ನಿಮ್ಮ ಪಾರ್ಟಿ ಬಸ್ಸಿನಲ್ಲಿ ಇರ್ಲೇ ಇಲ್ಲ!"

"ಏನು..?" ರತನ್ ಮುಖ ಗಂಟಿಕ್ಕಿಕೊಂಡ.

"ಹಾ..ಬಾಯಿ ಬಸ್ಸಿನಲ್ಲಿ ನಿಮ್ಮ ಪಾರ್ಟಿ ಇಲ್ವೇ ಇಲ್ಲ"

"ಅಂದ್ರೇನು ಮಾಯವಾದ್ರಾ..?" ರತನ್ ಫೂತ್ಕರಿಸಿದ.

"ಗೊತ್ತಿಲ್ಲ! ಬಸ್ಸಿನಲ್ಲಿ ಅವರು ಇರಲಿಲ್ಲ. ಏನು ಮಾಡೋದು ಈಗ..?"

"ಮನೆಗೆ ಹೋಗಿ ಗುಂಡು ಹಾಕಿ ಮಲಕ್ಕೋ.." ಸಿಟ್ಟಿನಿಂದ ಹೇಳಿ ಫೋನ್ ಕಟ್ ಮಾಡಿದ ರತನ್. ಡ್ರೈವರ್ಗೆ ಕಾರು ರಸ್ತೆ ಪಕ್ಕದಲ್ಲಿ ನಿಲ್ಲಿಸುವಂತೆ ಹೇಳಿದ. ನಂತರ ಯಾರ್ಯಾರಿಗೋ ಫೋನು ಮಾಡಿದ. ಕೋಪದಿಂದ ಕುದಿಯುತ್ತಿದ್ದ ರತನ್! ಏನು ಮಾಡಬೇಕೆನ್ನುವುದು ಅವನಿಗೆ ಹೊಳೆಯಲಿಲ್ಲ. ಕೆಲವು ಕ್ಷಣಗಳ ನಂತರ ಅವನಿಗೆ ಹೊಳೆಯಿತು. ತನಗೆ ಅಲೋಕ ಚಳ್ಳೆ ಹಣ್ಣು ತಿನ್ನಿಸಿದ್ದಾನೆ. ಬೆಂಗಳೂರಿನ ಬಸ್ಸು ಹತ್ತಿ ಮಧ್ಯದಲ್ಲೆಲ್ಲೋ ಇಳಿದು ವಾಪಸ್ಸು ಮೈಸೂರಿಗೆ ಹೋಗಿದ್ದಾನೆ. ಇದು ತನ್ನನ್ನು ದಾರಿ ತಪ್ಪಿಸಲು ಮಾಡಿದ ತಂತ್ರ! ಈ ಸಮಯದಲ್ಲಿ ಅವನು ನಿಧಿಯ ಶೋಧನೆಯಲ್ಲಿ ತೊಡಗಿದ್ದಾನೆ. ಬಹುಶಃ ಈ ಸಮಯದಲ್ಲಿ ನಿಧಿಯ ಹತ್ತಿರವೇ ಇರಬಹುದು!! "ಚಾಲಾಕಿ ಚೋಕ್ರ!" ರತನ್ ಅಲೋಕನನ್ನು ನೆನಸಿಕೊಂಡು ಹಲ್ಲು ಮಸೆದ.

"ಚಲೋ ವಾಪಸ್ ಮೈಸೂರ್ ಚಲೇಂಗೇ.." ಡ್ರೈವರ್ಗೆ ಹೇಳಿದ ರತನ್.

"ವಾಪಸ್..?" ಡ್ರೈವರ್ ಅಚ್ಚರಿಯಿಂದ ಕೇಳಿದ.

"ಹಾ..ಹಾ..ವಾಪಸ್ ಮೈಸೂರ್ಗೆ.." ಸಹನೆ ಕಳೆದುಕೊಂಡಿದ್ದ ರತನ್ ಕಿರಿಚಿದ.

‘ತಲೆ ಕೆಟ್ಟವರ ಸಹವಾಸ’ ಡ್ರೈವರ್ ಗೊಣಗಿದ.

“ಏನಂದೆ?”

“ಏನಿಲ್ಲ..” ಡ್ರೈವರ್ ಕಾರು ಮೈಸೂರಿನ ಕಡೆಗೆ ತಿರುಗಿಸಿದ.

***

ಚನ್ನಪಟ್ಟಣದ ಬಸ್ಟ್ಯಾಂಡ್ಬಳಿ ರೋಡ್ ಬ್ಲಾಕಾಗಿತ್ತು. ತುಂಬಾ ಜನ ಸೇರಿದ್ದರು. ಮೇಲ್ನೋಟಕ್ಕೆ ಅಲ್ರ◌್ಲೆಂದು ಆಕ್ಸಿಡೆಂಟ್ ಆಗಿರುವುದು ಗೊತ್ತಾಗುತ್ತಿತ್ತು. ಕಾರೊಂದು ಬೈಕಿಗೆ ಗುದ್ದಿತ್ತು. ಬೈಕಿನವ ಒಮ್ಮೆಲೇ ರಸ್ತೆಯ ಎಡದಿಂದ ಬಲಕ್ಕೆ ಬರುವಾಗ ಕಾರು ಅವನಿಗೆ ತಾಗಿತ್ತು! ಬೈಕಿನವನಿಗೆ ಹೆಚ್ಚೇನೂ ಅಪಾಯ ಆದಂತಿರಲಿಲ್ಲ. ಆದ್ರೆ ಜನ ಬೈಕಿನವನ ಪರವಾಗಿ ಕಾರಿನವರ ಜೊತೆ ವಾಗ್ಯುದ್ಧದಲ್ಲಿ ತೊಡಗಿದ್ದರು. ಏರಿದ ದನಿಯಲ್ಲಿ ಜನರು ಮಾತಾಡುತ್ತಿದ್ದರು.

ಬೆಂಗಳೂರಿಗೆ ಹೊರಟಿದ್ದ ಸುಧಾಕರ್ ಮತ್ತು ರೋಹಿತ್ ಮುಂದೆ ಹೋಗಲು ದಾರಿಯಿಲ್ಲದೆ ಅನಿವಾರ್ಯವಾಗಿ ರಸ್ತೆ ಬದಿ ಕಾರು ನಿಲ್ಲಿಸಬೇಕಾಯಿತು.

“ಅರೆ..ಆ ಕಾರಿನ ನಂಬರು ನೋಡಿದೆಯಾ..? ಅದು ರತನ್ ಬೆಂಗ್ಳೂರಿಗೆ ಹೋಗ್ತಿದ್ದ ಕಾರು..?” ಸುಧಾಕರ್ ಅಚ್ಚರಿಯಿಂದ ಹೇಳಿದ.

“ಹೌದು. ಅವನದ್ದೇ! ಆದ್ರೆ ಅದು ಮೈಸೂರಿನ ಕಡೆ ಹೋಗ್ತಿದೆ!!? ಅಲ್ಲಿ ರತನ್ ಇರ್ಬೇಕು..ಹೋಗಿ ನೋಡೋಣ..”

ಸುಧಾಕರ್ ಮತ್ತು ರೋಹಿತ್ ಕಾರಿಂದ ಇಳಿದರು. ಅವರಿಬ್ಬರೂ ಸಮವಸ್ತ್ರದಲ್ಲಿರಲಿಲ್ಲ. ಸಾಮಾನ್ಯ ನಾಗರೀಕರ ಉಡುಪಿನಲ್ಲಿದ್ದರು.

“ಅದು ರತನ್..” ರೋಹಿತ್ ಪಿಸುದನಿಯಲ್ಲಿ ಹೇಳಿದ.

“ಹೌದು. ಅವನೇ..ಅವನ ಕಾರೇ ಆಕ್ಸಿಡೆಂಟಲ್ಲಿ ಸಿಕ್ಕಿರೋದು”

ಇಬ್ಬರೂ ಮಾತಾಡಿಕೊಂಡರು.

“ಏನಪ್ಪಾ..? ಏನಾಗಿದೆ..? ಎಲ್ಲಿಗೋಗ್ತಿತ್ತು ಕಾರು..”

ಗುಂಪಿನಲ್ಲಿ ಒಬ್ಬನನ್ನು ಕೇಳಿದ ರೋಹಿತ್.

“ಬೆಂಗ್ಳೂರು ಕಡೆಯಿಂದ ಬರ್ತಿತ್ತು. ಈ ಬೈಕಿನವನು ಯೂ ಟರ್ನ ತಗೊಳ್ಳೋಕೆ ಹೋಗಿದ್ದಾನೆ..ಆಗ ಆಕ್ಸಿಡೆಂಟಾಗಿದೆ”

“ಓ..ಹೌದಾ..”

ರತನ್ ಕೊನೆಗೆ ಹಣ ಕೊಡಲು ಒಪ್ಪಿದ್ದ. ಜೇಬಿನಿಂದ ಹಣ ಎಣಿಸುತ್ತಿದ್ದ. ಕೊನೆಗೊಂದು ಒಪ್ಪಂದ ಆದಂತಿತ್ತು. ಎಲ್ಲ ಎರಡು ಸಾವಿರದ ನೋಟುಗಳು. ಐದಾರು ಎಣಿಸಿದಂತಿತ್ತು. ಜನ ನಿಧಾನಕ್ಕೆ ಕರಗತೊಡಗಿದರು.

ಸುಧಾಕರ್ ಮತ್ತು ರೋಹಿತ್ ವಾಪಸ್ಸು ಹೋಗಿ ಕಾರಿನಲ್ಲಿ ಕೂತರು.

ಐದಾರು ನಿಮಿಷಗಳಲ್ಲಿ ರತನ್ ಕಾರು ಮೈಸೂರು ಕಡೆಗೆ ಚಲಿಸಿತು!

ರೋಹಿತ್ ಮತ್ತು ಸುಧಾಕರ್ ಆಶ್ಚರ್ಯದಿಂದ ಪರಸ್ಪರ ಮುಖ ನೋಡಿಕೊಂಡರು! ಬೆಂಗಳೂರಿಗೆ ಹೊರಟ ರತನ್ ಮೈಸೂರಿಗೆ ವಾಪಸ್ಸಾಗುತ್ತಿದ್ದ! ಅಂದರೇನು..? ಇಬ್ಬರು ಇನ್‌ಸ್‌ಪಕ್ಟರ್‌ಗಳೂ ಯೋಚಿಸಿದರು. ಯಾಕೆ ಹೀಗೆ ಮಾಡುತ್ತಿದ್ದಾನೆ.. ಬಹುಶಃ ಅಲ್ಲಿಯ ಕೆಲಸ ಇನ್ಯಾರಿಗಾದರೂ ವಹಿಸಿರಬೇಕು! ಮತ್ತೆ ವಾಪಸ್ಸು ಮೈಸೂರಿಗೆ ಅಂದರೆ..? ಮುಖ್ಯವಾದದ್ದು ಮೈಸೂರಿನಲ್ಲಿ ನಡೆಯಲಿದೆಯೆ..? ಏನಿರಬಹುದು? ಅಲೋಕ್ ಮತ್ತು ಭುವಿ ಬೆಂಗಳೂರಲ್ಲಿದ್ದರೆ..ಇಲ್ಲಿ ಮೈಸೂರಲ್ಲಿ ಏನು ನಡೆಯಬಹುದು?

“ಏನು ಇದು ವಿಚಿತ್ರ..? ಈಗ ನಾವು ಬೆಂಗಳೂರಿಗೆ ಹೋಗೋದಾ..? ಬೇಡವಾ..? ರತನ್ ಫಾಲೋ ಮಾಡೋಣವಾ..? ಹಾಗಾದ್ರೆ ಬೆಂಗ್ಳೂರಲ್ಲಿರೋ ಅಲೋಕನ ಜಾಡು ಬಿಟ್ಟುಬಿಟ್ಟಿದಾನೆ ರತನ್! ಅಂದರೆ ಯಾವುದೇ ಅನುಮಾನಾಸ್ಪದವಾದ ಕೆಲಸಕ್ಕೆ ಅಲೋಕ ಇಳಿದಿಲ್ಲ”

ಸುಧಾಕರ್ ಹೇಳಿದ.

"ರತನ್ ಮೈಸೂರಿಗೆ ಹೋಗಿ ಏನು ಮಾಡ್ತಾನೆ..?" ರೋಹಿತ್ ಪ್ರಶ್ನೆ.

"ಅಥವಾ..ಹೀಗೂ ಆಗಿರಬಹುದಲ್ಲವೆ..?" ಸುಧಾಕರ್ ಯೋಚಿಸುತ್ತಿದ್ದ.

"ಹೇಗೆ?"

"ರತನ್ ಅಲೋಕನನ್ನ ಬೆಂಗಳೂರಿನ ದಾರಿಯಲ್ಲೇ ಅಡ್ಡ ಹಾಕಿರಬೇಕು. ಬೆದರಿಸಿ ಜೀವಭಯ ಒಡ್ಡಿ ಅವನ ಹತ್ರ ಇರಬಹುದಾದ ಎಲ್ಲ ಮಾಹಿತಿ ಕಿತ್ಕೊಂಡಿದ್ದಾನೆ ರತನ್. ಈಗದ್ದನ್ನ ಚೇಸ್ ಮಾಡೋಕೆ ವಾಪಸ್ಸು ಮೈಸೂರಿಗೆ ಹೊರಟಿದ್ದಾನೆ! ಜಗನ್ನಾಥನ ಕೊಲೆ ಗೊತ್ತಲ್ಲ. ಅವನಿಂದ ಯಾವುದೇ ಉಪಯೋಗ ಇಲ್ಲವೆನಿಸಿ ಅವನನ್ನ ಮುಗಿಸಿದ್ದಾನೆ ರತನ್. ಈಗ ಅಲೋಕನ ಕೈಲೀರೋದೆಲ್ಲಾ ಕಿತ್ಕೊಂಡ ಮೇಲೆ ಅವನಿಗೆ ಬೆಂಗ್ಳೂರಲ್ಲೇನು ಕೆಲಸ..?" ಸುಧಾಕರ್ ತರ್ಕಿಸಿದ.

"ಅಂದ್ರೆ ಅಲೋಕ ಮತ್ತು ಭುವಿಯನ್ನು ಕೂಡ ಮುಗಿಸಿಬಿಟ್ಟಿದ್ದಾನಾ..? ಇರಲಿಕ್ಕಿಲ್ಲ. ಎಲ್ಲಾ ಕಿತ್ಕೊಂಡ ಮೇಲೆ ಅವರನ್ನ ಬೆದರಿಸಿರಬಹುದು. ಜಗನ್ನಾಥನ ಕೇಸೇ ಬೇರೆ. ಅವನೂ ಕ್ರಿಮಿನಲ್ಲೇ. ಆದ್ರೆ ಅಲೋಕ ಕ್ರಿಮಿನಲ್ ಅಲ್ಲ! ಜೀವಭಯ ಒಡ್ಡಿದರೆ ಸಾಕು, ಸುಮ್ಮನಾಗಿಬಿಡಬಹುದು! ನೋಡು..ಕಾರು ಮೈಸೂರಿಗೇ ಹೋಗ್ತಿದೆ. ನಾವೂ ಮೈಸೂರಿಗೇ ಹೋಗೋದು ಸರಿ. ಅಲೋಕನ ಬಗೆಗೆ ಈಗ ಚಿಂತೆ ಮಾಡಬೇಕಾಗಿಲ್ಲ" ರೋಹಿತ್ ಹೇಳಿದ.

ಸುಧಾಕರ್ ಮತ್ತು ರೋಹಿತ್ ಸ್ವಲ್ಪ ದೂರ ಹಿಂದೆ ಹೋಗಿ ಯೂ ಟರ್ನ್ ತೆಗೆದುಕೊಂಡು ರತನ್ ಕಾರನ್ನು ಹಿಂಬಾಲಿಸಲು ವೇಗವಾಗಿ ಚಾಲನೆ

ಮಾಡಿದರು.

"ರೋಹಿತ್, ನನಗೊಂದು ಸಂದೇಹ ಬರ್ತಿದೆ. ಅಲೋಕ ಮತ್ತು ಭುವಿ ಬಸ್ಸಿನಲ್ಲಿ ಬೆಂಗಳೂರಿಗೆ ಹೊರಟಿದ್ದರು. ರತನನಿಗೆ ಅವರೆಲ್ಲಿ ಸಿಕ್ಕರು..? ಬಸ್ನಂತೂ ನಿಲ್ಲಿಸೋಕಾಗಿರೊಲ್ಲ. ಅಂದ್ರೆ ಬೆಂಗಳೂರು ತಲುಪಿದ ಮೇಲೆ ಅವ್ರನ್ನ ಅಟ್ಯಾಕ್ ಮಾಡಿರಬೇಕು. ಅಲ್ಲಿಗೆ ಬಸ್ಸು ಬೆಂಗ್ಳೂರು ತಲುಪೋದಕ್ಕೆ ಎಂಟೂವರೆಯಾದ್ರೂ ಆಗಿರುತ್ತೆ. ಆದ್ರೀಗ ಟೈಮಿನ್ನೂ ಎಂಟೂವರೆ..! ಅಂದ್ರೆ ಅಲೋಕ ಬೆಂಗಳೂರು ಈಗ ತಲುಪಿರುತ್ತಾನೆ! ರತನ್ ಬೆಂಗಳೂರಿಗೇ ಹೋಗಿಲ್ಲ. ದಾರಿಯಲ್ಲೇ ಏನೋ ಸುದ್ದಿ ಬಂದಿದೆ! ಅದಕ್ಕೇ ಹಿಂತಿರುಗ್ತಾ ಇದ್ದಾನೆ..?"

"ಅಂದ್ರೆ..? ಶಾಮಣ್ಣನ ಕಡೆಯಿಂದ ಬೇರೆ ಪ್ರಯತ್ನ ನಡೆದಿದೆಯೆ..? ಶಾಮಣ್ಣನ್ನ ರತನ್ ಕಡೆಯವರು ಹಿಡಿದಿದ್ದಾರೆ! ಅವರಿಂದ ಮಹತ್ವದ ಮಾಹಿತಿ ಸಿಕ್ಕಿದೆ. ಅದರ ಸುದ್ದಿ ದಾರಿಯಲ್ಲೇ ರತನನಿಗೆ ಸಿಕ್ಕಿದೆ. ಅದಕ್ಕೇ ಹಿಂತಿರುಗ್ತಾ ಇದ್ದಾನೆ. ಬಹುಶಃ ಅಲೋಕ ಮತ್ತು ಭುವಿ ಈ ಹಂತದಲ್ಲಿ ನಿಷ್ಪ್ರಯೋಜಕರು.."

"ಕರೆಕ್ಟ್! ನಾವೀಗ ಅಲೋಕನ್ನ ಮರೆತು ರತನ್ ಹಿಂದೆ ಬೀಳೋದೇ ಸಮಂಜಸವಾದದ್ದು"

9

"ನೀನು, ಶಾಮಣ್ಣನ ಮಗ ಅಲೋಕ ಅಲ್ಲವೆ..?"

ಅನಂತಯ್ಯ ಅನುಮಾನಿಸುತ್ತಾ ಕೇಳಿದರು.

“ಸರಿಯಾಗಿ ಹೇಳಿದ್ರಿ. ನೆನಪು ಚೆನ್ನಾಗಿದೆ..ನಿಮಗೀಗ ಎಷ್ಟು ವರ್ಷ?”

“ಎಪ್ಪತ್ತು ದಾಟಿತು. ತಕ್ಕಮಟ್ಟಿಗೆ ಚೆನ್ನಾಗಿದ್ದೀನಿ”

“ಸಂತೋಷ”

“ಅದ್ಸರಿ ಇದೇನು ಇದ್ದಕ್ಕಿದ್ದ ಹಾಗೆ..? ಇವರು ಯಾರು...?”

“ಇವಳು, ನಾನು ಮದುವೆಯಾಗಬೇಕಾಗಿರೋ ಹುಡುಗಿ. ಭುವನ ಅಂತ. ಇವರದ್ದು ಬೆಂಗಳೂರು. ದೇವಸ್ಥಾನಕ್ಕೆ ಬಂದಿದ್ದೋ ನಿಮ್ಮ ನೆನಪು ಬಂತು. ಜೊತೆಗೆ ಇವಳು ಪಿ.ಹೆಚ್.ಡಿ ಮಾಡ್ತಿದ್ದಾಳೆ. ಚಾಮುಂಡಿ ಬೆಟ್ಟದ ಮೇಲೆ ರಿಸರ್ಚ್ ಮಾಡ್ತಿದ್ದಾಳೆ. ಬಹುತೇಕ ಎಲ್ಲಾ ಮಾಹಿತೀನೂ ಸಿಕ್ಕಿದೆ. ಆದ್ರೆ ಇದೊಂದು ಮಾಹಿತಿ ಸಿಕ್ಕಿಲ್ಲ. ಅದಕ್ಕೇ ನಿಮ್ಮ ಹತ್ರ ಬಂದಿರೋದು..”

ಅಲೋಕ ತಾನು ಮೂಲ ತಾಳೆಗರಿಯಿಂದ ತೆಗೆದಿದ್ದ ಆ ಗೋಪುರ ಮುರಿದ ದೇವಸ್ಥಾನದ ಚಿತ್ರವನ್ನು ಮೊಬೈಲಿನಲ್ಲಿ ತೋರಿಸಿದ.

“ತಾಳಿ, ಒಂದ್ನಿಮಿಷ ಕನ್ನಡಕ ತರ್ತೀನಿ” ಅನಂತಯ್ಯ ಒಳಗೆ ಹೋದರು.

“ನಾನು ಯಾವ ಪಿ.ಹೆಚ್.ಡಿ ಮಾಡ್ತಿದ್ದೀನಿ..?”ಭುವಿ ಪಿಸುಗುಟ್ಟಿದಳು.

“ಸುಮ್ಮನಿರು. ಅವರು ಕೇಳಿಸಿಕೊಂಡಾರು..”

ಅನಂತಯ್ಯನವರ ಮನೆ ದೇವಸ್ಥಾನದ ಎದುರಿಗೇ ಇತ್ತು. ಒಂದು ಕಾಂಪೌಂಡು ಅವರನ್ನು ದೇವಸ್ಥಾನದಿಂದ ಬೇರ್ಪಡಿಸಿತ್ತು. ತುಂಬಾ ಹಳೆಯ ಮನೆ ಅವರದ್ದು.

“ಎಲ್ಲಿ ನೋಡೋಣ..” ಕನ್ನಡಕ ಮೂಗಿನ ಮೇಲೇರಿಸಿಕೊಂಡು ಬಂದರು.

ಅಲೋಕ ಅವರ ಕೈಗೆ ಮೊಬೈಲು ಕೊಟ್ಟ.

"ಓ..ಇದಾ..? ಇದು..ಪಾಳು ದೇವಸ್ಥಾನ. ದೇವೀಕೆರೆ ಹತ್ರ ಹೋಗಿ ಸ್ವಲ್ಪ ಕೆಳಗಿಳಿದರೆ ಕಲ್ಲಿನ ಗುಹಾ ದೇವಸ್ಥಾನ ಸಿಗುತ್ತೆ. ಅಲ್ಲಿಂದ ಸ್ವಲ್ಪ ಕೆಳಗಿಳೀಬೇಕು. ಅಲ್ಲಿಗೆ ದಾರಿಯೆಲ್ಲಾ ಮುಚ್ಚಿ ಹೋಗಿ ಗಿಡಗಂಟೆ ಬೆಳ್ಕೊಂಡಿದ್ದಾವೆ. ಅಲ್ಲಿ ಯಾವ ದೇವರೂ ಇಲ್ಲ. ತುಂಬಾ ಹಿಂದೆ ಶಾಂತರಾಜು ಅನ್ನೋ ದಳವಾಯಿ ಒಬ್ಬರು ಇಲ್ಲಿ ದೇವರನ್ನ ಪ್ರತಿಸ್ಥಾಪಿಸಬೇಕೂಂತ ಕಟ್ಟಿಸಿದ್ದರಂತೆ. ಆದ್ರೆ ಅಷ್ಟರಲ್ಲಿ ಅವರು ವಿಧಿವಶರಾದರು. ಅವರ ಮಕ್ಕಳು ಆಸಕ್ತಿ ತೋರಿಸಲಿಲ್ಲ. ಅವರ ಬಗ್ಗೆ ನನಗೂ ಹೆಚ್ಚಿಗೆ ತಿಳಿದಿಲ್ಲ. ಅವರ ವಂಶಸ್ಥರು ಎಲ್ಲಾ ಚೆದುರಿ ಹೋಗಿದ್ದಾರೆ. ಕೆಲವರು ಬೆಂಗಳೂರು, ಇನ್ನೂ ಕೆಲವರು ಮದ್ರಾಸು, ಬೊಂಬಾಯಿ-ಎಲ್ಲೆಲ್ಲೋ ಸೇರಿಕೊಂಡಿದ್ದಾರೆ.."

ಅನಂತಯ್ಯ ನೆನಪಿನ ಬುತ್ತಿ ಬಿಚ್ಚಿದರು.

"ಈ ಜಾಗ ನೋಡಬೇಕಾಗಿತ್ತಲ್ಲ..?"

"ನೋಡೋಕೇನೂ ಉಳಿದಿಲ್ಲ ಅಲ್ಲಿ. ಗೋಪುರ ಬಿದ್ದೋಗಿದೆ..ಒಳಗೆ ಕಸ ಕಡ್ಡಿ, ಗಲೀಜು ತುಂಬಿರಬೇಕು. ಹೋಗಲೇಬೇಕೂಂದ್ರೆ ಹೋಗಿ ನೋಡಿ. ಸಂಶೋಧನೆಗೆ ಅದೆಲ್ಲಾ ಬೇಕಾಗುತ್ತೆ. ಆದ್ರೆ ಹುಷಾರು, ಹಾವು, ಚೇಳು-ಇಂತಾವೆಲ್ಲಾ ಇರುತ್ತವೆ"

"ಸರಿ, ಹಾಗಾದ್ರೆ ಬರ್ತೀವಿ.."

"ಅರೆ, ಅಪರೂಪಕ್ಕೆ ಬಂದಿದೀರಿ ಊಟ ಮಾಡದೆ ಹೊಗ್ತೀರಾ..?"

"ಇಲ್ಲ. ಇವಳಿಗೆ ಮೈಸೂರಲ್ಲಿ ಇನ್ನೂ ಕೆಲಸ ಇದೆ. ಈ ಜಾಗ ನೋಡ್ಕೊಂಡು ಮೈಸೂರಿಗೆ ಹೋಗ್ತೀವಿ.."

"ಸರಿಯಪ್ಪ. ಶಾಮಣ್ಣನಿಗೆ ನಾನು ಕೇಳಿದೇಂತ ಹೇಳಿ"

"ತೊಂದ್ರೆ ಕೊಟ್ಟೆವು..ಸಾರಿ"

"ಏ..ಪರ್ವಾಗಿಲ್ಲಪ್ಪ...ಇದೆಲ್ಲಾ ಏನು ತೊಂದ್ರೆ..?"

ಅನಂತಯ್ಯನವರಿಂದ ಬೀಳ್ಕೊಂಡು ಇಬ್ಬರೂ ಬೈಕಿನ ಬಳಿ ಬಂದರು.

"ಭುವಿ, ಏನಾದ್ರೂ ತಿನ್ನೋಣವಾ..? ಇನ್ನು ಅಲ್ಲಿಗೆ ಹೋದ್ರೆ ಎಷ್ಟೊತ್ತಾಗುತ್ತೋ ಗೊತ್ತಿಲ್ಲ. ಯಾರೂ ನಮ್ಮ ಬೆನ್ನು ಬಿದ್ದಿಲ್ಲ ಅಂದ್ಕೊಂಡಿದ್ದೀನಿ. ಅವರೆಲ್ಲಾ ಬೆಂಗಳೂರಲ್ಲಿ ನಮ್ಮನ್ನ ಹುಡುಕ್ತಿರಬಹುದು"

"ನೀನು ಹೇಗೆ ಹೇಳ್ತೀಯೋ ಹಾಗೆ.."

ಹತ್ತಿರದ ಹೋಟೆಲಲ್ಲಿ ಒಂದಿಷ್ಟು ತಿಂದರು. ಪ್ರವಾಸಿಗಳು ಬಂದು ಹೋಗುವ ಜಾಗ. ತಿಂದಿದ್ದು ಚೆನ್ನಾಗಿರಲಿಲ್ಲ. ಆದರೆ ಹಸಿವು ತಣಿಸಬೇಕಾಗಿತ್ತು.

ಅರ್ಧ ಗಂಟೆಯಲ್ಲಿ ಅವರು ದೇವಿ ಕೆರೆ ಬಳಿ ಇದ್ದರು. ದಸರಾ ಸಂದರ್ಭದಲ್ಲಿ ಆ ಕೆರೆಯಲ್ಲಿ ತೆಪ್ಪೋತ್ಸವ ನಡೆಯುತ್ತದೆ. ಈಗದು ನಿರ್ಜನವಾಗಿತ್ತು.

ಅಲ್ಲಿಂದ ಕಲ್ಲಿನ ಗುಹೆ ಬಳಿ ಹೋಗಲು ಕೇವಲ ಹತ್ತೇ ನಿಮಿಷ ಹಿಡಿಯಿತು. ಅಲ್ಲಿಂದ ಕೆಳಕ್ಕೆ ಅನಂತಯ್ಯ ಹೇಳಿದಂತೆ ರಸ್ತೆ ಇರಲಿಲ್ಲ. ಮೊದಲು ಮಾಡಿದ್ದ ರಸ್ತೆ ಮುಚ್ಚಿ ಹೋಗಿತ್ತು. ಕಾಡು ಹಾದಿಯಲ್ಲಿ ಇಳಿಯಬೇಕಿತ್ತು.

ಭುವಿ ಅಲೋಕನ ಮುಖ ನೋಡಿದಳು.

"ಯಾಕೆ..? ಏನಾಯ್ತು..?" ಅಲೋಕ ಕೇಳಿದ.

"ಯಾಕೋ..ಇನ್ನು ಮುಂದುವರಿಯೋದು ಬೇಡ ಅನ್ನಿಸುತ್ತೆ.."

"ಹುಚ್ಚಿ, ಇಷ್ಟೆಲ್ಲಾ ಕಷ್ಟಪಟ್ಕೊಂಡು ಬಂದು..ಈಗ..ಬೇಡಾಂದ್ರೆ..? ನಡೀ..ಹಿಡಿದದ್ದು ಬಿಡಬಾರದು" ಎಂದು ಹೇಳಿದವನು ಹಿಂದೆ ತಿರುಗಿದ.

"ಏನಾಯ್ತು..?"

"ಬೈಕು ಹೀಗೆ ಎಲ್ಲರಿಗೂ ಕಾಣೋ ಹಾಗೆ ಇರೋದು ಬೇಡ. ಸ್ವಲ್ಪ ಮರೆ ಮಾಡಿ ಬರ್ತೀನಿ.." ಎಂದವನೇ ಅಲೋಕ ರಸ್ತೆಯಿಂದ ಬೈಕನ್ನು ಒಂದು ಪೊದೆಯ ಹಿಂದೆ ಅಡಗಿಸಿದ. ರಸ್ತೆಯಲ್ಲಿ ನಿಂತು ನೋಡುವವರಿಗೆ ಈಗ ಬೈಕು ಕಾಣಿಸುತ್ತಿರಲಿಲ್ಲ.

ಇಬ್ಬರೂ ಮೆಲ್ಲನೆ ಆ ಕಲ್ಲಿನ ಗುಹೆಯಿಂದ ಕೆಳಗಿಳಿಯತೊಡಗಿದರು. ಅಲೋಕ ಮುಂದೆ..ಭುವಿ ಹಿಂದೆ. ಈ ಹಿಂದೆ ಅಲ್ಲಿಗೆ ಯಾರೂ ಹೋದ ಕುರುಹು ಇರಲಿಲ್ಲ. ಕುರುಚಲು ಗಿಡ, ಪೊದೆಗಳನ್ನು ನಿವಾರಿಸಿಕೊಂಡು ಮುಂದೆ ಹತ್ತು ನಿಮಿಷ ನಡೆಯುವುದರಲ್ಲಿ ಅವರಿಗೆ ಆ ದೇವಸ್ಥಾನದ ಪಾರ್ಶ್ವ ಕಂಡಿತು. ಮೇಲಿನ ಗೋಪುರ ಕುಸಿದು ಕೆಳಗೆ ಬಿದ್ದಿತ್ತು. ಸುತ್ತ ಯತೇಚ್ಛವಾಗಿ ಗಿಡ, ಪೊದೆಗಳಿದ್ದುವು.

ಎಚ್ಚರಿಕೆಯಿಂದ ಅವರು ದೇವಸ್ಥಾನವಾಗಬೇಕಾಗಿದ್ದು, ಹಾಳು ಕಟ್ಟಡವಾಗಿ ಉಳಿದಿದ್ದ ಅದರ ಪ್ರವೇಶಕ್ಕೆ ಬಂದರು. ತಾವು ಅಂತಿಮ ಘಟ್ಟ ತಲುಪಿದ್ದೇವೆ ಎಂಬ ಭಾವನೆ ಅವರಲ್ಲಿತ್ತು.

"ವಾಪಸ್ಸು ಹೋಗಿಬಿಡೋಣ ಅಲೋಕ. ನಾವು ತಪ್ಪುಮಾಡ್ತಿದ್ದೀವೇನೋ ಅನ್ನಿಸ್ತಾ ಇದೆ"

ಭುವಿಯ ಆತಂಕ ಗಮನಿಸಿದ ಅಲೋಕ.

"ಏನು ತಪ್ಪು ಮಾಡ್ತಿದ್ದೀವಿ? ಕಾನೂನಿಗೆ ವಿರುದ್ಧವಾಗಿ ಏನೂ ಮಾಡಿಲ್ಲ ಮತ್ತು ಮಾಡ್ತಾನೂ ಇಲ್ಲ? ನಿಧಿ ಸಿಕ್ಕರೆ ತಾನೆ ಮುಂದಿನದು? ಅದು ಸಿಗಲಿ ಆಮೇಲೆ ಏನು ಮಾಡಬೇಕು ಯೋಚಿಸೋಣ"

ಅಲೋಕ ಧೈರ್ಯ ತುಂಬಿದ.

ಆ ಹಾಳುಗುಡಿ ಸ್ವಲ್ಪ ಭಾಗವಷ್ಟೇ ಬೆಟ್ಟದಿಂದ ಈಚೆಗಿದ್ದು, ಉಳಿದದ್ದು ಬೆಟ್ಟಕ್ಕೇ ಅಂಟಿಕೊಂಡಿತ್ತು. ಈಚೆ ಕಾಣುತ್ತಿದ್ದುದಕ್ಕಿಂತಾ, ಬೆಟ್ಟದ ಒಳಗಿರುವ ಭಾಗವೇ ಹೆಚ್ಚಿರಬೇಕೆನ್ನಿಸುತ್ತಿತ್ತು. ಒಳಗೆ ಗುಹೆಯೊಂದಿರಲು ಸಾಧ್ಯವಿತ್ತು. ಅದನ್ನೂ ಸೇರಿಸಿಕೊಂಡು ಕಟ್ಟಡ ನಿರ್ಮಾಣವಾದಂತೆ ಕಂಡಿತು.

ಅಲೋಕ ಗಿಡವೊಂದರಿಂದ ಎರಡು ಗಟ್ಟಿಯಾದ ರೆಂಬೆಗಳನ್ನು ಮುರಿದು, ಎಲೆ ಕಿತ್ತು ಬಡಿಗೆಯಂತೆ ಮಾಡಿ ಒಂದು ಭುವಿಂii ಕೈಗೂ ಇನ್ನೊಂದನ್ನು ತಾನೂ ಹಿಡಿದುಕೊಂಡ.

“ಇದೆಲ್ಲಾ ಯಾಕೆ..?” ಭುವಿಯ ಪ್ರಶ್ನೆ.

“ಒಳಗೆ ಯಾವುದಾದರೂ ಪ್ರಾಣಿ ಸೇರಿಕೊಂಡಿದ್ದರೆ ರಕ್ಷಣೆಗೆ” ಎಂದು ಮುಂದೆ ಹೆಜ್ಜೆಯಿಟ್ಟ. ಭುವಿ ಹಿಂಬಾಲಿಸಿದಳು.

ಮೆಟ್ಟಿಲು ಹತ್ತಿ ಪ್ರವೇಶದಲ್ಲಿ ನಿಂತು ಒಳಗೆ ಇಣುಕಿದ ಅಲೋಕ. ಒಳಗೆ ಮಂದ ಬೆಳಕಿತ್ತು. ಒಳಗೆ ಸುಮಾರು ಮೂವತ್ತು ಅಡಿಯಷ್ಟು ಉದ್ದ ಮತ್ತು ಅಷ್ಟೇ ಅಗಲವಿತ್ತು. ಆಚೆ ಕಂಡಿದ್ದಕ್ಕಿಂತಲೂ ಒಳಗೆ ದೊಡ್ಡದಾಗಿತ್ತು. ಎದುರಿಗೆ ಇನ್ನೊಂದು ಪ್ರವೇಶ ಕಂಡಿತು. ಅದು ಕತ್ತಲಲ್ಲಿ ಮುಳುಗಿತ್ತು. ಬಹುಶಃ ಅದು ಗರ್ಭಗುಡಿಯಾಗಬೇಕಿತ್ತೇನೋ. ಅಲೋಕ ಒಳಗೆ ಹೆಜ್ಜೆಯಿಟ್ಟ. ಅಲ್ಲಿದ್ದ ಓತಿಕ್ಯಾತಗಳು, ಹಲ್ಲಿಗಳು ವಿಚಲಿತವಾಗಿ ಅತ್ತಿತ್ತ ಚಲಿಸಿದವು. ಯಾವುದೇ ಅಪಾಯಕಾರಿ ಪ್ರಾಣಿ ಕಾಣಲಿಲ್ಲ. ಅದು ಪೂರಾ ಕಲ್ಲಿನ ಕಟ್ಟಡ. ಎದುರಿನ ಪ್ರವೇಶ ಮಾತ್ರ ಗಾರೆಯ ಗೋಡೆಯಾಗಿತ್ತು. ಪ್ರವೇಶದಲ್ಲಿ ಕಮಾನಿತ್ತು.

ಭುವಿ ಅರ್ಧ ಹೆದರಿಕೆಯಿಂದ ಒಳಗೆ ಬಂದು ಸುತ್ತ ನೋಡಿದಳು. ಅಲೋಕ ಇನ್ನೂ ಮುಂದುವರಿದು ಎದುರು ಕಾಣುತ್ತಿದ್ದ ಕಮಾನಿನ ಒಳಗೆ ಇಣುಕಿ ನೋಡಿದ. ಆಚೆಯ ಬೆಳಕು ಸ್ವಲ್ಪ ಮಾತ್ರ ಒಳಗೆ ಸೋರಿತ್ತು. ಉಳಿದಂತೆ ಕತ್ತಲು. ಸುಮಾರು ಇಪ್ಪತ್ತು ಅಡಿ ದೂರದಲ್ಲಿ ಎದುರಿಗೇ ಕಲ್ಲಿನ ಗೋಡೆ. ಅದು ಆ ಗುಡಿಯ ಕೊನೆಯ ಭಾಗ. ಆದರೆ ಎಲ್ಲ ಖಾಲಿ..ಖಾಲಿ! ನಿಧಿಯ ಯಾವುದೇ ಸುಳಿವು ಇರಲಿಲ್ಲ. ಕಲ್ಲಿನ ಗೋಡೆ ಬೆಟ್ಟದ ಭಾಗವಾತ್ತು. ಅದು ಒಂದು ಸಣ್ಣ ಗುಹೆ! ಅದನ್ನೂ ಸೇರಿಸಿಕೊಂಡೇ ಕಟ್ಟಿದ್ದ ಗುಡಿ ಅದು.

“ನೋಡು, ಇಷ್ಟೇ..ಇಲ್ಲಿರೋದು..ಧೈರ್ಯವಾಗಿ ಬಾ..” ಅವನ ಮಾತನ್ನು ಕಲ್ಲಿನ ಗೋಡೆಗಳು ಪ್ರತಿಧ್ವನಿಸಿದವು! ಒಳಗೆ ವಿಶ್ರಾಂತಿ ಸ್ಥಿತಿಯಲ್ಲಿ ನೇತಾಡುತ್ತಿದ್ದ ಬಾವಲಿಗಳು ಕರ್ಕಶ ಶಬ್ದ ಮಾಡುತ್ತಾ ಆಚೆ ಹಾರಿದವು!

ಭುವಿ ಬೆಚ್ಚಿ ಚೀರಿದಳು!

“ಹೆದರಬೇಡ, ಬರೀ ಬಾವಲಿಗಳು ಅಷ್ಟೆ...”

ಭುವಿ ಎಚ್ಚರಿಕೆಯಿಂದ ಅಲೋಕನ ಬಳಿ ಬಂದಳು.

"ಬರೀ ಈ ಕಲ್ಲಿನ ಗೋಡೆ ನೋಡೋಕೆ ಇಷ್ಟೆಲ್ಲಾ ಮಾಡ್ಬೇಕಾಯ್ತಾ..? ಸಾಕು ನಡಿ ಇನ್ನು ಹೋಗೋಣ.." ಭುವಿ ಸುತ್ತ ನೋಡುತ್ತಾ ಹೇಳಿದಳು.

"ಈ ಶಂಖ.. ಗಂಟೆ? ಇವು ಯಾವುದಕ್ಕೂ ಮಹತ್ವ ಇಲ್ಲದಿದ್ದರೆ..ಬಲಮುರಿ ಚಿತ್ರ ತಾಳೆಗರಿಯಲ್ಲಿ ಯಾಕಿರುತ್ತಿತ್ತು. ಅಲ್ಲಿ ಈ ಶಂಖ, ಗಂಟೆ ಯಾಕೆ ಬಚ್ಚಿಡಬೇಕಿತ್ತು? ಇದನ್ನೆಲ್ಲಾ ಮುಚ್ಚಿಡೋಕೆ ಯಾರದರೂ ಎಷ್ಟೆಲ್ಲಾ ಕಷ್ಟ ಯಾಕೆ ತಗೋಬೇಕಿತ್ತು..?" ತನಗೆ ತಾನೇ ಎಂಬಂತೆ ಅಲೋಕ ಹೇಳಿಕೊಂಡ! ಭುವಿ ಮೌನದಿಂದ ಅವನ ಮಾತು ಕೇಳಿಸಿಕೊಂಡಳು. ಉತ್ತರ ಅವಳ ಬಳಿ ಇರಲಿಲ್ಲ. ಉತ್ತರಿಸುವ ಗೋಜಿಗೂ ಹೋಗಲಿಲ್ಲ.

***

ಹತ್ತೂವರೆಗೆ ಮೈಸೂರು ತಲುಪಿದ ರತನಿಗೆ ಹುಚ್ಚು ಹಿಡಿಯುವುದು ಬಾಕಿಯಿತ್ತು. ಯಾವ ಕಡೆಯಿಂದಲೂ ಅಲೋಕನ ಬಗೆಗೆ ಮಾಹಿತಿ ಸಿಕ್ಕಿರಲಿಲ್ಲ. ಅಲೋಕ ತನ್ನ ಕಡೆಯವರ ಕಣ್ಣು ತಪ್ಪಿಸಿದ್ದಾನೆನ್ನುವುದು ಖಾತ್ರಿಯಾಗಿತ್ತು! ಈಗವನು ಎಲ್ಲಿದ್ದಾನೆ...? ಏನು ಮಾಡುತ್ತಿದ್ದಾನೆಂದು ತಿಳಿಯದೆ, ಏನು ಮಾಡಬೇಕೆಂದು ತೋಚದೆ ಕಂಗೆಟ್ಟಿದ್ದ ರತನ್.

"ಸೇಠ್, ಈಗೆಲ್ಲಿಗೆ..?" ಡ್ರೈವರ್ ಕೇಳಿದ.

"ಸ್ಮಶಾನಕ್ಕೆ" ಬೇಸತ್ತು ಹೇಳಿದ ರತನ್.

"ಯಾವ ಸ್ಮಶಾನಕ್ಕೆ? ಇಲ್ಲಿ ಮೂರ್ನಾಲ್ಕು ಸ್ಮಶಾನ ಇದ್ದಾವೆ.."

"ಅರೇ..ಪಾಗಲ್..ಸುಮ್ಕೆ ಹೇಳ್ದೆ. ಹೋಟೆಲಿಗೆ ಹೋಗು.."

ರತನ್ ಬೇನಾಮಿ ಹೆಸರಲ್ಲಿ ಇಳಿದುಕೊಂಡಿದ್ದ ಹೋಟೆಲಿನತ್ತ ಕಾರು ಚಲಿಸಿತು.

ರತನ್ ಹಿಂಬಾಲಿಸುತ್ತಿದ್ದ ಸುಧಾಕರ್ ಮತ್ತು ರೋಹಿತರ ಕಾರು ಹೋಟೆಲಿನ ಪಕ್ಕದ ರಸ್ತೆಯಲ್ಲಿ ನಿಂತಿತು.

"ಏನೋ ಹೆಚ್ಚು-ಕಮ್ಮಿಯಾಗಿದೇಂತ ಅನ್ನಿಸ್ತಿದೆ. ರತನ್ ವಾಪಸ್ಸು ಹೋಟೆಲಿಗೆ ಹೋಗ್ತಿದ್ದಾನೆ! ಕಾದು ನೋಡೋಣವಾ..?"

ಸುಧಾಕರ್ ಕೇಳಿದ.

"ಒಂದ್ಕೆಲ್ಸ ಮಾಡೋಣ. ಈ ಕಾಯೋ ಕೆಲ್ಸ ಯಾರಿಗಾದರೂ ಒಪ್ಪಿಸಿ ನಾವು ಸ್ವಲ್ಪ ರಿಲ್ಯಾಕ್ಸ್ ಮಾಡ್ಕೊಳ್ಳೋಣ. ಸಧ್ಯಕ್ಕೆ ರತನ್ ಒಬ್ಬನೇ ನಮ್ಮ ಕಣ್ಮುಂದೆ ಇರೋದು. ಅವನು ಕಣ್ತಪ್ಪದ ಹಾಗೆ ನೋಡ್ಕೊಂಡ್ರೆ ಸಾಕು"

"ನೀನು ಹೇಳೋದೂ ಸರಿ"

ರೋಹಿತ್ ತನ್ನ ಮೊಬೈಲಿನಿಂದ ಕರೆ ಮಾಡತೊಡಗಿದ.

***

ಕೆಲವು ದಿನಗಳಿಂದ ನಿದ್ರೆಗೆಟ್ಟು ಕಂಗಾಲಾಗಿದ್ದ ರತನ್ ಹೋಟೆಲಿನಲ್ಲಿ ನಿದ್ರೆಗೆ ಶರಣಾಗಿದ್ದ! ನಿಧಿಯ ಆಸೆ ಹೆಚ್ಚೂಕಮ್ಮಿ ಕೈಬಿಟ್ಟಂತೆ ಎನ್ನುವ ಭಾವನೆಯೂ ಅದಕ್ಕೆ ಕಾರಣವಾಗಿತ್ತು! ಯಾವುದೂ ನೆನಪಿಲ್ಲದೆ ಗಡದ್ದಾಗಿ ನಿದ್ರೆ ಮಾಡಿದ. ಎರಡು ಸಲ ಮೊಬೈಲು ರಿಂಗಾದರೂ ಅವನಿಗೆ ಎಚ್ಚರವಾಗಿರಲಿಲ್ಲ. ಮೂರನೆಯ ಸಲ ರಿಂಗಾದಾಗ ಗಡಬಡಿಸಿ ಎದ್ದ. ಏನಾಗಿದೆ ಎಂದು ತಿಳಿಯಲು ಕೆಲವು ಕ್ಷಣಗಳು ಬೇಕಾಯಿತು. ಆ ರಿಂಗ್ಟೋನು ಅವನಿಗೆ ಪೋಲೀಸ್ ಸೈರನ್ನಿನಂತೆ ಕೇಳಿಸಿತ್ತು! ಕಳ್ಳನ ಮನಸ್ಸು ಹುಳ್ಳುಹುಳ್ಳಗೆ! ಅವನಿಗೆ ಸದಾ ಪೋಲೀಸರದೇ ಚಿಂತೆಯಾಗಿತ್ತು. ತನ್ನ ಹಿಂದೆ ಪೋಲೀಸರು ನಿಗಾ ಇಟ್ಟಿದ್ದಾರೆನ್ನುವುದನ್ನು ಅರಿiiದಷ್ಟು ಹುಂಬನಲ್ಲ ರತನ್. ಈ ಎಲ್ಲಾ ವಿಷಯದಲ್ಲೂ ನುರಿತ ಕ್ರಿಮಿನಲ್ ರತನ್! ತನ್ನ ಬಗ್ಗೆ ತನಿಖೆ ನಡೆಯುತ್ತಿದೆ ಎನ್ನುವುದು ಗೊತ್ತಿತ್ತು. ಆದರೂ ಅದು ಮಿತಿಮೀರುವ ತನಕ ತಾನು ಸುರಕ್ಷಿತ ಎನ್ನುವ ಭಾವನೆ ಅವನಲ್ಲಿತ್ತು. ಜಗನ್ನಾಥ ಮೂಗಿಗೆ ತುಪ್ಪ ಹಚ್ಚಿದನೇನೋ ಎಂದು ಒಮ್ಮೊಮ್ಮೆ ಅನ್ನಿಸಿದರೂ, ನಿಧಿ ಇರೋದು ನಿಜ ಎಂದು ಅವನ ಒಳಮನಸ್ಸು ಹೇಳುತ್ತಿತ್ತು.

ರಿಂಗಾಗಿದ್ದು ತನ್ನ ಮೊಬೈಲು ಎಂದರಿವಾಗಿ ಮೊಬೈಲು ಎತ್ತಿ ಕಿವಿಗಿಟ್ಟುಕೊಂಡ.

"ಸೇಠ್..?" ಎಂದಿತು ಅತ್ತಲಿಂದ ದನಿ.

"ಹಾ..ಕೌನ್ ತೂ..? ಬೋಲ್.." ಎಂದು ಗಂಟಲು ಸರಿಪಡಿಸಿಕೊಂಡ.

"ನಂಜನಗೂಡಿಂದ. ಅರ್ಧ ಗಂಟೆ ಹಿಂದೆ ನಿಮ್ಮ ಪಾರ್ಟಿ ನೋಡಿದೆ"

"ಹಾ..ಹೌದಾ...ಎಲ್ಲಿ..? ಆಗ್ಲೇ ಯಾಕೆ ಫೋನ್ ಮಾಡಿಲ್ಲ..?"

"ಅರ್ಧ ಗಂಟೆಯಿಂದ ಟ್ರೈ ಮಾಡ್ತಾನೇ ಇದ್ದೀನಿ.."

"ಸರಿ, ಹೇಳು..ಆ ಚೋಕ್ರಾ ಒಬ್ನೇ ಇದ್ನಾ..? ಇಲ್ಲ ಜೊತೆಗೇ ಆ ಚೋಕ್ರೀನೂ ಇದ್ಲಾ..?"

"ಇಬ್ರೂ ಇದ್ರು.."

"ಇದ್ರು..? ಈಗೆಲ್ಲಿದಾರೆ..?"

"ಗೊತ್ತಿಲ್ಲ. ಅರ್ಧ ಗಂಟೆ ಹಿಂದೆ ಮೈಸೂರು ಕಡೆ ಹೊರಟರು"

"ಅವರನ್ನ ಯಾಕೆ ಫಾಲೋ ಮಾಡ್ಲಿಲ್ಲ..?"

"ನಂಗೆ ಕೆಲ್ಸ ವಹಿಸಿದ್ದು, ಇಲ್ಲಿ ಅವ್ರನ್ನ ಗಮನಿಸೋದು..ಅಷ್ಟೆ..ಫಾಲೋ ಮಾಡೋಕೇಳಿದ್ರೆ ಮಾಡ್ತಿದ್ದೆ.."

"ಕರೆಕ್ಟಾಗಿ ಹೇಳು. ಎಷ್ಟೊತ್ತಿಗೆ ಅವರು ನಿಂಗೆ ಕಂಡಿದ್ದು..?"

"ಕರೆಕ್ಟಾಗಿ, ಒಂದು ಗಂಟೆ..ಆಗ ನಾನು ಸರ್ಕಲ್ಲಿನ ಫಾಸ್ಟ್ ಫುಡ್ ಗಾಡೀಲಿ ಊಟ ಮಾಡ್ತಿದ್ದೆ. ಅವರ ಬೈಕು ನನ್ನ ಮುಂದೇನೇ ಮೈಸೂರು ಕಡೇಗೋಯ್ತು.."

ರತನ್ ಗಡಿಯಾರ ನೋಡಿಕೊಂಡ. ಒಂದೂವರೆ..ಅಂದರೆ ತಾನು ಎರಡು ಗಂಟೆ ನಿದ್ರಿಸಿದ್ದೇನೆ. ಒಂದು ಗಂಟೆಗೆ ನಂಜನಗೂಡು ಬಿಟ್ಟಿದ್ದಾರೆ ಅಂದ್ರೆ ಈ ಸಮಯದಲ್ಲಿ ಅವರು ಮೈಸೂರಿನ ಹತ್ತಿರ ಇರಬೇಕು!

ರತನ್ ತನ್ನ ನಂಜನಗೂಡಿನ ಚೇಲಾನ ಫೋನ್ ಕಟ್ ಮಾಡಿದ. ನಂತರ ಅಳಿಯನಿಗೆ ಪೋನ್ ಮಾಡಿದ. 'ನಂಜನಗೂಡಿನ ರಸ್ತೆಯಲ್ಲಿ, ಮೈಸೂರಿನ ಪ್ರವೇಶದಲ್ಲಿ ಅಲೋಕ ಮತ್ತು ಭುವಿಯ ಬೈಕ್ ಬರುತ್ತಿದೆ ಅದನ್ನ ಸ್ಪಾಟ್ ಮಾಡಿ ಫಾಲೋ ಮಾಡಿಸು' ಎಂದು ಹೇಳಿ ಬೇಗನೆ ಸಿದ್ಧನಾಗಿ ಹೋಟೆಲಿಂದೀಚೆ ಬಂದ.

***

"ಸಾರ್, ಅವನು ಹೋಟೆಲಿಂದೀಚೆ ಬರ್ತಿದ್ದಾನೆ.."

ಹೋಟೆಲಾಚೆ ಕಾಯುತ್ತಿದ್ದ ಇನ್ಫಾರ್ಮರ್ ರೋಹಿತ್‌ಗೆ ತಿಳಿಸಿದ.

"ಗುಡ್. ಫಾಲೋ ಮಾಡು..ಮತ್ತೆ ಫೋನ್ ಮಾಡ್ತೀನಿ. ಆಗ ಅವರಿರೋ ಜಾಗ ತಿಳಿಸು"

"ರೈಟ್ ಸಾರ್"

"ಸುಧಾಕರ್, ಗೆಟ್ ರೆಡಿ ಫಾರ್ ಆಕ್ಷನ್" ರೋಹಿತ್ ಹುರುಪಿನಿಂದ ಹೇಳಿದ.

"ನಾನು ರೆಡಿ" ಸುಧಾಕರ್ ಎದ್ದು ನಿಂತ.

***

ಭುವಿ ಶಂಖ ಪರೀಕ್ಷಿಸುತ್ತಿದ್ದಳು. ಅಲೋಕ ತನ್ನ ಪೆನ್‌ಟಾರ್ಚಿನ ಬೆಳಕಿನಲ್ಲಿ ಆ ಪಾಳುಗುಡಿಯ ಗೋಡೆಗಳನ್ನು ತಡಕಿ ನೋಡುತ್ತಿದ್ದ. ಆ ಗೋಡೆಗಳ ಮೇಲಿದ್ದ ಧೂಳು ಅವನ ಕೈಗೆ ಅಂಟುತ್ತಿದ್ದರೂ ಗಣನೆಗೆ ತೆಗೆದುಕ್ಕೊಳ್ಳದೆ ಕಲ್ಲಿನ ಗೋಡೆಯಲ್ಲೇನಾದರೂ ಬಾಗಿಲು ಇರಬಹುದೆ ಎಂದು ಪರೀಕ್ಷಿಸುತ್ತಿದ್ದ.

"ಅಲ್ಲಾವುದ್ದೀನ್ ತರಾ ಬಾಗಿಲು ತೆಗೆಯೇ ಸೇಸಮ್ಮಾ ಅನ್ನು ಕಲ್ಲಿನ ಗೋಡೆ ಜಾಗ ಬಿಟ್ಟು ನಿಧಿ ತೋರಿಸುತ್ತೆ!!"

ಭುವಿ ತಮಾಷೆ ಮಾಡಿದಳು.

"ನಿಧಿ ಬಚ್ಚಿಡೋಕೆ ಎಂತೆಂತಾ ಕ್ರಮ ಅನುಸರಿಸುತ್ತಾರೋ ಹೇಳೋಕಾಗೊಲ್ಲ ಭುವಿ. ಕೇರಳದ ಅನಂತಪದ್ಮನಾಭ ದೇವಸ್ಥಾನದಲ್ಲಿ ವಿಗ್ರಹದ ಕೆಳಗಿನ ನೆಲಮಾಳಿಗೆಯಲ್ಲಿ ವಜ್ರ, ವೈಢೂರ್ಯಗಳನ್ನು ತುಂಬಿರೋ ಅನೇಕ ರೂಮುಗಳಿವೆಯಂತೆ! ಎಲ್ಲ ರೂಮುಗಳನ್ನೂ ಒಂದೊಂದು ರೀತಿಯ ಮುದ್ರೆಗಳಿಂದ ಮುಚ್ಚಿದೆಯಂತೆ"

"ಅದನ್ನ ಕೇಳಿದ್ದೀನಿ. ಅದು ಪ್ರಸಿದ್ಧ ದೇವಸ್ಥಾನ. ರಾಜರುಗಳು ಆ ದೇವರ ಭಕ್ತರು..ಆದರೆ ಇಲ್ಲಿ..? ಇದು ಪಾಳುಬಿದ್ದ ಗುಡಿ. ಇಲ್ಲಿ ಖಾಲಿ ಗೋಡೆಗಳನ್ನು ಬಿಟ್ಟರೆ ಇನ್ನೇನೂ ಇಲ್ಲ"

ಭುವಿ ನಿರಾಶೆಯಿಂದ ಹೇಳಿದಳು.

ಅಲೋಕನಿಗೆ ಆ ಕಲ್ಲಿನ ಗೋಡೆಯಲ್ಲಿ ಯಾವುದೇ ರೀತಿಯ ಬಿರುಕಾಗಲೀ ಅಥವಾ ಆ ಗೋಡೆಗಳಾಚೆ ಏನಾದರೂ ಇದೆಯೆಂಬ ಸೂಚನೆಯಾಗಲೀ ಸಿಗಲಿಲ್ಲ.

"ಈ ಶಂಖವನ್ನೇನು ಮಾಡೋದು..?" ಭುವಿ ಕೇಳಿದಳು.

"ಊದೋದು! ಶಂಖನಾದ ಮಾಡೋದು" ಅಲೋಕ ನಗುತ್ತಾ ತಮಾಷೆ ಮಾಡಿದ.

ಭುವಿ ಕೂಡ ನಕ್ಕಳು. ಶಂಖವನ್ನು ಊದುವ ಪ್ರಯತ್ನ ಮಾಡಿದಳು. ಎಂದೂ ಶಂಖ ಊದದ ಭುವಿಯ ಬಾಯಿ ಗಾಳಿಯ ಶಬ್ದ ಮಾಡಿತಷ್ಟೆ! ಶಂಖದಿಂದ ನಾದ ಬರಲಿಲ್ಲ.

"ಹಾಗಲ್ಲ ಊದೋದು.." ಅಲೋಕ ಅವಳಿಂದ ಶಂಖ ತೆಗೆದುಕೊಂಡು ಊದಿದ. ಮೊದಲು ಅಷ್ಟು ಜೋರಾಗಿ ಬರದ ನಾದ, ನಂತರ ಜೋರಾಯಿತು! ತನ್ನ ಶ್ವಾಸಕೋಶ ಅಷ್ಟೊಂದು ಬಲವಾಗಿದೆ ಎಂದು ಅಲೋಕನಿಗೇ ತಿಳಿದಿರಲಿಲ್ಲ.

ಆಗಲೇ ಅಲ್ಲೊಂದು ವಿಚಿತ್ರ ನಡೆಯಿತು! ಆ ಶಂಖನಾದಕ್ಕೆ ಕಲ್ಲಿನ ಗೋಡೆ ಕಂಪಿಸಿತು!! ಗೋಡೆಗೆ ಮೆತ್ತಿಕೊಂಡಿದ್ದ ಧೂಳು, ಮಣ್ಣು ಉದುರತೊಡಗಿತು!! ಅಲೋಕ ಮತ್ತು ಭುವಿ ಭಯ, ಅಚ್ಚರಿಯಿಂದ ಪರಸ್ಪರ ಮುಖ ನೋಡಿಕೊಂಡರು!

***

ನಂಜನಗೂಡು-ಮೈಸೂರು ರಸ್ತೆಯಲ್ಲಿ ರತನ್ ಕಡೆಯವರು ಕಾರಿನಲ್ಲಿ ಕಾಯುತ್ತಿದ್ದರು.

"ಬಂದ್ರಾ..? ಅವರು ಕಾಣಿಸಿದರಾ..?"

ಅಲ್ಲಿಗೆ ಬಂದ ರತನ್ ಆತುರದಿಂದ ಕೇಳಿದ.

"ಇನ್ನೂ ಬಂದಿಲ್ಲ"

ರತನ್ ಅಳಿಯ ಮದನ್ ಹೇಳಿದ.

"ಇಷ್ಟೊತ್ತಿಗೆ ಬರಬೇಕಾಗಿತ್ತಲ್ಲ? ಮೈಸೂರಿಗೆ ಇನ್ಯಾವುದೂ ಬೇರೆ ದಾರಿಯಿಲ್ಲ ತಾನೆ..?"

"ಇಲ್ಲ. ಇದೇ ಮೊದಲನೆ ತಿರುವು. ಇದು ಜೆಪಿ ನಗರಕ್ಕೆ ಹೋಗುತ್ತೆ. ಸೀದಾ ಹೋದ್ರೆ ಮೈಸೂರು. ಅದಕ್ಕೇ ನಾವು ಇಲ್ಲೇ ನಿಂತಿರೋದು. ಒಂದ್ವೇಳೆ ಅವರು ಈ ಕಡೆ ತಿರುಗಬಹುದು ಅಂತಾ.."

"ಇಷ್ಟೊತ್ತಿಗೆ ಬರಬೇಕಾಗಿತ್ತಲ್ಲ..? ಅಥವಾ ಆಗಲೇ ಮೈಸೂರು ಕಡೆಗೆ ಹೋಗಿರಬಹುದಾ..? ಸಾಧ್ಯವಿಲ್ಲ. ನಾನು ಆ ಕಡೆಯಿಂದಾನೇ ಬಂದಿದೀನಿ..ಇಲ್ಲಾ ದಾರೀಲಿ ಏನಾದ್ರೂ ಅಕ್ಸಿಡೆಂಟಾಗಿರಬಹುದಾ..?"

"ಮಾಮಾಜೀ ಟೆನ್ಶನ್ ಮಾಡ್ಕೋಬೇಡಿ ಬರ್ತಾರೆ! ಖಂಡಿತಾ ಬರ್ತಾರೆ..ಇಲ್ಲೇ ಕಾಯ್ತಾ ಇರೋಣ"

"ಅರೇ..ಹೇಳೋ ಅಷ್ಟು ಸುಲಭ ಇಲ್ಲ ಅದು. ಅವು ್ರ ಈಗಾಗ್ಲೇ ಪಾಸ್ ಆಗಿದ್ರೆ ಎಲ್ಲಿಗೆ ಹೋಗಿರಬಹುದು..?"

"ಸೇರ್, ಇನ್ನೊಂದು ಚಾನ್ಸ್ ಐತೆ.." ಮದನ್ ಜೊತೆಯಲ್ಲಿದ್ದ ಒಬ್ಬ ಬಾಡಿಗೆ ಭಂಟ ಹೇಳಿದ.

"ಏನದು..?"

"ನಂಜನಗೂಡಿನ ಕಡೆಯಿಂದ ಬೆಟ್ಟಕ್ಕೆ ಒಂದು ರೋಡಿದೆ. ಅಲ್ಲಿಗೆ ಹೋಗಿದ್ರೆ ನಾವು ಇಲ್ಲಿ ಕಾಯ್ತಾ ಇದ್ದು ಏನೂ ಪ್ರಯೋಜ್ನ ಇಲ್ಲ"

"ಏನು..? ನೀನು ಹೇಳೋದು ನಿಜವಾ..? ಆದ್ರೆ ಅವರು ಬೆಟ್ಟಕ್ಕೆ ಯಾಕೆ ಹೋಗ್ತಾರೆ..? ಬಹುಶಃ ನಮ್ಮಿಂದ ತಪ್ಪಿಸಿಕ್ಕೊಳ್ಳೋಕೆ ಹಾಗೆ ಮಾಡಿದ್ದರೂ ಮಾಡಿರಬಹುದು. ಆದ್ರೆ ಅವರಿಗೆ ಆ ಅನುಮಾನ ಇಲ್ಲ. ಯಾಕೇಂದ್ರೆ ನಾವೆಲ್ಲಾ ಬೆಂಗಳೂರಲ್ಲಿ ಇದ್ದೀವೀಂತ ಅವು ್ರ ತಿಳ್ಕೊಂಡಿದ್ದಾರೆ"

"ಮಾಮಾಜೀ, ಒಂದು ಟೀಮು ನಂಜನಗೂಡು ಕಡೆ ರಸ್ತೆಯಿಂದ ಬೆಟ್ಟದ ಮೇಲಕ್ಕೆ ಹೋಗಿ ಹುಡುಕಿದ್ರೆ..?"

ಮದನ್ ಸಲಹೆ ಕೊಟ್ಟ.

"ಹಾ..ಅದೂ ಮಾಡ್ಬಹುದು..ನೀವು ಇಲ್ಲೇ ಇರಿ, ನಾನು ಹೋಗ್ತೀನಿ" ರತನ್ ಕಾರಿನ ಡ್ರೈವರನಿಗೆ ಮುಂದೆ ಹೋಗಿ ಅಲ್ಲಿಂದ ಬೆಟ್ಟದ ಮೇಲಕ್ಕೆ ಹೋಗೋ ದಾರಿಯಲ್ಲಿ ಹೋಗೋಕೆ ಹೇಳಿದ.

ಶಾಮಣ್ಣನ ಮಗ ಸಾಮಾನ್ಯನಲ್ಲ! ನನ್ನನ್ನೇ ಏಮಾರಿಸುವಷ್ಟು ಚಾಲಾಕಿ! ನಾನು ಬಾಂಬೆ ಭೂಗತ ಜಗತ್ತಿನ ಹಳೇ ಹುಲಿ. ಈ ಸಾಮಾನ್ಯ ಹುಡುಗ ನನಗೆ ಚಳ್ಳೆ ಹಣ್ಣು ತಿನ್ನಿಸ್ತಿದ್ದಾನಲ್ಲ..? ಇವನ್ನ ಹೇಗೆ ಮಣಿಸೋದು..? ರತನ್ ಯೋಚಿಸಿದ.

ಇವತ್ತು ನಿಧಿ ಸಿಕ್ಕೇ ಸಿಗುತ್ತೆ ಎಂದು ರತನ್ ಪ್ರಜ್ಞೆ ಹೇಳುತ್ತಿತ್ತು! ನಿಧಿ ಕಂಡ ತಕ್ಷಣ ಇನ್ನಷ್ಟು ಹೆಣಗಳು ಬೀಳುತ್ತವೆ! ಆಮೇಲೆ ನಿಧಿ ತನ್ನ ವಶ! ಬಹುಶಃ ಆಗ ತನ್ನಷ್ಟು ಶ್ರೀಮಂತಿಕೆ ಭಾರತದಲ್ಲಿ ಯಾರಿಗೂ ಇರಲಾರದು. ಆದರೆ..ಆ ನಿಧಿ ಯಾವ ರೂಪದ್ದೋ..? ಬೆಳ್ಳಿ-ಬಂಗಾರವೋ? ವಜ್ರ, ಮುತ್ತು, ರತ್ನಗಳೋ..? ಬೆಲೆ

ಎಷ್ಟಿರಬಹುದು? ಅದು ತನ್ನ ಅಂದಾಜಿಗೂ ಸಿಗಲಾರದು! ನಿಧಿ ನೂರಾರು ವರ್ಷಗಳ ಹಿಂದಿನದು! ರಾಜ-ಮಹಾರಾಜರ ಕಾಲದ್ದು! ಅದು ಬೆಲೆ ಕಟ್ಟಲಾರದ್ದು! ಈ ಯೋಚನೆಗೆ ರತನನಿಗೆ ಸಮಾಧಾನವಾಯಿತು. ಆದರೆ ಅದರ ಬಳಿಗೆ ಕರೆದೊಯ್ಯಬಾಕಾಗಿದ್ದ ಅಲೋಕನೇ ಕೈಕೊಟ್ಟಿದ್ದ. ಅವನನ್ನು ಎಲ್ಲಿ ಹುಡುಕೋದು..? ಅವನು ಸಿಕ್ಕರೆ ನಿಧಿ ಸಿಕ್ಕಂತೆ!! ರತನ್ ತಲೆಯಲ್ಲಿ ಯೋಚನೆಗಳು ಗಿರಿಗಿಟ್ಟಲೆ ಆಡುತ್ತಿದ್ದವು!

***

ದೂರದಿಂದಲೇ ರತನ್ ಚಲನವಲನ ಗಮನಿಸಿದರು ರೋಹಿತ್ ಮತ್ತು ಸುಧಾಕರ್. ಅವನ ನಡೆ ಸ್ವಲ್ಪ ವಿಚಿತ್ರವಾಗಿ ಕಂಡಿತು. ಹಾದಿ ಬದಿಯಲ್ಲಿ ರಿಪೇರಿ ಮಾಡಿಕೊಂಡು ನಿಂತಿದ್ದ ಕಾರಿನ ಬಳಿ ನಿಲ್ಲಿಸಿ ಕೆಳಗಿಳಿದು ಕಾರಿನವರ ಜೊತೆ ಮಾತಾಡಿ ನಂತರ ಇನ್ನೂ ಮುಂದೆ ಹೋಗಿದ್ದ. ಅದು ಅನುಮಾನಕ್ಕೆ ಎಡೆಮಾಡಿಕೊಟ್ಟಿತು. ಆ ಕಾರು ನಿಜವಾಗಿ ಕೆಟ್ಟಿದೆಯೇ ಇಲ್ಲಾ ಆ ನಟನೆ ಮಾಡುತ್ತಿದ್ದಾರಾ..? ಆ ಕೆಟ್ಟಿದ್ದ ಕಾರಿನವರು ಯಾರು? ರತನ್ ಕಡೆಯವರೆ? ಅವನೇಕೆ ಇನ್ನೂ ಮುಂದೆ ಹೋದ..? ಮುಂದೆ ಹೋಗಿದ್ದಕ್ಕೆ ಕಾರಣವೇನು..?

"ನಿನಗೆ ಅರ್ಥವಾಯ್ತಾ..?" ಸುಧಾಕರ್ ಕೇಳಿದ.

"ಸ್ವಲ್ಪಸ್ವಲ್ಪ ಅರ್ಥವಾಗ್ತಾ ಇದೆ. ಅವರು ರತನ್ ಕಡೆಯವರು. ಆ ಕಾರು ನಿಜವಾಗ್ಲೂ ಕೆಟ್ಟಿಲ್ಲ" ರೋಹಿತ್ ವಿಶ್ಲೇಷಣೆ ಮಾಡುತ್ತಿದ್ದ.

"ಬಹುಶಃ ಅವರು ಯಾರಿಗೋ ಕಾಯುತ್ತಿರಬೇಕು! ಅದು ಅಲೋಕನೇ ಇರಬೇಕು! ಅಂದ್ರೆ ಅಲೋಕ ಬೆಂಗಳೂರಿಗೇ ಹೋಗಿಲ್ಲ! ಎಲ್ಲೋ ಯೂ ಟರ್ನ್ ತಗೊಂಡು ಬಂದಿದ್ದಾನೆ!" ಸುಧಾಕರ್ ಮುಂದುವರಿಸಿದ.

"ಯೂ ಆರ್ ರೈಟ್!! ಅವನು ಸೀದಾ ಊರಿಗೆ ಹೋಗಿರಬೇಕು. ಅಲ್ಲಿಂದ ಮತ್ತೇನೋ ಮಾಹಿತಿ ಸಿಕ್ಕಿದೆ. ಅದರ ಪ್ರಕಾರ ಹೊರಟಿದ್ದಾನೆ! ಅವನ ದಾರಿ ಇವರು ಕಾಯ್ತಿದ್ದಾರೆ..?" ಸುಧಾಕರ್ ಚಿಂತನೆಯನ್ನೇ ಮುಂದುವರಿಸಿದ ರೋಹಿತ್.

"ಹಾಗಾದ್ರೆ ನಾವೂ ಇಲ್ಲೇ ಅಲೋಕನಿಗೆ ಕಾಯೋದಾ..?"

"ರತನ್..? ಅವನೆಲ್ಲಿಗೆ ಹೋಗ್ತಿದ್ದಾನೆ..?"

"ಇಲ್ಲೂ ನಾವು ಇರಬೇಕು, ರತನ್ ಕೂಡ ಫಾಲೋ ಮಾಡಬೇಕು.."

"ಹೌದು. ಅದೇ ಸರಿ. ವೆಂಕಟೇಶ್..?" ರೋಹಿತ್ ಮುಂದಿನ ಸೀಟಿನಲ್ಲಿದ್ದ ಎ.ಎಸ್.ಐ ಕರೆದ.

"ವೆಂಕಟೇಶ್ ನೀವಿಲ್ಲೇ ಮರೆಯಲ್ಲಿದ್ದು..ಈ ಕಾರಿನವರು ಏನು ಮಾಡ್ತಾರೆ ಗಮನಿಸಿ. ಆಗಾಗ್ಗೆ ನಮಗೆ ಮಾಹಿತಿ ಕೊಡ್ತಿರಿ. ಇವರೆಲ್ಲಾ ಒಬ್ಬ ಯುವಕ ಮತ್ತು

ಯುವತಿಯ ದಾರಿ ಕಾಯ್ತಿದ್ದಾರೆ. ಅವರ ಫೋಟೋ ಇಲ್ಲಿದೆ ನೋಡಿ" ವೆಂಕಟೇಶರಿಗೆ ಹೇಳಿ ಫೋಟೋ ಕೊಟ್ಟ ರೋಹಿತ್.

"ಸರಿ ಸಾರ್.." ವೆಂಕಟೇಶ್ ಕಾರಿಂದಿಳಿದು ರಸ್ತೆ ಬದಿಯ ಟೀ ಅಂಗಡಿಯತ್ತ ಹೋದರು.

"ನಾವು ರತನ್ ಫಾಲೋ ಮಾಡೋಣ. ನೋಡೋಣ ಇದು ಎಲ್ಲಿಗೆ ಕೊನೆಯಾಗುತ್ತೆ..?"

ಸುಧಾಕರ್ ಡ್ರೈವರ್‌ಗ ಹೇಳಿದ.

***

ರತನ್ ಈ ಸಲ ಸುಮ್ಮನೆ ಬೆಟ್ಟದ ರಸ್ತೆಯಲ್ಲಿ ಹೋಗಲಿಲ್ಲ. ದಾರಿಯಲ್ಲಿ ಸಿಕ್ಕವರನ್ನೆಲ್ಲಾ 'ಒಂದು ಪಲ್ಸರ್ ಮೋಟರ್ಬೆÊಕ್ ನೋಡಿದಿರಾ..? ಅದರಲ್ಲಿ ಒಬ್ಬ ಯುವಕ ಮತ್ತೊಬ್ಬಳು ಯುವತಿ ಇದ್ದಳು' ಎಂದು ಕೇಳುತ್ತಲೇ ಹೋದ. ಅವನ ಪ್ರಶ್ನೆಗೆ ಖಚಿತ ಉತ್ತರ ಸಿಗಲಿಲ್ಲ! ಅಥವಾ..ಅವರು ಈ ಕಡೆ ಹೋಗಿಯೇ ಇಲ್ಲವೋ? ಹಾಗಾದರೆ ಅವರೆಲ್ಲಿ ಮಾಯವಾದರು..? ರತನ್ ಬಡಪೆಟ್ಟಿಗೆ ಪ್ರಯತ್ನ ಕೈಬಿಡುವನಲ್ಲ. ಸಿಕ್ಕವರನ್ನೆಲ್ಲಾ ಪ್ರಶ್ನೆ ಕೇಳಿಕೇಳಿ ದಣಿದ. ಅವನ ಪ್ರಶ್ನೆಗೆ ಉತ್ತರ ಮಾತ್ರ ಸಿಗಲೇ ಇಲ್ಲ.

ರಸ್ತೆ ಸೀದಾ ಬೆಟ್ಟದ ಅಧಿದೇವತೆ ಚಾಮುಂಡೇಶ್ವರಿ ದೇವಸ್ಥಾನದ ಬಳಿಗೆ ಅವರನ್ನು ಕರೆದು ತಂದಿತು. ಮುಂದೆ ಹೋಗುವಾಗ ಪಾರ್ಕಿಂಗಿನ ಹುಡುಗ ತಡೆದ. ಕಾರು ಒಳಗೆ ಹೋಗುವಂತಿರಲಿಲ್ಲ. ಅಲ್ಲಿಯೇ ಬಿಡಬೇಕಿತ್ತು.

"ಇಲ್ಲಿ ಒಂದು ಪಲ್ಸರ್ ಬೈಕ್ ನೋಡಿದೆಯಾ..? ಅದರಲ್ಲಿ ಒಬ್ಬ ಯುವಕ ಮತ್ತೊಬ್ಬಳು ಯುವತಿ ಇದ್ದಳು"

ಸಿಕ್ಕವರನ್ನೆಲ್ಲಾ ಕೇಳಿದ ಪ್ರಶ್ನೆಯನ್ನು ರತನ್ ಆ ಹುಡುಗನನ್ನೂ ಕೇಳಿದ.

"ಕಪ್ಪು ಬಣ್ಣದ್ದಾ..?" ಹುಡುಗ ಕೇಳಿದ.

"ಹೌದು, ಅದು ಎಲ್ಲಿ ಹೋಯಿತು?"

"ಅವರು ದೇವಸ್ಥಾನಕ್ಕೆ ಬಂದಿರಲಿಲ್ಲ. ಇಲ್ಲಿ ಯಾರನ್ನೋ ನೋಡೋಕೆ ಬಂದಿದ್ದೀವಿ. ಅವರು ನಮ್ಮ ನೆಂಟರು, ಒಳಗೆ ಹೋಗೋಕೆ ಬಿಡಿ ಅಂತ ಕೇಳಿದರು. ನಾನು ಒಪ್ಪಲಿಲ್ಲ. ಕೊನೆಗೆ ಗಾಡಿ ಇಲ್ಲೇ ಬಿಟ್ಟು ಹೋಗಿ ಬಂದರು"

"ಅಂದ್ರೆ ವಾಪಸ್ಸು ಬಂದರೆ..?"

"ಒಂದರ್ಧ ಗಂಟೆ ಬಿಟ್ಟು ಬಂದರು"

"ಎಲ್ಲಿಗೆ ಹೋದ್ರು..?"

"ನೀವು ಯಾರು ಇಷ್ಟೆಲ್ಲಾ ಕೇಳ್ತಿದ್ದೀರ..?"

"ಅವರು ನಮ್ಮವರೇ..ವಿಶೇಷ ಪೂಜೆಗೆ ಸಾಮಾನು ತರೋಕೆ ಹೇಳಿದ್ದರು..ತಂದಿದ್ದೀವಿ. ಈಗವರನ್ನ ಭೇಟಿ ಮಾಡ್ಬೇಕು"

ಸಲೀಸಾಗಿ ಸುಳ್ಳುಗಳ ಸರಮಾಲೆ ರತನ್ ಬಾಯಿಂದ ಬಂತು"

"ಅವರು ಎಲ್ಲಿಗೆ ಹೋದ್ರು ಗೊತ್ತಿಲ್ಲ.." ಹುಡುಗ ಹುಷಾರಾದ.

"ಸರಿ, ಇಲ್ಲಿ ಯಾರ ಮನೆಗೆ ಹೋಗಿದ್ರು..?"

"ದೇವಸ್ಥಾನದ ಮುಂದಿರೋ ಮನೆಗಳ ಹತ್ರ ಹೋಗಿದ್ದು ನೋಡಿದ್ದೆ..ಆದ್ರೆ ಯಾರ ಮನೆಗೆ ಗೊತ್ತಿಲ್ಲ. ಟೋಕನ್ ತಗೊಳ್ಳಿ. ಐವತ್ತು ರೂಪಾಯಿ"

ರತನ್ ಮರುಮಾತಾಡದೆ ಟೋಕನ್ ತಗೊಂಡ. ದೇವಸ್ಥಾನದ ಕಡೆಗೆ ನಡೆದ. ದೇವಸ್ಥಾನದ ಎದುರಿನ ಸಾಲು ಮನೆಗಳಲ್ಲಿ ಯಾವ ಮನೆಗೆ ಅಲೋಕ ಹೋಗಿದ್ದು? ಸ್ವಲ್ಪ ಅಂದಾಜು ಮಾಡಿ ಒಂದು ಮನೆಯ ಬಾಗಿಲು ತಟ್ಟಿದ ರತನ್.

ಆಚೆ ಯಾರೋ ಬಾಗಿಲು ಬಡಿದದ್ದು ಕೇಳಿ ಅನಂತಯ್ಯ ಈಚೆ ಬಂದರು.

"ಇಲ್ಲಿಗೆ ಒಬ್ಬ ಹುಡುಗ ಮತ್ತೊಬ್ಬಳು ಹುಡುಗಿ ಬಂದಿದ್ರಾ..?"

"ಯಾಕೆ..?"

"ಅವರು ಟ್ಯಾಕ್ಸಿ ಬೇಕೂಂತ ಹೇಳಿದ್ರು.."

"ಹೌದು, ಬಂದಿದ್ದರು"

"ಎಷ್ಟೊತ್ತಲ್ಲಿ ಸ್ವಾಮಿ"

"ಗಂಟೆ ಹಿಂದೆ"

"ಈಗವರು ಎಲ್ಲಿ ಸಿಕ್ತಾರೆ..?"

"ನಿಮಗೆ ಫೋನು ನಂಬರು ಕೊಟ್ಟಿಲ್ಲವೆ..?"

"ಕೊಟ್ಟಿದ್ದಾರೆ, ಆದ್ರೆ ಕನೆಕ್ಟೇ ಆಗ್ತಿಲ್ಲ.."

"ಅವರು ಒಂದು ಹಳೇ ಕಾಲದ ಗುಡಿ ಹುಡಿಕಿಕೊಂಡು ಬಂದಿದ್ರು. ಅಲ್ಲಿಗೆ ಹೋಗಿರಬೇಕು. ಅಲ್ಲಿ ಸಾಮಾನ್ಯವಾಗಿ ಫೋನು ಸಿಗೋದಿಲ್ಲ"

"ಅದೆಲ್ಲಿದೆ ಹೇಳ್ತಿರಾ ಸ್ವಾಮಿ ಉಪಕಾರವಾಗುತ್ತೆ..?"

"ನಿಮ್ಮ ಕಾರು ಇರೋಕಡೆಯಿಂದ ದೇವೀಕೆರೆಗೆ ದಾರಿ ಕೇಳಿ. ಅಲ್ಲಿಂದ ಸ್ವಲ್ಪ ದೂರದಲ್ಲಿ ಒಂದು ಕಲ್ಲಿನ ಗುಹೆ ಇದೆ. ಅಲ್ಲಿಂದ ಸ್ವಲ್ಪ ಕೆಳಗೆ ಇಳಿದರೆ ಹತ್ತಿಮಿಷದಲ್ಲಿ ಆ ಗುಡಿ ಸಿಗುತ್ತೆ.."

"ತ್ಯಾಂಕ್ಸ್ ಸ್ವಾಮಿ. ಇನ್ನೊಂದ್ಸಲ ಹೇಳ್ಬಿಡಿ ನಂಗೆ ಅರ್ಥ ಆಗೋದು ಸ್ವಲ್ಪ ನಿಧಾನ"

ತಾವು ಹಿಂದೆ ಹೇಳಿದ್ದನ್ನೇ ಮತ್ತೊಮ್ಮೆ ಹೇಳುವಾಗ ಅನಂತಯ್ಯನಿಗೆ ಅನುಮಾನ ಬಂತು! ಇದೆಲ್ಲಾ ತಾನು ಹೇಳಬಾರದಿತ್ತೇನೋ ಎನಿಸಿತು. ಆದ್ರೆ

ಅವರು ಟ್ಯಾಕ್ಸಿಗೆ ಹೇಳಿದ್ದಾರೆ ಅಂದ್ರೆ ಅವರಿಗೆ ಇದರಿಂದ ಅನುಕೂಲವೇ ಆಯ್ತಲ್ಲ ಎಂದುಕೊಂಡು ಮನೆಯೊಳಗೆ ಹೋದರು.

"ನೀನು ಕಾರಲ್ಲೇ ಇರು. ನಾನು ಸ್ವಲ್ಪ ಹೋಗಿ ಬರ್ತೀನಿ" ಕಾರಿನ ಹತ್ತಿರ ಬಂದ ರತನ್ ಡ್ರೈವರನಿಗೆ ಹೇಳಿ ದೇವೀಕೆರೆಯ ಮಾರ್ಗದಲ್ಲಿ ನಡೆದ. ಎದೆ ಹೊಡೆದುಕ್ಕೊಳ್ಳುತ್ತಿತ್ತು. ರಕ್ತದೊತ್ತಡ ಹೆಚ್ಚಾದಂತೆ ಗೋಚರಿಸಿತು. ಬಹುಶಃ ತಾನು ನಿಧಿಯ ಹತ್ತಿರಕ್ಕೆ ಬಂದಿರುವೆ ಎಂಬ ಭಾವನೆಗೆ ರಕ್ತದೊತ್ತಡ ಹೆಚ್ಚಾಗಿದೆಯೆನಿಸಿತು.

ದೇಹಶ್ರಮದ ಅಭ್ಯಾಸವಿಲ್ಲದ ರತನ್ ಏದುಸಿರುನೊಂದಿಗೆ ನಡೆಯುತ್ತಾ ಕೆರೆಯ ಬಳಿ ಬಂದ. ತಾನು ಸರಿಯಾದ ಹಾದಿಯಲ್ಲಿರುವೆ ಎನ್ನುವುದು ಖಾತ್ರಿಯಾಯಿತು. ಇನ್ನು ಕೆಲವೇ ನಿಮಿಷಗಳು ನಿಧಿಗೆ ಎಂದು ಉತ್ಸಾಹ ತುಂಬಿಕೊಂಡ!

***

"ರತನ್ ಕಾರು.." ರೋಹಿತ್ ಗುರುತಿಸಿದ.

"ಹೂ..ಒಳಗೆ ಡ್ರೈವರ್ ಇದ್ದಾನೆ. ಆದ್ರೆ ರತನ್ ಎಲ್ಲಿ..?"

ಪಾರ್ಕಿಂಗ್ ಹುಡುಗ ಬಂದು ಕಾರು ಒಳಗೆ ತೆಗೆದುಕೊಂಡು ಹೋಗುವಂತಿಲ್ಲ ಎಂದು ಟೋಕನ್ ಹರಿಯಲು ಸಿದ್ಧನಾದ.

"ಈ ಕಾರಲ್ಲಿ ಇಬ್ಬರು ಬಂದಿದ್ರಲ್ಲ..? ಡ್ರೈವರ್ ಒಳಗಿದ್ದಾನೆ..ಆ ಸೇಠ್ ಎಲ್ಲಿ..?"

"ಕಾರು ನಿಲ್ಲಿಸೋದಿಲ್ಲವಾ..?"

"ಇಲ್ಲ. ನಾನು ಕೇಳಿದ್ದಕ್ಕೆ ಉತ್ತರ ಹೇಳು..ಸೇಠ್ ಎಲ್ಲಿ..?"

"ನಾನು ಗಮನಿಸಲಿಲ್ಲ ಸಾರ್. ಡ್ರೈವರ್ ಕೇಳಿನೋಡಿ"

ಸುಧಾಕರ್ ಕಾರಿಂದ ಇಳಿದು ರತನ್ ಬಂದಿದ್ದ ಸ್ವಿಫ್ಟ್ ಕಾರಿನತ್ತ ಬಂದ.

"ನಿಮ್ಮ ಸೇಠ್ ಎಲ್ಲಿ..?"

"ಗೊತ್ತಿಲ್ಲ ಸಾರ್.."

"ನಾವು ಯಾರು ಗೊತ್ತಾ..? ಪೋಲೀಸ್! ಕೇಳಿದ್ದಕ್ಕೆ ಉತ್ತರ ಹೇಳು..ಇಲ್ಲಾಂದ್ರೆ ಒಳಗೆ ಹಾಕಬೇಕಾಗುತ್ತೆ.."

ಬೆದರಿಸಿದ ಸುಧಾಕರ್.

"ಸಾರ್, ನಾನು ಬರೀ ಡ್ರೈವರ್. ನನಗೂ ಅವರ ಕೆಲಸಕ್ಕೂ ಸಂಬಂಧ ಇಲ್ಲ. ಅವರು ಈ ಕಡೆ ಹೋದರು.."

"ಸರಿ ನಿನ್ನ ಮೊಬೈಲು ಕೊಡು.."

"ಯಾಕೆ ಸಾರ್..?"

"ನಾನು ಹೋದ ತಕ್ಷಣ ಅವರಿಗೆ ಫೋನ್ ಮಾಡ್ತೀಯಲ್ಲ ಅದಕ್ಕೆ..."

"ಹಾಗ್ಮಾಡೊಲ್ಲ ಸಾರ್.."

"ಸುಮ್ನೆ ಕೊಡು. ಆಮೇಲೆ ಇಲ್ಲಿಗೇ ಬರ್ತೀವಿ. ವಾಪಸ್ಸು ಕೊಡ್ತೀವಿ"

ಡ್ರೈವರ್ ಹೆದರಿ ಮೊಬೈಲ್ ಕೊಟ್ಟ.

"ಇದೊಂದೇನಾ ಇರೋದು..?"

"ಹೌದು ಸಾರ್..ಸತ್ಯವಾಗಿ..ದೇವ್ರಾಣೆ.."

ವಾಪಸ್ಸು ಬಂದ ಸುಧಾಕರ್ ಡ್ರೈವರ್ ಜೊತೆ ನಡೆದದ್ದು ರೋಹಿತನಿಗೆ ತಿಳಿಸಿದ. ನಿಧಾನಕ್ಕೆ ಅವರ ಕಾರು ಡ್ರೈವರ್ ಹೇಳಿದ ದಿಕ್ಕಿನಲ್ಲಿ ಚಲಿಸಿತು.

"ರತನನಿಗೆ ನಾವು ಒಂದು ಚೂರೂ ಸುಳಿವು ಕೊಟ್ಟರೆ ಕೆಲಸ ಕೆಡುತ್ತೆ. ಹೆಚ್ಚು ಶಬ್ದ ಬರದ ಹಾಗೆ ಕಾರು ಡ್ರೈವ್ ಮಾಡು..."

ದೇವೀಕೆರೆ ಇನ್ನೂ ಅರ್ಧ ಕಿಲೋಮೀಟರು ಇರುವಾಗಲೇ ಸುಧಾಕರ್ ಡ್ರೈವರ್ಗೆ ಕಾರು ನಿಲ್ಲಿಸುವಂತೆ ಹೇಳಿದ. ಇಂಜಿನ್ ಕೂಡ್ ಆಫ್ ಮಾಡಲು ತಿಳಿಸಿದ.

ದೂರದಲ್ಲಿ ರತನ್ ಕೂತು ದಣಿವಾರಿಸಿಕ್ಕೊಳ್ಳುವುದು ಕಂಡಿತು! ಇಬ್ಬರೂ ಕಾರಿನಲ್ಲೇ ಕುಳಿತು ಅವನ ಚಟುವಟಿಕೆ ಗಮನಿಸಿದರು. ಐದು ನಿಮಿಷದ ನಂತರ ರತನ್ ನಡೆಯತೊಡಗಿದ. ಸುಧಾಕರ್ ಮತ್ತು ರೋಹಿತ್ ಕಾರಿಂದಿಳಿದು ಅವನನ್ನು ಹಿಂಬಾಲಿಸಿದರು. ರಸ್ತೆii ಎರಡು ಬದಿಗಳಲ್ಲಿನ ಮರ ಮತ್ತು ಪೊದೆಗಳು ಅನುಮಾನ ಬಾರದಂತೆ ರತನನ ಹಿಂದೆ ಹೋಗಲು ಅನುಕೂಲ ಕಲ್ಪಿಸಿದ್ದವು.

***

ಶಂಖದ ನಾದಕ್ಕೆ ಕಂಪಿಸಿದ ಕಲ್ಲಿನ ಗೋಡೆ ಕೆಲವು ಕ್ಷಣಗಳಲ್ಲಿ ಸ್ಥಬ್ದವಾಯಿತು! ಅದರ ಮೇಲಿದ್ದ ಧೂಳು, ಕಸ ಕಡ್ಡಿ ಕೆಳಗೆ ಉದುರಿದ್ದವು! ಆ ದೃಶ್ಯವನ್ನು ನೋಡಿ ನಿಬ್ಬೆರಗಾಗಿದ್ದರು ಭುವಿ ಮತ್ತು ಅಲೋಕ! ಭುವಿ ಅಲೋಕನ ಕೈಯನ್ನು ಭದ್ರವಾಗಿ ಹಿಡಿದಿದ್ದಳು. ಆ ಹಿಡಿತ ಅವಳೆಷ್ಟು ಭಯಪಟ್ಟಿದ್ದಾಳೆನ್ನುವುದನ್ನು ಹೇಳುತ್ತಿತ್ತು.

ಕೆಲವೇ ಕ್ಷಣಗಳಲ್ಲಿ ಎಲ್ಲ ಸ್ಥಬ್ದ!

"ಇದೇನು ವಿಚಿತ್ರ..? ಇದೇನೂ ಮಂತ್ರ-ತಂತ್ರದ ಎಫೆಕ್ಟೋ..ಏನೋ..?" ಭುವಿ ಸಾವರಿಸಿಕೊಂಡು ಕೇಳಿದಳು.

"ಇದು ಶಬ್ದ ತರಂಗಗಳಿಗೆ ಸ್ಪಂದಿಸೋ ತಂತ್ರಜ್ಞಾನ! ಆದರೆ ನೂರಾರು ವರ್ಷಗಳ ಹಿಂದೆ ಇಷ್ಟು ಮುಂದುವರಿದ ತಂತ್ರಜ್ಞಾನ ಇತ್ತೆ?" ಅಲೋಕ ತನಗೆ ತಾನೇ ಹೇಳಿಕೊಂಡ.

"ಅಂದ್ರೆ..ಈ ಕಲ್ಲಿನ ಗೋಡೆಯಾಚೆ ನಿಧಿ ಇರಬಹುದೆ..?"

"ನೋಡೋಣ.." ಅಲೋಕ ಮತ್ತೆ ಶಂಖವನ್ನು ಊದಲು ಸಿದ್ಧನಾದ, ಜೊತೆಗೆ ಗಂಟೆಯನ್ನು ಭುವಿಯ ಕೈಗೆ ಕೊಟ್ಟು ಅದನ್ನೂ ಉಪಯೋಗಿಸುವಂತೆ ಸನ್ನೆ ಮಾಡಿದ.

ಭುವಿ ಅಲೋಕನ ಹತ್ತಿರ ಬಂದು ಕಣ್ಣು ಮುಚ್ಚಿ ಗಂಟೆ ಬಾರಿಸಲು ಸಿದ್ಧಳಾದಳು.

ಅಲೋಕ ಮೊದಲಿಗಿಂತಲೂ ಹೆಚ್ಚು ಶಬ್ದ ಬರುವಂತೆ ಧೀರ್ಘವಾಗಿ ಶಂಖವನ್ನು ಊದಿದ. ಭುವಿ ಗಂಟೆಯನ್ನು ಒಂದೇ ಸಮನೆ ಬಾರಿಸಿದಳು. ಅಲೆಅಲೆಯಾಗಿ ಸುರುಳಿ ಸುರುಳಿಯಾಗಿ ಬಂದ ಶಂಖ ಮತ್ತು ಗಂಟೆಯ ನಾದಕ್ಕೆ ಅಲ್ಲಿ ವಿಚಿತ್ರವಾದ ಘಟನೆ ನಡೆಯಿತು! ಕಲ್ಲಿನ ಗೋಡೆ ಗರಗರ ಶಬ್ದದೊಂದಿಗೆ ಎಡ ಭಾಗದ ತುದಿಯಲ್ಲಿ ಬಾಯಿ ಬಿಟ್ಟಿತು!! ಒಬ್ಬರು ಮಾತ್ರ ಅಡ್ಡಡ್ಡಲಾಗಿ ತೂರಿ ಹೋಗುವಷ್ಟು ಕಿರಿದಾದ ಜಾಗ ಸೃಷ್ಟಿಯಾಗಿತ್ತು!!

ಎದುರಿಗೆ ಕಂಡಿದ್ದು ನಂಬಲಾರದೆ ಬೆಕ್ಕಸಬೆರೆಗಾಗಿದ್ದರು ಅಲೋಕ ಮತ್ತು ಭುವಿ! ಕಣ್ಮುಂದೆ ನಡೆದದ್ದು ಅವರ ಕಲ್ಪನೆಗೂ ಮೀರಿದ್ದಾಗಿತ್ತು! ಕಲ್ಲಿನ ಬಂಡೆ ಸರಿದು ಜಾಗ ಮಾಡುವುದೆಂದರೇನು? ಅದೂ ಶಂಖ ಮತ್ತು ಗಂಟೆಯ ನಾದಕ್ಕೆ! ಇದೆಂತಾ ತಂತ್ರಜ್ಞಾನ! ಶಬ್ದ ತರಂಗಗಳಿಗೆ ಶಕ್ತಿ ಇದೆಯಾದರೂ ಒಂದು ಕಲ್ಲನ್ನು ಸರಿಸುವಷ್ಟು ಶಕ್ತಿ ಉತ್ಪತ್ತಿಯಾಗಬಲ್ಲದೆ..?

ಅಲೋಕ ನಿಧಾನಕ್ಕೆ ತೆರೆದ ಕಿಂಡಿಯತ್ತ ಹೋದಾಗ ರಹಸ್ಯ ಬಯಲಾಗಿತ್ತು!

ಅದು ವಾಸ್ತವವಾಗಿ ಕಲ್ಲಾಗಿರಲಿಲ್ಲ! ಕಲ್ಲಿನಂತೆ ಕಾಣಿಸುವ ಮರದ ಬಾಗಿಲು!! ಹೊರಭಾಗಕ್ಕೆ ಎಂತದೋ ಅಂಟಿನಿಂದ ಕಲ್ಲಿನ ಪುಡಿಯನ್ನೇ ಅಂಟಿಸಿ, ಕಲ್ಲಿನ ರೂಪು ಬರುವಂತೆ ಮಾಡಿದ್ದರು! ಆ ಮಹಾನ್ ಕಲಾವಿದನಿಗೆ, ಆ ತಂತ್ರಜ್ಞಾನಕ್ಕೆ ಅಲೋಕ ಮನಸ್ಸಿನಲ್ಲೇ ಮೆಚ್ಚುಗೆ ವ್ಯಕ್ತಪಡಿಸಿದ. ಒಳಗೆ ಅಗಾಧ ಕತ್ತಲು! ಅವರಿದ್ದುದ್ದೇ ಶೇಕಡಾ ತೊಂಬತ್ತರಷ್ಟು ಕತ್ತಲಲ್ಲಿ. ಒಳಗೆ ಕಣ್ಣು ಕತ್ತಲಿಕ್ಕುವಷ್ಟು ಕತ್ತಲು! ನೂರಕ್ಕೆ ನೂರರಷ್ಟು ಕತ್ತಲು! ಅಲೋಕ ತನ್ನ ಪೆನ್ ಟಾರ್ಚ್ ಮೂಲಕ ಒಳಗೆ ಬೆಳಕು ಹಾಯಿಸಿದ. ಹೊಳೆಯುವ ವಜ್ರ, ವೈಢೂರ್ಯಗಳೇನೂ ಕಾಣಲಿಲ್ಲ! ಒಳಗೆ ಸುಮಾರು ಇಪ್ಪತ್ತಡಿ ವಿಸ್ತೀರ್ಣದ ಅಂಕು ಡೊಂಕಾದ ಜಾಗ ಕಂಡಿತು! ಅದು ನಿಜಕ್ಕೂ ಒಂದು ಗುಹೆಯೇ! ಅ ಗುಹೆಯನ್ನು ಅಡಗುತಾಣವನ್ನಾಗಿ ಮಾಡಿ, ಹೊರಭಾಗಕ್ಕೆ ದೇವಸ್ಥಾನದ ಆಕಾರ ಕೊಟ್ಟಿದ್ದರು! ಬಹುಶಃ ಅವರ ಉದ್ದೇಶ ಸ್ಪಷ್ಟ! ಇಲ್ಲಿ ದೇವಸ್ಥಾನ ನಿರ್ಮಾಣ ಮಾಡುವುದು ಅಲ್ಲ! ಬದಲಿಗೆ ಏನನ್ನೋ ರಹಸ್ಯವಾಗಿ ಬಚ್ಚಿಡಲು ಮಾಡಲಾಗಿತ್ತು!

ಆದರೆ ಆ ಜಾಗ ಪೂರಾ ಖಾಲಿ!! ಅಲ್ಲಿ ಏನೇನೂ ಕಾಣಿಸಲಿಲ್ಲ! ಕೆಟ್ಟ ವಾಸನೆ ಒಸರುತ್ತಿತ್ತು!

"ಏನಿದೆ ಅಲ್ಲಿ..?" ಭುವಿ ದೂರದಿಂದಲೇ ಕೇಳಿದಳು.

"ಏನೂ ಇಲ್ಲ!!"

"ಏನೂ ಇಲ್ಲವೆ..? ಇಷ್ಟೆಲ್ಲಾ ಮಾಡಿದ್ದು ವ್ಯರ್ಥ!!"

"ಇನ್ನೂ ಸ್ವಲ್ಪ ಒಳಗೆ ಹೋಗಿ ನೋಡ್ತೀನಿ.."

ಅಲೋಕ ಮೆಲ್ಲಗೆ ಆ ಕಿರಿದಾದ ಜಾಗದಲ್ಲಿ ನುಸುಳಿ ಒಳಗೆ ಹೋದ. ಭುವಿ ಆ ತೆರೆದ ಕಿಂಡಿಯತ್ತ ಬಂದು ನಿಂತು ಒಳಗೆ ಹಣಿಕಿದಳು.

ಒಳಗೆ ಹೋದ ಅಲೋಕನಿಗೆ ಕಿಂಡಿಯ ಪಕ್ಕದಲ್ಲೇ, ಹೊರಗಿನಿಂದ ನೋಡುವವರಿಗೆ ಕಾಣದಂತೆ ಸುಮಾರು ಮೂರಡಿ ಎತ್ತರ ಒಂದುವರೆ ಅಡಿ ಅಗಲವಿರುವ ಐದು ಕೊಳಗಗಳು ಕಂಡವು! ಅದರಲ್ಲಿ ನಿಧಿಯಿದೆಯೆ..? ಅಲೋಕನ ಎದೆ ನಗಾರಿಯಂತೆ ಹೊಡೆದುಕ್ಕೊಳ್ಳಲು ಶುರುವಾಯಿತು. ಒಳಗೆ ಗಾಳಿಯಿಲ್ಲದೆ, ಉಸಿರುಗಟ್ಟಿದಂತಾಯಿತು.

"ಭುವಿ..ಇಲ್ಲಿ ಬಾ..." ಕಷ್ಟಪಟ್ಟು ಹೇಳಿದ ಅಲೋಕ. ಗಾಳಿಯ ಕೊರತೆ ಅವನ ದನಿಯನ್ನು ಕೂಡ ಅಸ್ಪಷ್ಟವಾಗಿ ಮಾಡಿತ್ತು !

ಅಲೋಕನ ಪಿಸು ದನಿ ಕೇಳಿ ಭುವಿ ಗಾಬರಿಗೊಂಡಳು. ಅಲೋಕನಿಗೇನಾದರೂ ಆಯಿತೇನೋ ಎಂದು ಹೆದರಿ ತೆರೆದ ಆ ಕಿಂಡಿಯೊಳಗೆ ನುಸುಳಿದಳು. ಅಲೋಕ ಹಿಡಿದಿದ್ದ ಪೆನ್ ಟಾರ್ಚಿನ ಬೆಳಕಿನಲ್ಲಿ ಕಂಡದ್ದನ್ನು ಭುವಿಗೆ ನಂಬಲಾಗಲಿಲ್ಲ!

***

ಕಲ್ಲಿನ ಗುಹೆ ದೇವಸ್ಥಾನದಿಂದ ಕೆಳಗಿಳಿಯಲು ಪ್ರಾರಂಭಿಸಿದ ರತನನಿಗೆ ಅಲೋಕ ಮತ್ತು ಭುವಿ ಎಲ್ಲಿರಬಹುದೆಂಬ ಸುಳಿವಾಗಲೇ ಸಿಕ್ಕಿಬಿಟ್ಟಿತ್ತು! ಅಲ್ಲಲ್ಲಿ ಅವರ ಕಾಲ್ತುಳಿತಕ್ಕೆ ಸಿಕ್ಕಿದ ಗಿಡಗಳು ನಲುಗಿರುವುದು ಕಂಡಿತು. ಇನ್ನು ಯಾವ ಪುರಾವೆ ಕೂಡ ಅವನಿಗೆ ಬೇಕಿರಲಿಲ್ಲ! ಬೆಟ್ಟದ ಮೇಲೇರುವುದು ಒಂದು ರೀತಿಯ ಕಷ್ಟವಾದರೆ, ಇಳಿಯುವುದು ಅಷ್ಟೇ ಅಪಾಯಕಾರಿ! ದಢೂತಿ ಶರೀರವನ್ನು ಬ್ಯಾಲೆನ್ಸ್ ಮಾಡುವುದು ಕಷ್ಟವಾಯಿತು ರತನನಿಗೆ. ಎಚ್ಚರಿಕೆಯಿಂದ ಹೆಜ್ಜೆಯಿಡುವಾಗ ಚಪ್ಪಲಿಯೊಂದು ಹರಿದು ಇನ್ನೂ ತೊಂದರೆಯಾಯಿತು. ಹರಿದ ಚಪ್ಪಲಿಯೊಂದಿಗೆ ಸರ್ಕಸ್ ಮಾಡುತ್ತಾ ಇಳಿಯುತ್ತಿದ್ದಾಗ ಅವನಿಗೆ ಎದುರಿಗೆ ಕಂಡಿತು ಪಾಳು ಗುಡಿ! ಅದನ್ನು ನೋಡುತ್ತಲೇ ಅವನಿಗೆ ಅಲ್ಲಿಯವರೆಗಾಗಿದ್ದ ಆಯಾಸ ಮಾಯವಾಗಿ ಉತ್ಸಾಹ ತುಂಬಿತು! ಜಗನ್ ಕಾಣಿಸಿದ್ದ ಕನಸು ನನಸಾಗುವ ಕ್ಷಣ ಸನ್ನಿಹಿತವಾಯಿತೆನ್ನಿಸಿತು. ಮುಖದ ಮೇಲೆ ಸುರಿಯುತ್ತಿದ್ದ

ಬೆವರಿನ ಪರಿವೆಯಿಲ್ಲದೆ ಮುಂದಡಿಯಿಟ್ಟ. ಆಗ..ಆಗಲೇ ಅವನಿಗೆ ಶಂಖ ಮತ್ತು ಗಂಟೆಯ ನಾದ ಕೇಳಿಸಿತು!! ಏನು..ಇಲ್ಲಿ ಪೂಜೆ ಮಾಡುತ್ತಿದ್ದಾರೋ ಚಾಲಾಕಿಗಳು? ಬಹುಶಃ ಪೂಜೆಯ ನಂತರ ನಿಧಿ ದೊರಕುವುದೇನೋ..?

ರತನ್ ತನ್ನ ಸೊಂಟಕ್ಕೆ ಸಿಕ್ಕಿಸಿಕೊಂಡಿದ್ದ ರಿವಾಲ್ವರ್ ತೆಗೆದು ಕೈಯ್ಯಲ್ಲಿ ಹಿಡಿದುಕೊಂಡು ಎಚ್ಚರಿಕೆಯಿಂದ ಶಬ್ದವಾಗದಂತೆ ಗುಡಿಯತ್ತ ಹೆಜ್ಜೆಯಿಟ್ಟ.

ಗುಹಾ ದೇವಲಾಯದ ಮರೆಯಿಂದ ರತನ್ ಚಟುವಟಿಕೆಯನ್ನು ವೀಕ್ಷಿಸುತ್ತಿದ್ದರು ಸುಧಾಕರ್ ಮತ್ತು ರೋಹಿತ್. ರತನ್ ಹೊರಟಿದ್ದ ದಿಕ್ಕು, ಎದುರಿಗಿದ್ದ ಗುಡಿ ಅವನೇನು ಮಾಡುವನೆಂಬುದನ್ನು ಸ್ಪಷ್ಟಪಡಿಸಿತ್ತು. ಜೊತೆಗೆ ಶಂಖ ಮತ್ತು ಗಂಟೆಯ ದನಿ! ಬಹುಶಃ ಅಲ್ಲಿ ರತನ್ ಕಡೆಯವರೋ ಇಲ್ಲಾ ಅಲೋಕನೋ ನಿಧಿಯ ದಕ್ಕಿಸಿಕ್ಕೊಳ್ಳುವ ಸಲುವಾಗಿ ಪೂಜೆ ನಡೆಸಿರಬೇಕು! ಅದೆಂತಾ ಪೂಜೆಯೋ..? ಸಾತ್ವಿಕ ಪೂಜೆಯೋ ಇಲ್ಲಾ ಭೀಭತ್ಸ ಪೂಜೆಯೋ..? ನಿಧಿಗಾಗಿ ನರಬಲಿ ಕೊಟ್ಟವರೂ ಇದ್ದಾರೆ! ಇಲ್ಲಿ ಯಾವ ತರದ ಪೂಜೆ ನಡೆಯುತ್ತಿದ್ದೆಯೋ..? ಸುಧಾಕರ್ ಯೋಚಿಸಿದ. ರತನ್ ಮೊದಲು ಆ ಗುಡಿಯನ್ನು ಪ್ರವೇಶಿಸಲಿ ನಂತರ ತಾವು ಹೋಗುವುದು ಇಲ್ಲದಿದ್ದರೆ ರತನ್ ತಮ್ಮ ದಾರಿ ತಪ್ಪಿಸಬಹುದೆಂಬುದು ಅವರಿಬ್ಬರು ಲೆಕ್ಕಾಚಾರ ಮಾಡಿದರು. ರತನ್ ಗುಡಿಯ ಮೆಟ್ಟಿಲು ಹತ್ತುತ್ತಲೇ ಇಬ್ಬರೂ ಅವನತ್ತ ಧಾವಿಸಿದರು! ಅಕಸ್ಮಾತ್ ಆ ಗುಡಿಯೊಳಗೆ ನರಬಲಿಯಂತಾದ್ದು ಏನಾದರೂ ನಡೆಯುತ್ತಿದ್ದರೆ ಅದನ್ನೂ ತಪ್ಪಿಸುವ ತುರ್ತು ಕೆಲಸ ಅವರು ಮಾಡಬೇಕಿತ್ತು !

***

ಅಲೋಕ ಆ ಕೊಳಗದಾಕಾರದ ಆಕೃತಿಯೊಂದರ ಮೇಲಿನ ಮುಚ್ಚಳ ಹುಷಾರಾಗಿ ಸರಿಸಿ ಟಾರ್ಚಿನ ಬೆಳಕು ಚೆಲ್ಲಿದ! ನೋಡಿದ್ದನ್ನು ನಂಬಲಾಗಲಿಲ್ಲ! ಅದರಲ್ಲಿ ಚಿನ್ನದ ನಾಣ್ಯಗಳು ತುಂಬಿದ್ದವು!!

"ಭುವಿ..ಇಲ್ಲಿ ಬಾ..." ಎಂದು ಆಗಲೇ ಅಲೋಕ ಉಸುರಿದ್ದು!!

ಭುವಿ ಒಳಗೆ ನುಸುಳಿ ಬಂದು ಬೆರಗಾಗಿ ನಿಂತಿದ್ದ ಅಲೋಕನನ್ನೂ ನಂತರ ಆ ಚಿನ್ನದ ನಾಣ್ಯ ತುಂಬಿದ ಕೊಳಗವನ್ನೂ ನೋಡಿ "ಮೈ ಗಾಡ್! ಇಟ್ ಈಸ್ ಟ್ರೂ..! ಇದು ನಿಜ! ನಿಧಿ ನಮಗೆ ಸಿಕ್ಕೇ ಬಿಟ್ಟಿತು! ಒಂದಲ್ಲ ಒಟ್ಟಿಗೆ ಐದು" ಎಂದು ಹರ್ಷಾತಿರೇಕದಿಂದ ಉದ್ಗರಿಸಿದಳು.

"ಐದು ಚಿನ್ನ ತುಂಬಿದ ಕೊಳಗಗಳು!! ಇದು ಕನಸಲ್ಲ ತಾನೆ..?" ಅಲೋಕ ತನ್ನ ಕೈ ಚಿವುಟಿಕೊಂಡ! ಗುಂಡಿಗೆ ಹೊಡೆದುಕ್ಕೊಳ್ಳುತ್ತಿತ್ತು!

ಆನಂದದಲ್ಲಿ ಮುಳುಗಿದ್ದವರಿಗೆ ಹೆಜ್ಜೆಗಳ ಶಬ್ದ ಕೇಳಿಸಲಿಲ್ಲ.

"ಕನಸಲ್ಲ ..ಇದು ನಿಜ!! ಆದರಿದು ನಿಮ್ಮದಲ್ಲ..ಇದು ನನ್ನದು"

ರಿವಾಲ್ವರನ್ನು ಭುವಿ ಮತ್ತು ಅಲೋಕರತ್ತ ಗುರಿ ಹಿಡಿದು ರತನ್ ಒಳಗೆ ಪ್ರವೇಶಿಸಿದ!!

"ನೀನು...? ನೀನೆಲ್ಲಿದ್ದೆ..." ಅಲೋಕನಿಗೆ ನಿಧಿಯನ್ನು ಕಂಡಾಗ ಆದ ಆಶ್ಚರ್ಯಕ್ಕಿಂತಲೂ ರತನನನ್ನು ನೋಡಿ ಹೆಚ್ಚಿಗೆ ಆಶ್ಚರ್ಯವಾಗಿತ್ತು!

"ನನ್ನನ್ನು ಬೆಂಗ್ಳೂರಿಗೆ ಕಳಿಸೋಕೆ ಎಷ್ಟು ನಾಟಕ ಆಡಿದೆ..? ನೌ ಗೆಟ್ ಔಟ್.. ನಿಮ್ಮನ್ನ ಇಲ್ಲೇ ಷೂಟ್ ಮಾಡಿಬಿಟ್ಟರೂ ಯಾರೂ ಕೇಳೋರಿಲ್ಲ! ಅದಕ್ಕೆ ಮುಂಚೆ ನೀವಾಗೇ ಆಚೆ ಹೋಗಿ. ಮತ್ತೆ...ಇಲ್ಲಿನ ಯಾವ ವಿಷಯಾನೂ ಯಾರ ಹತ್ರಾನೂ ಬಾಯಿ ಬಿಡಬಾರದು. ಯಾರಿಗಾದರೂ ಹೇಳಿದರೆ ಅದೇ ನಿಮ್ಮ ಕೊನೆ.."

"ಇಲ್ಲಾ ರತನ್, ಇದು ಅವರ ಕೊನೆ ಅಲ್ಲ! ಇದು ನಿನ್ನ ಕೊನೆ!"

ಎಂದು ಹೇಳುತ್ತಾ ಸುಧಾಕರ್ ಮೊದಲು ಒಳಗೆ ಕಾಲಿಟ್ಟರು.ಆವರ ಬೆನ್ನ ಹಿಂದೆಯೇ ರೋಹಿತ್ ಚಾರ್ಜ್ ಮಾಡಿದ ರಿವಾಲ್ವರ್ ರತನನಿಗೆ ಗುರಿ ಹಿಡಿದು ಬಂದರು!!

"ಇದು ನಿನ್ನಾಟದ ಕೊನೆ!! ರಿವಾಲ್ವರ್ ಕೆಳಗೆ ಹಾಕು..ಇಲ್ಲಾ ಷೂಟ್ ಮಾಡ್ತೀವಿ.." ರತನ್ ತಬ್ಬಿಬ್ಬಾದ! ತಕ್ಷಣವೇ ಸಾವರಿಸಿಕೊಂಡ!

"ನಾನು ಕೋಟ್ಯಾಂತರ ಹಣಾನ ಜಗನ್ನಾಥನಿಂದ ಕಳ್ಕೊಂಡಿದ್ದೀನಿ. ಇದು ನನಗೆ ಸೇರಬೇಕು. ನೀವೆಲ್ಲಾ ಇಲ್ಲಿಂದ ಹೋದ್ರೆ ಸರಿ ಇಲ್ಲಾಂದ್ರೆ ನನಗೆ ಕೊಲೆ ಹೊಸದಲ್ಲ! ನನಗೆ ಗೊತ್ತು ನೀವು ಪೋಲೀಸೂಂತ! ಬಟ್..ಐ ಡೋಂಟ್ ಕೇರ್! ಸಾವು ಎಲ್ಲರಿಗೂ ಒಂದೇ.." ಎನ್ನುತ್ತಾ ರತನ್ ಅಲೋಕನ ಕೈಲಿದ್ದ ಟಾರ್ಚನತ್ತ ಗುಂಡು ಹಾರಿಸಿದ. ಗುರಿ ಪಕ್ಕಾ ಇತ್ತು. ಅಲೋಕನ ಕೈಲಿದ್ದ ಟಾರ್ಚು ಹಾರಿ ಗೋಡೆಗಪ್ಪಳಿಸಿ ಛಿದ್ರಛಿದ್ರವಾಯಿತು! ಗುಂಡಿನ ಮೊರೆತಕ್ಕೆ ಆ ಗುಹೆ ಕಂಪಿಸಿತು!! ಗುಂಡು ಗೋಡೆಯನ್ನೂ ಕೊರೆದಿರಬೇಕು! ಇಡೀ ಗುಹೆಯಲ್ಲಿ ಕತ್ತಲು ಕವಿಯಿತು. ರಿವಾಲ್ವರಿನಿಂದ ಬುಲೆಟ್ ಈಚೆ ಬಂದಾಗ ಕಾಣಿಸಿದ ಬೆಂಕಿಯ ಬೆಳಕಿನಲ್ಲಿ ಕ್ಷಣ ಮಾತ್ರ ಕಂಡಿದ್ದ ಆ ಚಿನ್ನದ ನಾಣ್ಯ ತುಂಬಿದ ಕೊಳಗಗಳು ಕತ್ತಲಲ್ಲಿ ಕರಗಿದುವು!

ತಕ್ಷಣ ಸುಧಾಕರ್ ತನ್ನ ಮೊಬೈಲು ಆನ್ ಮಾಡಿದ. ಆದರೆ ರತನ್ ಷೂಟ್ ಮಾಡಿದಾಗ ಉತ್ಪನ್ನವಾದ ಶಬ್ದದ ಕಂಪನ ನಿಲ್ಲದೆ ಪ್ರತಿಧ್ವನಿಸಿ, ಎರಡು ಪಟ್ಟು, ಮೂರುಪಟ್ಟು ಪ್ರತಿಧ್ವನಿಸುತ್ತಾ ಹೋಯಿತು. ಪ್ರತಿಯೊಂದು ಪ್ರತಿಧ್ವನಿಯೂ ಮೊದಲಿಗಿಂತ ಹೆಚ್ಚುಹೆಚ್ಚು ಸಾಂದ್ರತೆಯಿಂದ ಕೂಡಿರುತ್ತಿತ್ತು! ಆ ವಿಚಿತ್ರಕ್ಕೆ ರತನ್ ಸೇರಿದಂತೆ ಅಲ್ಲಿದ್ದವರಲ್ಲಾ ಅವಾಕ್ಕಾದರು. ರತನ್ ಅಪಾಯಕಾರಿ, ಅವನಿಂದ ಇನ್ನೂ ಹೆಚ್ಚು ತೊಂದರೆ ಕಟ್ಟಿಟ್ಟದ್ದು! ಅವನನ್ನು ನಿಯಂತ್ರಿಸಬೇಕು! ಮೊಬೈಲ್ ಬೆಳಕಿನ ಆಧಾರದ ಮೇಲೆ ಸುಧಾಕರ್ ಅವನ ರಿವಾಲ್ವರ್ ಹಿಡಿದಿದ್ದ ಕೈಗೆ

ಗುರಿಯಿಟ್ಟು ಷೂಟ್ ಮಾಡಿದ. ರತನ್ ಚೀರಿದ. ಅವನ ಕೈಯನ್ನು ಬುಲೆಟ್ ಛೇಧಿಸಿತ್ತು! ರತನ್ ಕೈಲಿದ್ದ ರಿವಾಲ್ವರ್ ಕೆಳಗೆ ಬಿತ್ತು!

"ಯೂ...ಡೆವಿಲ್.." ಆತ ಕಿರಿಚಿದ!

ಮೊದಲೇ ಕಂಪಿಸುತ್ತಿದ್ದ ಆ ಗುಹೆ ಇನ್ನಷ್ಟು ತೀವ್ರವಾಗಿ ಕಂಪಿಸಿತು! ಕ್ರಮೇಣ ಇಡೀ ಗುಹೆಯೇ ಅಲುಗಾಡತೊಡಗಿತು.

"ಸರ್, ಇದು ಸೌಂಡ್ ಸೆನ್ಸಿಟೀವ್ ಗುಹೆ! ಶಂಖ ಮತ್ತು ಗಂಟೆಯ ಶಬ್ದಕ್ಕೆ ಈ ಬಾಗಿಲು ತೆಗೆದುಕೊಂಡಿದ್ದು. ಈ ಬುಲೆಟ್ ಶಬ್ದಕ್ಕೆ ಏನಾಗುತ್ತೇ ಗೊತ್ತಿಲ್ಲ. ನಾವಂತೂ ಆಚೆ ಹೋಗ್ತೀವಿ.."

ಅಲೋಕ ಆತುರದಿಂದ ಭುವಿಯನ್ನು ತಳ್ಳಿಕೊಂಡು ಬಾಗಿಲಿನತ್ತ ನಡೆದ. ಆಗಲೇ ನೆಲ ಅದುರತೊಡಗಿತು! ಮುಂಗಾರು ಮಳೆಯ ಗುಡುಗು ಸಿಡಿಲುಗಳ ಆರ್ಭಟ ನೆಲದ ಗರ್ಭದಿಂದ ಕೇಳತೊಡಗಿತು! ಅಲೋಕ ಭುವಿಯನ್ನು ಕಿಂಡಿಯಿಂದಾಚೆ ತಳ್ಳಿ ತಾನೂ ಅವಳ ಹಿಂದೆಯೇ ಈಚೆ ಬಂದ.

"ಭುವಿ, ಏನೋ ಅನಾಹುತ ಆಗುತ್ತೇನ್ನಿಸುತ್ತೆ. ಬೇಗನೆ ದೂರ ಹೋಗಬೇಕು"

ಭುವಿಯ ಕೈಹಿಡಿದುಕೊಂಡು ದರದರನೆ ಎಳೆಯುತ್ತಾ ದೂರ ಓಡಿದ. ಆಗಲೇ ನಂಬಲಾರದ ಆ ಘಟನೆ ನಡೆದು ಹೋಯಿತು!! ಆ ಹಾಳು ಗುಡಿಯಿಂದ ಅಗಾಧ ಶಬ್ದ ಬರತೊಡಗಿತು. ಅಪಾಯ ಗ್ರಹಿಸಿದ ಸುಧಾಕರ್ ಮತ್ತು ರೋಹಿತ್ ಕೆಲ ಕ್ಷಣಗಳಲ್ಲಿ ಈಚೆ ಓಡಿ ಬಂದರು! ಓಡುತ್ತಾ..ಅಲೋಕ ಮತ್ತು ಭುವಿ ಇದ್ದ ಕಡೆ ಬಂದು ಸೇರಿದರು! ಭೂಕಂಪವಾದಂತೆ ಅಪಾರ ಶಬ್ದದೊಂದಿಗೆ ಆ ಇಡೀ ಕಟ್ಟಡ ಇಸ್ಪೀಟಿನೆಲೆಯ ಮನೆಯಂತೆ ಕುಸಿಯತೊಡಗಿತು! ಕೆಲವೇ ನಿಮಿಷಗಳಲ್ಲಿ ಎಲ್ಲ ನೋಡುತ್ತಿರುವಂತೆಯೇ ಆ ಗುಡಿ ಪುಡಿಪುಡಿಯಾಗಿ ಗುಡ್ಡೆಯಾಯಿತು!

ರತನ್ ಈಚೆ ಬರುತ್ತಾನೆಂದು ಎದುರು ನೋಡುತ್ತಿದ್ದವರಿಗೆ ಅಚ್ಚರಿಯಾಗಿತ್ತು! ರತನ್ ಸುಳಿವೇ ಇರಲಿಲ್ಲ! ಅಂದರೆ..? ರತನ್ ಗುಡಿಯೊಳಗೇ ಉಳಿದನೆ? ಆ ಕುಸಿದ ಗುಡಿಯೊಳಗೆ ಬಂಧಿಯಾದನೆ? ಹಾಗಾಗಿದ್ದರೆ ಅವನು ಬಹುಕುಳಿದಿರುವ ಸಾಧ್ಯತೆ ಕಡಿಮೆ!! ಯಾವ ನಿಧಿಗಾಗಿ ಬೊಂಬಾಯಿಯಿಂದ ಬಂದು ಶಾಮಣ್ಣನನ್ನು ಕಿಡ್ನ್ಯಾಪ್ಮಾಡಿ ಜಗನ್ನಾಥನನ್ನು ಕೊಂದಿದ್ದನೋ..ಆ ರತನ್ ನಿಧಿಯೊಂದಿಗೇ ವಿಧಿಗೆ ಗುರಿಯಾಗಿದ್ದ! ಅದು ಸ್ಪಷ್ಟವಾಗಿತ್ತು!

"ರತನ್..?" ಅಲೋಕ ಉದ್ಗರಿಸಿದ.

"ಟ್ರ್ಯಾಪ್ಡ್! ತನ್ನ ಆಸೆಗೆ ತಾನೇ ಬಲಿಯಾದ" ಸುಧಾಕರ್ ಹೇಳಿದ.

"ದಟ್ ಈಸ್ ಆಲ್..ಲೇಡೀಸ್ ಅಂಡ್ ಜಂಟಲ್ಮೆನ್ ಖೇಲ್ ಖತಂ" ರೋಹಿತ್ ನಾಟಕೀಯವಾಗಿ ನಕ್ಕು ಹೇಳಿದ.

"ಇಲ್ಲಿಗೆ ನಿಧಿಯ ಕತೆ ಮುಗೀತು. ಇನ್ನು ಏನಿದ್ದರೂ ಸರ್ಕಾರದ್ದು. ಅದನ್ನು ಈಚೆ ತೆಗೆಯಬೇಕೆಂದರೆ ಅದಕ್ಕೆ ಒಂದು ಪ್ರಾಜೆಕ್ಟೇ ಮಾಡಬೇಕು! ಅದಕ್ಕೆ ಅನುಮೋದನೆ ಸಿಗಬೇಕು! ಜೊತೆಗೆ ಸಂಪನ್ಮೂಲ ಕೂಡ ಬೇಕು! ಇದು ಸಾಮಾನ್ಯದ ಕೆಲಸವಲ್ಲ! ನೀವಿದನ್ನು ಇಲ್ಲಿಗೇ ಮರೆತುಬಿಡಿ"

ಸುಧಾಕರ್ ಭುವಿ ಮತ್ತು ಅಲೋಕನಿಗೆ ಹೇಳಿದರು.

"ಅದು ಬಿಟ್ಟು ನಮಗೆ ಬೇರೆ ದಾರಿಯಿದೆಯೆ?"

ಭುವಿ ಮತ್ತು ಅಲೋಕ ನಕ್ಕರು! ಆ ನಗುವಿನಲ್ಲಿ ಸಂತೋಷವಿರಲಿಲ್ಲ!! ವಿಷಾದವಿತ್ತು! ಅವರ ಈವರೆಗಿನ ಶ್ರಮ ಹೊಳೆಯಲ್ಲಿ ತೊಳೆದ ಹುಣಿಸೇಹಣ್ಣಿನಂತಾಗಿತ್ತು!

(ಮುಗಿಯಿತು)